English-Malayalam
Malayalam-English

Word to Word® Bilingual Dictionary

Compiled by:
C. Sesma, M.A.

Translated & Edited by:
Piyush Kumar

Malayalam Word to Word® Bilingual Dictionary
1st Edition © Copyright 2022

All rights reserved. No part of this book may be reproduced or transmitted in any form or by any means.

Published in the United States by:

Bilingual Dictionaries, Inc.
PO Box 1154
Murrieta, CA 92564
T: (951) 296-2445 • F: (951) 296-9911
E: support@bilingualdictionaries.com
www.BilingualDictionaries.com

ISBN13: 978-1-946986-610

Table of Contents

Publisher	4
Word to Word®	5
List of Irregular Verbs	6 - 8
English - Malayalam	9 - 190
Malayalam - English	191 - 344
Order & Contact Us	345 - 348

Publisher

Bilingual Dictionaries, Inc. was established in 1994. We are committed to providing schools, libraries and educators with a great selection of bilingual materials for students. Along with bilingual dictionaries we also publish ESL workbooks and children's bilingual picture dictionaries.

The first Word to Word® bilingual dictionary was published in 2008. The Word to Word® series now has over 40 editions with languages from around the world. For more information regarding any of our publications please visit us online.

BilingualDictionaries.com
WordtoWord.com

Word to Word® Series

Our series provides ELL students from different native language backgrounds a standardized selection of bilingual dictionaries. The Word to Word® series is designed to create an approved resource that adheres to the guidelines set by school districts and states.

Sesma's Malayalam Word to Word® Bilingual Dictionary was created specifically with students in mind to be used for reference and testing. This dictionary contains approximately 19,500 entries targeting common words used in the English language.

entry: Our selection of English vocabulary includes common words found in everyday conversation at home and school.

part of speech: The part of speech is necessary to ensure the translation is appropriate. Entries can be spelled the same but have different translations and meanings depending on the part of speech.

translation: Our translation is "Word to Word" meaning no foul language and no definitions or explanations. Purely the most simple common accurate translation.

List of Irregular Verbs

present - past - past participle

arise - arose - arisen
awake - awoke - awoken, awaked
be - was - been
bear - bore - borne
beat - beat - beaten
become - became - become
begin - began - begun
behold - beheld - beheld
bend - bent - bent
beseech - besought - besought
bet - bet - betted
bid - bade (bid) - bidden (bid)
bind - bound - bound
bite - bit - bitten
bleed - bled - bled
blow - blew - blown
break - broke - broken
breed - bred - bred
bring - brought - brought
build - built - built
burn - burnt - burnt *
burst - burst - burst
buy - bought - bought
cast - cast - cast
catch - caught - caught
choose - chose - chosen
cling - clung - clung
come - came - come
cost - cost - cost

creep - crept - crept
cut - cut - cut
deal - dealt - dealt
dig - dug - dug
do - did - done
draw - drew - drawn
dream - dreamt - dreamed
drink - drank - drunk
drive - drove - driven
dwell - dwelt - dwelt
eat - ate - eaten
fall - fell - fallen
feed - fed - fed
feel - felt - felt
fight - fought - fought
find - found - found
flee - fled - fled
fling - flung - flung
fly - flew - flown
forebear - forbore - forborne
forbid - forbade - forbidden
forecast - forecast - forecast
forget - forgot - forgotten
forgive - forgave - forgiven
forego - forewent - foregone
foresee - foresaw - foreseen
foretell - foretold - foretold
forget - forgot - forgotten
forsake - forsook - forsaken
freeze - froze - frozen

List of Irregular Verbs

get - got - gotten
give - gave - given
go - went - gone
grind - ground - ground
grow - grew - grown
hang - hung * - hung *
have - had - had
hear - heard - heard
hide - hid - hidden
hit - hit - hit
hold - held - held
hurt - hurt - hurt
hit - hit - hit
hold - held - held
keep - kept - kept
kneel - knelt * - knelt *
know - knew - known
lay - laid - laid
lead - led - led
lean - leant * - leant *
leap - lept * - lept *
learn - learnt * - learnt *
leave - left - left
lend - lent - lent
let - let - let
lie - lay - lain
light - lit * - lit *
lose - lost - lost
make - made - made
mean - meant - meant

meet - met - met
mistake - mistook - mistaken
must - had to - had to
pay - paid - paid
plead - pleaded - pled
prove - proved - proven
put - put - put
quit - quit * - quit *
read - read - read
rid - rid - rid
ride - rode - ridden
ring - rang - rung
rise - rose - risen
run - ran - run
saw - sawed - sawn
say - said - said
see - saw - seen
seek - sought - sought
sell - sold - sold
send - sent - sent
set - set - set
sew - sewed - sewn
shake - shook - shaken
shear - sheared - shorn
shed - shed - shed
shine - shone - shone
shoot - shot - shot
show - showed - shown
shrink - shrank - shrunk
shut - shut - shut

List of Irregular Verbs

sing - sang - sung
sink - sank - sunk
sit - sat - sat
slay - slew - slain
sleep - sleep - slept
slide - slid - slid
sling - slung - slung
smell - smelt * - smelt *
sow - sowed - sown *
speak - spoke - spoken
speed - sped * - sped *
spell - spelt * - spelt *
spend - spent - spent
spill - spilt * - spilt *
spin - spun - spun
spit - spat - spat
split - split - split
spread - spread - spread
spring - sprang - sprung
stand - stood - stood
steal - stole - stolen
stick - stuck - stuck
sting - stung - stung
stink - stank - stunk
stride - strode - stridden
strike - struck - struck (stricken)

strive - strove - striven
swear - swore - sworn
sweep - swept - swept
swell - swelled - swollen *
swim - swam - swum
take - took - taken
teach - taught - taught
tear - tore - torn
tell - told - told
think - thought - thought
throw - threw - thrown
thrust - thrust - thrust
tread - trod - trodden
wake - woke - woken
wear - wore - worn
weave - wove * - woven *
wed - wed * - wed *
weep - wept - wept
win - won - won
wind - wound - wound
wring - wrung - wrung
write - wrote - written

Those tenses with an * also have regular forms.

English-Malayalam

Abbreviations

a - article - ലേഖനം

adj - adjective - നാമവിശേഷണം

adv - adverb - ക്രിയാവിശേഷണം

conj - conjunction - സമുച്ചയപദം

e - exclamation - ആശ്ചര്യശബ്ദം

n - noun - നാമം

prep - preposition - ഉപസര്ഗ്ഗം

pron - pronoun - സര്വ്വനാമം

v - verb - ക്രിയ

pv - phrasal verb - ഉപവാക്യ ക്രിയ

idiom - idiom - ശൈലി

auxillary v - auxillary verb - സഹായക ക്രിയ

modal v - modal verb - മാതൃക ക്രിയ

abbr - abbreviation - സംക്ഷേപം

phrase - phrase - ഉക്തി

A

a *a* എ
abandon *v* ഉപേക്ഷിക്കുക
abandonment *n* ഉപേക്ഷിക്കൽ
abbreviate *v* ചുരുക്കുക
abbreviation *n* ചുരുക്കെഴുത്ത്
abdomen *n* ഉദരം
abduct *v* തട്ടിക്കൊണ്ടുപോകുക
abduction *n* തട്ടിക്കൊണ്ടുപോകൽ
aberration *n* വ്യതിചലനം
abhor *v* വെറുക്കുക
abide by *v* കർശനമായി പാലിക്കുക
ability *n* കഴിവ്
ablaze *adj* ജ്വലിക്കുന്ന
able *adj* കഴിവുള്ള
abnormal *adj* അസാധാരണമായ
abnormality *n* അസാധാരണത്വം
abnormally *adv* അസാധാരണമായി
aboard *adv* വാഹനത്തിൽ കയറുക
abolish *v* ഇല്ലാതാക്കുക
abort *v* ഉപേക്ഷിക്കുക, അലസിപ്പിക്കുക
abound *v* നിറഞ്ഞിരിക്കുക
about *adv* ഏകദേശം
about *prep* സമീപത്ത്
above *adv* മുകളിൽ
above *prep* മേൽപറഞ്ഞ
abridge *v* സംഗ്രഹിക്കുക
abroad *adv* വീടിനു വെളിയിൽ, വിദേശത്ത്
abrogate *v* റദ്ദാക്കുക
abruptly *adv* പെട്ടെന്ന്
absence *n* അഭാവം
absent *adj* ശ്രദ്ധയില്ലാത്ത
absolute *adj* സമ്പൂർണ്ണമായ
absolutely *adv* തീർച്ചയായും
absolve *v* മോചിപ്പിക്കുക
absorb *v* ആഗിരണം ചെയ്യുക
absorbent *adj* ആകർഷണീയമായ
abstain *v* വിട്ടുനിൽക്കുക
abstinence *n* മദ്യവർജ്ജനം
abstract *adj* അമൂർത്തമായ
absurd *adj* അസംബന്ധമായ
abundance *n* സമൃദ്ധി
abundant *adj* സമൃദ്ധമായ
abuse *n* ദുരുപയോഗം
abuse *v* ദുരുപയോഗം
abusive *adj* ദുരുപയോഗം ചെയ്യുന്ന
abysmal *adj* അത്യധികമായ
abyss *n* അഗാധം
academic *adj* പണ്ഡിതോചിതമായ
academy *n* വിദ്യാപീഠം
accelerate *v* ത്വരിതപ്പെടുത്തുക
accelerator *n* രാസത്വരകം, ത്വരകം
accent *n* ഉച്ചാരണം
accept *v* സ്വീകരിക്കുക
acceptable *adj* സ്വീകാര്യമായ
acceptance *n* സ്വീകാര്യത

access *n* പ്രവേശനം
access *v* സമീപിക്കൽ
accessible *adj* പ്രാപ്യമായ
accident *n* അപകടം
accidental *adj* ആകസ്മികമായ
acclaim *v* പ്രശംസിക്കുക
acclimatize *v* ഇണങ്ങുക
accommodate *v* താമസിപ്പിക്കുക
accompany *v* കൂടെപ്പോവുക
accomplice *n* കൂട്ടാളി
accomplish *v* നിറവേറ്റുക
accomplishment *n* നേട്ടം
according to *prep* അതുപ്രകാരം
accordion *n* കൈക്കിന്നരം
account *n* അക്കൗണ്ട്, വിവരണം
account for *v* വിശദീകരിക്കുക
accountable *adj* ഉത്തരവാദിത്തമുള്ള
accountant *n* കണക്കപ്പിള്ള
accumulate *v* ശേഖരിക്കുക
accumulation *n* ശേഖരണം
accuracy *n* കൃത്യത
accurate *adj* കൃത്യമായ
accurately *adv* കൃത്യമായി
accusation *n* ആരോപണം
accuse *v* കുറ്റമാരോപിക്കുക
accustom *v* ശീലമാക്കുക
ache *n* വേദന
achieve *v* നേടിയെടുക്കുക
achievement *n* നേട്ടം
acid *n* അമ്ലം
acknowledge *v* അംഗീകരിക്കുക

acknowledgment *n* അംഗീകാരം
acorn *n* ഓക്കുമരത്തിന്റെ കായ
acoustic *adj* ശ്രവണസംബന്ധമായ
acquaintance *n* പരിചയം
acquire *v* ഏറ്റെടുക്കുക
acquisition *n* ഏറ്റെടുക്കൽ
acquit *v* കുറ്റവിമുക്തനാക്കുക
acquittal *n* കുറ്റവിമുക്തനാക്കൽ
acre *n* ഏക്കർ
acrobat *n* അക്രോബാറ്റ്
across *prep* ഉടനീളം
across *adv* കുറുകെ
act *v* പ്രവർത്തിക്കുക; അഭിനയിക്കുക
act *n* പ്രവൃത്തി; നിയമം; നാടകാങ്കം
action *n* പ്രവർത്തനം
activate *v* സജീവമാക്കുക
active *adj* സജീവമായ
activity *n* പ്രവർത്തനം
actor *n* നടൻ
actress *n* നടി
actual *adj* യഥാർത്ഥമായ
actually *adv* യഥാർത്ഥത്തിൽ
acute *adj* നിശിതമായ
adamant *adj* അചഞ്ചലമായ
adapt *v* പൊരുത്തപ്പെടുത്തുക
adaptable *adj* പൊരുത്തപ്പെടാൻ കഴിയുന്ന
adaptation *n* പൊരുത്തപ്പെടുത്തൽ
adapter *n* അഡാപ്റ്റർ

add *v* ചേർക്കുക
addicted *adj* അടിമയായി
addiction *n* ആസക്തി
addictive *adj* ആസക്തിയുണ്ടാക്കുന്ന
addition *n* കൂട്ടിച്ചേർക്കൽ
additional *adj* കൂട്ടിചേർക്കപ്പെട്ട
address *v* അഭിസംബോധന ചെയ്യുക
address *n* പ്രസംഗം, മേൽവിലാസം
adequate *adj* മതിയായ
adequately *adv* വേണ്ടത്ര
adhere *v* മുറുകെ പിടിക്കുക
adhesive *adj* ഒട്ടിപ്പിടിക്കുന്ന
adjacent *adj* തൊട്ടടുത്തുള്ള
adjective *n* വിശേഷണം
adjoin *v* ചേരുക
adjoining *adj* തൊട്ടടുത്തുള്ള
adjust *v* ക്രമീകരിക്കുക
adjustable *adj* ക്രമീകരിക്കാവുന്ന
adjustment *n* ക്രമീകരിക്കൽ
administer *v* ഭരണം നടത്തുക
administration *n* ഭരണം
administrative *adj* ഭരണപരമായി
administrator *n* അധികാരി
admirable *adj* സ്തുത്യർഹമായി
admiral *n* നാവികസേനാപതി
admiration *n* ആദരവ്
admire *v* അഭിനന്ദിക്കുന്നു
admirer *n* ആരാധകൻ
admission *n* പ്രവേശനം
admit *v* അനുവദിക്കുക, സമ്മതിക്കുക
admittance *n* പ്രവേശനം
adolescence *n* കൗമാരം
adolescent *n* കൗമാരക്കാരൻ
adopt *v* സ്വീകരിക്കുക, ദത്തെടുക്കുക
adorable *adj* ആരാധ്യമായ
adore *v* ആരാധിക്കുക
adorn *v* മോടിപിടിപ്പിക്കുക
adulation *n* പ്രശംസ
adult *n* മുതിർന്നവർ
adulthood *n* പ്രായപൂർത്തി
advance *n* പുരോഗതി
advance *v* മുന്നേറുക; മുൻകൂർ
advanced *adj* വികസിതമായ
advantage *n* നേട്ടം
adventure *n* സാഹസികത
adverb *n* ക്രിയാവിശേഷണം
adversary *n* എതിരാളി
adverse *adj* പ്രതികൂലമായ
adversity *n* പ്രതികൂലാവസ്ഥ
advertise *v* പരസ്യം ചെയ്യുക
advertisement *n* പരസ്യം
advice *n* ഉപദേശം
advise *v* ഉപദേശിക്കുക
adviser *n* ഉപദേശകൻ
advocate *v* അഭിഭാഷകൻ
aesthetic *adj* സൗന്ദര്യാത്മകം
afar *adv* അകലെയായി
affable *adj* മാന്യമായ
affair *n* ഇടപാട്; സംഭവം; വാപാരം

affect *v* ബാധിക്കുക
affection *n* വാത്സല്യം
affectionate *adj* വാത്സല്യമുള്ള
affiliate *v* സംയോജിപ്പിക്കുക
affiliation *n* ബന്ധം
affirm *v* ഉറപ്പുപറയുക
affirmative *adj* സ്ഥിരീകരിക്കുന്ന
affix *v* ഘടിപ്പിക്കുക
afflict *v* പീഡിപ്പിക്കുക
affliction *n* കഷ്ടത
affluent *adj* സമ്പന്നമായ
afford *v* നൽകുക
affordable *adj* താങ്ങാനാവുന്ന
affront *n* അപമാനം
afloat *adv* പൊങ്ങിക്കിടക്കുന്നു
afraid *adj* ഭയമുള്ള
after *conj* പിന്നത്തെ
after *prep* ശേഷം
afternoon *n* ഉച്ചകഴിഞ്ഞ്
afterward *adv* പിന്നീട്
again *adv* വീണ്ടും
against *prep* എതിരായി
age *n* പ്രായം
aged *adj* വയസ്സായ
agency *n* പ്രതിനിധിത്വം
agenda *n* കാര്യപരിപാടി
agent *n* ഇടനിലക്കാരൻ
aggravate *v* വഷളാക്കുക
aggression *n* ആക്രമണം
aggressive *adj* ആക്രമണാത്മകം
aggressor *n* അക്രമി
agile *adj* ചടുലമായ
ago *adv* മുമ്പ്
agonize *v* യാതന അനുഭവിക്കുക
agonizing *adj* വേദനിപ്പിക്കുന്ന
agony *n* യാതന
agree *v* സമ്മതിക്കുന്നു
agreeable *adj* സമ്മതിക്കാവുന്ന
agreement *n* കരാർ
agricultural *adj* കാർഷിക
agriculture *n* കൃഷി
ahead *adv* മുന്നോട്ട്
aid *n* സഹായം
aid *v* സഹായിക്കുക
aide *n* സഹായി
ailing *adj* രോഗിയായ
ailment *n* അസുഖം
aim *v* ഉന്നംവയ്ക്കുക
aim *n* ലക്ഷ്യം
aimless *adj* ലക്ഷ്യമില്ലാത്ത
air *v* പരസ്യമാക്കുക
air *n* വായു
aircraft *n* വിമാനം
airfare *n* വിമാനക്കൂലി
airfield *n* വ്യോമപരിധി
airline *n* എയർലൈൻ
airmail *n* എയർമെയിൽ
airplane *n* വിമാനം
airport *n* വിമാനത്താവളം
airtight *adj* വായു കടക്കാത്ത
aisle *n* ഇടനാഴി
ajar *adj* അല്പം തുറന്ന
akin *adj* സമാനമായ
alarm *n* അലാറം

alarm clock *n* അലാറം ക്ലോക്ക്
alarming *adj* ഭയപ്പെടുത്തുന്ന
alcohol *n* മദ്യം
alcoholic *adj* മദ്യപാനി
alert *n* ജാഗ്രത
alert *v* ജാഗ്രത പുലർത്തുക
alert *adj* ശ്രദ്ധായുള്ള
alien *n* അന്യൻ
align *v* വിന്യസിക്കുക
alignment *n* വിന്യാസം
alike *adj* ഒരുപോലെ
alive *adj* ജീവനോടെ
all *adv* എല്ലാം
all *adj* നിശ്ശേഷമായ
all right *adv* അങ്ങനെയാകട്ടെ
all right *adj* സ്വീകാര്യമായ
allege *v* ആരോപിക്കുന്നു
allegedly *adv* ആരോപിച്ച
allegiance *n* വിധേയത്വം
allergic *adj* തീവ്ര സംവേദനം
allergy *n* അലർജി
alleviate *v* ലഘൂകരിക്കുക
alley *n* ഇടവഴി
alliance *n* സഖ്യം
alligator *n* ചീങ്കണ്ണി
allocate *v* നീക്കിവയ്ക്കുക
allocation *n* വിഹിതം
allot *v* അനുവദിക്കുക
allow *v* അനുവദിക്കുക
allowance *n* അലവൻസ്, ആനുകൂല്യം
allure *n* വശീകരിക്കൽ
ally *v* സഖ്യം ചെയ്യുക
ally *n* സഖ്യകക്ഷി
almighty *adj* സർവ്വശക്തിയുമുള്ള
almond *n* ബദാം
almost *adv* ഏതാണ്ട്
alone *adj* ഒറ്റയ്ക്ക്
alone *adv* പ്രത്യേകമായി
along *adv* ഒന്നിച്ച്
along *prep* കൂടെ
alongside *prep* കൂടെ
aloof *adj* അകന്നുനിൽക്കുന്ന
aloud *adv* ഉച്ചത്തിൽ
alphabet *n* അക്ഷരമാല
already *adv* ഇതിനകം
alright *adv* തീർച്ചയായും, ശരി
also *adv* കൂടാതെ
altar *n* അൾത്താര
alter *v* മാറ്റുക
alteration *n* പരിവർത്തനം
altercation *n* വഴക്ക്
alternate *v* ഒന്നിടവിട്ടാക്കുക
alternate *adj* ഒന്നിടവിട്ടുള്ള
alternative *adj* ഇതരമാർഗം
alternative *n* ബദൽ
alternatively *adv* പകരമായി
although *conj* എങ്കിലും
altitude *n* ഉയരം
altogether *adv* മൊത്തത്തിൽ
aluminum *n* അലുമിനിയം
always *adv* എപ്പോഴും
amass *v* ശേഖരിക്കുക
amateur *adj* കലാഭിരുചിയുള്ളവൻ

amaze *v* വിസ്മയിപ്പിക്കുക
amazement *n* വിസ്മയം
amazing *adj* അത്ഭുതകരമായ
ambassador *n* സ്ഥാനപതി
ambiguous *adj* അവ്യക്തമായ
ambition *n* അഭിലാഷം
ambitious *adj* അതിമോഹമുള്ള
ambivalent *adj* അനിശ്ചിതമായ
ambulance *n* ആംബുലൻസ്
ambush *v* പതിയിരുന്നാക്രമിക്കുക
amend *v* ഭേദഗതി ചെയ്യുക
amendment *n* ഭേദഗതി
amenities *n* സൗകര്യങ്ങൾ
American *adj* അമേരിക്കയെ സംബന്ധിച്ച
amicable *adj* സൗഹാർദ്ദപരമായ
amid *prep* ഇടയിൽ
ammunition *n* പടക്കോപ്പുകൾ
amnesia *n* ഓർമ്മക്കുറവ്
among *prep* കൂട്ടത്തിൽ
amount *n* തുക
amount to *v* തുകയാകുക
amphibious *adj* ഉഭയജീവി
ample *adj* മതിയാവോളമുള്ള
amplifier *n* ഉച്ചഭാഷിണി
amplify *v* വർദ്ധിപ്പിക്കുക
amputate *v* ഛേദിക്കുക
amuse *v* രസിപ്പിക്കുക
amusement *n* വിനോദം
amusement park *n* വിനോദ പാർക്ക്
amusing *adj* രസകരമായ
an *a* ഒരു
analogy *n* സാമ്യം
analysis *n* വിശകലനം
analyst *n* വിശകലന വിദഗ്ദൻ
analytic *adj* അപഗ്രഥനപരമായ
analyze *v* വിശകലനം ചെയ്യുക
anatomy *n* ശരീരഘടന
ancestor *n* പൂർവ്വികൻ
anchor *n* നങ്കൂരം
ancient *adj* പുരാതനമായ
and *conj* ഒപ്പം
anecdote *n* ഉപകഥ
anesthesia *n* അബോധാവസ്ഥ
anew *adv* പുതുതായി
angel *n* മാലാഖ
angelic *adj* മാലാഖയെപ്പോലുള്ള
anger *n* കോപം
angle *n* കോൺ
angry *adj* കോപാകുലനായ
anguish *n* വേദന
animal *n* മൃഗം
animate *v* ചലിപ്പിക്കുക
animation *n* ചലനശേഷി
animosity *n* ശത്രുത
ankle *n* കണങ്കാൽ
annihilate *v* ഉന്മൂലനം ചെയ്യുക
anniversary *n* വാർഷികം
annotate *v* വ്യാഖ്യാനിക്കുക
annotation *n* വ്യാഖ്യാനം
announce *v* പ്രഖ്യാപിക്കുക
announcement *n* പ്രഖ്യാപനം
announcer *n* വിളിച്ചു പറയുന്നയാൾ

17 appoint A

annoy *v* ശല്യപ്പെടുത്തുക
annoying *adj* ശല്യപ്പെടുത്തുന്ന
annual *adj* വാർഷികമായ
annually *adv* വർഷം തോറും
anonymity *n* അജ്ഞാതത്വം
anonymous *adj* അജ്ഞാതമായ
another *pron* മറ്റൊന്ന്
another *adj* വ്യത്യസ്തമായ
answer *n* ഉത്തരം
answer *v* ഉത്തരം പറയുക
ant *n* ഉറുമ്പ്
antagonize *v* എതിർക്കുക
antelope *n* കൃഷ്ണമൃഗം
antenna *n* ആന്റിന
antibiotic *n* ആന്റിബയോട്ടിക്
anticipate *v* പ്രതീക്ഷിക്കുക
anticipation *n* പ്രതീക്ഷ
antidote *n* മറുമരുന്ന്
antiquated *adj* പഴകിയ
antique *n* പുരാതനമായ
anvil *n* അടകല്ല്
anxiety *n* ഉത്കണ്ഠ
anxious *adj* ഉത്കണ്ഠാജനകമായ
any *pron* അല്പം
any *adj* ഏതെങ്കിലും
any *adv* ഏതെങ്കിലും
anybody *pron* ആരെങ്കിലും
anymore *adv* ഇനിയെന്തെങ്കിലും
anyone *pron* ആർക്കും
anything *pron* എന്തും
anyway *adv* എന്തായാലും
anywhere *adv* എവിടെയും
apart *adv* വേറിട്ട്
apartment *n* വീട്
apathy *n* നിസ്സംഗത
ape *n* കുരങ്ങൻ
apiece *adv* ഓരോരുത്തർക്കും
apologize *v* ക്ഷമയാചിക്കുക
apology *n* ക്ഷമാപണം
apostrophe *n* സംബന്ധികാവിഭക്തി പ്രത്യയം
appall *v* ഭീഷണിപ്പെടുത്തുക
appalling *adj* ഭയാനകമായ
apparel *n* വസ്ത്രം
apparent *adj* പ്രത്യക്ഷമായ
apparently *adv* പ്രത്യക്ഷമായി
appeal *n* അപേക്ഷ
appeal *v* അപേക്ഷിക്കുക; ആകർഷിക്കുക
appealing *adj* ആകർഷകമായ
appear *v* പ്രത്യക്ഷപ്പെടുക
appearance *n* രൂപം
appetite *n* വിശപ്പ്
appetizer *n* വിശപ്പുണ്ടാക്കുന്ന വസ്തു
applaud *v* അഭിനന്ദിക്കുക
applause *n* കരഘോഷം
apple *n* ആപ്പിൾ
appliance *n* ഉപകരണം
applicable *adj* ബാധകമായ
applicant *n* അപേക്ഷകൻ
application *n* അപേക്ഷ
apply *v* അപേക്ഷിക്കുക
appoint *v* നിയമിക്കുക

appointment *n* നിയമനം
appraisal *n* വിലയിരുത്തൽ
appraise *v* വിലയിരുത്തുക
appreciate *v* അഭിനന്ദിക്കുക
appreciation *n* അഭിനന്ദനം
apprehend *v* മനസ്സിലാക്കുക
apprehensive *adj* വിവേകബുദ്ധിയുള്ള
apprentice *n* തൊഴിലഭ്യസിക്കുന്നവൻ
approach *n* സമീപനം
approach *v* സമീപിക്കുക
appropriate *adj* ഉചിതമായ
appropriately *adv* ഉചിതമായി
approval *n* അംഗീകാരം
approve *v* അംഗീകരിക്കുക
approximate *adj* ഏകദേശമായ
approximately *adv* ഏകദേശം
apricot *n* ആപ്രിക്കോട്ട്
April *n* ഏപ്രിൽ
apron *n* മേൽവസ്ത്രം
aptitude *n* അഭിരുചി
aquarium *n* അക്വേറിയം
aquatic *adj* ജലജീവി
aqueduct *n* ജലസംഭരണി
Arabic *adj* അറബിഭാഷ സംബന്ധമായ
arbitrary *adj* ഏകപക്ഷീയമായ
arcade *n* ആർക്കേഡ്
arch *n* കമാനം
archaeology *n* പുരാവസ്തുശാസ്ത്രം
archaic *adj* പുരാതനമായ

architect *n* വാസ്തുശില്പി
architecture *n* വാസ്തുവിദ്യ
archive *n* രേഖകൾ സൂക്ഷിക്കുന്ന സ്ഥലം
ardent *adj* തീക്ഷ്ണമായ
area *n* പ്രദേശം
arena *n* അരങ്ങ്
argue *v* വാദിക്കുക
argument *n* വാദം
arise *v* ഉയരുക
arithmetic *n* അങ്കഗണിതം
ark *n* പേടകം
arm *v* ആയുധം ധരിപ്പിക്കുക
arm *n* കൈ
armchair *n* ചാരുകസേര
armed *adj* ആയുധധാരിയായ
armor *n* പടച്ചട്ട
armpit *n* കക്ഷം
arms *n* കൈകൾ
army *n* സൈന്യം
aromatic *adj* വാസനയുള്ള
around *prep* ചുറ്റുവട്ടം
around *adv* ചുറ്റുവട്ടത്തിൽ
arrange *v* ക്രമീകരിക്കുക
arrangement *n* ക്രമീകരണം
arrest *v* തടഞ്ഞുനിർത്തുക
arrival *n* ആഗമനം
arrive *v* വന്നുചേരുക
arrogance *n* ധാർഷ്ട്യം
arrogant *adj* അഹങ്കാരിയായ
arrow *n* അസ്ത്രം
arson *n* തീവയ്പ്

arsonist *n* വീടിന് തീയിടുന്നയാൾ
art *n* കല
artery *n* ധമനി
arthritis *n* സന്ധിവാതം
artichoke *n* ഒരു മുൾച്ചെടി
article *n* ലേഖനം
articulate *v* കൂടിച്ചേരുക
artificial *adj* കൃത്രിമമായ
artillery *n* യുദ്ധായുധങ്ങൾ
artist *n* ചിത്രകാരൻ
artistic *adj* കലാപരമായ
artwork *n* കലാസൃഷ്ടി
as *prep* അവ്വിധം
as *conj* ആയത് പോലെ
as *adv* പോലെ
ascend *v* ഉയരുക
ash *n* ചാരം
ashamed *adj* ലജ്ജിച്ച
ashore *adv* തീരത്ത്
ashtray *n* ചാരപ്പാത്രം
aside *adv* നീക്കിവയ്ക്കുക
ask *v* അഭ്യർത്ഥിക്കുക
asleep *adj* ഉറങ്ങുന്ന
asparagus *n* ശതാവരി
aspect *n* വീക്ഷണം
asphalt *n* താർമഷി
aspiration *n* ആഗ്രഹം
aspire *v* ആഗ്രഹിക്കുക
aspirin *n* അസ്പിരിൻ
assassin *n* കൊലയാളി
assassinate *v* കൊലപ്പെടുത്തുക
assault *v* ആക്രമിക്കൽ
assemble *v* ഘടിപ്പിക്കുക; സമ്മേളിക്കുക
assembly *n* യോഗം
assert *v* നിശ്ചയിക്കുക
assertion *n* ദൃഢനിശ്ചയം
assertive *adj* നിശ്ചയദാർഢ്യമുള്ള
assess *v* കണക്കാക്കുക
assessment *n* മൂല്യനിർണ്ണയം
asset *n* സമ്പാദ്യം
assign *v* നിശ്ചയിക്കുക
assignment *n* ഏല്പിക്കപ്പെട്ട ചുമതല
assimilate *v* ഉൾക്കൊള്ളുക
assist *v* സഹായിക്കുക
assistance *n* സഹായം
assistant *n* സഹായി
associate *v* സഹവസിക്കുക
association *n* കൂടിച്ചേരൽ
assorted *adj* വിവിധമായ
assortment *n* സമ്മിശ്രണം
assume *v* ഊഹിക്കുക
assumption *n* അനുമാനം
assurance *n* ഉറപ്പ്
assure *v* ഉറപ്പു നൽകുക
asterisk *n* നക്ഷത്രചിഹ്നം
asteroid *n* ഛിന്നഗ്രഹം
asthma *n* വലിവ് രോഗം
asthmatic *adj* വലിവ് രോഗമുള്ള
astonish *v* വിസ്മയിപ്പിക്കുക
astonishing *adj* ആശ്ചര്യകരമായ
astound *v* സംഭ്രമിപ്പിക്കുക
astounding *adj* അമ്പരപ്പിക്കുന്ന

astray *adv* വഴിതെറ്റിയ
astrologer *n* ജ്യോത്സ്യൻ
astrology *n* ജ്യോതിഷം
astronaut *n* ബാഹ്യാകാശയാത്രികൻ
astronomer *n* ജ്യോതിശ്ശാസ്ത്രജ്ഞൻ
astronomic *adj* ജ്യോതിശ്ശാസ്ത്രം സംബന്ധിച്ച
astronomy *n* ജ്യോതിശ്ശാസ്ത്രം
astute *adj* സൂക്ഷ്മബുദ്ധിയുള്ള
asunder *adv* വേർപെട്ടത്
asylum *n* രക്ഷാകേന്ദ്രം
at *prep* സ്ഥാനം
athlete *n* കായികാഭ്യാസി
athletic *adj* കായികാഭ്യാസം സംബന്ധിച്ച
atom *n* കണിക
atone *v* പരിഹാരം ചെയ്യുക
atonement *n* പ്രായശ്ചിത്തം
atrocious *adj* ദാരുണമായ
atrocity *n* പൈശാചികകൃത്യം
atrophy *v* ശോഷിക്കൽ
attach *v* കൂട്ടിച്ചേർക്കുക
attached *adj* ഘടിപ്പിക്കപ്പെട്ട
attachment *n* ബന്ധം
attack *n* ആക്രമണം
attack *v* ആക്രമിക്കുക
attacker *n* അക്രമി
attain *v* എത്തിച്ചേരുക
attainable *adj* പ്രാപ്യമായ
attempt *v* ശ്രമിക്കുക
attend *v* പങ്കുകൊള്ളുക

attendance *n* ഹാജർ
attendant *n* സഹായി
attention *n* ശ്രദ്ധ
attentive *adj* ജാഗ്രതയുള്ള
attest *v* സാക്ഷ്യപ്പെടുത്തുക
attic *n* തട്ടിൻപുറം
attitude *n* നിലപാട്
attorney *n* അഭിഭാഷകൻ
attract *v* ആകർഷിക്കുക
attraction *n* ആകർഷണം
attractive *adj* ആകർഷകമായ
attribute *v* ആരോപിക്കുക
auction *n* ലേലം
auction *v* ലേലം ചെയ്യുക
auctioneer *n* ലേലം വിളിക്കുന്നവൻ
audacious *adj* ധിക്കാരിയായ
audacity *n* അഹങ്കാരം
audible *adj* കേൾക്കാവുന്ന
audience *n* സദസ്യർ
audio *adj* ശബ്ദം
audit *v* കണക്ക് പരിശോധിക്കുക
audition *n* തിട്ടപ്പെടുത്തൽ
auditorium *n* വേദി
augment *v* വർദ്ധിപ്പിക്കുക
August *n* ഗാംഭീര്യം
aunt *n* അമ്മായി
austere *adj* കർക്കശമായ
austerity *n* കാഠിന്യം
authentic *adj* സത്യസന്ധമായ
authenticate *v* പ്രാമാണീകരിക്കുക
authenticity *n* പ്രാമാണ്യം
author *n* രചയിതാവ്, ലേഖകൻ

authoritarian *adj* സ്വേച്ഛാധിപതി
authoritative *adj* അധികൃതമായ
authority *n* ആധിപത്യം, അധികാരം
authorization *n* അംഗീകാരം
authorize *v* അംഗീകരിക്കുക
auto *n* സ്വയം
auto shop *n* വാഹന കട
autograph *n* കയ്യൊപ്പ്
automated *adj* യാന്ത്രികമായ
automatic *adj* സ്വയം പ്രവർത്തിക്കുന്ന
automatically *adv* സ്വയമേവ
automobile *n* വാഹനം
autumn *n* ശരത്കാലം
auxiliary *adj* ഉപകരിക്കുന്ന
availability *n* ലഭ്യത
available *adj* ലഭ്യമായ
avalanche *n* ഹിമപാതം
avenge *v* പകപോക്കുക
avenue *n* വിശാലവീഥി
average *adj* ഇടത്തരമായ
average *n* ശരാശരി
aviation *n* വ്യോമയാനം
aviator *n* വൈമാനികൻ
avid *adj* ഉത്സുകനായ, ആർത്തിയുള്ള
avocado *n* വെണ്ണപ്പഴം
avoid *v* ഒഴിവാക്കുക
avoidable *adj* ഒഴിവാക്കാവുന്ന
await *v* കാത്തിരിക്കുക
awake *adj* ഉറക്കമുണരുക
award *v* നൽകുക
award *n* പുരസ്കാരം
aware *adj* ബോധമുള്ള
awareness *n* അവബോധം
away *adv* ദൂരെ
awe *n* വിസ്മയം
awesome *adj* ഭയാവഹം
awful *adj* ഭയങ്കരമായ, മോശമായ
awkward *adj* വികൃതമായ
awning *n* വിരിപ്പന്തൽ
axe *n* മഴു
axis *n* അച്ചുതണ്ട്
axle *n* അക്ഷദണ്ഡം

B

baby *n* ശിശു
babysit *v* മാതാപിതാക്കളുടെ അഭാവത്തിൽ കുട്ടിയെ നോക്കുക
babysitter *n* ആയ
bachelor *n* അവിവാഹിതൻ
back *adv* തിരികെ
back *n* പിൻഭാഗം, പുറം
back *v* പിൻമാറുക
back *adj* പുറകിലുള്ള
back away *v* പിന്മാറുക
back down *v* തിരികെ താഴേക്ക്
back out *v* തിരികെ പുറത്തേക്ക്
back up *v* പിന്തുണകൊടുക്കുക
backbone *n* നട്ടെല്ല്

backdoor *n* പിൻവാതിൽ
backfire *v* വിപരീതഫലം ഉളവാക്കുക
background *n* പശ്ചാത്തലം
backing *n* പിൻതാങ്ങൽ
backlash *n* തിരിച്ചടി
backlog *n* മാറ്റിനിർത്തിയത്
backpack *n* മുതുകിൽ തൂക്കുന്ന ബാഗ്
backstage *adv* അണിയറ
backup *n* ശരിപ്പകർപ്പ്, സഹായം
backward *adj* പിന്നാക്കമുള്ള
backward *adv* പുറകോട്ട്
backyard *n* വീടിന്റെ പുറകുവശം
bacon *n* ഉപ്പിട്ടുണക്കിയ പന്നിയിറച്ചി
bacteria *n* ഏകകോശജീവി
bad *adj* മോശമായ
badge *n* മുദ്ര
badly *adv* മോശമായ
baffle *v* സംഭ്രമിപ്പിക്കുക
bag *n* സഞ്ചി
baggage *n* മാറാപ്പ്
baggy *adj* സഞ്ചിപോലെ അയഞ്ഞ
bail *n* ജാമ്യം
bail out *v* അപകടത്തിൽ നിന്നും രക്ഷപെടാൻ സഹായിക്കുക
bait *n* വശീകരണം
bake *v* പൊരിക്കുക
baker *n* റൊട്ടി ഉണ്ടാക്കുന്നയാൾ
bakery *n* ബേക്കറി
balance *n* മിച്ചം, സമതുലിതാവസ്ഥ
balance *v* സമതുലിതമാക്കുക
balanced *adj* സമീകൃതമായ
balcony *n* ബാൽക്കണി
bald *adj* കഷണ്ടിയായ
bale *n* വിപത്ത്
ball *n* പന്ത്; നൃത്തം
ballerina *n* ബാലെ നർത്തകി
ballet *n* ബാലെ നൃത്തം
balloon *n* ബലൂൺ
ballot *n* സമ്മതിദാനപത്രം
ballroom *n* നൃത്തശാല
balm *n* ലേപനൗഷധം
bamboo *n* മുള
ban *v* വിലക്കുക
ban *n* വിലക്ക്
banana *n* വാഴപ്പഴം, ഏത്തക്ക
band *n* ചരട്, വാദ്യമേളം
bandage *v* ചുറ്റിക്കെട്ടുക
bandage *n* ചുറ്റിക്കെട്ട്
bandit *n* കൊള്ളക്കാരൻ
bang *v* വലിയശബ്ദമുണ്ടാക്കുക
bangs *n* ആഘാതം
banish *v* പുറത്താക്കുക
bank *n* ബാങ്ക്
bank account *n* ബാങ്ക് അക്കൗണ്ട്
bankrupt *adj* പാപ്പരായ
banner *n* തോരണം
banquet *n* ഔദ്യോഗികവിരുന്ന്
bar *v* അടയ്ക്കുക
bar *n* മദ്യാലയം
barbarian *n* അപരിഷ്കൃതൻ
barbaric *adj* കിരാതമായ
barbecue *n* ബാർബിക്യൂ

barbecue sauce *n* ബാർബിക്യൂ സോസ്
barber *n* ക്ഷുരകൻ
barcode *n* ബാർ കോഡ്
bare *adj* സ്പഷ്ടമായ
barefoot *adj* നഗ്നപാദനായി
barely *adv* കേവലം
bargain *n* വിലപേശൽ
bargain *v* വിലപേശുക
barge *n* അലങ്കാരബോട്ട്
bark *v* കുരയ്ക്കുക
bark *n* തോൽ, കുര
barley *n* ബാർലി
barn *n* പത്തായപ്പുര
barracks *n* പട്ടാളത്താവളം
barrel *n* വീപ്പ
barren *adj* വ്യർത്ഥമായ
barricade *n* പ്രതിരോധനിര
barrier *n* തടസ്സം
bartender *n* മദ്യം വിളമ്പുന്നയാൾ
barter *v* മാറ്റക്കച്ചവടം
base *n* അടിസ്ഥാനം, തറ
base *v* ആധാരമാക്കുക
baseball *n* ബേസ്ബോൾ
baseball cap *n* ബേസ്ബോൾ ക്യാപ്പ്
baseless *adj* അടിസ്ഥാനമില്ലാത്ത
basement *n* അടിത്തറ
bashful *adj* ലജ്ജയുള്ള
basic *adj* മൗലികമായ
basically *adv* അടിസ്ഥാനപരമായത്
basics *n* അടിസ്ഥാനങ്ങൾ
basin *n* പരന്ന പാത്രം
basis *n* അടിസ്ഥാനം
bask *v* ചൂടേൽക്കുക
basket *n* കൊട്ട
basketball *n* ബാസ്ക്കറ്റ് ബോൾ
bass *n* അവരോഹണ സ്വരം
bass *adj* ബാസ്
bat *n* ബാറ്റ്
batch *n* കൂട്ടം
bath *n* കുളി
bathe *v* കുളിക്കുക
bathing suit *n* കുളി വസ്ത്രം
bathrobe *n* കുളി കഴിഞ്ഞുപയോഗിക്കുന്ന വസ്ത്രം
bathroom *n* കുളിമുറി
bathtub *n* കുളിത്തൊട്ടി
baton *n* ദണ്ഡ്
battalion *n* സേനാവിഭാഗം
batter *v* മാരകമായി പ്രഹരിക്കുക
battery *n* ബാറ്ററി
battle *n* യുദ്ധം
battle *v* യുദ്ധം ചെയ്യുക
battleship *n* യുദ്ധക്കപ്പൽ
bay *n* മലയിടുക്ക്
be *v* നിലവിലുള്ള
beach *n* കടൽത്തീരം
beacon *n* അപകടമറിയിക്കുന്ന ദീപം
beak *n* കൊക്ക്, പക്ഷിയുടെ ചുണ്ട്
beam *n* ദണ്ഡ്; തടി
beans *n* പയർ
bear *n* കരടി

bear *v* സഹിക്കുക
bearable *adj* സഹിക്കത്തക്ക
beard *n* താടി
bearded *adj* താടിയുള്ള
bearer *n* ഹോട്ടലിലെ പരിചാരകൻ
beast *n* മൃഗം
beat *v* അടിക്കുക
beat *n* താളം
beaten *adj* മർദ്ദിക്കപ്പെട്ട
beating *n* പ്രഹരം
beautiful *adj* മനോഹരമായ
beautify *v* അലങ്കരിക്കുക
beauty *n* സൗന്ദര്യം
beaver *n* ബീവർ
because *conj* എന്തുകൊണ്ടെന്നാൽ
because of *prep* കാരണത്താൽ
beckon *v* മാടിവിളിക്കുക
become *v* ആയിത്തീരുക
bed *n* കിടക്ക
bedroom *n* കിടപ്പറ
bedspread *n* കിടക്കവിരി
bee *n* തേനീച്ച
beef *n* മാട്ടിറച്ചി
beehive *n* തേനീച്ചക്കൂട്
beep *v* ഒരുതരം ശബ്ദം
beer *n* ബിയർ
beetroot *n* ബീറ്റ്റൂട്ട്
beetle *n* വണ്ട്
before *adv* മുൻകൂട്ടി
before *conj* മുമ്പേ
before *prep* ശ്രദ്ധായിൽ
beforehand *adv* മുമ്പെത്തന്നെ
befriend *v* സഹായിക്കുക
beg *v* യാചിക്കുക
beggar *n* ഭിക്ഷക്കാരൻ
begin *v* ആരംഭിക്കുക
beginner *n* തുടക്കക്കാരൻ
beginning *n* തുടക്കം
behalf *n* താൽപര്യം
behave *v* അനുഷ്ഠിക്കുക
behavior *n* പെരുമാറ്റം
behind *prep* പുറകിൽ
behind *adv* പുറകേ
behold *v* നോക്കിക്കാണുക
beige *n* ബീജ്
being *n* ഉള്ളത്
belated *adj* വൈകിയ
belch *v* ഏമ്പക്കം വിടുക
belief *n* വിശ്വാസം
believable *adj* വിശ്വസനീയമായ
believe *v* വിശ്വസിക്കുക
believer *n* ഈശ്വര വിശ്വാസി
belittle *v* താഴ്ത്തികെട്ടുക
bell *n* മണി
bell pepper *n* കാപ്സിക്കം
belligerent *adj* യുദ്ധത്തിലേർപ്പെട്ടിരിക്കുന്ന
belly *n* ഉദരം
belly button *n* പൊക്കിൾ
belong *v* സ്വന്തമായിരിക്കുക
belongings *n* വസ്തുവകകൾ
beloved *adj* പ്രിയമുള്ള
below *adv* അടിയിൽ
below *prep* ചുവടെ

belt *n* അരപ്പട്ട
bench *n* ബെഞ്ച്
bend *v* വളയ്ക്കുക
bend down *v* താഴേക്ക് വളയ്ക്കുക
beneath *prep* അടിയിൽ
benefactor *n* ഉപകാരി
beneficial *adj* പ്രയോജനകരമായ
beneficiary *n* ഗുണഭോക്താവ്
benefit *n* ആനുകൂല്യം
benefit *v* ആനുകൂല്യം ലഭിക്കുക
benevolence *n* ഔദാര്യം
benevolent *adj* ഉദാരമതിയായ
benign *adj* സൗമ്യമായ
bent *adj* വക്രതയുള്ള
belly *n* ഉദരം
belly button *n* പൊക്കിൾ
belong *v* സ്വന്തമായിരിക്കുക
belongings *n* വസ്തുവകകൾ
beloved *adj* പ്രിയമുള്ള
below *adv* അടിയിൽ
below *prep* ചുവടെ
belt *n* അരപ്പട്ട
bench *n* ബെഞ്ച്
bend *v* വളയ്ക്കുക
bend down *v* താഴേക്ക് വളയ്ക്കുക
beneath *prep* അടിയിൽ
benefactor *n* ഉപകാരി
beneficial *adj* പ്രയോജനകരമായ
beneficiary *n* ഗുണഭോക്താവ്
benefit *n* ആനുകൂല്യം
benefit *v* ആനുകൂല്യം ലഭിക്കുക
benevolence *n* ഔദാര്യം

benevolent *adj* ഉദാരമതിയായ
benign *adj* സൗമ്യമായ
bent *adj* വക്രതയുള്ള
berry *n* ബെറി
beside *prep* അരികിൽ
besides *prep* പുറമെ
besiege *v* ഉപരോധിക്കുക
best *adj* ഉത്തമമായ
best *n* ഗുണം
best *adv* പ്രശസ്തമായി
best man *n* തോഴൻ
bestow *v* കൊടുക്കുക, സമ്മാനിക്കുക
bet *n* പന്തയം
bet *v* പന്തയം വയ്ക്കുക
betray *v* വഞ്ചിക്കുക
betrayal *n* വഞ്ചന
better *adv* കുറേക്കൂടി നല്ല രീതിയിൽ
better *adj* കൂടുതൽ മെച്ചപ്പെട്ടതായ
between *prep* ഇടയിൽ
between *adv* നടുവിൽ
beverage *n* പാനീയം
beware *v* സൂക്ഷിക്കുക
bewilder *v* സംഭ്രമിപ്പിക്കുക
bewitch *v* ആനന്ദിപ്പിക്കുക
beyond *prep* അപ്പുറത്ത്
beyond *adv* കൂടുതലായി
bias *n* ചായ്‌വ്
biased *adj* നീതിയുക്തമല്ലാത്ത
bible *n* വേദപുസ്തകം
biblical *adj* ബൈബിൾ സംബന്ധിയായ

bibliography *n* ഗ്രന്ഥസൂചി
bicycle *n* സൈക്കിൾ
bid *n* ലേലം
bid *v* ലേലം വിളിക്കുക, ക്ഷണിക്കുക
big *adj* ബൃഹത്തായ
bike *n* മോട്ടോർസൈക്കിൾ
bikini *n* സ്നാന വസ്ത്രം
bile *n* കോപം, പിത്തരസം
bilingual *adj* രണ്ടു ഭാഷകളിലുള്ള
bill *v* കൊക്കുരുമ്മുക
bill *n* ബിൽ, ബാങ്ക് നോട്ട്
billboard *n* ബിൽബോർഡ്
billiards *n* ബില്യാർഡ്സ്
billion *n* ലക്ഷം കോടി
billionaire *n* കോടീശ്വരൻ
bin *n* പേടകം, ചവറ്റുതൊട്ടി
bind *v* ബന്ധിക്കുക
binding *adj* ബന്ധിക്കുന്ന
binoculars *n* ഇരട്ടക്കുഴൽ ദൂരദർശിനികൾ
biography *n* ജീവചരിത്രം
bird *n* പക്ഷി
birth *n* ജനനം
birthday *n* ജന്മദിനം
biscuit *n* ബിസ്കറ്റ്
bison *n* കാട്ടുപോത്ത്
bit *n* ശകലം, കഷണം
bite *v* കടിക്കുക
bite *n* ദംശനം
bitter *adj* ചവർപ്പുള്ള; ദേഷ്യം തോന്നുന്ന
bitterly *adv* വിദ്വേഷത്തോടെ; ദുഃഖത്തോടുകൂടി
bitterness *n* കയ്പ്പ്
bizarre *adj* വിചിത്രമായ
black *adj* ഇരുണ്ട
black *n* കറുപ്പുനിറം
blackboard *n* എഴുതാനുള്ള പലക
blackmail *n* ഭീഷണി
blackout *n* ഇരുട്ടിലാക്കൽ
blacksmith *n* കൊല്ലൻ
bladder *n* മൂത്രാശയം
blade *n* കത്തി
blame *n* അപവാദം
blame *v* നിന്ദിക്കുക
blameless *adj* നിർദ്ദോഷമായ
bland *adj* സൗമ്യമായ; എരിവോ പുളിയോ ഇല്ലാത്ത
blank *adj* ശൂന്യമായ
blanket *n* പുതപ്പ്
blast *n* സ്ഫോടനം
blaze *v* ശോഭിക്കുക
bleach *n* ഒരു രാസവസ്തു
bleach *v* നിറം പോക്കുക
bleak *adj* വിരസമായ
bleed *v* ചോര ഒലിക്കുക
blemish *n* അപൂർണ്ണത
blend *n* കലർപ്പ്
blend *v* കൂട്ടിക്കലർത്തുക
blender *n* സമ്മിശ്രണം ചെയ്യുന്ന യന്ത്രം
bless *v* അനുഗ്രഹിക്കുക
blessed *adj* അനുഗ്രഹീതനായ

27 bold

B

blessing *n* അനുഗ്രഹം
blind *n* അന്ധൻ
blind *v* മറയ്ക്കുക
blind *adj* വിവേകശൂന്യമായ
blindfold *v* കണ്ണുകൾ മൂടിക്കെട്ടുക
blindfold *n* കണ്ണുകെട്ടപ്പെട്ട
blindness *n* അന്ധത
blink *v* കണ്ണുചിമ്മുക
bliss *n* പരമാനന്ദം
blissful *adj* അനുഗ്രഹീതമായ
blister *n* തീപ്പൊള്ളൽ
blizzard *n* ഹിമവാതം
bloat *v* വീർപ്പിക്കുക
bloated *adj* വികസിച്ച
block *n* കട്ട; തടസ്സം
block *v* തടസ്സപ്പെടുത്തുക
blockade *n* ഉപരോധം
blockage *n* വഴിമുടക്കി
blog *n* ബ്ലോഗ്
blogger *n* ബ്ലോഗർ
blonde *adj* വെളുത്ത ശരീരവും നീലക്കണ്ണുകളും ഉള്ള മനുഷ്യൻ
blonde *n* സ്വർണ്ണത്തലമുടിയും നീലക്കണ്ണുകളുമുള്ള സ്ത്രീ
blood *n* രക്തം
bloodthirsty *adj* രക്തദാഹിയായ
bloody *adj* ക്രൂരനായ
bloom *v* പുഷ്പിക്കുക
blossom *v* വിടരുക
blot *v* കളങ്കപ്പെടുത്തുക
blouse *n* സ്ത്രീകളുടെ പുറംകുപ്പായം
blow *n* അടി
blow *v* വീശുക
blow up *v* പൊട്ടിക്കുക
bludgeon *v* ഗദകൊണ്ട് മർദ്ദിക്കുക
blue *n* നീല
blue *adj* നീലനിറമുള്ള; ദുഃഖഭാവമുള്ള
blueberry *n* ബ്ലൂ ബെറി
blueprint *n* രൂപരേഖ
bluff *v* കളിപ്പിക്കുക
bluff *n* ഭോഷ്ക്; കുത്തനെയുള്ള
blunder *n* അപരാധം
blunt *adj* മൂർച്ചയില്ലാത്ത; മുനയില്ലാത്ത
blur *v* മങ്ങിക്കുക
blurred *adj* അവ്യക്തമായ
blush *v* മുഖം ചുവക്കുക
boar *n* കാട്ടുപന്നി
board *v* തട്ടിടുക
board *n* പലക; ബോർഡ്
board game *n* ബോർഡ് ഗെയിം
boast *v* പൊങ്ങച്ചം പറയുക
boastful *adj* വീമ്പുപറയുന്ന
boat *n* തോണി
bodily *adj* ശാരീരികമായ
body *n* ശരീരം
bodyguard *n* അംഗരക്ഷകൻ
boil *v* തിളപ്പിക്കുക
boiler *n* വെള്ളം തിളപ്പിക്കാനുള്ള പാത്രം
boiling *adj* തിളയ്ക്കുക
boisterous *adj* ബഹളമുണ്ടാക്കുന്ന
bold *adj* വിശദമായ

B

boldness *n* ധൈര്യം
bolster *v* ആധാരമാക്കുക
bolt *v* പൂട്ടുക
bolt *n* പൂട്ട്, ഇടിമിന്നൽ
bomb *v* ബോംബിടുക
bomb *n* ബോംബ്
bond *n* കരാർ, കെട്ടുപാട്
bondage *n* അടിമത്തം
bone *n* അസ്ഥി
bonfire *n* തുറസ്സായ സ്ഥലത്ത് കൂട്ടുന്ന തീ
bonus *n* ലാഭവിഹിതം
book *n* പുസ്തകം
book *v* ബുക്ക് ചെയ്യുക
book report *n* ബുക്ക് റിപ്പോർട്ട്
bookcase *n* പുസ്തകപ്പെട്ടി
bookkeeper *n* കണക്കപ്പിള്ള
booklet *n* ലഘുലേഖ
bookstore *n* പുസ്തകശാല
boom *n* മുഴക്കം
boom *v* മുഴങ്ങുക
boost *v* വർദ്ധിപ്പിക്കുക
boot *n* പാദരക്ഷ
booth *n* പന്തൽ
border *n* അതിര്
borderline *adj* അതിർത്തിരേഖ
bore *v* തുളയ്ക്കുക
bored *adj* മുഷിപ്പിക്കപ്പെടുന്ന
boredom *n* വിരസത
boring *adj* മടുപ്പിക്കുന്ന
born *adj* ജൻമനായുള്ള, ധരിക്കപ്പെട്ട
borough *n* വലിയ പട്ടണത്തിന്റെ ഒരു ഭാഗം
borrow *v* വായ്പ വാങ്ങുക
boss *n* യജമാനൻ
boss around *v* ചെയ്യാൻ നിർദ്ദേശിക്കുക
bossy *adj* കീഴടക്കി ഭരിക്കുന്ന
botany *n* സസ്യശാസ്ത്രം
botch *v* മോശമായി ജോലി ചെയ്യുക
both *adj* ഇരുവരും
both *pron* രണ്ടും
bother *v* ശല്യപ്പെടുത്തൽ
bothersome *adj* അസ്വസ്ഥതയുളവാക്കുന്ന
bottle *n* കുപ്പി
bottle *v* കുപ്പിയിലാക്കുക
bottleneck *n* കുപ്പിക്കഴുത്ത്
bottom *n* അടിത്തട്ട്
bottom *adj* കീഴ്ഭാഗം
bottomless *adj* കീഴ്ഭാഗമില്ലാത്ത
boulder *n* ഉരുളൻ കല്ല്
boulevard *n* ചോലമരങ്ങളുള്ള നടപ്പാത
bounce *v* ബൗൺസ്
bouncy *adj* പൊങ്ങുന്ന
bound *adj* നിർബന്ധിതനായ
bound *v* പരിമിതപ്പെടുത്തുക
boundary *n* അതിര്
boundless *adj* അപരിമിതമായ
bounty *n* ഔദാര്യം
bow *n* കുനിവ്; വില്ല്
bow *v* വളയ്ക്കുക

bow out *pv* ഉപേക്ഷിക്കുക, വിട്ടുപോവുക
bowel *n* കുടൽ
bowl *v* പാത്രം
bowl *n* പാത്രം
bowling *n* പന്തെറിയൽ
box *n* പെട്ടി
box *v* പെട്ടിയിലാക്കി അടയ്ക്കുക
box office *n* ബാക്സ് ഓഫീസ്
boxer *n* ഗുസ്തിക്കാരൻ
boxing *n* ഗുസ്തി
boy *n* ആൺകുട്ടി
boycott *v* ബഹിഷ്കരിക്കുക
boyfriend *n* ആൺസുഹൃത്ത്
boyhood *n* ബാല്യം
bra *n* സ്തനകഞ്ചുകം
bracelet *n* കൈവള
braces *n* ചരട്
bracket *n* ബ്രാക്കറ്റ്, ആവരണചിഹ്നം
brag *v* വമ്പുപറച്ചിൽ
braid *n* പിന്നൽ
brain *n* തലച്ചോർ
brainwash *v* മസ്തിക പ്രക്ഷാളനം
brake *n* നിയന്ത്രണം; ബ്രേക്ക്
brake *v* നിയന്ത്രിക്കുക
branch *n* ശാഖ
branch office *n* ബ്രാഞ്ച് ഓഫീസ്
branch out *v* വിപുലീകരിക്കുക
brand *n* ബ്രാൻഡ്
brand *v* മുദ്രകുത്തുക
brand new *adj* പുതിയത്
brat *n* ബ്രാറ്റ്
brave *adj* ഉൽകൃഷ്ടമായ
bravely *adv* സാഹസികനായ
bravery *n* ധീരത
brawl *n* അടിപിടി
breach *n* ലംഘനം
bread *n* അപ്പം
breadth *n* വിസ്തൃതി
break *v* തകർക്കുക
break *n* വിള്ളൽ
break away *v* പിടിയിൽനിന്നും അകന്നു മാറുക
break down *v* നിശ്ചലമാവുക
break free *v* ഇടവേളയില്ലാത്തത്
break in *v* അതിക്രമിച്ചു കടക്കുക
break off *v* സംസാരവും മറ്റും പെട്ടെന്നു നിർത്തുക
break open *v* ബലം പ്രയോഗിച്ചു തുറക്കുക
break out *v* പൊട്ടിപ്പുറപ്പെടുക
break up *v* പിരിഞ്ഞു പോകുക
breakable *adj* ബലഹീനമായ
breakdown *n* പ്രവർത്തനം നിലയ്ക്കൽ
breakfast *n* പ്രഭാതഭക്ഷണം
breakthrough *n* മുന്നേറ്റം
breast *n* മാറിടം
breath *n* ഇളംകാറ്റ്
breathe *v* ശ്വസിക്കുക
breathtaking *adj* അത്യാകർഷകമായ
breed *v* ജനിപ്പിക്കുക

breed

B

breed *n* വർഗ്ഗം
breeze *n* മന്ദമാരുതൻ
brevity *n* സംക്ഷിപ്തത
brew *v* കൂട്ടിച്ചേർക്കുക
brewery *n* മദ്യനിർമ്മാണശാല
bribe *n* കൈക്കൂലി
bribe *v* കൈക്കൂലി കൊടുക്കുക
bribery *n* കൈക്കൂലിപ്പണം
brick *n* ഇഷ്ടിക
bricklayer *n* ഇഷ്ടികപ്പാളി
bride *n* വധു
bridegroom *n* വരൻ
bridesmaid *n* മണവാട്ടിയുടെ തോഴി
bridge *n* പാലം
brief *v* ചുരുക്കുക
brief *adj* സംക്ഷിപ്തമായ
briefcase *n* ബ്രീഫ്കേസ്
briefing *n* ചുരുക്കിപ്പറയൽ
briefly *adv* സംക്ഷിപ്തമായി
bright *adj* പ്രസന്നമായ; കുശാഗ്രബുദ്ധിയായ
brighten *v* തെളിയുക
brightness *n* തെളിച്ചം
brilliant *adj* അത്യുജ്ജ്വലമായ; അതിബുദ്ധിമാനായ
brim *n* അരിക്
bring *v* കൊണ്ടുവരിക
bring back *v* തിരികെ കൊണ്ടുവരിക
bring down *v* കുറച്ചു കൊണ്ടുവരിക
bring up *v* വളർത്തുക
brisk *adj* ഉത്സാഹമുള്ള
brittle *adj* എളുപ്പത്തിൽ പൊട്ടുന്ന
broad *adj* വിശാലമായ
broadcast *n* പ്രക്ഷേപണം
broadcast *v* പ്രക്ഷേപണം ചെയ്യുക
broadcaster *n* പ്രക്ഷേപണം ചെയ്യുന്ന ആൾ
broaden *v* വിസ്തൃതമാക്കുക
broadly *adv* വിസ്തൃതമായി
broadminded *adj* മഹാമനസ്കതയുള്ള
broccoli *n* ബ്രോക്കോളി
brochure *n* ലഘുലേഖ
broil *v* വറുക്കുക
broiler *n* ചൂള
broke *adj* നശിച്ച
broken *adj* നശിച്ചുപോയ
bronze *n* വെങ്കലം
broom *n* ചൂൽ
broth *n* സൂപ്പ്
brother *n* സഹോദരൻ
brother-in-law *n* ഭാര്യാസഹോദരൻ
brotherly *adj* സഹോദരനിർവിശേഷമായ
brow *n* പുരികം
brown *adj* തവിട്ടു നിറമുള്ള
brown *n* തവിട്ടുനിറം
browse *v* തിരയുക
browser *n* ബ്രൗസർ
bruise *n* ചതവ്
bruise *v* പരുക്കേൽപിക്കുക
brunch *n* പ്രാതലിനും ഊണിനും ഇടയ്ക്കുള്ള ഭക്ഷണം

brunette *adj* ഇരുണ്ട മുടിയുള്ള
brush *n* തൂലിക
brush *v* തേയ്ക്കുക
brush aside *v* നിരസിക്കുക
brush up *v* നവീകരിക്കുക
brutal *adj* മൃഗീയമായ
brutality *n* മൃഗീയത
brutalize *v* മൃഗതുല്യമാക്കുക
bubble *n* കുമിള
bubble gum *n* ബബിൾ ഗം
bucket *n* തൊട്ടി
buckle *n* കൊളുത്ത്
buckle up *v* കൊളുത്തുക
bud *n* മൊട്ട്
Buddhism *n* ബുദ്ധമതം
Buddhist *n* ബുദ്ധമതവിശ്വാസി
buddy *n* കൂട്ടുകാരൻ
budge *v* നീക്കുക
budget *n* ബജറ്റ്
buffalo *n* എരുമ
buffet *n* ബുഫേ
bug *n* ചെറുപ്രാണി
build *v* നിർമ്മിക്കുക
builder *n* നിർമ്മാതാവ്
building *n* കെട്ടിടം
built-in *adj* അവിഭാജ്യഭാഗമായ
bulb *n* കിഴങ്ങ്, ബൾബ്
bulge *n* മുഴ
bulk *n* കുമ്പാരം
bulky *adj* മാംസളമായ
bull *n* കാള
bulldoze *v* ഭയപ്പെടുത്തി ഉപദ്രവിക്കുക
bulldozer *n* ബുൾഡോസർ
bullet *n* വെടിയുണ്ട
bulletin *n* ഔദ്യോഗിക അറിയിപ്പ്
bulletproof *adj* വെടിയുണ്ട കടക്കാത്ത
bully *n* വഴക്കാളി
bump *v* മുട്ടുക
bump *n* മുഴ
bumper *n* ബമ്പർ
bumpy *adj* രൂക്ഷമായ
bun *n* ബൺ, ബൺ രൂപത്തിലുള്ള തലക്കെട്ട്
bunch *n* കുല, കൂട്ടം
bundle *n* ചുമട്
bunk bed *n* തട്ടുകിടക്ക
bunker *n* ബോംബാക്രമണത്തിൽ നിന്ന് രക്ഷപ്പെടാനുള്ള നിലവറ
buoy *n* പൊങ്ങ്
burden *n* ഭാരം
burdensome *adj* ക്ലേശകരമായ
burger *n* ബർഗർ
burglar *n* കവർച്ചക്കാരൻ
burglarize *v* കവർച്ചനടത്തുക
burglary *n* ഭവനഭേദനം
burial *n* ശവസംസ്കാരം
burly *adj* ദൃഢശരീരമുള്ള
burn *n* എരിച്ചിൽ
burn *v* ജ്വലിപ്പിക്കുക
burp *n* ഏമ്പക്കം
burp *v* ഏമ്പക്കം വിടുക
burrito *n* ഒരു ഭക്ഷണവിഭവം
burrow *n* പൊത്ത്

burst *v* പൊട്ടിത്തെറിക്കുക
bury *v* കുഴിച്ചിടുക
bus *n* ബസ്
bus station *n* ബസ് കാത്തിരിപ്പ് കേന്ദ്രം
bus stop *n* ബസ് നിർത്തുന്ന സ്ഥലം
bush *n* കുറ്റിക്കാട്
busily *adv* തിരക്കിട്ട്
business *n* വാണിജ്യം
businessman *n* വ്യാപാരി
businesswoman *n* കച്ചവടക്കാരി
bustle *v* തിരക്കുക്കൂട്ടുക
busy *adj* ജോലിത്തിരക്കുള്ള
but *conj* എങ്കിലും
butcher *n* കശാപ്പുകാരൻ
butler *n* പാചകക്കാരൻ
butter *n* വെണ്ണ
butterfly *n* ചിത്രശലഭം
button *n* കുടുക്ക്, ബട്ടൺ
buttonhole *n* ബട്ടനിടാനുള്ള ദ്വാരം
buy *v* വാങ്ങുക
buy off *v* അവകാശം വാങ്ങുക
buyer *n* വാങ്ങുന്നയാൾ
buzz *v* മൂരളുക
buzz *n* മൂളൽ
buzzard *n* വെള്ളപ്പരുന്ത്
buzzer *n* ബസ്സർ
by *prep* പ്രകാരം
bye *e* വീണ്ടുംകാണാം
bypass *v* ഒഴിഞ്ഞുമാറുക
bypass *n* കുറുക്കുവഴി
bystander *n* സാക്ഷി
byte *n* ബൈറ്റ്

C

cab *n* ടാക്സി
cabbage *n* കാബേജ്
cabin *n* മുറി
cabinet *n* ചെറുമുറി
cable *n* കേബിൾ
cable television *n* കേബിൾ ടെലിവിഷൻ
cactus *n* കള്ളിച്ചെടി
café *n* ലഘു ഭക്ഷണശാല
cafeteria *n* ഭക്ഷണശാല
caffeine *n* കഫീൻ
cage *n* കൂട്
cake *n* കേക്ക്
calamity *n* ദുരന്തം
calculate *v* കണക്കുകൂട്ടുക
calculation *n* കണക്കുകൂട്ടൽ
calculator *n* കണക്കുക്കൂട്ടൽ യന്ത്രം
calendar *n* കലണ്ടർ
calf *n* കന്നുകുട്ടി, കാൽവണ്ണ
caliber *n* സ്വഭാവഗുണം, വ്യാസം
calibrate *v* അളവുകൾ തമ്മിൽ ഒത്തുനോക്കൽ
call *n* വിളി
call *v* വിളിക്കുക
call off *v* വേണ്ടെന്നുവെക്കുക

33 captivate

C

call on *v* സന്ദർശനംനടത്തുക
call out *v* സഹായത്തിനായി വിളിക്കുക
calling *n* തൊഴിൽ
callous *adj* നിർദ്ദയമായ
calm *adj* ശാന്തമായ
calm down *v* ശാന്തമാവുക
calorie *n* കലോറി
camel *n* ഒട്ടകം
camera *n* ക്യാമറ
camouflage *v* ഒളിപ്പിച്ചുവയ്ക്കൽ
camouflage *n* പ്രച്ഛന്നവേഷം
camp *n* പാളയം
camp *v* പാളയമടിക്കുക
campaign *v* പ്രചാരണപ്രവർത്തം നടത്തുക
campaign *n* സംഘടിത പ്രവർത്തനം
campfire *n* ക്യാംപ്ഫയർ
campus *n* കോളേജ് പരിസരം
can *modal v* കഴിവുണ്ടായിരിക്കുക
can *n* തകരപ്പാത്രം
can opener *n* മൂടി തുറക്കുന്ന സാധനം
canal *n* ഓവ്
canary *n* മൈനപ്പക്ഷി
cancel *v* റദ്ദാക്കുക
cancellation *n* റദ്ദാക്കൽ
cancer *n* അർബ്ബുദം
cancerous *adj* മാരകമായ
candid *adj* സ്പഷ്ടമായ
candidate *n* സ്ഥാനാർത്ഥി, ഉദ്യോഗാർത്ഥി
candle *n* മെഴുകുതിരി
candlestick *n* മെഴുകുതിരിക്കാൽ
candor *n* ആർജ്ജവം
candy *n* മിഠായി
cane *n* കരിമ്പ്, മുള
canister *n* വെടിയുണ്ട സൂക്ഷിക്കുന്ന പെട്ടി
canned *adj* ടിന്നിലടച്ചത്
cannibal *n* നരഭോജി
cannon *n* പീരങ്കി
cannot *v* സാധിക്കയില്ല
canoe *n* ചെറുവള്ളം
cantaloupe *n* മധുരമുള്ള ഒരിനം മത്തങ്ങ
canteen *n* ഭക്ഷണശാല
canvas *n* ചിത്രലേഖനത്തുണി
canyon *n* മലയിടുക്ക്
cap *v* അടയ്ക്കുക
cap *n* തൊപ്പി, അടപ്പ്
capability *n* ശേഷി
capable *adj* പ്രാപ്തിയുള്ള
capacity *n* പ്രാപ്തി
cape *n* കൈയില്ലാത്ത കുപ്പായം, മുനമ്പ്
capital *n* തലസ്ഥാനം; മൂലധനം
capital letter *n* വലിയക്ഷരം
capitulate *v* കീഴടങ്ങുക
capsize *v* തകിടം മറിക്കുക
capsule *n* കാപ്സ്യൂൾ
captain *n* കപ്പിത്താൻ
captivate *v* വശീകരിക്കുക

C

captive *n* ജയിൽപ്പുള്ളി
captivity *n* അടിമത്തം
capture *v* പിടിച്ചടക്കുക
car *n* കാർ
caramel *n* കാരമൽ
caravan *n* സഞ്ചാരികളുടെ കൂട്ടം
carcass *n* ജന്തുക്കളുടെ ശവം
card *n* ചീട്ട്
cardboard *n* പലകക്കടലാസ്
care *n* ശ്രദ്ധ
care *v* ശ്രദ്ധിക്കുക
care about *v* കാര്യമാക്കുക
care for *v* ആഗ്രഹിക്കുക
career *n* തൊഴിൽ
carefree *adj* അല്ലലില്ലാത്ത
careful *adj* മുൻകരുതലുള്ള
carefully *adv* ശ്രദ്ധയോടുകൂടി
careless *adj* ശ്രദ്ധയില്ലാത്ത
carelessly *adv* അശ്രദ്ധമായി
carelessness *n* ശ്രദ്ധയില്ലായ്മ
caress *v* ഓമനിക്കൽ
caretaker *n* സംരക്ഷകൻ
cargo *n* ചരക്ക്
caricature *n* ഹാസ്യചിത്രം
caring *adj* ശ്രദ്ധാലുവായ
carnation *n* മാംസവർണ്ണം
carpenter *n* ആശാരി
carpentry *n* ആശാരിപ്പണി
carpet *n* വിരിപ്പ്
carriage *n* ചുമട്
carrot *n* കാരറ്റ്
carry *v* ഉൾക്കൊള്ളുക
carry on *v* തുടരുക
carry out *v* നടപ്പിൽ വരുത്തുക
cart *n* കാർട്ട്
cartoon *n* ഹാസ്യചിത്രം
cartridge *n* വെടിത്തിര
carve *v* രൂപം കൊത്തുക
cascade *n* അരുവി
case *n* ആവരണം; പെട്ടി
cash *n* പണം
cashier *n* പണം സൂക്ഷിക്കുന്നവൻ
casino *n* ചൂതാട്ടസ്ഥലം
casket *n* പേടകം
casserole *n* ചൂടാറാത്ത പാത്രം
cast *n* രീതി
cast *v* രൂപപ്പെടുത്തുക
castaway *n* കപ്പലപകടത്തിൽപ്പെട്ട് ദൂരദേശത്തെത്തിയവർ
caste *n* നാടകത്തിലേയോ സിനിമയിലേയോ കലാകാരന്മാർ
castle *n* കോട്ട
casual *adj* അനിശ്ചിതമായ, ആകസ്മികമായ
casualty *n* അത്യാഹിതം
cat *n* പൂച്ച
catalog *v* ക്രമപ്രകാരമുള്ള പട്ടിക ഉണ്ടാക്കുക
catalog *n* വിവരങ്ങൾ കാണിക്കുന്ന ലിസ്റ്റ്
cataract *n* കണ്ണിലെ തിമിരം, വെള്ളച്ചാട്ടം
catastrophe *n* മഹാവിപത്ത്
catch *v* പിടികൂടുക
catch on *v* പിടിക്കുക

catch up *v* അടുക്കുക
categorize *v* തരംതിരിക്കുക
category *n* വിഭാഗം
cater *v* വിളമ്പുക
caterpillar *n* ചിത്രശലഭപ്പുഴു
cathedral *n* പ്രധാനപള്ളി
cattle *n* കന്നുകാലികൾ
cauliflower *n* കോളിഫ്ളവർ
cause *n* കാരണം
cause *v* കാരണമാകുക
caution *n* ജാഗ്രത
cautious *adj* ജാഗ്രതയുള്ള
cave *n* ഗുഹ
cave in *v* തകർന്നു വീഴുക
cavern *n* നിലവറ
cavity *n* ദ്വാരം
cease *v* അവസാനിപ്പിക്കുക
ceiling *n* സീലിംഗ്
celebrate *v* ആഘോഷിക്കുക
celebration *n* ആഘോഷം
celebrity *n* പ്രസിദ്ധൻ
celery *n* പച്ചക്കറി
celestial *adj* സ്വർഗ്ഗീയമായ
cell *n* ജയിൽമുറി, കോശം
cell phone *n* സെൽഫോൺ
cellar *n* നിലവറ
cello *n* ഒരു തന്ത്രിവാദ്യം
cement *n* സിമന്റ്
cemetery *n* ശ്മശാനം
censorship *n* സെൻസർഷിപ്പ്
censure *v* നിന്ദിക്കുക
census *n* ജനസംഖ്യാകണക്ക്
cent *n* നൂറിലൊരു ഭാഗം
center *v* ഒത്തുചേരുക
center *n* മധ്യബിന്ദു, കേന്ദ്രസ്ഥാനം
centimeter *n* സെന്റിമീറ്റർ
central *adj* കേന്ദ്രത്തെ സംബന്ധിച്ച
centralize *v* കേന്ദ്രീകരിക്കുക
century *n* നൂറ്റാണ്ട്
ceramic *n* മൺപാത്രം
cereal *n* ഭക്ഷ്യധാന്യം
ceremony *n* ചടങ്ങ്
certain *adj* സുനിശ്ചിതമായ
certainly *adv* തീർച്ചയായും
certainty *n* നിശ്ചിതത്വം
certificate *n* സാക്ഷ്യപത്രം
certify *v* സാക്ഷ്യപ്പെടുത്തുക
chain *v* ബന്ധിക്കുക, വിലങ്ങിടുക
chain *n* ശൃംഖല, ചങ്ങല
chainsaw *n* അറക്കവാൾ
chair *n* കസേര
chairman *n* അദ്ധ്യക്ഷൻ
chalk *n* ചോക്ക്
chalkboard *n* ചോക്ക്ബോർഡ്
challenge *n* വെല്ലുവിളി
challenge *v* വെല്ലുവിളിക്കുക
challenger *n* വെല്ലുവിളിക്കുന്നവൻ
challenging *adj* വെല്ലുവിളി ഉയർത്തുന്ന
chamber *n* മുറി
champ *n* ചാമ്പ്യൻ
champion *n* വിജയി
chance *n* അവസരം
chancellor *n* അദ്ധ്യക്ഷൻ

C

chandelier *n* ബഹുശാഖദീപം
change *n* മാറ്റം, ചില്ലറ നാണയം
change *v* മാറ്റിമറിക്കുക
channel *v* ഒരു മാർഗ്ഗത്തിലൂടെ നയിക്കുക
channel *n* ജലമാർഗ്ഗം, ചാനൽ
chant *n* മന്ത്രം
chaos *n* അലങ്കോലം
chaotic *adj* കുഴപ്പം നിറഞ്ഞ
chapel *n* ചെറുപള്ളി
chapter *n* അധ്യായം
char *v* കരിക്കുക
character *n* സ്വഭാവം, കഥാപാത്രം
characteristic *adj* സവിശേഷമായ
charade *n* പരിഹാസ്യമായ അഭിനയം
charbroil *v* ചാർബ്രോയിൽ
charcoal *n* കരിക്കട്ട
charge *v* നിറയ്ക്കുക, ഭാരം ചുമത്തുക
charge *n* വില, വൈദ്യുതി
charisma *n* വ്യക്തിപ്രഭാവം
charismatic *adj* സ്വാധീനശക്തി
charitable *adj* ദാനശീലമുള്ള
charity *n* ധർമ്മം
charm *n* വശീകരണം, വശ്യശക്തി
charm *v* വശീകരിക്കുക
charming *adj* കമനീയമായ
chart *n* പട്ടിക
charter *n* പ്രമാണപത്രം
charter *v* വാടകയ്ക്കെടുക്കൽ
chase *v* പിന്തുടരുക
chase away *v* പിന്തുടർന്ന് പോവുക
chasm *n* അഭിപ്രായഭിന്നത
chastise *v* വഴക്ക് പറയുക
chastisement *n* ശാസന
chat *v* സല്ലപിക്കുക
chauffeur *n* ഡ്രൈവർ
cheap *adj* വിലകുറഞ്ഞ
cheat *v* ചതിക്കുക
cheater *n* ചതിയൻ
check *n* ചെക്ക്, തടസ്സം
check *v* പരിശോധിക്കുക; നിയന്ത്രിക്കുക
check in *v* വന്നുചേരുക
check out *v* മുറി ഒഴിയുക
checkbook *n* ചെക്ക്ബുക്ക്
checkers *n* ഒത്തുനോക്കുന്നയാൾ
checkmark *n* പരിശോധന അടയാളം
checkup *n* പരിശോധന
cheek *n* കവിൾത്തടം
cheekbone *n* കവിളെല്ല്
cheeky *adj* ധിക്കാരിയായ
cheer *v* ആർപ്പുവിളിക്കുക
cheer up *v* ഉന്മേഷവാനാകുക
cheerful *adj* സംതൃപ്തനായ
cheerleader *n* കായികമത്സര വേളകളിൽ ടീമിന് ഉത്തേജനവും ആവേശവും പകരുന്ന ടീം അംഗം
cheese *n* പാൽക്കട്ടി
chef *n* പാചകക്കാരൻ
chemical *adj* രസതന്ത്രശാസ്ത്രപരമായ
chemical *n* രാസപദാർത്ഥം

chemist *n* രസതന്ത്ര ശാസ്ത്രജ്ഞൻ
chemistry *n* രസതന്ത്രം
cherish *v* പരിപോഷിപ്പിക്കുക
cherry *n* ചെറി
chess *n* ചെസ്സ്
chest *n* നെഞ്ച്, പെട്ടി
chestnut *n* ചെസ്റ്റ്നട്ട്
chew *v* ചവയ്ക്കുക
chick *n* കോഴികുഞ്ഞ്, പക്ഷിക്കുഞ്ഞ്
chicken *n* കോഴിയിറച്ചി
chicken nugget *n* ഒരു ഭക്ഷണവിഭവം
chicken out *v* പിൻമാറുക
chicken pox *n* ചിക്കൻപോക്സ്
chief *n* പരമാധികാരി
chief *adj* മുഖ്യമായ
chiefly *adv* പ്രത്യേകിച്ചും
child *n* കുട്ടി
childcare *n* ശിശുസംരക്ഷണം
childhood *n* കുട്ടിക്കാലം
childish *adj* ബാലിശമായ
children *n* കുട്ടികൾ
chili *n* ചിലി
chill *v* തണുപ്പിക്കുക
chill *n* തണുപ്പ്
chill out *v* ശാന്തമാവുക
chilly *adj* തണുപ്പുള്ള
chimney *n* പുകക്കുഴൽ
chimpanzee *n* ആൾക്കുരങ്ങ്
chin *n* താടി
chip *n* ഉരുളക്കിഴങ്ങ് നുറുക്ക്; നുറുക്ക്
chisel *n* ഉളി
chocolate *n* ചോക്ലേറ്റ്
choice *n* തിരഞ്ഞെടുക്കൽ
choir *n* ഗായകസംഘം
choke *v* ശ്വാസംമുട്ടിക്കുക
choose *v* തിരഞ്ഞെടുക്കുക
choosy *adj* തിരഞ്ഞെടുക്കപ്പെട്ട
chop *v* മുറിക്കുക
chopsticks *n* ചോപ്സ്റ്റിക്
chore *n* ചെറിയ വീട്ടുജോലി
chorus *n* ഗായകസംഘം
Christian *adj* ക്രിസ്ത്യാനി
Christianity *n* ക്രിസ്തുമതം
Christmas *n* ക്രിസ്മസ്
chronic *adj* വിട്ടുമാറാത്ത
chronological *adj* കാലക്രമം അനുസരിച്ച്
chubby *adj* മാംസപുഷ്ടിയുള്ള
chuckle *v* അടക്കിപ്പിടിച്ച ചിരിക്കുക
chunk *n* തടിച്ചഭാഗം
church *n* പള്ളി
chute *n* പാരച്ചൂട്ട്
cider *n* ആപ്പിൾപ്പഴമദ്യം
cigar *n* സിഗാർ
cigarette *n* സിഗരറ്റ്
cinder *n* ചാരം
cinema *n* ചലച്ചിത്രം
cinnamon *n* കറുവാപ്പട്ട
circle *v* വളയുക
circle *n* വൃത്തം
circuit *n* മണ്ഡലം
circular *adj* വൃത്താകാരമായ
circulate *v* പ്രചരിപ്പിക്കുക
circulation *n* പ്രചാരം

C

circumstance *n* സാഹചര്യം
circumstantial *adj* സന്ദർഭാനുസരണമായ
circus *n* സർക്കസ്
cistern *n* നീർത്തടം
cite *v* ഉദ്ധരിക്കുക
citizen *n* പൗരൻ
citizenship *n* പൗരത്വം
citrus *n* നാരങ്ങ
city *n* നഗരം
city hall *n* നഗര ഹാൾ
civic *adj* നഗരപരമായ
civil *adj* പൗരനെ സംബന്ധിച്ച
civilization *n* നാഗരികത
civilize *v* പരിഷ്ക്കരിക്കുക
claim *n* അവകാശം
claim *v* അവകാശമായി ആവശ്യപ്പെടുക
clam *n* നത്തക്ക
clamor *v* ആരവമുണ്ടാക്കുക
clamp *n* പട്ട
clandestine *adj* രഹസ്യമായ
clap *v* കൈയടിക്കുക
clarification *n* വിശദീകരണം
clarify *v* വ്യക്തമാക്കുക
clarinet *n* ഒരു സംഗീതോപകരണം
clarity *n* വ്യക്തത
clash *n* ഏറ്റുമുട്ടൽ;കൂട്ടിമുട്ടുന്ന ശബ്ദം
clash *v* പരസ്പരം എതിരിടുക
class *n* വർഗ്ഗം
classic *adj* വിശിഷ്ടമായ
classic *n* വിശിഷ്ടസാഹിത്യം
classical *adj* ഉത്കൃഷ്ടമായ
classify *v* വർഗീകരിക്കുക
classmate *n* സഹപാഠി
classroom *n* ക്ലാസ്സ്മുറി
classy *adj* കുലീനമായ
claw *n* ജന്തുക്കളുടെ നഖം
clay *n* കളിമണ്ണ്
clean *v* വൃത്തിയാക്കുക
clean *adj* വൃത്തിയുള്ള
cleaner *n* വൃത്തിയാക്കുന്ന ആൾ
cleanliness *n* പരിശുദ്ധി
cleanser *n* ശുദ്ധമാക്കുന്ന വസ്തു
clear *v* വൃത്തിയാക്കുക
clear *adj* വ്യക്തമായ, സുതാര്യമായ
clearance *n* ചെക്ക് പാസാക്കൽ
clear-cut *adj* സ്പഷ്ടമായ
clearly *adv* സ്പഷ്ടമായി
cleats *n* ആപ്പ്
clemency *n* കാരുണ്യം
clench *v* ദൃഢീകരിക്കുക
clergy *n* ക്രൈസ്തവപുരോഹിതഗണം
clergyman *n* പുരോഹിതൻ
clerical *adj* ഗുമസ്തനെ സംബന്ധിച്ച
clerk *n* ഗുമസ്ഥൻ
clever *adj* ബുദ്ധിയുള്ള
click *v* ക്ലിക്ക് ചെയ്യുക
client *n* ഇടപാടുകാരൻ
clientele *n* ഇടപാടുകാർ
cliff *n* കിഴുക്കാംതൂക്കായ മലഞ്ചെരിവ്
climate *n* കാലാവസ്ഥ
climax *n* മൂർദ്ധന്യം
climb *v* പിടിച്ചു കയറുക

climbing *n* കയറ്റം
clinch *v* ഇടിക്കുക
cling *v* മുറുകെപ്പിടിക്കുക
clinic *n* ചികിത്സാലയം
clip *n* കൊളുത്ത്
clip *v* മുറിക്കുക
clipping *n* വെറുങ്ങ്
cloak *n* മേൽക്കുപ്പായം
clock *n* ഘടികാരം
clockwise *adv* ഘടികാരദിശയിൽ
clog *v* സ്തംഭിപ്പിക്കുക
clone *v* പകർപ്പെടുക്കുക
cloning *n* പകർപ്പെടുക്കൽ
close *adv* അടയ്ക്കൽ
close *v* അടയ്ക്കുക; സമീപത്തുള്ള
close *adj* സമാനമായ
closed *adj* അടച്ച
closely *adv* വളരെ അടുത്ത്
closet *n* ഉള്ളറ
closure *n* നിർത്തൽ
clot *n* പിണ്ഡം
cloth *n* വസ്ത്രം
clothe *v* വസ്ത്രം ധരിപ്പിക്കുക
clothes *n* വസ്ത്രങ്ങൾ
clothing *n* തുണിത്തരങ്ങൾ
cloud *n* മേഘം
cloudy *adj* മേഘാവൃതമായ
clown *n* കോമാളി
club *v* ഒന്നായിച്ചേർക്കുക
club *n* ക്ലബ്, കൂട്ടായ്മ
clue *n* സൂചന
clumsy *adj* വിലക്ഷണമായ
cluster *n* കുല; കൂട്ടം
clutch *n* ക്ലച്ച്
clutch *v* മുറുകെപ്പിടിക്കുക
clutter *n* കോലാഹലം
coach *n* കായിക പരിശീലകൻ
coach *v* പരിശീലിപ്പിക്കുക
coal *n* കൽക്കരി
coarse *adj* താണതരത്തിലുള്ള
coast *n* തീരപ്രദേശം
coastal *adj* തീരപ്രദേശത്തെ സംബന്ധിച്ച
coastline *n* തീരരേഖ
coat *v* ആവരണം ചെയ്യുക
coat *n* മേലങ്കി
coat hanger *n* കോട്ട് തൂക്കുന്നത്
coax *v* മുഖസ്തുതികൊണ്ട് പ്രലോഭിപ്പിക്കുക
cobweb *n* ചിലന്തിവല
cockpit *n* പൈലറ്റ് ഇരിക്കുന്ന മുറി
cockroach *n* പാറ്റ
cocky *adj* അഹങ്കാരിയായ
cocoa *n* കൊക്കോ
coconut *n* നാളികേരം
cod *n* ഒരു കടൽമത്സ്യം
code *n* രഹസ്യരൂപം, നിയമസംഹിത
coerce *v* ഭീഷണിപ്പെടുത്തുക
coercion *n* ബലപ്രയോഗം
coexist *v* ഒരേ കാലത്തു ജീവിക്കുക
coffee *n* കാപ്പി
coffee table *n* കാപ്പി മേശ
coffin *n* ശവപ്പെട്ടി

coherent *adj* അനുരൂപമായ
coherently *adv* പരസ്പരബന്ധമുള്ള രീതിയിൽ
coil *n* ചുരുൾ
coin *n* നാണയം
coincide *v* ഏകീഭവിക്കുക
coincidence *n* യാദൃച്ഛികത്വം
coincidental *adj* ആകസ്മികമായി ഒരുമിച്ച സംഭവിക്കുന്ന
cold *adj* തണുത്ത
cold *n* തണുപ്പ്, ജലദോഷം
collaborate *v* സഹകരിക്കുക
collaboration *n* സഹകരണം
collaborator *n* സഹകാരി
collage *n* കൊളാഷ്
collapse *v* പൊളിഞ്ഞുവീഴുക
collar *n* കോളർ, കഴുത്തുപട്ട
collateral *adj* അടുത്തിരിക്കുന്ന
colleague *n* സഹപ്രവർത്തകൻ
collect *v* ശേഖരിക്കുക
collection *n* ശേഖരം
collector *n* കലക്ടർ, ശേഖരിക്കുന്നവൻ
college *n* കലാശാല
collide *v* കൂട്ടിമുട്ടുക
collision *n* സംഘട്ടനം
cologne *n* വാസനതൈലം
colon *n* വൻകുടൽ
colonel *n* സേനാധിപതി
colonization *n* കോളനിവൽക്കരണം
colonize *v* കോളനിയാക്കുക
colony *n* കോളനി
color *n* നിറം
color *v* നിറം നൽകുക
colorful *adj* വർണശബളമായ
colorless *adj* നിറമില്ലാത്ത
colossal *adj* ഭീമാകാരമായ
colt *n* കഴുതക്കുട്ടി, യുവാവ്
column *n* സ്തൂപം, കോളം
coma *n* ബോധക്ഷയം
comb *n* ചീപ്പ്
comb *v* മുടി ചീകുക
combat *v* പോരാടുക
combat *n* മല്ലിടൽ
combatant *n* വഴക്കടിക്കുന്നവൻ
combination *n* സംയുക്തം
combine *v* ഒന്നിച്ചുചേർക്കുക
combustible *n* കത്തിജ്ജ്വലിക്കുന്ന
combustion *n* എരിച്ചിൽ
come *v* വരുക
come about *v* സംഭവിക്കുക
come across *v* അവിചാരിതമായി കണ്ടുമുട്ടുക
come apart *v* പൊട്ടി ചെറുകഷണങ്ങളാവുക
come back *v* മടങ്ങുക
come down *v* പെയ്യുക, താഴേക്ക് വരിക
come forward *v* മുമ്പോട്ടുവരിക
come from *v* ഉത്ഭവിക്കുക
come in *v* എത്തിച്ചേരുക
come out *v* വെളിവാകുക
come over *v* കടന്നു വരുക
come up *v* ഉരുത്തിരിയുക

comeback *n* തിരിച്ചുവരവ്
comedian *n* ഹാസ്യനടൻ
comedy *n* ഹാസ്യം
comet *n* ധൂമകേതു
comfort *n* സുഖം
comfortable *adj* സുഖപ്രദമായ
comforter *n* സുഖദായകൻ
comical *adj* ഹാസ്യജനകമായ
coming *adj* ആസന്നമായ
comma *n* അൽപവിരാമ ചിഹ്നം
command *n* ആജ്ഞ
command *v* ആജ്ഞാപിക്കുക
commander *n* സൈന്യാധിപൻ
commemorate *v* സ്മരണ നിലനിർത്തുക
commence *v* ഉത്ഭവിക്കുക
commend *v* ശുപാർശ ചെയ്യുക
commendation *n* സ്തുതി
comment *n* അഭിപ്രായം
comment *v* അഭിപ്രായപ്പെടുക
commentary *n* വിവരണം
commentator *n* വ്യാഖ്യാതാവ്
commerce *n* വാണിജ്യം
commercial *n* വാണിജ്യ പരത
commercial *adj* വാണിജ്യപരമായ
commit *v* നിയോഗിക്കുക
commitment *n* പ്രതിബദ്ധത
committed *adj* ഉറപ്പുനൽകിയ
committee *n* സമിതി
common *adj* പൊതുവായ
common sense *n* സാമാന്യ ബുദ്ധി

commotion *n* കലാപം
communicate *v* ആശയവിനിമയം നടത്തുക
communication *n* ആശയവിനിമയം
communism *n* സ്ഥിതിസമത്വവാദം
communist *adj* സ്ഥിതിസമത്വവാദി
community *n* സമൂഹം
commute *v* പരിവർത്തിപ്പിക്കുക
compact *v* ഒതുക്കമുള്ള
compact *adj* നിബിഡമായ
companion *n* ചങ്ങാതി
companionship *n* ചങ്ങാത്തം
company *n* കമ്പനി, സൗഹൃദം
comparable *adj* താരതമ്യപ്പെടുത്താവുന്ന
compare *v* താരതമ്യപ്പെടുത്തുക
comparison *n* താരതമ്യം
compartment *n* അറ
compass *n* പരിധി
compassion *n* അനുകമ്പ
compassionate *adj* ദയാലുവായ
compatibility *n* പൊരുത്തം
compatible *adj* പൊരുത്തമുള്ള
compel *v* നിർബന്ധിക്കുക
compelling *adj* ശ്രദ്ധ പിടിച്ചു പറ്റുന്ന
compensate *v* പരിഹാരം ചെയ്യുക
compensation *n* നഷ്ടപരിഹാരം
compete *v* മത്സരിക്കുക
competence *n* കാര്യക്ഷമത
competent *adj* പ്രാപ്തിയുള്ള
competition *n* മത്സരം

C

competitive *adj* മത്സരസ്വഭാവമുള്ള
competitor *n* മത്സരിക്കുന്നയാൾ
complain *v* പരാതിപ്പെടുക
complaint *n* പരാതി
complement *n* പരിപൂർണ്ണത
complete *v* പൂർത്തിയാക്കുക
complete *adj* സമ്പൂർണ്ണമായ, പൂർത്തിയാക്കിയ
completely *adv* മുഴുവനായി
complex *adj* സങ്കീർണ്ണമായ
complexion *n* ശരീരവർണ്ണം
complexity *n* സങ്കീർണ്ണത
compliance *n* അനുവർത്തനം
compliant *adj* ഒതുക്കമുള്ള
complicate *v* കുഴപ്പത്തിലാക്കുക
complicated *adj* കുഴപ്പം പിടിച്ച
complication *n* സങ്കീർണ്ണത
compliment *n* വാഴ്ത്തൽ
complimentary *adj* ഉപചാരപൂർവ്വമായ
comply *v* അനുസരിക്കുക
component *n* ഘടകഭാഗം
compose *v* കൂട്ടിച്ചേർക്കുക
composed *adj* ശാന്തമായ, രചിക്കപ്പെട്ട
composer *n* എഴുത്തുകാരൻ
composition *n* സംയോജനം
compost *n* കൂട്ടുവളം
composure *n* ആത്മസംയമനം
compound *n* പുരയിടം
comprehend *v* മനസ്സിലാക്കുക
comprehensive *adj* ഗ്രഹിക്കത്തക്ക
compress *v* ഉൾക്കൊള്ളിക്കുക
compression *n* സാന്ദ്രീകരണം
comprise *v* ഉൾക്കൊള്ളുക
compromise *n* ഒത്തുതീർപ്പ്
compromise *v* ഒത്തുതീർപ്പ് ചെയ്യുക
compulsion *n* നിർബന്ധം
compulsive *adj* നിർബന്ധിക്കുന്ന
compulsory *adj* നിർബന്ധിതമായ
compute *v* നിർണ്ണയിക്കുക
computer *n* കമ്പ്യൂട്ടർ
con *v* മനഃപാഠമാക്കുക
con man *n* തട്ടിപ്പുകാരൻ
conceal *v* ഒളിച്ചുവയ്ക്കുക
concede *v* ഇളവു ചെയ്യുക
conceited *adj* ദുരഭിമാനമുള്ള
conceive *v* ആവിഷ്ക്കരിക്കുക
concentrate *v* ഏകോപിപ്പിക്കുക
concentration *n* സംയോജനം, ഏകാഗ്രത
concept *n* പൊതുധാരണ
conception *n* ഗർഭധാരണം
concern *n* ഉത്കണ്ഠ
concern *v* സംബന്ധിക്കുക, വേവലാതിപ്പെടുക
concerned *adj* സംബന്ധിച്ച
concerning *prep* സംബന്ധിച്ച്
concert *n* സംഗീതമേള
concession *n* സൗജന്യം
concise *adj* സംക്ഷിപ്തമായ
conclude *v* അനുമാനിക്കുക
conclusion *n* നിർണ്ണയം, ഉപസംഹാരം

conclusive *adj* നിർണ്ണായകമായ
concoct *v* കൂട്ടിച്ചേർത്തുണ്ടാക്കുക
concoction *n* ഔഷധ മിശ്രിതം, കെട്ടുകഥ
concrete *n* കട്ടിയുള്ള
concrete *adj* മൂർത്തമായ
concussion *n* കുലുക്കം
condemn *v* കുറ്റപ്പെടുത്തുക
condemnation *n* നിന്ദിക്കൽ
condensation *n* സംക്ഷേപം
condense *v* കട്ടിയാക്കുക
condescend *v* ഗമ കാട്ടുക
condiment *n* കറിക്കൂട്ടുസാമാനങ്ങൾ
condition *n* അവസ്ഥ
conditional *adj* സോപാധികമായ
conditioner *n* കണ്ടീഷണർ
condo *n* വാടകമുറി
condolences *n* അനുശോചനം
condone *v* മാപ്പുകൊടുക്കുക
conducive *adj* യോജിച്ച
conduct *n* നടത്തിപ്പ്
conduct *v* നിയന്ത്രിക്കുക, പ്രവഹിപ്പിക്കുക
conductor *n* വിദ്യുച്ഛക്തിവാഹകം, മേൽനോട്ടക്കാരൻ
cone *n* കൂർത്തഗോപുരം; കൂമ്പ്
conference *n* കൂടിയാലോചന
confess *v* ഏറ്റു പറയുക
confession *n* കുമ്പസാരം
confessor *n* പുരോഹിതൻ
confidant *n* വിശ്വസ്തൻ
confide *v* പൂർണ്ണമായും വിശ്വസിക്കുക
confidence *n* ആത്മവിശ്വാസം
confident *adj* ആത്മവിശ്വാസമുള്ള
confidential *adj* വളരെ രഹസ്യമായ
confine *v* നിയന്ത്രിക്കുക
confinement *n* നിയന്ത്രണം
confirm *v* സ്ഥിരീകരിക്കുക
confirmation *n* സ്ഥിരീകരണം
confiscate *v* ജപ്തിചെയ്യുക
conflict *n* ഏറ്റുമുട്ടൽ
conflicting *adj* പരസ്പരവിരുദ്ധമായ
conform *v* യോജിക്കുക
conformist *adj* യാഥാസ്ഥികൻ
conformity *n* യാഥാസ്ഥിതികത്വം
confound *v* വ്യർത്ഥമാക്കുക
confront *v* അഭിമുഖീകരിക്കുക
confrontation *n* സംഘട്ടനം
confuse *v* ചിന്താകുഴപ്പം വരുത്തുക
confused *adj* ആശയക്കുഴപ്പത്തിലായ
confusing *adj* ആശയക്കുഴപ്പത്തിലാക്കുന്ന
confusion *n* ആശയക്കുഴപ്പം
congenial *adj* പൊരുത്തമുള്ള
congested *adj* തിങ്ങിഞെരുങ്ങിയ
congestion *n* നിബിഡത
congratulate *v* അഭിനന്ദിക്കുക
congratulations *n* അഭിനന്ദനങ്ങൾ
congregate *v* ഒത്തുചേരുക
congregation *n* ഒത്തുചേരൽ
congress *n* സമ്മേളനം

C

conjecture *n* അഭ്യൂഹം
conjunction *n* സംയോജനം
connect *v* കൂട്ടിയോജിപ്പിക്കുക
connection *n* സമ്പർക്കം
conquer *v* കീഴടക്കുക
conqueror *n* ജേതാവ്
conquest *n* വിജയം
conscience *n* മനസ്സാക്ഷി
conscious *adj* ബോധമുള്ള
consciousness *n* ബോധം
conscript *n* നിർബന്ധസൈനികസേവനം
consecutive *adj* ക്രമാനുഗതമായ
consensus *n* പൊതുസമ്മതം
consent *n* യോജിപ്പ്, അനുമതി
consent *v* സമ്മതിക്കുക
consequence *n* അനന്തരഫലം
consequent *adj* അനന്തരഫലമായ
consequently *adv* അനന്തരഫലമായി
conservation *n* സംരക്ഷണം
conservative *adj* യാഥാസ്ഥിതികമായ
conserve *n* കേട്ടുവരാതെ സൂക്ഷിക്കൽ
conserve *v* സംരക്ഷിക്കുക
consider *v* പരിഗണിക്കുക
considerable *adj* ഗണനീയമായ
considerably *adv* ഗണ്യമായി
considerate *adj* കണക്കിലെടുക്കുന്ന
consideration *n* പരിഗണന
consignment *n* ചരക്ക്
consist *v* ഉൾക്കൊള്ളുക
consistency *n* പൊരുത്തം
consistent *adj* മാറ്റമില്ലാത്ത
consistently *adv* പൊരുത്തത്തോടെ
consolation *n* സാന്ത്വനം
console *n* ഗെയിം കൺസോൾ; കൺസോൾ
console *v* ആശ്വസിപ്പിക്കുക
consolidate *v* കൂട്ടിച്ചേർക്കുക
consonant *n* വ്യഞ്ജനാക്ഷരം
conspicuous *adj* സുവ്യക്തമായ
conspiracy *n* ഗൂഢാലോചന
constant *adj* മാറ്റമില്ലാത്ത
constantly *adv* എല്ലായ്പ്പോഴും
constellation *n* നക്ഷത്ര സമൂഹം
constipated *adj* മലബന്ധമുള്ള
constitution *n* ഭരണഘടന
constitutional *adj* വ്യവസ്ഥാനുരൂപമായ
constrain *v* നിർബ്ബന്ധിക്കുക
constraint *n* നിർബന്ധം
construct *v* നിർമ്മിക്കുക
construction *n* നിർമ്മാണം
constructive *adj* നിർമ്മാണസംബന്ധിയായ
consult *v* കൂടിയാലോചിക്കുക
consultant *n* വിദഗ്ദ്ധോപദേശം നൽകുന്നവൻ
consultation *n* കൂടിയാലോചന
consume *v* ചിലവഴിക്കുക

consumer *n* ഉപഭോക്താവ്
consumption *n* ഉപഭോഗം
contact *v* ബന്ധപ്പെടുക
contact *n* സമ്പർക്കം
contagious *adj* പടർന്നു പിടിക്കുന്ന
contain *v* ഉൾക്കൊള്ളുക
container *n* പാത്രം
contaminate *v* മലിനമാക്കുക
contamination *n* മലിനീകരണം
contemplate *v* പര്യാലോചിക്കുക
contemporary *n* സമകാലികം
contemporary *adj* സമകാലികമായ
contempt *n* അധിക്ഷേപം
contend *v* വാദിക്കുക
contender *n* മത്സരിക്കുന്നയാൾ
content *n* ഉള്ളടക്കം
content *adj* സംതൃപ്തനായ
contentious *adj* കലഹപ്രിയനായ
contest *n* വഴക്ക്
contestant *n* മത്സരിക്കുന്നവൻ
context *n* സന്ദർഭം
continent *n* ഭൂഖണ്ഡം
continental *adj* ഭൂഖണ്ഡപരമായ
contingency *n* സംഭവ്യത
contingent *adj* സംഭവിക്കാനിടയുള്ള
continuation *n* തുടരുക
continue *v* തുടരുക
continuity *n* നൈരന്തര്യം
continuous *adj* തുടർച്ചയായ
contour *n* ബാഹ്യരേഖ
contract *n* കരാർ
contract *v* കരാർ ചെയ്യുക

contraction *n* സങ്കോചം
contradict *v* നിഷേധിക്കുക
contradiction *n* നിഷേധം
contradictory *adj* നിഷേധാത്മകമായ
contrary *adj* കടകവിരുദ്ധമായ
contrast *n* വ്യത്യാസം
contrast *v* വ്യത്യാസം കാണിക്കുക
contribute *v* സംഭാവന ചെയ്യുക
contribution *n* സംഭാവന
contributor *n* സംഭാവനചെയ്യുന്നയാൾ
control *n* നിയന്ത്രണം
control *v* നിയന്ത്രിക്കുക
controller *n* നിയന്ത്രകൻ
controversial *adj* വിവാദാസ്പദമായ
controversy *n* വിവാദം
convalescent *adj* രോഗവിമുക്തനായിക്കൊണ്ടിരിക്കുന്ന
convene *v* യോഗം വിളിച്ചുകൂട്ടുക
convenience *n* സൗകര്യം
convenient *adj* സൗകര്യപ്രദമായ
convention *n* ചർച്ചായോഗം
conventional *adj* സാമ്പ്രദായികമായ
converge *v* കേന്ദ്രീകരിക്കുക
conversation *n* സംഭാഷണം
converse *n* വിപരീതം
converse *v* സംസാരിക്കുക
conversely *adv* വിപരീതമായി
conversion *n* സ്ഥിതിപരിണാമം

C

convert *v* പരിണമിപ്പിക്കുക
convertible *n* രൂപാന്തരപ്പെടുത്താവുന്ന
convey *v* വഹിക്കുക
convict *v* ശിക്ഷിക്കുക
conviction *n* ശിക്ഷാവിധി
convince *v* ബോധ്യപ്പെടുത്തുക
convinced *adj* ബോധ്യപ്പെട്ട
convincing *adj* ബോധ്യപ്പെടുത്തുന്ന
convulse *v* ഇളക്കിമറിക്കുക
convulsion *n* സംക്ഷോഭം, സന്നി
cook *n* പാചകക്കാരൻ
cook *v* വേവിക്കുക
cooked *adj* വേവിക്കപ്പെട്ട
cookie *n* മധുര ബിസ്കറ്റ്
cooking *n* പാചകം
cool *adj* തണുപ്പുള്ള, ശാന്തമായ
cool *v* തണുപ്പ്
cool down *v* തണുപ്പിക്കുക
cooler *n* കൂളർ, തണുപ്പിക്കാനുള്ള യന്ത്രം
cooperate *v* സഹകരിക്കുക
cooperation *n* സഹകരണം
cooperative *adj* സഹകരിക്കുന്ന
coordinate *v* ഏകോപിപ്പിക്കുക
coordinate *n* സമസ്ഥാനം
coordination *n* സമനില, ഏകോപനം
coordinator *n* എകോപകൻ
cop *n* പോലീസ് ഓഫീസർ
cope *v* അഭിമുഖീകരിക്കുക
copier *n* പകർപ്പെടുക്കുന്നത്
copper *n* ചെമ്പ്
copy *v* പകർത്തുക
copy *n* പകർപ്പ്
copyright *n* പകർപ്പവകാശം
coral *n* പവിഴപ്പുറ്റ്
cord *n* ചരട്
cordial *adj* ഹൃദയംഗമമായ
cordless *adj* ചരടില്ലാത്ത
core *n* കാതൽ
cork *n* കോർക്ക്
corkscrew *n* കോർക്കൂരി
corn *n* ചോളം
corndog *n* കോൺഡോഗ്
corner *v* മൂക്കിലാക്കുക, പരുങ്ങലിലാക്കുക
corner *n* മൂല
coronation *n* കിരീടധാരണം
corporate *adj* സംഘടിതമായ
corporation *n* നഗരസഭ, തൊഴിൽസംഘം
corpse *n* ശവം
correct *adj* കൃത്യമായ
correct *v* തിരുത്തുക
correction *n* തിരുത്തൽ
correctly *adv* കൃത്യമായി
correlate *v* പരസ്പരംബന്ധം വരുത്തുക
correspond *v* അനുരൂപമായിരിക്കുക, എഴുത്തുകുത്ത് നടത്തുക
correspondence *n* അനുരൂപത, കത്തിടപാട്
correspondent *n* പത്രലേഖകൻ, സദൃശ്യമുള്ള

corresponding *adj* യോജിച്ച
corridor *n* നടവഴി
corroborate *v* സ്ഥിരീകരിക്കുക
corrode *v* ദ്രവിപ്പിക്കുക
corrupt *v* മലിനമാക്കുക
corrupt *adj* മലിനമായ
corruption *n* അഴിമതി
cosmetic *n* സൗന്ദര്യവർദ്ധാക വസ്തു
cosmic *adj* പ്രപഞ്ചസംബന്ധിയായ
cost *n* വില
cost *v* വില നിശ്ചയിക്കുക
costly *adj* വിലയേറിയ
costume *n* വസ്ത്രധാരണരീതി
cottage *n* കുടിൽ
cotton *n* പരുത്തി
couch *n* കിടക്ക
cough *n* ചുമ
cough *v* ചുമയ്ക്കുക
could *modal v* കഴിയുമായിരുന്നു
council *n* സമിതി
counsel *v* ഉപദേശിക്കുക
counseling *n* ഉപദേശം
counselor *n* ഉപദേഷ്ടാവ്
count *n* എണ്ണൽ
count *v* എണ്ണിയെടുക്കുക
countdown *n* കൗണ്ട് ഡൗൺ, താഴേയ്ക്കുള്ള എണ്ണൽ
counter *n* കൗണ്ടർ
counteract *v* എതിരായി പ്രവർത്തിക്കുക
counterfeit *adj* കൃത്രിമമായ
counterpart *n* പ്രതിരൂപം
countless *adj* എണ്ണമില്ലാത്ത
country *n* രാജ്യം
countryside *n* ഗ്രാമപ്രദേശം
county *n* മണ്ഡലം
coup *n* അട്ടിമറി
couple *n* ജോടി
coupon *n* നറുക്ക്
courage *n* ധൈര്യം
courageous *adj* ഭയലേശമില്ലാത്ത
courier *n* സന്ദേശവാഹകൻ
course *n* ഗതി
court *v* അപേക്ഷിക്കുക
court *n* കോടതി, കളിസ്ഥലം
court house *n* കോടതിക്കെട്ടിടം
courteous *adj* മര്യാദയുള്ള
courtesy *n* ഉപചാരം
courthouse *n* കോടതിക്കെട്ടിടം
courtship *n* വിവാഹാഭ്യർത്ഥന
courtyard *n* പറമ്പ്
cousin *n* കസിൻ
cove *n* ഉൾക്കടൽ
cover *v* ആവരണം ചെയ്യുക
cover *n* ലക്കോട്ട്
coverage *n* ഉൾക്കൊള്ളുന്ന വിസ്തീർണ്ണം
covering *n* ആവരണം
covert *adj* രഹസ്യമായ
cover-up *n* മൂടിവെക്കുക
cow *n* പശു
coward *n* ഭീരു
cowardly *adv* ധൈര്യമില്ലാതെ

C

cowboy *n* പശുപരിപാലകൻ
cowboy hat *n* കൗബോയ് തൊപ്പി
cozy *adj* ഇണക്കമുള്ള
crab *n* ഞണ്ട്
crack *n* പിളർപ്പ്; സ്ഫോടകശബ്ദം
crack *v* പൊട്ടിക്കുക
cracker *n* പടക്കം, ഗ്രഹാം ക്രാക്കർ
cradle *n* തൊട്ടിൽ
craft *n* കരകൗശലം
craftsman *n* ശിൽപവൈദഗ്ദ്ധ്യം
cram *v* തള്ളിക്കയറ്റുക
cramp *n* ഞരമ്പുവലി
cramped *adj* സന്ധിവേദന
crane *n* ക്രെയിൻ, കൊക്ക്
crank *n* ക്രാങ്ക്
cranky *adj* തലതിരിഞ്ഞ
crash *n* കൂട്ടിമുട്ടൽ
crash *v* തകർന്നു വീഴുക
crass *adj* വിലക്ഷണമായ
crate *n* വള്ളിക്കൊട്ട
crater *n* ഗുഹാമുഖം
crave *v* കെഞ്ചുക
craving *n* അത്യാഗ്രഹം, ആർത്തി
crawl *v* ഇഴഞ്ഞു നീങ്ങുക
crayon *n* വർണ്ണച്ചോക്ക്
crazy *adj* കിറുക്കുള്ള
creak *n* കർക്കശ ശബ്ദം
creak *v* തമ്മിൽ ഉരസുക
cream *adj* ക്രീം നിറം
cream *n* പാൽപ്പാട, ക്രീം
creamy *adj* കൊഴുത്ത
crease *v* ഞൊറിയുക
crease *n* ഞൊറിവ്
create *v* സൃഷ്ടിക്കുക
creation *n* സൃഷ്ടി
creative *adj* സൃഷ്ടിപരമായ
creativity *n* സർഗ്ഗവൈഭവം
creator *n* സ്രഷ്ടാവ്
creature *n* ജീവി
credibility *n* വിശ്വാസ്യത
credible *adj* വിശ്വാസയോഗ്യമായ
credit *n* കടം, അംഗീകാരം
credit *v* വിശ്വസിക്കുക, നിക്ഷേപിക്കുക
credit card *n* ക്രെഡിറ്റ് കാർഡ്
creditor *n* കടം കൊടുത്തവൻ
creek *n* നദീമുഖം
creep *v* ഇഴയുക
creepy *adj* ഇഴയുന്ന, വിചിത്രമായ
cremate *v* ദഹിപ്പിക്കുക
crest *n* മകുടം
crevice *n* വിള്ളൽ
crew *n* ജോലിക്കാരൻ
crib *n* തൊട്ടിൽ
cricket *n* ക്രിക്കറ്റ്, ചീവീട്
crime *n* കുറ്റകൃത്യം
criminal *adj* കുറ്റക്കാരനായ
criminal *n* കുറ്റവാളി
cringe *v* അതിവിനയം കാണിക്കുക
cripple *v* മുടന്തനാക്കുക
cripple *adj* മുടന്തുക
crisis *n* വിഷമഘട്ടം
crisp *adj* ചുരുണ്ട; ഉറപ്പുള്ള; പൊട്ടുന്ന
crispy *adj* മൊരിഞ്ഞ
criteria *n* മാനദണ്ഡം

critic *n* വിമർശകൻ
critical *adj* നിർണ്ണായകമായ
criticism *n* വിമർശനം
criticize *v* വിമർശിക്കുക
crocodile *n* മുതല
crony *n* ആത്മസുഹൃത്ത്
crook *n* സത്യസന്ധതയില്ലാത്ത ആൾ; വക്രത
crooked *adj* വളഞ്ഞ, കുടിലചിത്തനായ
crop *v* വിളവെട്ടുക്കുക
crop *n* വിളവ്
cross *n* കുരിശ്
cross *adj* പ്രതികൂലമായ
cross *v* മുറിച്ചു കടക്കുക
cross out *v* കുറുകെ വെട്ടുക
crossing *n* തരണം ചെയ്യൽ
crossing guard *n* തിരക്കുള്ള റോഡുകൾ മുറിച്ചുകടക്കാൻ കുട്ടികളെയും ആവശ്യക്കാരെയും സഹായിക്കുന്നയാൾ
crossroads *n* നാൽക്കവല
crosswalk *n* റോഡു മുറിച്ചുകടക്കുന്നതിനുള്ള സീബ്രാക്രാസിംഗ്
crossword puzzle *n* പദപ്രശ്നം
crouch *v* പതുങ്ങുക
crow *n* കാക്ക
crow *v* കാക്ക കരയുംപോലെ കരയുക
crowbar *n* ഇരുമ്പുപാര
crowd *n* ജനക്കൂട്ടം
crowd *v* തള്ളിക്കയറ്റുക
crowded *adj* ആൾത്തിരക്കുള്ള
crown *n* കിരീടം
crown *v* രാജ്യാഭിഷേകം ചെയ്യുക
crucial *adj* നിർണ്ണായകമായ
crude *adj* മര്യാദയില്ലാത്ത
cruel *adj* കഠിനഹൃദയനായ
cruelty *n* ക്രൂരത
cruise *v* കപ്പൽസഞ്ചാരം ചെയ്യുക
crumb *n* കഷണം
crumble *v* പൊടിയാക്കുക
crunchy *adj* കറുമുറ ശബ്ദം ഉണ്ടാക്കുന്ന
crush *v* അമർത്തുക
crust *n* ബാഹ്യഭാഗം
crusty *adj* പരുപരുപ്പുള്ള
crutch *n* ഊന്നുവടി
cry *n* നിലവിളി
cry *v* നിലവിളിക്കുക
crystal *n* പളുങ്ക്
cub *n* മൃഗക്കുട്ടി
cube *n* സമചതുരഷഡ്ഭുജം
cubic *adj* ഘനവടിവുള്ള
cubicle *n* ചെറിയ അറ
cucumber *n* വെള്ളരി
cuddle *v* ആശ്ലേഷിക്കുക
cuddly *adj* വൈകാരികമായ
cuff *n* ഇടി
cuisine *n* അടുക്കള
culminate *v* മൂർദ്ധാന്യത്തിലെത്തുക
culpability *n* അപരാധം
culprit *n* അപരാധി
cult *n* ആരാധന
cultivate *v* നട്ടുവളർത്തുക

C

cultivation *n* കൃഷിപ്പണി
cultural *adj* പ്രബുദ്ധമായ
culture *n* സംസ്കാരം
cumbersome *adj* ക്ലേശകരമായ
cunning *adj* കൗശലമുള്ള
cup *n* കപ്പ്
cupboard *n* ചുവരലമാര
cupcake *n* കപ്പ്കേക്ക്
curable *adj* ശമിപ്പിക്കാവുന്ന
curator *n* മേൽനോട്ടക്കാരൻ
curb *v* നിയന്ത്രിക്കുക
curb *n* നിരോധം
curdle *v* കട്ടിയാക്കുക
cure *n* ചികിത്സ
cure *v* ചികിത്സിക്കുക
curfew *n* നിശാനിയമം
curiosity *n* ജിജ്ഞാസ
curious *adj* ശ്രദ്ധാലുവായ
curl *n* കുന്തൽ, തലമുടിച്ചുരുൾ
curl *v* ചുരുട്ടുക
curly *adj* ചുരുണ്ട
currency *n* നാണയം
current *adj* നിലവിലുള്ള
current *n* വൈദ്യുതി, ഒഴുക്ക്,
currently *adv* സാമാന്യമായി
curriculum *n* പാഠ്യപദ്ധതി
curse *n* ശപിക്കൽ
curse *v* ശപിക്കുക
cursor *n* കഴ്സർ
curtail *v* ചുരുക്കുക
curtain *n* യവനിക
curve *n* വക്രത
curved *adj* വക്രമായ
cushion *n* കിടക്ക
cushion *v* മെത്തയിടുക
cuss *v* ശപിക്കുക
custard *n* ആത്തച്ചക്ക
custodian *n* സംരക്ഷകൻ
custody *n* കാവൽ
custom *n* ആചാരം
customary *adj* പതിവുള്ള
customer *n* ഉപഭോക്താവ്
customize *v* ഭേദഗതി വരുത്തുക
custom-made *adj* ഇഷ്ടാനുസരണം നിർമ്മിച്ചത്
cut *v* മുറിക്കുക
cut *n* മുറിവ്
cut back *pv* വെട്ടിച്ചുരുക്കൽ
cut down *pv* അളവ് കുറയ്ക്കുക
cut off *pv* വിച്ഛേദിക്കുക
cut out *pv* രൂപപ്പെടുത്തുക
cute *adj* മനോഹരമായ
cutlery *n* കത്തി, ഫോർക്ക്, സ്പൂൺ പോലുള്ളവ
cyan *n* ഒരു നിറം
cycle *n* ചക്രം
cycle *v* സൈക്കിളോടിക്കുക
cyclical *adj* ചാക്രികമായി സംഭവിക്കുന്ന
cycling *n* സൈക്കിൾസവാരി
cyclist *n* സൈക്കിളോടിക്കുന്നവൻ
cyclone *n* ചുഴലിക്കാറ്റ്
cylinder *n* കുഴൽ
cymbal *n* കൈമണി

cynic *n* ദോഷദർശി
cyst *n* രസാശയം

D

dad *n* പിതാവ്
dagger *n* കഠാരി
daily *adv* ദിവസേന
dairy *n* ക്ഷീരശാല
dairy farm *n* ഗോശാല
daisy *n* ഡെയ്സിച്ചെടി
dam *n* അണക്കെട്ട്
damage *n* ക്ഷതം
damage *v* നശിപ്പിക്കുക
damaging *adj* കേടുവന്ന
damp *adj* നനവുള്ള
dampen *v* നനയ്ക്കുക
dance *n* നൃത്തം
dance *v* നൃത്തം ചെയ്യുക
dancer *n* നർത്തകൻ
dancing *n* നൃത്തംചെയ്യൽ
dandruff *n* താരൻ
danger *n* അപകടം
dangerous *adj* ഹാനികരമായ
dangle *v* തൂക്കിയിടുക
dare *n* ധൈര്യം; ഒരു വെല്ലുവിളി
dare *v* ധൈര്യപ്പെടുക
daring *adj* സാഹസികമായ
dark *n* അന്ധകാരം
dark *adj* വെളിച്ചമില്ലാത്ത
darken *v* ഇരുട്ടാക്കുക
darkness *n* അന്ധകാരം
darling *adj* അരുമയായ
dart *n* അമ്പ്
dart *v* എറിയുക
dash *v* വേഗം നീങ്ങുക
dashing *adj* ധൈര്യമുള്ള
data *n* വസ്തുതകൾ
database *n* ഡാറ്റബേസ്
date *n* തീയതി, ഈന്തപ്പഴം
date *v* തീയതിയിടുക
daughter *n* മകൾ
daughter-in-law *n* മരുമകൾ
daunt *v* വിരട്ടുക
daunting *adj* നിരുത്സാഹപ്പെടുത്തൽ
dawn *n* പ്രഭാതം
day *n* പകൽ
daycare *n* പകൽപരിചരണം
daydream *v* ദിവാസ്വപ്നം
daylight *n* സൂര്യപ്രകാശം
daytime *n* പകൽ
daze *v* വിസ്മയം
dazed *adj* സ്തംഭിച്ച
dazzle *v* കണ്ണഞ്ചിക്കുക
dead *adj* നിർജ്ജീവമായ, മരിച്ച
dead end *n* അന്ത്യസ്ഥാനം
deadline *n* സമയപരിധി
deadly *adj* മാരകമായ
deaf *adj* ബധിരനായ
deafen *v* താത്ക്കാലികമായോ സ്ഥിരമായോ ഒന്നും കേൾക്കാതാകുക

D

D

deafening *adj* കർണകഠോരമായ
deal *v* കരാര്; കൈകാര്യം ചെയ്യാൻ; വിതരണം ചെയ്യുക
deal *n* ഇടപാട്
dealer *n* ഇടപാടുകാരൻ
dean *n* പ്രധാന ഉപദേശകൻ
dear *adj* മനോഹരമായ
death *n* മരണം
deathbed *n* മരണക്കിടക്ക
debase *v* തരംതാഴ്ത്തുക
debatable *adj* തർക്കിക്കത്തക്ക
debate *n* ചർച്ച
debate *v* തർക്കിക്കുക
debit *n* കടം
debit card *n* ഡെബിറ്റ് കാർഡ്
debrief *v* വിവരം ശേഖരിക്കുക
debris *n* അവശിഷ്ടങ്ങൾ
debt *n* കടം
debtor *n* കടക്കാരൻ
debunk *v* വെളിച്ചത്താക്കുക
debut *n* പ്രഥമപ്രദർശനം
decade *n* ദശകം
decadence *n* അധോഗതി
decaffeinated *adj* കഫീൻ നീക്കംചെയ്യുത്
decay *n* ജീർണ്ണത
decay *v* ദ്രവിക്കുക
deceased *adj* മരിച്ചു പോയ
deceit *n* വഞ്ചന
deceitful *adj* കബളിപ്പിക്കുന്ന
deceive *v* വഞ്ചിക്കുക
December *n* ഡിസംബർ
decency *n* മര്യാദ
decent *adj* ഉചിതമായ
deception *n* വഞ്ചന
deceptive *adj* വഞ്ചിക്കുന്ന
decide *v* തീരുമാനിക്കുക
deciding *adj* നിശ്ചിതമായ
decimal *adj* ദശാംശമായ
decimate *v* കുറയ്ക്കുക
decipher *v* വിവരിച്ചു പറയുക
decision *n* തീരുമാനം
decisive *adj* നിർണ്ണായകമായ
deck *n* മേൽത്തട്ട്; ഒരു കുത്ത് ചീട്ട്
declaration *n* പ്രഖ്യാപനം
declare *v* പ്രഖ്യാപിക്കുക
decline *n* ഒഴിവാക്കുക
decline *v* നിരസിക്കുക; ക്ഷയിക്കുക
decompose *v* ദ്രവിക്കുക
décor *n* ചമയം
decorate *v* അലങ്കരിക്കുക
decoration *n* അലങ്കാരം
decorative *adj* അലങ്കാരമായ
decorum *n* ഔചിത്യം
decrease *v* കുറയ്ക്കുക
decree *n* കൽപ്പന
decrepit *adj* പഴഞ്ചനായ
dedicate *v* സമർപ്പിക്കുക
dedicated *adj* സമർപ്പിച്ച
dedication *n* ആത്മസമർപ്പണം
deduce *v* അനുമാനിക്കുക
deduct *v* കുറയ്ക്കുക
deductible *adj* കുറയ്ക്കാവുന്ന
deduction *n* അനുമാനം

D

deed *n* ആധാരം
deem *v* വിശ്വസിക്കുക
deep *adj* ആഴമുള്ള
deepen *v* ആഴം വർദ്ധിപ്പിക്കുക
deeply *adv* ആഴത്തിൽ
deer *n* മാൻ
deface *v* വികൃതമാക്കുക
defame *v* അപകീർത്തിപ്പെടുത്തുക
defeat *v* പരാജയപ്പെടുത്തുക
defect *v* തകരാറുണ്ടാക്കുക
defect *n* ന്യൂനത
defective *adj* ന്യൂനതയുള്ള
defend *v* പ്രതിരോധിക്കുക
defendant *n* എതിരാളി
defender *n* പരിരക്ഷകൻ
defense *n* പ്രതിരോധം
defenseless *adj* സുരക്ഷിതമല്ലാത്ത
defer *v* നീട്ടിവയ്ക്കുക
defiance *n* ധിക്കാരം
defiant *adj* എതിർക്കുന്ന
deficiency *n* ന്യൂനത
deficient *adj* ന്യൂനതയുള്ള
deficit *n* അഭാവം
define *v* നിരൂപിക്കുക
definite *adj* സുനിശ്ചിതമായ
definitely *adv* തീർച്ചയായും
definition *n* വിവരണം
definitive *adj* നിർണ്ണായകമായ
deflate *v* കുറയ്ക്കുക
deform *v* വികൃതമാക്കുക
deformity *n* വൈരൂപ്യം
defraud *v* വഞ്ചിക്കുക
defray *v* ചെലവുചെയ്യുക
defrost *v* ഐസ് മാറ്റുക
deft *adj* ചാതുര്യമുള്ള
defuse *v* പ്രതിസന്ധി മാറ്റുക
defy *v* ധിക്കരിക്കുക
degenerate *v* ക്ഷയിക്കുക
degenerate *adj* ഹീനമായ
degradation *n* തരംതാഴ്ത്തൽ
degrade *v* തരംതാഴ്ത്തുക
degrading *adj* തരംതാഴ്ത്തുന്ന
degree *n* ബിരുദം, നില
dehydrate *v* ജലാംശം നീക്കുക
dehydrated *adj* നിർജ്ജലീകരിക്കപ്പെട്ട
dejected *adj* ദുഃഖിതനായ
delay *n* വൈകൽ
delay *v* വൈകിക്കുക
delegate *v* നിയോഗിക്കുക
delegate *n* പ്രതിനിധി
delegation *n* പ്രതിനിധിസംഘം
delete *v* ഇല്ലാതാക്കുക
deli *n* കഴിക്കാൻ പാകത്തിൽ ഭക്ഷണം തയ്യാറാക്കി വെച്ചിരിക്കുന്ന ക
deliberate *v* ആലോചിക്കുക
deliberate *adj* മനഃപൂർവ്വമായ
deliberately *adv* കരുതിക്കൂട്ടി
delicacy *n* ലാളിത്യം
delicate *adj* ലോലമായ
delicious *adj* ആസ്വാദ്യമായ
delight *n* ആനന്ദം
delight *v* സന്തോഷിപ്പിക്കുക

D

delighted *v* ആനന്ദമുള്ള
delightful *adj* ആനന്ദകരമായ
delinquent *adj* അപരാധിയായ, കൃത്യവിലോപം വരുത്തുന്ന
deliver *v* മോചിപ്പിക്കുക
delivery *n* വിതരണം
delude *v* കബളിപ്പിക്കുക
deluge *n* മഹാപ്രളയം
delusion *n* മിഥ്യാഭ്രമം
deluxe *adj* വിലയേറിയ
demand *n* അവകാശം
demand *v* അവകാശപ്പെടുക
demanding *adj* ആവശ്യപ്പെടാവുന്ന
demean *v* നിന്ദിക്കുക
demeaning *adj* അന്തസ്സു കുറയ്ക്കുന്ന
demeanor *n* വ്യാപരിപ്പിക്കുന്ന
demented *adj* അസ്വസ്ഥമായ
demise *n* മരണം
demo *n* പ്രകടനം
democracy *n* ജനാധിപത്യം
democratic *adj* ജനാധിപത്യപരമായ
demolish *v* നശിപ്പിക്കുക
demolition *n* ധ്വംസനം
demonstrate *v* പ്രകടിപ്പിക്കുക
demonstration *n* പ്രദർശനം
demonstrative *adj* ബോദ്ധ്യപ്പെടുത്തുന്ന
demoralize *v* നിരുത്സാഹപ്പെടുക
demote *v* തരംതാഴ്ത്തുക
den *n* ഗുഹ
denial *n* നിരാകരിക്കൽ
denigrate *v* അപകീർത്തിപ്പെടുത്തുക
denim *n* ഒരു തുണിത്തരം
denote *v* സൂചിപ്പിക്കുക
denounce *v* ആക്ഷേപിക്കുക
dense *adj* നിബിഡമായ
density *n* നിബിഡത
dent *v* ചളുക്കുക
dent *n* ചളുക്ക്
dental *adj* പല്ലുസംബന്ധിച്ച
dentist *n* ദന്തവൈദ്യൻ
dentures *n* കൃത്രിമപ്പല്ല്
deny *v* നിരസിക്കുക
deodorant *n* ദുർഗന്ധ നാശിനി
depart *v* വേർപിരിയുക
department *n* ഭരണ വകുപ്പ്
departure *n* പുറപ്പാട്
depend *v* അവലംബിക്കുക
dependable *adj* വിശ്വസിക്കാവുന്ന
dependence *n* ആശ്രയം
dependent *adj* ആശ്രിതൻ
depict *v* വർണ്ണിക്കുക
deplete *v* ഒഴിവാക്കുക
deplorable *adj* ദുഃഖകരമായ
deplore *v* വിമർശിക്കുക
deploy *v* വിന്യസിക്കുക
deployment *n* വിന്യാസം
deport *v* നാടുകടത്തുക
deportation *n* നാടുകടത്തൽ
depose *v* സ്ഥാനഭ്രഷ്ടനാക്കുക
deposit *n* നിക്ഷേപം
deposit *v* നിക്ഷേപിക്കുക
depot *n* സംഭരണശാല
deprave *v* വഷളാക്കുക

depravity n വഷളത്തം
depreciate v വില കുറയ്ക്കുക
depreciation n വിലയിടിവ്
depress v അടിച്ചമർത്തുക
depressing adj അടിച്ചമർത്തിയ
depression n വിഷാദം
deprivation n ദാരിദ്ര്യം
deprive v എടുത്തുകളയുക
deprived adj ഇല്ലായ്മചെയ്യപ്പെട്ട
depth n ആഴം
derail v പാളം തെറ്റിക്കുക
deranged adj ക്രമം തെറ്റിയ
derelict adj ഉപേക്ഷിക്കപ്പെട്ട
derivative adj ആനുമാനികം
derive v അനുമാനിക്കുക
derogatory adj അപകീർത്തികരമായ
descend v കീഴോട്ടിറങ്ങുക
descendant n അനന്തരഗാമി
descent n അധഃപതനം
describe v വിവരിക്കുക
description n വിവരണം
descriptive adj വിവരിക്കുന്ന
desecrate v അശുദ്ധമാക്കുക
desegregate v വർഗ്ഗവിവേചനം ഇല്ലാതാക്കുക
desert v പരിത്യജിക്കുക
desert n മരുഭൂമി
deserted adj ഉപേക്ഷിക്കപ്പെട്ട
deserter n വിട്ടുപോയവൻ
deserve v അർഹിക്കുക
deserving adj അർഹതയുള്ള
design n രൂപകല്പന

design v രൂപരേഖവരയ്ക്കുക
designate v നിയോഗിക്കുക
designer n ഡിസൈനർ
desirable adj കമനീയമായ
desire n ആഗ്രഹം
desire v ആഗ്രഹിക്കുക
desist v ഉപേക്ഷിക്കുക
desk n മേശ
desolate adj ഉപേക്ഷിക്കുക
desolation n ഏകാന്തത
despair n നൈരാശ്യം
desperate adj നിരാശാജനകമായ
despicable adj വെറുപ്പുളവാക്കുന്ന
despise v നിന്ദിക്കുക
despite prep വിദ്വേഷം
despondent adj വിഷണ്ണനായ
despot n സ്വേച്ഛാധിപതി
despotic adj എതിരില്ലാത്ത
dessert n മധുരപദാർത്ഥങ്ങൾ
destination n ലക്ഷ്യം
destiny n തീർപ്പ്
destitute adj അഗതിയായ
destroy v നശിപ്പിക്കുക
destruction n വിനാശം
destructive adj ഹാനികരമായ
detach v വിച്ഛേദിക്കുക
detachable adj വേർപെടുത്താവുന്ന
detail n വിശദാംശം
detail v വിശദീകരിക്കുക
detailed adj സവിസ്തരമായ
detain v പിടിച്ചു നിറുത്തുക

D

detect *v* കണ്ടുപിടിക്കുക
detective *n* കുറ്റം തെളിയിക്കുന്നവൻ
detector *n* കണ്ടുപിടിക്കുന്ന ആൾ
detention *n* തടവിൽ വയ്ക്കൽ
deter *v* തടസ്സപ്പെടുത്തുക
detergent *n* സോപ്പു പൊടി
deteriorate *v* അധഃപതിക്കുക
deterioration *n* അധഃപതനം
determination *n* നിർണ്ണയം
determine *v* തീരുമാനിക്കുക
determined *adj* നിർണ്ണായകമായ
detest *v* അറപ്പു കാട്ടുക
detestable *adj* വെറുക്കത്തക്ക
detonate *v* പൊട്ടിത്തെറിക്കുക
detonator *n* പൊട്ടിത്തെറിക്കുന്ന വസ്തു
detour *n* വഴിമാറിപ്പോകൽ
detriment *n* വിരോധം
detrimental *adj* ഹാനികരമായ
devaluation *n* വിലകുറയ്ക്കുക
devalue *v* വിലകുറയ്ക്കുക
devastate *v* നശിപ്പിക്കുക
devastating *adj* നാശകാരിയായ
devastation *n* ശൂന്യമാക്കൽ
develop *v* വികസിപ്പിക്കുക
development *n* വികാസം
deviate *v* വഴിതെറ്റിപ്പോകുക
deviation *n* വ്യതിചലനം
device *n* ഉപകരണം
devious *adj* കുടിലമായ
devise *v* പര്യാലോചിക്കുക
devoid *adj* ശൂന്യമാക്കപ്പെട്ട
devote *v* സമർപ്പിക്കുക
devotion *n* ഭക്തി
devour *v* വാരിവിഴുങ്ങുക
devout *adj* ദൈവഭക്തിയുള്ള
dew *n* മഞ്ഞ്
diabetes *n* പ്രമേഹം
diabetic *adj* പ്രമേഹ രോഗമുള്ള
diagnose *v* രോഗം നിർണ്ണയിക്കുക
diagnosis *n* രോഗനിർണ്ണയം
diagonal *adj* കോണോടുകോണായ
diagram *n* രൂപരേഖ
dial *n* ഡയൽ
dial *v* ഡയൽ ചെയ്യുക
dial tone *n* ഡയൽ ടോൺ
dialect *n* ഗ്രാമ്യഭാഷ
dialog *n* സംഭാഷണം
diameter *n* വ്യാസം
diamond *n* വജ്രം
diaper *n* ഡയപ്പർ
diarrhea *n* അതിസാരം
diary *n* ഡയറി
dice *v* ചെറിയ ചതുരമായി മുറിക്കുക
dice *n* പകിട
dictate *v* ആജ്ഞാപിക്കുക
dictator *n* ഏകാധിപതി
dictatorial *adj* സ്വേച്ഛാധിപത്യപരമായ
dictatorship *n* ഏകാധിപതിത്വം
dictionary *n* നിഘണ്ടു
die *v* കരു
die out *v* വംശനാശം വരിക
diesel *n* ഡീസൽ
diet *n* ആഹാരക്രമം

57 disapproval

diet *v* നിർദ്ദിഷ്ട ഭക്ഷണം കഴിക്കുക
differ *v* വിയോജിക്കുക
difference *n* വ്യത്യാസം
different *adj* വ്യത്യസ്തമായ
differentiate *v* വേർതിരിക്കുക
differently *adv* വിസമ്മതിക്കുക
difficult *adj* പ്രയാസമുള്ള
difficulty *n* പ്രതിബന്ധം
diffuse *v* പ്രചരിപ്പിക്കുക
dig *v* കുഴിക്കുക
digest *v* സംഗ്രഹിക്കുക
digestion *n* ദഹനക്രിയ
digit *n* അക്കം
digital *adj* ഡിജിറ്റൽ
dignified *adj* മഹിതമായ
dignify *v* മഹത്ത്വമേകുക
dignity *n* മഹത്വവൽക്കരിക്കുക
digress *v* വിഷയത്തിൽനിന്ന് വ്യതിചലിക്കുക
dilemma *n* വൈഷമ്യം
diligent *adj* അദ്ധ്വാനശീലമുള്ള
dilute *v* നേർപ്പിക്കുക
dim *adj* പ്രകാശമില്ലാത്ത
dim *v* മങ്ങിക്കുക
dime *n* പൈസ
dimension *n* അളവ്
dimensional *adj* ത്രിമാനമായ
diminish *v* ക്ഷയിപ്പിക്കുക
dine *v* വിരുന്നു നൽകുക
diner *n* ഭക്ഷണം കഴിക്കുന്നയാൾ
dining room *n* ഭക്ഷണമുറി
dinner *n* അത്താഴം
dinosaur *n* ദിനോസർ
dip *v* മുക്കുക
dip *n* മുങ്ങൽ
diploma *n* ബിരുദപത്രം
diplomacy *n* നയതന്ത്രം
diplomat *n* സ്ഥാനപതി
diplomatic *adj* നയതന്ത്രപരമായ
dire *adj* ദാരുണമായ
direct *v* നിയന്ത്രിക്കുക
direct *adv* നിർദ്ദേശിക്കുക
direct *adj* പ്രത്യക്ഷമായ
direction *n* ദിശ; നേതൃത്വം കൊടുക്കൽ
directions *n* നിർദ്ദേശങ്ങൾ
directly *adv* നേരിട്ട്
director *n* സംവിധായകൻ
directory *n* പേരുവിവരപ്പട്ടിക
dirt *n* അഴുക്ക്
dirty *adj* മലിനമായ
disability *n* വികലത
disabled *adj* അശക്തനായ
disadvantage *n* അസൗകര്യം
disagree *v* വിസമ്മതിക്കുക
disagreement *n* അഭിപ്രായവ്യത്യാസം
disappear *v* അപ്രത്യക്ഷമാവുക
disappearance *n* അപ്രത്യക്ഷമാകൽ
disappoint *v* നിരാശപ്പെടുക
disappointing *adj* നിരാശനായ
disappointment *n* നിരാശ
disapproval *n* വിസമ്മതം

D

disapprove *v* പ്രതികൂലിക്കുക
disarm *v* നിരായുധനാക്കുക
disaster *n* ദുരന്തം
disastrous *adj* ദൗർഭാഗ്യകരമായ
disband *v* പിരിച്ചു വിടുക
disbelief *n* അവിശ്വാസം
disburse *v* വിതരണം ചെയ്യുക
disc *n* തകിട്
disc jockey (DJ) *n* ഡിസ്ക് ജോക്കി (ഡിജെ)
discard *v* നിരാകരിക്കുക
discern *v* വിവേചിക്കുക
discharge *n* വിട്ടയക്കൽ, മോചനം
discharge *v* വിമോചിക്കുക
disciple *n* ശിഷ്യൻ
discipline *n* ശിക്ഷണം, അച്ചടക്കം
disclose *v* വിശദമാക്കുക
discomfort *n* അസൗകര്യം
disconnect *v* വിച്ഛേദിക്കുക
discontinue *v* അവസാനിപ്പിക്കുക
discount *v* കിഴിവു കൊടുക്കുക
discount *n* കിഴിവ്
discourage *v* പിന്തിരിപ്പിക്കുക
discouragement *n* നിരുത്സാഹപ്പെടുത്തൽ
discouraging *adj* നിരുത്സാഹകമായ
discover *v* കണ്ടെത്തുക
discovery *n* കണ്ടുപിടുത്തം
discredit *v* അപമാനപ്പെടുത്തുക
discreet *adj* വിവേകമുള്ള
discrepancy *n* വ്യത്യാസം
discretion *n* വകതിരിവ്
discriminate *v* വിവേചിക്കുക
discrimination *n* വകതിരിവ്
discuss *v* ചർച്ച ചെയ്യുക
discussion *n* ചർച്ച
disdain *n* അവഗണന
disease *n* രോഗം
disembark *v* കപ്പലിൽനിന്നിറക്കുക
disenchanted *adj* വ്യാമോഹമുക്തനായ
disentangle *v* കുരുക്കഴിക്കുക
disfigure *v* വികൃതമാക്കുക
disgrace *n* മാനക്കേട്
disgraceful *adj* മാനക്കേടായ
disgruntled *adj* അസംതൃപ്തനായ
disguise *n* കാപട്യം
disguise *v* മറച്ചുവയ്ക്കുക, വേഷപ്രച്ഛന്നനാകുക
disgust *n* വിദ്വേഷം
disgusted *adj* വെറുപ്പുബാധിച്ച
disgusting *adj* അറപ്പുളവാക്കുന്ന
dish *n* പാത്രം
dishearten *v* അധൈര്യപ്പെടുത്തുക
dishonest *adj* ആത്മാർഥതയില്ലാത്ത
dishonesty *n* നെറികേട്
dishonor *n* അപകീർത്തി
dishonorable *adj* അപമാനിക്കപ്പെട്ട
dishwasher *n* പാത്രം കഴുകുന്ന യന്ത്രം
disillusion *n* മോഹവിമുക്തി
disinfect *v* അണുനശീകരണം നടത്തുക
disinfectant *n* അണുനാശിനി

disintegrate *v* വിഘടിപ്പിക്കുക
disintegration *n* ശിഥലീകരണം
disinterested *adj* നിസ്വാർത്ഥമായ
disk *n* ഡിസ്ക്
disk drive *n* ഡിസ്ക് ഡ്രൈവ്
dislike *n* അനിഷ്ടം
dislike *v* അനിഷ്ടമാകുക
dislocate *v* തകരാറാക്കുക
dislodge *v* പുറത്താക്കുക
disloyal *adj* വഞ്ചിക്കുന്ന
dismal *adj* അപ്രസന്നമായ
dismantle *v* പൊളിച്ചു മാറ്റുക
dismay *n* ഭയം
dismay *v* സംഭ്രമിപ്പിക്കുക
dismiss *v* ബഹിഷ്കരിക്കുക
dismissal *n* ബഹിഷ്കരണം
dismount *v* ഇറങ്ങുക
disobedience *n* അനുസരണക്കേട്
disobedient *adj* കൽപന ലംഘിക്കുന്ന
disobey *v* ധിക്കരിക്കുക
disorder *n* ക്രമക്കേട്
disorganized *adj* ക്രമരഹിതമായ
disoriented *adj* വ്യത്യസ്ഥമായ
disown *v* കൈവിടുക
disparity *n* അസമാനത
dispatch *v* അയക്കുക
dispense *v* വിതരണം ചെയ്യുക
dispenser *n* പുറത്ത് വിടുന്നത്
disperse *v* പിരിച്ചുവിടുക
displace *v* സ്ഥാനത്തുനിന്ന് മാറ്റുക
displacement *n* സ്ഥലംമാറ്റം
display *v* പ്രദർശിപ്പിക്കുക
display *n* പ്രദർശനം
displease *v* മുഷിച്ചിലുണ്ടാക്കുക
displeasing *adj* മുഷിച്ചിലുണ്ടാക്കുന്ന
disposable *adj* കളയത്തക്ക
dispose *v* ഒഴിവാക്കുക
disprove *v* ഖണ്ഡിക്കുക
dispute *n* തർക്കം
dispute *v* തർക്കിക്കുക
disqualify *v* അയോഗ്യമാക്കുക
disregard *v* അവഗണിക്കുക
disrespect *n* അനാദരവ്
disrespectful *adj* നിന്ദയോടുകൂടിയ
disrupt *v* ഭഞ്ജിക്കുക
disruption *n* തടസ്സം
disruptive *adj* തടസ്സപ്പെടുത്തുന്ന
dissatisfied *adj* അസന്തുഷ്ടമായ
disseminate *v* പ്രചരിപ്പിക്കുക
dissent *v* വിയോജിക്കുക
dissident *adj* യോജിക്കാത്ത
dissipate *v* ചിതറിക്കുക
dissolve *v* പിരിച്ചുവിടുക
dissuade *v* പിന്തിരിപ്പിക്കുക
distance *n* ദൂരം
distant *adj* അകന്ന
distaste *n* അനിഷ്ടം
distasteful *adj* അരോചകമായ
distill *v* വാറ്റുക
distinct *adj* പ്രത്യേകമായ; സ്പഷ്ടമായ
distinction *n* വ്യത്യാസം
distinctive *adj* വ്യതിരിക്തമായി

D

D

distinctly *adv* വ്യക്തമായി
distinguish *v* വേർതിരിച്ചറിയുക
distinguished *adj* വിശിഷ്ടമായ
distort *v* വളച്ചൊടിക്കുക, വികൃതമാക്കുക
distortion *n* വളച്ചൊടിക്കൽ
distract *v* ശ്രദ്ധ തിരിക്കുക
distraction *n* ശ്രദ്ധാപതറിപ്പോകൽ
distraught *adj* സംക്ഷുബ്ധമായ
distress *n* ദുരിതം
distressing *adj* വിഷമിപ്പിക്കുന്ന
distribute *v* വിതരണം ചെയ്യുക
distribution *n* വിതരണം
district *n* ജില്ല
distrust *v* അവിശ്വസിക്കുക
distrust *n* അവിശ്വാസം
distrustful *adj* അവിശ്വസനീയമായ
disturb *v* ശല്യപ്പെടുത്തുക
disturbance *n* സ്വൈരക്കേട്
disturbing *adj* ശല്യപ്പെടുത്തുന്ന
ditch *n* കിടങ്ങ്
dive *v* മുങ്ങുക
diver *n* മുങ്ങൽ വിദഗ്ധൻ
diverse *adj* വൈവിധ്യമാർന്ന
diversify *v* വൈവിധ്യവൽക്കരിക്കുക
diversion *n* വഴിതിരിച്ചുവിടൽ
diversity *n* വൈവിധ്യം
divert *v* വഴിതിരിച്ചുവിടുക
divide *v* വിഭജിക്കുക; ഹരിക്കുക
divine *adj* ദിവ്യമായ
divinity *n* ദിവ്യത്വം
divisible *adj* ഹരിക്കാവുന്ന
division *n* ഭിന്നത, ഹരണം
divorce *v* വിവാഹമോചനം നടത്തുക
divorce *n* വിവാഹമോചനം
divulge *v* വെളിപ്പെടുത്തുക
dizzy *adj* തലകറക്കമുള്ള
do *v* ചെയ്യുക
docile *adj* അനുസരണയുള്ള
dock *v* ചുരുക്കുക; ബോട്ട് ഡോക്ക്; കപ്പൽത്തുറ
dock *n* കപ്പൽത്തുറ, മുറിവാൽ
doctor *n* വൈദ്യൻ
document *n* പ്രമാണം
documentary *n* ഡോക്യുമെന്ററി
documentation *n* പ്രമാണീകരണം
dodge *v* ഒഴിവാക്കുക
dog *n* നായ
dog house *n* പട്ടിക്കൂട്
doll *n* പാവ
dollar *n* ഡോളർ
dolphin *n* ഡോൾഫിൻ
domain *n* മണ്ഡലം, ഡൊമെയ്ൻ
dome *n* താഴികക്കുടം
domestic *adj* സ്വദേശീയമായ, ഗാർഹികമായ
domesticate *v* സ്വദേശിവത്കരിക്കുക; ഇണക്കുക
domesticated *adj* വീട്ടിൽ വളർത്തുന്ന
dominant *adj* പ്രബലമായ
dominate *v* ആധിപത്യം സ്ഥാപിക്കുക

domination *n* ആധിപത്യം
domineering *adj* കീഴടക്കി ഭരിക്കുന്ന
donate *v* സംഭാവനചെയ്യുക
donation *n* സംഭാവന
done *adj* നിർവ്വഹിക്കപ്പെട്ട
donkey *n* കഴുത
donor *n* ദാതാവ്
donut *n* ഡോനട്ട്
doom *n* വിധി
doomed *adj* നശിച്ച
door *n* വാതിൽ
doorbell *n* ഡോർബെൽ
doorknob *n* വാതിൽപ്പിടി
doormat *n* വാതിൽവിരിപ്പ്
doorstep *n* വാതിൽപ്പടി
doorway *n* പ്രവേശന കവാടം
dormitory *n* പൊതു ശയനമുറി
dosage *n* അളവ്
dot *n* കുത്ത്, പൂർണ്ണവിരാമം
double *v* ഇരട്ടി
double *adj* ഇരട്ടിയായ
double-check *v* രണ്ടുതവണ പരിശോധിക്കുക
double-click *v* രണ്ടുതവണ ഞെക്കുക
double-cross *v* വഞ്ചന നടത്തുക
doubt *n* സംശയം
doubt *v* സംശയിക്കുക
doubtful *adj* സംശയാസ്പദമായ
dough *n* കുഴച്ച മാവ്
dove *n* പ്രാവ്

down *adj* കീഴോട്ടു നോക്കിക്കൊണ്ടുള്ള
down *prep* കീഴോട്ട്
down *adv* താഴോട്ട്
down payment *n* ഒരുമിച്ചുള്ള തുക അടവ്
downfall *n* പതനം
downhill *adv* ചായ്‌വുള്ള
download *v* ഡൗൺലോഡ് ചെയ്യുക
downpour *n* അതിവർഷം
downsize *v* കുറയ്ക്കുക
downstairs *adj* കീഴോട്ടുചരിഞ്ഞ
downstairs *adv* താഴോട്ടുള്ള
down-to-earth *adj* വിനീതനായ
downtown *n* നഗരകേന്ദ്രം
downturn *adj* അധഃപതിച്ച
downward *adv* കുറയുന്ന
doze *v* മയങ്ങുക
dozen *n* പന്ത്രണ്ട് എണ്ണം
draft *n* ആദ്യപ്രതി
draft *v* കരട് എഴുതിയുണ്ടാക്കുക
drag *v* വലിച്ചിടുക
dragon *n* വ്യാളി
drain *v* ചോർച്ച
drainage *n* നീരൊഴുക്ക്
drainpipe *n* ചോർച്ച പൈപ്പ്
drama *n* നാടകം
dramatic *adj* നാടകീയമായ
dramatically *adv* നാടകീയമായി
dramatize *v* നാടകരൂപത്തിലാക്കുക
drapes *n* തിരശ്ശീല

D

drastic *adj* കർക്കശമായ
draw *n* സമനില
draw *v* വരയ്ക്കുക, വലിക്കുക
drawback *n* ന്യൂനത
drawer *n* മേശവലിപ്പ്
drawing *n* ചിത്രം
dread *v* പേടിക്കുക
dreadful *adj* ഭയാനകമായ
dream *n* സ്വപ്നം
dream *v* സ്വപ്നം കാണുക
drench *v* നനയ്ക്കുക
dress *n* വസ്ത്രം
dress *v* വസ്ത്രധാരണം
dress up *pv* വസ്ത്രം ധരിക്കുക
dresser *n* അലങ്കരിക്കുന്നവൻ, ഒരുക്കുന്നവൻ
dressing *n* മുറിവ് വച്ചുകെട്ടൽ ; ആഹാരം അലങ്കരിക്കൽ
dribble *v* ഇറ്റിറ്റുവീഴൽ
dried *adj* വരണ്ട
drift *v* ഒലിച്ചു പോകുക
drift apart *pv* അകന്നുപോകുക
drill *n* തുരക്കൽ, കവാത്ത്
drill *v* തുളയ്ക്കുക; വ്യായാമം ചെയ്യിക്കുക
drink *v* കുടിക്കുക
drink *n* പാനീയം
drinkable *adj* കുടിക്കാവുന്ന
drip *v* തുള്ളിയായി വീഴുക
drive *v* വണ്ടിയോടിക്കുക
drive *n* വാഹനമോടിക്കുക; ഡ്രൈവ്
driver *n* ഡ്രൈവർ
driver's license *n* ഡ്രൈവറുടെ ലൈസൻസ്
drive-through *n* വാഹനത്തിലിരുന്ന് ഭക്ഷിക്കാവുന്ന റെസ്റ്റോറന്റുകൾ
driveway *n* ഇടവഴി
drizzle *n* ചാറ്റൽ മഴ
drizzle *v* മഴ ചാറുക
drool *v* തുപ്പലൊലിക്കുക
drop *v* ഒലിക്കുക
drop *n* തുള്ളി
drop in *pv* സന്ദർശിക്കുക
drop off *pv* കുറഞ്ഞുവരിക
drop out *pv* ഇടയ്ക്ക് വച്ച് വിദ്യാഭ്യാസം ഉപേക്ഷിച്ചയാൾ
dropout *n* ഇടയ്ക്ക് വച്ച് നിർത്തുക
drought *n* വരൾച്ച
drown *v* മുങ്ങി മരിക്കുക
drowsy *adj* ഉറക്കംതൂങ്ങി
drug *n* മയക്കുമരുന്ന്
drug addict *n* മയക്കുമരുന്ന് അടിമ
drugstore *n* മരുന്നുകട
drum *n* പെരുമ്പറ
drum set *n* ഡ്രം സെറ്റ്
drunk *adj* ലഹരിപിടിച്ച
dry *v* ഉണക്കുക
dry *adj* വരണ്ട
dry-clean *v* നനയ്ക്കാതെ വൃത്തിയാക്കൽ
dryer *n* ചൂള
dual *adj* ഇരട്ടയായ

dubious *adj* സംശയാസ്പദമായ
duck *v* ഊളിയിടുക
duck *n* താറാവ്
duct *n* നാളി
due *adj* ബാദ്ധ്യതയായി
duel *n* ദ്വന്ദ്വയുദ്ധം
dues *n* കുടിശ്ശിക
duet *n* യുഗ്മഗാനം
dull *v* മങ്ങിക്കുക
dull *adj* മുഷിഞ്ഞ
duly *adv* യഥാവിധി
dumb *adj* ഊമമായ
dummy *n* മനുഷ്യാകൃതിയുള്ള രൂപം
dump *v* ഉപേക്ഷിക്കുക
dump *n* ചവർക്കൂമ്പാരം
dung *n* ചാണകം
dungeon *n* തടവറ
dunk *v* ഭക്ഷണ പദാർത്ഥം
dupe *v* ഭോഷൻ
duplicate *v* തനിപ്പകർപ്പെടുക്കുക
duplication *n* തനിപ്പകർപ്പ്
durable *adj* ശാശ്വതമായ
duration *n* കാലാവധി
during *prep* അത്രയും കാലം
dusk *n* സന്ധ്യ
dust *n* പൊടി
dust *v* വെടിപ്പാക്കുക
duster *n* പൊടി തുടയ്ക്കുന്ന തുണി
dustpan *n* ചേറുമുറം
dusty *adj* പൊടിനിറഞ്ഞ
duty *n* കടമ
dwarf *n* കുള്ളൻ
dwell *v* വസിക്കുക
dwelling *n* വാസസ്ഥലം
dwindle *v* കുറയുന്നു
dye *n* ചായം
dye *v* ചായമിടുക
dying *adj* നശിക്കുന്ന, ഛായം മുക്കുന്ന
dynamic *adj* ചലനാത്മകമായ
dynamite *n* ഡൈനാമൈറ്റ്
dynasty *n* രാജവംശം

E

each *adj* ഓരോന്നും
each *pron* പ്രത്യേകം പ്രത്യേകം
each other *pron* അന്യോന്യം
eager *adj* ആകാംക്ഷയോടെ
eagerness *n* ആകാംക്ഷ
eagle *n* കഴുകൻ
ear *n* ചെവി
earache *n* ചെവി വേദന
early *adv* നേരത്തെ
early *adj* നേരത്തെയുള്ള
earn *v* സമ്പാദിക്കുക
earnestly *adv* വ്യഗ്രതയോടെ
earnings *n* വരുമാനം
earphones *n* ഇയർഫോണുകൾ
earring *n* കമ്മൽ
Earth *n* ഭൂമി
earthquake *n* ഭൂകമ്പം

E

earwax *n* ചെവി മെഴുക്
ease *n* അനായാസം
ease *v* ആശ്വസിപ്പിക്കുക
easily *adv* എളുപ്പത്തിൽ
east *adj* കിഴക്കുള്ള
east *n* കിഴക്ക്
east *adv* കിഴക്ക്
eastbound *adj* കിഴക്കോട്ടു പോകുന്ന
Easter *n* ഈസ്റ്റർ
eastern *adj* കിഴക്കുഭാഗത്തുള്ള
easy *adj* എളുപ്പമായ
easygoing *adj* സുഖപ്രിയനായ
eat *v* കഴിക്കുക
eavesdrop *v* ഒളിഞ്ഞുകേൾക്കുക
ebb *v* നശിക്കുക
e-book *n* ഇ–ബുക്ക്
eccentric *adj* കിറുക്കുള്ള
echo *n* പ്രതിധ്വനി
eclipse *n* ഗ്രഹണം
ecology *n* പരിസ്ഥിതി ശാസ്ത്രം
economic *adj* ലാഭകരമായ
economical *adj* ചെലവുചുരുക്കുന്ന
economically *adv* സാമ്പത്തികമായി
economics *n* സാമ്പത്തികശാസ്ത്രം
economist *n* സാമ്പത്തിക ശാസ്ത്രജ്ഞൻ
economize *v* മിതവ്യയം ചെയ്യുക
economy *n* സമ്പദ്ഘടന
ecstatic *adj* ഉന്മേഷദായകമായ
edge *n* അറ്റം
edgy *adj* മുൻകോപമുള്ള
edible *adj* ഭക്ഷ്യയോഗ്യമായ
edit *v* തിരുത്തുക
edition *n* പതിപ്പ്
editor *n* എഡിറ്റർ
editorial *n* മുഖപ്രസംഗം
educate *v* പഠിപ്പിക്കുക
educated *adj* ശിക്ഷണം കൊടുക്കുക
education *n* വിദ്യാഭ്യാസം
educational *adj* വിദ്യാഭ്യാസപരമായ
eerie *adj* ഭയാനകമായ
effect *n* ഫലം
effective *adj* പ്രയോജനമുള്ള
effectiveness *n* ഫലപ്രാപ്തി
efficiency *n* കാര്യക്ഷമത
efficient *adj* കാര്യക്ഷമമായ
effort *n* പരിശ്രമം
egg *n* മുട്ട
egg white *n* മുട്ടയുടെ വെള്ള
ego *n* അഹംഭാവം
eight *n* എട്ട്
eighteen *n* പതിനെട്ട്
eighteenth *adj* പതിനെട്ടാം
eighth *adj* എട്ടാമത്തേത്
eighty *n* എൺപത്
either *adv* ഒന്നുകിൽ
either *adj* രണ്ടിലൊന്ന്
either *pron* രണ്ടിലൊന്ന്
eject *v* പുറന്തള്ളുക
elapse *v* കഴിഞ്ഞു പോകുക
elastic *adj* വഴക്കമുള്ള

elated *adj* സന്തോഷം നിറഞ്ഞ
elbow *n* കൈമുട്ട്
elder *n* മൂത്ത
elderly *adj* പ്രായമായ
elect *v* തെരഞ്ഞെടുക്കുക
election *n* തിരഞ്ഞെടുപ്പ്
electric *adj* വിദ്യുച്ഛക്തി സംബന്ധമായ
electrical *adj* വൈദ്യുതസംബന്ധമായ
electrician *n* ഇലക്ട്രീഷ്യൻ
electricity *n* വൈദ്യുതി
electrify *v* വൈദ്യുതീകരിക്കുക
electrocute *v* വൈദ്യുതാഘാതം
electronic *adj* ഇലക്ട്രാണിക് സംബന്ധമായ
elegance *n* ചാരുത
elegant *adj* ഗംഭീരമായ
element *n* ഘടകം
elementary *adj* പ്രാഥമികമായ
elementary school *n* പ്രാഥമിക വിദ്യാലയം
elephant *n* ആന
elevate *v* ഉയർത്തുക
elevation *n* ഔന്നത്യം
elevator *n* എലിവേറ്റർ
eleven *n* പതിനൊന്ന്
eleventh *adj* പതിനൊന്നാമത്തേത്
elf *n* കുട്ടിച്ചാത്തൻ
eligible *adj* യോഗ്യനായ
eliminate *v* ഇല്ലാതെയാക്കുക
eloquence *n* വാക്ചാതുര്യം
else *adv* വേറെ
elsewhere *adv* മറ്റെവിടെയെങ്കിലും
elude *v* ഒഴിഞ്ഞുമാറുക
elusive *adj* പിടികിട്ടാത്ത
e-mail (email) *n* ഇ–മെയിൽ
e-mail (email) *v* ഇ–മെയിൽ അയക്കുക
emancipate *v* മോചിപ്പിക്കുക
embalm *v* എംബാം ചെയ്യുക
embark *v* പുറപ്പെടുക
embarrass *v* ലജ്ജിതനാക്കുക
embarrassed *adj* ലജ്ജിച്ച
embarrassing *adj* ലജ്ജാകരമായ
embarrassment *n* നാണക്കേട്
embassy *n* നയതന്ത്രകാര്യാലയം
embellish *v* അലങ്കരിക്കുക
embers *n* തീക്കനൽ
embezzle *v* ധൂർത്തടിക്കുക
emblem *n* ചിഹ്നം
embody *v* ഉൾക്കൊള്ളുക
emboss *v* പൊന്തിനില്ക്കുന്ന
embrace *v* പുണരുക
embroider *v* ചിത്രങ്ങൾ തുന്നിയുണ്ടാക്കുക
embroidery *n* ചിത്രത്തയ്യൽപണി
emerald *n* മരതകം
emerge *v* ഉദിക്കുക
emergency *n* അടിയന്തരാവസ്ഥ, അത്യാഹിതം
emigrant *n* പ്രവാസി
emigrate *v* കുടിയേറുക
emission *n* പുറംതള്ളൽ

E

emit *v* പുറപ്പെട്ടുവിക്കുക
emotion *n* വികാരം
emotional *adj* വികാരപരമായ
empathy *n* സഹാനുഭൂതി
emperor *n* ചക്രവർത്തി
emphasis *n* ഊന്നിപ്പറയൽ
emphasize *v* ഉറപ്പിച്ചുപറയുക
empire *n* സാമ്രാജ്യം
employ *v* തൊഴിൽ നിർവ്വഹിക്കുക
employee *n* ജീവനക്കാരൻ
employer *n* തൊഴിലുടമ
employment *n* തൊഴിൽ
empress *n* ചക്രവർത്തിനി
emptiness *n* ശൂന്യത
empty *v* ശൂന്യമാക്കുക
empty *adj* ശൂന്യമായ
enable *v* പ്രാപ്തമാക്കുക
enchant *v* മോഹിപ്പിക്കുക
enchanting *adj* മോഹിപ്പിക്കുന്ന
encircle *v* വലയം ചെയ്യുക
enclose *v* അടക്കംചെയ്യുക
enclosure *n* വലയം
encounter *v* എതിരിടുക
encounter *n* ഏറ്റുമുട്ടൽ
encourage *v* പ്രോത്സാഹിപ്പിക്കുക
encouraging *adj* പ്രോത്സാഹിപ്പിക്കുന്ന
encroach *v* കയ്യേറ്റം ചെയ്യുക
encyclopedia *n* വിജ്ഞാനകോശം
end *n* അവസാനം
end *v* അവസാനിക്കുക
end up *pv* അവസാനിപ്പിക്കുക
endanger *v* അപകടപ്പെടുത്തുക
endangered *adj* വംശനാശഭീഷണി നേരിടുന്ന
ending *n* അവസാനം
endless *adj* അനന്തമായ
endorse *v* അംഗീകരിക്കുക
endorsement *n* അംഗീകാരം
endure *v* സഹിക്കുക
enemy *n* ശത്രു
energetic *adj* ഊർജ്ജസ്വലമായ
energy *n* ഊർജ്ജം
enforce *v* നടപ്പിലാക്കുക
engage *v* ഇടപഴകുക
engaged *adj* ഏർപ്പെട്ടിരിക്കുന്ന
engagement *n* വിവാഹനിശ്ചയം
engine *n* യന്ത്രം
engineer *n* എഞ്ചിനീയർ
English *n* ഇംഗ്ലീഷ്
engrave *v* കൊത്തിവെയ്ക്കുക
engraving *n* കൊത്തുപണി
enhance *v* വർദ്ധിപ്പിക്കുക
enjoy *v* ആസ്വദിക്കുക
enjoyable *adj* രസകരമായ
enjoyment *n* ആസ്വാദനം
enlarge *v* വലുതാക്കുക
enlighten *v* പ്രബുദ്ധമാക്കുക
enlist *v* പട്ടികപ്പെടുത്തുക
enormous *adj* വലിയ
enormously *adv* വളരെയധികമായി
enough *adv* തൃപ്തികരമായ
enough *adj* പര്യാപ്തമായ
enough *pron* മതി

enrage v കോപിപ്പിക്കുക
enrich v സമ്പന്നമാക്കുക
enroll v അംഗമായി ചേർക്കുക
ensure v ഉറപ്പാക്കുക
entail v ഉൾക്കൊള്ളുക
entangle v അകപ്പെടുത്തുക
enter v നൽകുക
enterprise n സംരംഭം
entertain v രസിപ്പിക്കുക
entertainer n രസിപ്പിക്കുന്നവൻ
entertaining adj വിനോദിപ്പിക്കുന്ന
entertainment n വിനോദം
enthusiasm n ആവേശം
enthusiastic adj ആവേശഭരിതനായ
entice v മയക്കുക
enticement n പ്രലോഭനം
enticing adj വശീകരിക്കുന്ന
entire adj മുഴുവനായി
entirely adv പൂർണ്ണമായും
entrance n പ്രവേശനം
entree n വാതിൽ
entrenched adj സ്ഥാനം ഉറപ്പിക്കുന്ന
entrepreneur n സംരംഭകൻ
entrust v ചുമതലപ്പെടുത്തുക
entry n പ്രവേശനം, രേഖപ്പെടുത്തൽ
envelope n ലക്കോട്ട്
envious adj അസൂയയുള്ള
environment n പരിസ്ഥിതി
environmental adj പരിസ്ഥിതി സംബന്ധമായ

environmentalist n പരിസ്ഥിതിവാദി
envy n അസൂയ
envy v അസൂയപ്പെടുക
epidemic n സാംക്രമികരോഗം
episode n ഉപകഥ, അദ്ധ്യായം
equal adj തുല്യമായ
equality n സമത്വം
equate v തുല്യമാക്കുക
equation n സമവാക്യം
equator n ഭൂമധ്യരേഖ
equilibrium n സന്തുലിതാവസ്ഥ
equip v സജ്ജീകരിക്കുക
equipment n ഉപകരണം
equivalent adj തത്തുല്യമായ
era n യുഗം
eradicate v ഉന്മൂലനം ചെയ്യുക
erase v മായ്ക്കുക
eraser n മായ്ക്കുന്നത്
erect v ഉയർന്നു നിൽക്കുക
erect adj കുത്തനെ നിൽക്കുന്ന
erode v തേഞ്ഞുപോകുക
erosion n മണ്ണൊലിപ്പ്
errand n നിയോഗം
erroneous adj തെറ്റായ
error n പിശക്
erupt v പൊട്ടിത്തെറിക്കുക
eruption n പൊട്ടിപ്പുറപ്പെടൽ
escalate v വർദ്ധിപ്പിക്കുക
escalator n എസ്കലേറ്റർ
escape v രക്ഷപെടുക
esophagus n അന്നനാളം
especially adv പ്രത്യേകമായ

E

espionage *n* ചാരവൃത്തി
espresso *n* കോഫിയുടെ ഒരു തരം
essay *n* ഉപന്യാസം
essence *n* സാരാംശം
essential *adj* അത്യാവശ്യമായ
establish *v* സ്ഥാപിക്കുക
establishment *n* സ്ഥാപനം
estate *n* തോട്ടം, പൊതുജനങ്ങൾ
esteem *v* ബഹുമാനിക്കുക
estimate *v* കണക്കാക്കുക
estimate *n* മതിപ്പ്
estranged *adj* അകന്ന
etcetera *adv* മറ്റും മറ്റും
eternity *n* നിത്യത
ethical *adj* ധാർമ്മികമായ
ethics *n* നീതിശാസ്ത്രം
ethnic *adj* വംശീയമായ
etiquette *n* മര്യാദകൾ
euphoria *n* ഉല്ലാസം
euro *n* യൂറോ
Europe *n* യൂറോപ്പ്
European *adj* യൂറോപ്പിനെ സംബന്ധിച്ച
evacuate *v* ഒഴിപ്പിക്കുക
evade *v* ഒഴിഞ്ഞുമാറുക
evaluate *v* വിലയിരുത്തുക
evaluation *n* മൂല്യനിർണ്ണയം
evaporate *v* ബാഷ്പീകരിക്കുക
evasive *adj* ഒഴിഞ്ഞുമാറുന്ന
eve *n* തലേന്ന്
even *adj* തുല്യമായ; നിരന്ന
even *adv* പോലും
even if *adv* ആണെന്നിരിക്കിലും
even though *adv* എന്നിരുന്നാലും
evening *n* വൈകുന്നേരം
evenly *adv* തുല്യമായി
event *n* സംഭവം
eventual *adj* അന്തിമമായ
eventually *adv* ഒടുവിൽ
ever *adv* എന്നേക്കും
everlasting *adj* ശാശ്വതമായ
every *adj* ഓരോന്നും
everybody *pron* എല്ലാവരും
everyday *adj* സാധാരണമായ
everyone *pron* എല്ലാവരും
everything *pron* എല്ലാം
everywhere *adv* എല്ലായിടത്തും
evict *v* കുടിയൊഴിപ്പിക്കുക
evidence *n* തെളിവ്
evident *adj* പ്രകടമായത്
evidently *adv* പ്രത്യക്ഷത്തിൽ
evil *n* തിന്മ
evil *adj* വിനാശകരമായ
evoke *v* ഉണർത്തുക
evolution *n* പരിണാമം
evolutionary *adj* പരിണാമപരമായ
evolve *v* പരിണമിക്കുക
exact *adj* കൃത്യമായ
exactly *adv* കൃത്യമായി
exaggerate *v* വലുതാക്കിപ്പറയുക
exam *n* പരീക്ഷ
examination *n* പരീക്ഷ
examine *v* പരിശോധിക്കുക
example *n* ഉദാഹരണം

exasperate *v* പ്രകോപിപ്പിക്കുക
excavate *v* ഖനനം ചെയ്യുക
exceed *v* കവിയുക
exceedingly *adv* വളരെയധികം
excel *v* ശ്രേഷ്ഠമാകുക
excellence *n* മികവ്
excellent *adj* മികച്ചത്
except *prep* ഒഴികെ
exception *n* ഒഴിവാക്കൽ
exceptional *adj* അസാധാരണമായ
excerpt *n* ഉദ്ധരണി
excess *n* അധികം
excessive *adj* അമിതമായ
exchange *v* കൈമാറ്റം ചെയ്യുക
excite *v* ഉത്തേജിപ്പിക്കുക
excited *adj* ഉത്തേജിതമായ
excitement *n* ആവേശം
exciting *adj* ആവേശകരമായ
exclaim *v* ആക്രോശിക്കുക
exclamation *n* ആശ്ചര്യം
exclude *v* ഒഴിവാക്കുക
excluding *prep* ഒഴികെ
excruciating *adj* അസഹനീയമായ; കഠിനവേദനയുളവാക്കുന്ന
excursion *n* ഉല്ലാസയാത്ര
excuse *n* ക്ഷമാപണം
excuse *v* ക്ഷമിക്കുക
execute *v* നിർവ്വഹിക്കുക
executive *n* ഭാരവാഹി
exemplary *adj* മാതൃകാപരമായ
exemplify *v* ഉദാഹരിക്കുക
exempt *adj* ഒഴിവാക്കപ്പെട്ട
exemption *n* ഇളവ്
exercise *n* വ്യായാമം
exercise *v* വ്യായാമം ചെയ്യുക
exert *v* അദ്ധ്വാനിക്കുക
exertion *n* അദ്ധ്വാനം
exhale *n* നിശ്വസിക്കുക
exhaust *v* ക്ഷീണിക്കുക
exhaust *n* തളർച്ച
exhausting *adj* ക്ഷീണിപ്പിക്കുന്ന
exhaustion *n* ക്ഷീണം
exhibit *v* പ്രദർശിപ്പിക്കുക
exhibition *n* പ്രദർശനം
exhilarating *adj* ഉന്മേഷദായകമായ
exile *n* നാട്ടുകടത്തൽ
exile *v* നാട്ടുകടത്തുക
exist *v* നിലകൊള്ളുക
existence *n* അസ്തിത്വം
exit *n* നിർഗ്ഗമനം
exotic *adj* വിചിത്രമായ
expand *v* വികസിപ്പിക്കുക
expansion *n* വികാസം
expect *v* പ്രതീക്ഷിക്കുക
expectancy *n* പ്രതീക്ഷിതം
expectation *n* പ്രതീക്ഷ
expedient *adj* ഉചിതമായ
expedition *n* പര്യവേഷണം
expel *v* പുറത്താക്കുക
expenditure *n* വിനിയോഗം
expense *n* ചെലവ്
expensive *adj* ചെലവേറിയ
experience *n* അനുഭവം

E

experience *v* അനുഭവിക്കുക
experienced *adj* അനുഭവജ്ഞാനമുള്ള
experiment *n* പരീക്ഷണം
expert *adj* പരിചയമുള്ള
expert *n* വിദഗ്ധൻ
expertise *n* വൈദഗ്ദ്യം
expiration *n* കാലഹരണപ്പെടൽ
expire *v* കാലഹരണപ്പെടുക
explain *v* വിശദീകരിക്കുക
explanation *n* വിശദീകരണം
explicit *adj* നിസ്സംശയമായ
explicitly *adv* സ്പഷ്ടമായി
explode *v* പൊട്ടിത്തെറിക്കുക
exploit *v* ചൂഷണം ചെയ്യുക
exploration *n* പര്യവേക്ഷണം
explore *v* പര്യവേക്ഷണം ചെയ്യുക
explorer *n* പര്യവേക്ഷകൻ
explosion *n* സ്ഫോടനം
explosive *adj* സ്ഫോടനാത്മകമായ
export *v* കയറ്റുമതി
exporter *n* കയറ്റുമതിക്കാരൻ
expose *v* തുറന്നുകാട്ടുക
exposed *adj* തുറന്നുകാട്ടുന്ന
exposure *n* വെളിപ്പെടുത്തൽ
express *adj* സ്പഷ്ടമായ
express *v* പ്രകടിപ്പിക്കുക
expression *n* പ്രകടനം; മുഖഭാവം
expressly *adv* പ്രതീകാത്മകമായ
expulsion *n* ബഹിഷ്കരണം
exquisite *adj* അതിവിശിഷ്ടമായ
extend *v* നീട്ടുക
extended family *n* വിപുലീകരിച്ച കുടുംബം
extension *n* വിപുലീകരണം
extensive *adj* വിപുലമായ
extent *n* പരിധി
exterior *adj* പുറത്തുള്ള
exterminate *v* ഉന്മൂലനം ചെയ്യുക
external *adj* പുറമേയുള്ള
extinct *adj* നാമാവശേഷമായ
extinguish *v* കെടുത്തിക്കളയുക
extort *v* തട്ടിയെടുക്കുക
extortion *n* കൊള്ളയടിക്കൽ
extra *adv* അധിക
extra *adj* അധികമായ
extract *v* സത്തെടുക്കുക
extract *n* സത്ത്
extra-large *adj* ഏറെ വലുതായ
extraordinary *adj* അസാധാരണമായ
extravagant *adj* അതിരുകവിഞ്ഞ
extreme *adj* അങ്ങേയറ്റം
extremely *adv* അങ്ങേയറ്റം
extremist *adj* തീവ്രവാദിയായ
extroverted *adj* ബഹിർമ്മുഖനായ
exult *v* ആഹ്ളാദിക്കുക
eye *n* കണ്ണ്
eyebrow *n* പുരികം
eye-catching *adj* കണ്ണഞ്ചിപ്പിക്കുന്ന
eyeglasses *n* കണ്ണടകൾ
eyelash *n* കൺപീലികൾ
eyelid *n* കൺപോള
eyeshadow *n* ഐഷാഡോ

eyesight *n* കാഴ്ചശക്തി
eyewitness *n* ദൃക്സാക്ഷി

F

fable *n* കെട്ടുകഥ
fabric *n* തുണി
fabricate *v* കെട്ടിച്ചമയ്ക്കുക
fabulous *adj* അസാമാന്യമായ
face *v* നേരിടുക
face *n* മുഖം
facet *n* മുഖം
facial *adj* മുഖത്തുള്ള
facilitate *v* സുഗമമാക്കുക
facilities *n* സൗകര്യങ്ങൾ
facility *n* സൗകര്യം; സൗകര്യം കെട്ടിടം
fact *n* വസ്തുത
factor *n* ഘടകം
factory *n* നിർമ്മാണശാല
factual *adj* വസ്തുതാപരമായ
faculty *n* സാമർത്ഥ്യം
fad *n* വിചിത്രഭ്രമം
fade *v* മങ്ങുക; വിവർണ്ണമാകുക
faded *adj* അവ്യക്തമായ
fail *v* പരാജയപ്പെടുക
failure *n* പരാജയം
faint *v* തളർന്നു വീഴുക
faint *adj* തളർന്നു വീഴുന്ന
fair *adj* ന്യായമായ; പ്രസന്നമായ

fair *n* മേള
fairly *adv* ന്യായമായി
fairness *n* ന്യായം
fairy *n* യക്ഷി
fairy tale *n* യക്ഷിക്കഥ
faith *n* വിശ്വാസം
faithful *adj* വിശ്വസ്തനായ
fake *v* അനുകരിക്കുക
fake *n* വ്യാജം
fake *adj* വ്യാജമായ
fall *n* വീഴ്ച; ഇല കൊഴിയും കാലം
fall *v* വീഴുക
fall apart *pv* ചിതറിവീഴുക
fall asleep *pv* ഉറങ്ങുക
fall back *pv* പിന്നോക്കം പോകുക
fall behind *pv* പിന്നിൽ വീഴുക
fall down *pv* താഴെ വീഴുക
fall through *pv* തകർന്നടിയുക
fallacy *n* തെറ്റിദ്ധാരണ
fallout *n* ശത്രുത
false *adj* തെറ്റായ
falsify *v* കള്ളപ്രമാണം നിർമിക്കുക
falter *v* പതറുക
fame *n* പ്രശസ്തി
familiar *adj* പരിചിതമായ
family *n* കുടുംബം
famine *n* ക്ഷാമം
famous *adj* പ്രശസ്തമായ
fan *n* പങ്ക; ആരാധകൻ
fanatic *adj* മതഭ്രാന്തുള്ള
fancy *adj* മനസ്സിനിണങ്ങിയ
fang *n* വിഷപ്പല്ല്, തേറ്റ

fantastic *adj* അതിശയകരമായ
fantasy *n* വിചിത്രകൽപന
far *adj* അങ്ങേയറ്റത്തുള്ള
far *adv* ബഹുദൂരം
faraway *adj* വിദൂരസ്ഥമായ
farce *n* പ്രഹസനം
fare *n* കൂലി
farewell *n* വിടവാങ്ങൽ
farm *n* കൃഷിഭൂമി
farmer *n* കർഷകൻ
farming *n* കൃഷി
farmyard *n* കൃഷിയിടം
farther *adv* കൂടുതൽ ദൂരത്തേക്ക്
fascinate *v* വശീകരിക്കുക
fashion *n* ഫാഷൻ
fashionable *adj* പരിഷ്കൃതമായ
fast *v* ഉപവസിക്കുക
fast *adv* വേഗത്തിൽ
fast *adj* വേഗമുള്ള
fast food *n* ഫാസ്റ്റ് ഫുഡ്
fast forward *v* വേഗത്തിൽ മുന്നോട്ട്
fasten *v* ഉറപ്പിക്കുക
fat *adj* കൊഴുപ്പുള്ള
fat *n* കൊഴുപ്പ്
fatal *adj* മാരകമായ
fate *n* വിധി
fateful *adj* നിർഭാഗ്യകരമായ
father *n* പിതാവ്
fatherhood *n* പിതൃത്വം
father-in-law *n* ഭാര്യാപിതാവ്
fatherly *adj* പിതൃതുല്യമായ

fatigue *n* ക്ഷീണം
fatten *v* തടിച്ചുകൊഴുക്കുക
fatty *adj* കൊഴുപ്പുള്ള
faucet *n* കുഴൽ
fault *n* തെറ്റ്
faulty *adj* തെറ്റുള്ള
favor *n* ഉപകാരം
favorable *adj* അനുകൂലമായ
favorite *adj* ഇഷ്ടപ്പെട്ട
favorite *n* പ്രീതിപാത്രം
fear *n* ഭയം
fear *v* ഭയപ്പെടുക
fearful *adj* ഭയാനകമായ
fearless *adj* ഭയമില്ലാത്ത
feasible *adj* സാധ്യമായ
feast *n* ഉത്സവം
feat *n* സാഹസകൃത്യം
feather *n* തൂവൽ
feature *v* പ്രത്യേകം എടുത്തുകാട്ടുക
feature *n* സവിശേഷത
February *n* ഫെബ്രുവരി
fed up *adj* നിരാശ ബാധിച്ച
federal *adj* ഫെഡറൽ
federation *n* സംയുക്തഭരണം
fee *n* ഫീസ്
feeble *adj* ദുർബലമായ
feed *v* തീറ്റുക
feedback *n* പ്രതികരണം
feel *v* തോന്നുക
feeling *n* തോന്നൽ
feelings *n* വികാരങ്ങൾ
feet *n* അടി

feign *v* അഭിനയിക്കുക, ഭാവിക്കുക
fellow *adj* കൂടെയുള്ള
fellow *n* സഹയാത്രികൻ
fellowship *n* സഹായധനം
felon *n* കുറ്റവാളി
felony *n* കുറ്റം
felt *n* കമ്പിളിത്തുണി
female *n* സ്ത്രീ
female *adj* സ്ത്രീകളെ സംബന്ധിച്ച
feminine *adj* സ്ത്രീയെക്കുറിച്ചുള്ള
fence *n* വേലി
fencing *n* വേലി കെട്ടൽ
fend *v* പ്രതിരോധിക്കുക
fender *n* തീമറ
ferocious *adj* ഭയങ്കരമായ; ക്രൂരമായ
ferry *n* കടത്തുവള്ളം
fertile *adj* ഫലഭൂയിഷ്ഠമായ
fertility *n* ഫലപുഷ്ടി
fertilize *v* വളമിടുക
fertilizer *n* വളം
fervent *adj* തീക്ഷ്ണമായ
fester *v* വ്രണമാകുക
festival *n* ഉത്സവം
festive *adj* ആഘോഷമായ
festivity *n* ഉത്സവം
fetch *v* കൊണ്ടുവരിക
feud *n* വൈരാഗ്യം
fever *n* പനി
few *adj* അല്പമായ
few *pron* കുറച്ച്
fewer *adj* കുറവായി
fiancé *n* പ്രതിശ്രുത വരൻ
fib *n* നുണ
fiber *n* നാര്
fickle *adj* ചഞ്ചലമായ
fiction *n* കെട്ടുകഥ
fictitious *adj* സാങ്കൽപ്പികമായ
fiddle *n* സംഗീതോപകരണം
fidelity *n* വിശ്വസ്തത
field *n* വയൽ; കളിസ്ഥലം
field trip *n* പഠനയാത്ര
fierce *adj* ഘോരമായ
fiery *adj* ജ്വലിക്കുന്ന
fifteen *n* പതിനഞ്ച്
fifteenth *adj* പതിനഞ്ചാമത്
fifth *adj* അഞ്ചാമത്തേത്
fiftieth *adj* അമ്പതാം
fifty *n* അമ്പത്
fifty-fifty *adv* പപ്പാതി
fig *n* അത്തിപ്പഴം
fight *n* യുദ്ധം
fight *v* യുദ്ധം ചെയ്യുക
fighter *n* പോരാളി
figure *n* ആകൃതി
figure *v* ആവിഷ്കരിക്കുക
figure of speech *n* അലങ്കാര പ്രയോഗം
figure out *pv* കണ്ടുപിടിക്കുക
figure skating *n* നിശ്ചലനായി നിർദ്ദിഷ്ട മാതൃകകൾ പ്രദർശിപ്പിക്കുന്ന ഒരു സ്കേറ്റിംഗ് ഇനം

F

file *n* ഫയൽ
file *v* ബോധിപ്പിക്കുക, രേഖ സമർപ്പിക്കുക
fill *v* പൂരിപ്പിക്കുക
filling *n* പൂരിപ്പിക്കൽ
film *v* ചിത്രീകരിക്കുക
film *n* സിനിമ
filter *v* അരിക്കുക
filter *n* അരിപ്പ
filth *n* മാലിന്യം
filthy *adj* വൃത്തികെട്ട
fin *n* ചിറക്
final *n* അന്തിമം
final *adj* അന്തിമമായ
finalist *n* അവസാനപാദമത്സരത്തിൽ എത്തിയ ആൾ
finalize *v* അന്തിമമാക്കുക
finally *adv* ഒടുവിൽ
finance *n* ധനകാര്യം
finance *v* ധനസഹായം ചെയ്യുക
financial *adj* സാമ്പത്തികമായ
financially *adv* സാമ്പത്തികമായി
find *v* കണ്ടെത്തുക
find out *pv* തിരിച്ചറിയുക
fine *n* പിഴ, പ്രായശ്ചിത്തം
fine *adj* ശ്രേഷ്ഠമായ
fine print *n* ചെറിയ അച്ചടി
finger *n* വിരൽ
fingernail *n* വിരൽ നഖം
fingerprint *n* വിരലടയാളം
fingertip *n* വിരൽത്തുമ്പ്

finish *v* പൂർത്തിയാക്കുക
finished *adj* പൂർത്തിയായ
finite *adj* പരിമിതമായ
fire *n* തീ
fire *v* തീവയ്ക്കുക; വെടിവയ്ക്കുക, പുറത്താക്കുക
fire alarm *n* അഗ്നിബാധ അറിയിപ്പ്
fire department *n* അഗ്നിശമന വകുപ്പ്
fire extinguisher *n* അഗ്നിശമന ഉപകരണം
fire hydrant *n* തീ കെടുത്താനുള്ള വെള്ളം ലഭ്യമാകുന്നതിന് തെരുവുകളിൽ സ്ഥാപിച്ചിട്ടുള്ള സംവിധാനം
fire station *n* അഗ്നിശമന കേന്ദ്രം
fire truck *n* അഗ്നിശമന വാഹനം
firearm *n* തോക്ക്
firecracker *n* പടക്കം
firefighter *n* അഗ്നിശമനസേനാംഗം
fireplace *n* അടുപ്പ്
fireproof *adj* തീപിടിക്കാത്ത
firewood *n* വിറക്
fireworks *n* പടക്കങ്ങൾ
firm *n* സ്ഥാപനം
firm *adj* സ്ഥിരമായ
firmly *adv* ഉറച്ച
first *adj* ഒന്നാമതായി
first *adv* പ്രമുഖം
first class *adj* ഒന്നാന്തരമായ
first name *n* പേരിന്റെ ആദ്യഭാഗം
fish *n* മത്സ്യം

fish *v* മീൻ പിടിക്കുക
fish stick *n* ഒരു ഭക്ഷണവിഭവം
fisherman *n* മുക്കുവൻ
fishy *adj* സംശയകരമായ
fist *n* മുഷ്ടി
fit *adj* അനുയോജ്യമായ
fit *v* ഉറപ്പിക്കുക
fitness *n* ക്ഷമത
fitting *adj* ഉറപ്പിക്കൽ
fitting room *n* വസ്ത്രം പാകമാണോ എന്ന് നോക്കാനുള്ള മുറി
five *n* അഞ്ച്
fix *v* പരിഹരിക്കുക
fixed *adj* നിശ്ചിതമായ, ഉറപ്പിച്ചതായ
flag *n* പതാക
flagpole *n* കൊടിമരം
flamboyant *adj* വർണ്ണപ്പകിട്ടുള്ള
flame *n* ജ്വാല
flammable *adj* ജ്വലിക്കുന്ന
flap *n* പുറംപാളി
flare *n* ജ്വാല
flare up *pv* കത്തിയുയരുക
flash *v* തെളിയുക
flash *n* മിന്നൽ
flash drive *n* ഫ്ലാഷ് ഡ്രൈവ്
flashlight *n* ഫ്ലാഷ് ലൈറ്റ്
flashy *adj* ക്ഷണപ്രഭയായ
flat *adj* പരന്ന, വിരസമായ
flatten *v* പരത്തുക
flatter *v* മുഖസ്തുതി പറയുക
flattery *n* മുഖസ്തുതി
flaunt *v* കൊട്ടിഘോഷിക്കുക
flavor *n* രുചി
flaw *n* പിഴവ്
flawed *adj* പിഴവുള്ള
flawless *adj* നിർദ്ദോഷമായ
flea *n* ചെള്ള്
flee *v* ഓടിപ്പോകുക
fleece *n* കമ്പിളി
fleet *n* കപ്പൽപ്പട
fleeting *adj* വേഗതയുള്ള
flesh *n* മാംസം
flex *v* വളയ്ക്കുക
flexibility *n* വഴക്കം
flexible *adj* വഴങ്ങുന്നത്
flick *v* അടിക്കുക
flicker *v* പിടയ്ക്കുക
flier *n* വിമാനയാത്രികൻ
flight *n* വിമാനം
flight attendant *n* വിമാന പരിചാരകൻ
flimsy *adj* ദുർബലമായ
flip *v* എറിയുക
flirt *v* ശൃംഗരിക്കുക
float *v* പൊങ്ങിക്കിടക്കുക
flock *n* മൃഗക്കൂട്ടം
flood *v* കവിഞ്ഞൊഴുകുക
flood *n* വെള്ളപ്പൊക്കം
floor *n* തറ
florist *n* പൂന്തോട്ടക്കാരൻ
floss *n* പട്ടുനൂൽ
flour *n* മാവ്
flourish *v* തഴച്ചുവളരുക
flow *v* ഒഴുകുക

F

flow n ഒഴുക്ക്
flower n പുഷ്പം
flowerpot n പൂച്ചട്ടി
flu n പനി
fluctuate v ഏറ്റക്കുറച്ചിലുണ്ടാകുക
fluent adj ഒഴുക്കുള്ള
fluently adv ഒഴുക്കോടെ
fluffy adj മൃദുവായ
fluid n ദ്രാവകം
flush v വെള്ളത്തിൽ ഒഴുകുക, നാണിക്കുക
flute n ഓടക്കുഴൽ
flutter v പതറുക
fly v പറക്കുക
fly n പറക്കുന്ന ജീവി, ഈച്ച
foam n നുര
focus n ദൃഷ്ടികേന്ദ്രം
focus v ശ്രദ്ധ കേന്ദ്രീകരിക്കുക, ഫോക്കസ് ചെയ്യുക
fog n മൂടൽമഞ്ഞ്
foggy adj മൂടൽമഞ്ഞുള്ള
foil n കനം കുറഞ്ഞ ലോഹപാളി
foil v പരാജയപ്പെടുത്തുക
fold v മടക്കുക
folder n ഫയൽ, മടക്കുന്ന ആൾ
folks n ആളുകൾ
folksy adj ഇണക്കമുള്ള
follow v പിന്തുടരുക
follower n അനുയായി
following adj ഇനിപ്പറയുന്നവ
fond adj ആസക്തിയുള്ള
fondness n ഇഷ്ടം

food n ഭക്ഷണം
fool v കബളിപ്പിക്കുക
fool n വിഡ്ഢി
foolish adj വിഡ്ഢിയായ
foolproof adj പഴുതുകളില്ലാത്ത
foot n പാദം, അടി
football n ഫുട്ബോൾ
footnote n അടിക്കുറിപ്പ്
footprint n കാൽപ്പാട്
footstep n പാദമുദ്ര
footwear n പാദരക്ഷകൾ
for prep വേണ്ടി
forbid v വിലക്കുക
force v ബലം പ്രയോഗിക്കുക
force n ശക്തി
forceful adj ആവേശമുണർത്തുന്ന
forcibly adv നിർബന്ധിതമായി
forearm n കൈത്തണ്ട
forecast v പ്രവചിക്കുക
foreground n മുൻവശം
forehead n നെറ്റി
foreign adj വൈദേശികമായ
foreigner n വിദേശി
foreman n മേൽനോട്ടക്കാരൻ
foremost adj സർവ്വപ്രധാനമായ
foresee v മുൻകൂട്ടി കാണുക
foreshadow v ഭാവിസംഭവ സൂചന നൽകുക
foresight n ദീർഘവീക്ഷണം
forest n വനം
foretell v പ്രവചിക്കുക
forever adv എന്നേക്കും

forewarn *v* മുൻകൂട്ടി അറിയിക്കുക
foreword *n* മുഖവുര
forfeit *v* കണ്ടുകെട്ടുക
forge *v* കെട്ടിച്ചമയ്ക്കുക
forgery *n* വ്യാജം
forget *v* മറക്കുക
forgetful *adj* മറവിയുള്ള
forgivable *adj* പൊറുക്കാവുന്ന
forgive *v* പൊറുക്കുക
forgiveness *n* ക്ഷമ
fork *n* നാൽക്കവല, മുള്ളുകരണ്ടി
form *n* രൂപം, പത്രം
form *v* രൂപപ്പെടുത്തുക
formal *adj* ഔപചാരികമായ
formality *n* ഔപചാരികത
formally *adv* ഔപചാരികമായി
format *n* ഫോർമാറ്റ്
formation *n* രൂപീകരണം
former *adj* പണ്ടത്തെ
formerly *adv* മുൻകാലങ്ങളിൽ
formidable *adj* ഭയാവഹമായ
formula *n* സൂത്രവാക്യം
forsake *v* ഉപേക്ഷിക്കുക
fort *n* കോട്ട
forthcoming *adj* ആസന്നമായ
forthright *adj* സ്പഷ്ടമായി
fortify *v* ബലപ്പെടുത്തുക
fortitude *n* മനക്കരുത്ത്
fortress *n* കോട്ട
fortunate *adj* ഭാഗ്യമുള്ള
fortune *n* ഭാഗ്യം
forty *n* നാല്പത്
forward *v* എത്തിക്കുക, അയയ്ക്കുക
forward *adv* മുന്നോട്ട്
fossil *n* ശേഷിപ്പുകൾ
foster *v* വളർത്തുക
foul *adj* അസഭ്യമായ
foul *n* തെറ്റ്
foundation *n* അടിസ്ഥാനം
founder *n* സ്ഥാപകൻ
fountain *n* ജലധാര
four *n* നാല്
fourteen *n* പതിനാല്
fourth *adj* നാലാമത്തെ
fox *n* കുറുക്കൻ
foxy *adj* കൗശലമുള്ള
fraction *n* അംശം
fracture *n* ഒടിവ്
fragile *adj* ദുർബലമായ
fragment *n* ശകലം
fragrance *n* സുഗന്ധം
fragrant *adj* സുഗന്ധമുള്ള
frail *adj* ദുർബലമായ
frailty *n* ബലഹീനത
frame *n* ചട്ടക്കൂട്
frame *v* വിഭാവനം ചെയ്യുക
framework *n* ബാഹ്യരൂപം
frank *adj* തുറന്നു സംസാരിക്കുന്ന
frankly *adv* തുറന്നുപറയുക
frantic *adj* ഉന്മത്തമായ
fraternity *n* സാഹോദര്യം
fraud *n* തട്ടിപ്പുകാരൻ; കൃത്രിമം
fraudulent *adj* വഞ്ചനാപരമായ
freckle *n* പുള്ളികൾ

F

freckled *adj* പുള്ളികളുള്ള
free *v* ഒഴിവാക്കുക
free *adj* തടസ്സമില്ലാത്ത
freedom *n* സ്വാതന്ത്ര്യം
freely *adv* സ്വതന്ത്രമായി
freeway *n* നടപ്പാത
freeze *v* മരവിപ്പിക്കുക
freezer *n* ശീതീകരണി
freezing *adj* മരവിപ്പിക്കുന്ന
freight *n* ചരക്ക്
frenzy *n* ചിത്തഭ്രമം
frequency *n* ആവൃത്തി
frequent *v* പതിവായി
frequent *adj* സാധാരണമായ
fresh *adj* പുത്തനായ
freshen *v* പുതുതാക്കുക
freshman *n* പുതുമുഖം
freshwater *adj* ശുദ്ധജലത്തിലുള്ള
friction *n* ഘര്‍ഷണം
Friday *n* വെള്ളിയാഴ്ച
fried *adj* വറുത്ത
friend *n* സുഹൃത്ത്
friendly *adj* സൗഹാര്‍ദ്ദപരമായ
friendship *n* സൗഹൃദം
fries *n* വറുത്ത ഉരുളക്കിഴങ്ങ്
fright *n* ഭയം
frighten *v* ഭയപ്പെടുത്തുക
frightened *adj* ഭീരുത്വമുള്ള
frightening *adj* ഭയപ്പെടുത്തുന്ന
frigid *adj* ഭാവരഹിതമായ
fringe *n* തൊങ്ങല്‍
frivolous *adj* നിസ്സാരമായ
frog *n* തവള
from *prep* നിന്ന്
front *n* മുന്നണി
front *adj* മുന്നില്‍
frontier *n* അതിര്‍ത്തി
frost *n* മഞ്ഞ്
frostbite *n* മഞ്ഞുവീഴ്ച
frosting *n* കേക്ക് അലങ്കരിക്കല്‍
frosty *adj* ശീതളമായ
frown *v* നെറ്റിച്ചുളിക്കുക
frozen *adj* മരവിച്ച
frugal *adj* മിതവ്യയമായ
fruit *n* ഫലം
fruitful *adj* ഫലപ്രദമായ
fruity *adj* പഴത്തിന്റെ രുചി അല്ലെങ്കില്‍ മണം
frustrate *v* നിരാശപ്പെടുത്തുക
frustration *n* നിരാശ
fry *v* വറുക്കുക
frying pan *n* വറചട്ടി
fuel *n* ഇന്ധനം
fugitive *n* പലായനം
fulfill *v* നിറവേറ്റുക
fulfillment *n* നിറവേറ്റല്‍
full *adj* നിറഞ്ഞ
fully *adv* പൂര്‍ണ്ണമായ
fumes *n* പുകപടലങ്ങള്‍
fumigate *v* പുകയ്ക്കുക
fun *n* രസകരം
fun *adj* രസകരമായ
function *n* പ്രവര്‍ത്തനം
function *v* പ്രവര്‍ത്തിക്കുക

fund *n* ധനം
fund *v* ധനം കൊടുക്കുക
fundamental *adj* അടിസ്ഥാനപരമായ
funds *n* ഫണ്ടുകൾ
funeral *n* ശവസംസ്കാരം
fungus *n* കുമിൾ
funny *adj* രസകരമായ
fur *n* രോമം
furious *adj* ക്രുദ്ധമായ
furiously *adv* ക്രോധത്തോടെ
furnace *n* ചൂള
furnish *v* സജ്ജീകരിക്കുക
furniture *n* വീട്ടുപകരണങ്ങൾ
furry *adj* രോമമുള്ള
further *adv* കൂടുതൽ
further *adj* കൂടുതൽ അകലെ
furthermore *adv* അതിനുപുറമെ
fury *n* ക്രോധം
fuse *n* ഉരുകുക
fusion *n* സംയോജനം
fuss *n* ബഹളം
fuss *v* ബഹളം വെക്കുക
fussy *adj* തിരക്കുകൂട്ടുന്ന ; ബഹളം കൂട്ടുന്ന
futile *adj* നിഷ്ഫലമായ
future *n* ഭാവി
future *adj* വരാൻപോകുന്ന
fuzzy *adj* അസ്പഷ്ടമായ

G

gadget *n* ഉപകരണം
gag *v* നിശ്ശബ്ദനാക്കുക
gag *n* നേരമ്പോക്ക്
gain *n* നേട്ടം
gain *v* വശത്താക്കുക
gal *n* കപ്പൽ
galaxy *n* താരാഗണം
gallant *adj* ഗാംഭീര്യമുള്ള
gallery *n* ഗാലറി
gallon *n* ഗാലൺ
gallop *v* കുതിച്ചുചാടുക
galvanize *v* നാകം പൂശുക
gamble *v* ചൂതാടുക
game *n* കളി
gang *n* സംഘം
gangster *n* ഭീകരസംഘാംഗം
gap *n* വിടവ്
garage *n* വാഹനങ്ങളിടുന്ന സ്ഥലം
garage door *n* ഗാരേജ് വാതിൽ
garbage *n* മാലിന്യം
garbage can *n* ചവറ്റുകുട്ട
garbage truck *n* മാലിന്യ ട്രക്ക്
garden *n* പൂന്തോട്ടം
gardener *n* തോട്ടക്കാരൻ
garlic *n* വെളുത്തുള്ളി
garment *n* വസ്ത്രം
gas *n* വാതകം
gas gauge *n* വാതക മാപകയന്ത്രം
gas station *n* പെട്രോൾ ബങ്ക്

G

gash *n* വെട്ട്
gasoline *n* പെട്രോൾ
gasp *v* ശ്വാസം മുട്ടുക
gate *n* പ്രവേശനകവാടം
gather *v* സഞ്ചയിക്കുക
gathering *n* ഒത്തുകൂടൽ
gauge *n* അളവ്
gauge *v* നിർണ്ണയിക്കുക
gauze *n* നേർത്ത തുണി
gaze *v* കണ്ണിമയ്ക്കാതെ നോക്കുക
gear *n* ഗിയർ
gel *n* ജെൽ
gem *n* രത്നം
gender *n* ലിംഗഭേദം
gene *n* ജീൻ
general *n* ഒരു സൈനിക പദവി
general *adj* പൊതുവായ
generalize *v* സാമാന്യവൽക്കരിക്കുക
generally *adv* സാധാരണമായി
generate *v* സൃഷ്ടിക്കുക
generation *n* തലമുറ
generator *n* ജനറേറ്റർ
generic *adj* സാമാന്യഗതമായ
generosity *n* മഹാമനസ്കത
generous *adj* മഹാമനസ്കതയുള്ള
genetic *adj* ഉൽപത്തിവിഷയമായ
genial *adj* ദയാലുവായ; ആനന്ദകരമായ
genius *n* പ്രതിഭ
gentle *adj* സൗമ്യമായ
gentleman *n* മാന്യൻ
gently *adv* സൗമ്യമായി
genuine *adj* യഥാർത്ഥമായ
geography *n* ഭൂമിശാസ്ത്രം
geology *n* ഭൂഗർഭശാസ്ത്രം
geometry *n* ജ്യാമിതി
germ *n* അണു
gesture *n* ആംഗ്യം
get *v* ലഭിക്കുക
get along *pv* അതിനൊപ്പം
get away *pv* യാത്രയാവുക
get back *pv* തിരിച്ചുവരിക
get behind *pv* പിന്നിലാവുക
get by *pv* നല്ലതായിരിക്കുക
get down *pv* ഒരു കാര്യത്തിൽ മുഴുകുക
get down to *pv* ജോലിയിൽ വ്യാപൃതനാകുക
get in *pv* എത്തിച്ചേരുക
get off *pv* താഴെയിറങ്ങുക
get on *v* പുരോഗമിക്കുക
get out *pv* പുറത്തുപോകുക
get over *pv* മുക്തി നേടുക
get together *pv* ഒത്തുചേരൽ
get up *pv* എഴുന്നേൽക്കുക
geyser *n* ഉഷ്ണജലസ്രോതസ്സ്
ghastly *adj* ഭയാനകമായ
ghetto *n* ചേരിപ്രദേശം
ghost *n* പ്രേതം
giant *n* ഭീമൻ
giant *adj* ഭീമാകാരമായ
gift *n* സമ്മാനം
gifted *adj* അനുഗ്രഹീതനായ
gigantic *adj* ഭീമാകാരമായ
giggle *v* ചിരിക്കുക

gill *n* ചെകിള
gimmick *n* തട്ടിപ്പ്
ginger *n* ഇഞ്ചി
gingerly *adv* ജാഗ്രതയോടെ
giraffe *n* ജിറാഫ്
girl *n* പെൺകുട്ടി
girlfriend *n* കാമുകി
give *v* കൊടുക്കുക
give away *pv* ഒറ്റു കൊടുക്കുക
give back *pv* തിരികെ കൊടുക്കുക
give in *pv* വഴങ്ങുക
give out *pv* വിതരണം ചെയ്യുക
give up *pv* ഉപേക്ഷിക്കുക
glacier *n* ഹിമാനി
glad *adj* സന്തോഷകരമായ
gladiator *n* ദ്വന്ദ്വയുദ്ധ പോരാളി
glamorous *adj* മോഹിപ്പിക്കുന്ന
glance *v* കടാക്ഷിക്കുക
glance *n* നോട്ടം
glare *n* മിന്നൽ, അതിപ്രഭ; തുറിച്ചുനോട്ടം
glass *n* കണ്ണാടി
glasses *n* കണ്ണട
gleam *n* സ്ഫുരണം
glide *v* തെന്നിപ്പോവുക
glimmer *n* മങ്ങിയ വെളിച്ചം
glimpse *n* ക്ഷണപ്രഭ
glitch *n* ചെറിയ പിശക്
glitter *v* പ്രകാശിക്കുക
global *adj* സാർവ്വലൗകികമായ
globalization *n* ആഗോളവൽക്കരണം
globally *adv* സാർവ്വലൗകികമായി
globe *n* ഭൂഗോളം
gloom *n* ഇരുട്ട്
gloomy *adj* മ്ലാനമായ
glorify *v* മഹത്വപ്പെടുത്തുക
glorious *adj* ആത്മസ്തുതിയായ
glory *n* മഹത്വം
gloss *n* തിളക്കം
glossary *n* പദശേഖരം
glossy *adj* തിളങ്ങുന്ന
glove *n* കയ്യുറ
glow *v* തിളക്കം
glowing *adj* തിളങ്ങുന്ന
glue *v* ഒട്ടിച്ചുവയ്ക്കുക
glue *n* പശ
gnaw *v* കാർന്നുതിന്നുക
go *v* പോവുക
go ahead *pv* മുന്നോട്ടുപോകുക
go around *pv* ചുറ്റിനടക്കുക
go away *pv* ദൂരെ പോവുക
go back *pv* മടങ്ങിപ്പോവുക
go down *pv* തകരാറിലാവുക
go in *pv* സ്വയം അർപ്പിക്കുക
go on *pv* ഒരു കാര്യം പൂർത്തീകരിക്കുക
go out *pv* അണഞ്ഞുപോവുക
go over *pv* സശ്രദ്ധം പരിശോധിക്കുക
go through *pv* പരിശോധിക്കുക
go under *pv* പരാജയപ്പെടുക
go up *pv* പുരോഗമിക്കുക
goal *n* ലക്ഷ്യം

goalkeeper *n* ഗോൾകീപ്പർ
goat *n* ആട്
gobble *v* വിഴുങ്ങുക
God *n* ദൈവം
goddess *n* ദേവത
godless *adj* നിരീശ്വരമായ
goggles *n* കണ്ണട
gold *adj* സ്വർണ്ണനിറമുള്ള
gold *n* സ്വർണ്ണം
golden *adj* വിലയേറിയ; സ്വർണ്ണനിർമ്മിതമായ
golf *n* ഗോൾഫ്
golf course *n* ഗോൾഫ് കോഴ്സ്
golfer *n* ഗോൾഫ് കളിക്കാരൻ
good *adj* തൃപ്തികരമായ; ഉത്തമമായ
good *n* നല്ലത്
good night *e* ശുഭ രാത്രി
goodbye *e* വിട
good-looking *adj* സൗന്ദര്യമുള്ള
goodness *n* നന്മ
goods *n* സാധനങ്ങൾ
goodwill *n* സൗമനസ്യം
goof *n* അലസൻ
goof *v* തെറ്റ് വരുത്തുക
goose *n* വാത്ത്
gorge *n* തോട്
gorgeous *adj* അത്യാർകർഷകമായ
gorilla *n* ആൾക്കുരങ്ങ്
gory *adj* പൊള്ളയായ
gossip *v* അപവാദം പറയുക
gossip *n* പരദൂഷണം
govern *v* ഭരിക്കുക
government *n* സർക്കാർ
governor *n* ഗവർണർ
gown *n* നീളൻകോട്ട്
grab *v* പിടിക്കുക
grace *n* കൃപ
graceful *adj* രസകരമായ
gracefully *adv* സുന്ദരമായി
gracious *adj* ഉദാരമതിയായ
grade *v* തരംതിരിക്കുക
grade *n* പദവി, തലം
gradual *adj* അനുക്രമമായ
graduate *v* ബിരുദധാരി
graduation *n* ബിരുദം
graffiti *n* ചുവരെഴുത്ത്
grain *n* ധാന്യം
gram *n* ഗ്രാം
grammar *n* വ്യാകരണം
grand *adj* ബൃഹത്തായ
grandchild *n* പേരക്കുട്ടി
granddaughter *n* കൊച്ചുമകൾ
grandfather *n* മുത്തച്ഛൻ
grandmother *n* മുത്തശ്ശി
grandparents *n* മുത്തച്ഛനും മുത്തശ്ശിയും
grandson *n* പേരക്കുട്ടി
grandstand *n* വൈഭവം
granite *n* ഗ്രാനൈറ്റ്
granola *n* ഗ്രാനോള
grant *v* അനുവദിക്കുക
grant *n* സഹായധനം
grape *n* മുന്തിരി

grapefruit *n* ചെറുമധുരനാരങ്ങ
grapevine *n* മുന്തിരിവള്ളി
graph *n* രേഖാരൂപം
graphic *adj* വസ്തുചിത്രപരമായ
grasp *v* ഗ്രഹിക്കുക
grass *n* പുല്ല്
grasshopper *n* വെട്ടുകിളി
grassroots *adj* താഴേക്കിടയിലുള്ള
grateful *adj* നന്ദിയുള്ള
gratefully *adv* കൃതജ്ഞതാപൂർവ്വം
gratifying *adj* ചാരിതാർത്ഥ്യജനകമായ
gratitude *n* നന്ദി
gratuity *n* പ്രതിഫലം
grave *adj* ഗുരുതരമായ; ഗൗരവാവഹമായ
grave *n* കുഴിമാടം
gravel *n* ചരൽ
gravestone *n* സ്മാരകശില
graveyard *n* ശ്മശാനഭൂമി
gravitate *v* ഗുരുത്വാകർഷണത്താൽ വീഴുക
gravity *n* ഗുരുത്വാകർഷണം
gravy *n* കറിയുടെ ചാറ്
gray *n* ചാരനിറം
gray *adj* ചാരനിറമുള്ള
graze *v* മേയുക
grease *n* കുഴമ്പ്
grease *v* വഴുവഴുപ്പുള്ളതാക്കുക
greasy *adj* വഴുവഴുപ്പുള്ള
great *adj* മഹനീയമായ
greatness *n* മഹത്വം
greed *n* അത്യാഗ്രഹം
greedy *adj* അതിമോഹമുള്ള
green *adj* തളിരണിഞ്ഞ
green *n* പച്ച
green bean *n* പച്ച പയർ
greenhouse *n* ഹരിതഗൃഹം
greet *v* അനുമോദിക്കുക
greeting *n* അഭിവാദ്യം
gregarious *adj* കൂട്ടമായി ജീവിക്കുന്ന
grenade *n* കൈബോംബ്
grief *n* ദുഃഖം
grievance *n* പരാതി
grieve *v* ദുഃഖിക്കുക
grill *v* വരട്ടുക; വേവിക്കുക
grill *n* ഇരുമ്പഴി
grim *adj* കഠിനമായ
grimace *n* പരിഹാസം
grime *n* അഴുക്ക്
grin *v* ചിരിക്കുക
grin *n* പരിഹാസച്ചിരി
grind *v* പൊടിക്കുക
grip *n* പിടി
grip *v* പിടിക്കുക
gripping *adj* പിടിച്ചെടുക്കുന്ന
grisly *adj* ബീഭത്സമായ
groan *n* ആർത്തനാദം
groan *v* ഞരങ്ങുക
groceries *n* പലചരക്ക് സാധനങ്ങൾ
grocery store *n* പലചരക്ക് കട
groin *n* നാഭിപ്രദേശം

G

groom *v* കുതിരയെ പരിചരിക്കുക
groom *n* വരൻ
groove *n* ചാലുകീറുക
gross *adj* പരുക്കനായ; മൊത്തമായ; ശുദ്ധീകരിക്കാത്ത
grotesque *adj* അപഹാസ്യമായ
grouch *v* മുറുമുറുക്കുക
grouchy *adj* അസ്വസ്ഥമായ
ground *n* നിലം
ground floor *n* താഴത്തെ നില
group *n* സംഘം
grow *v* വളരുക
grow up *pv* വളരുക
growl *v* മുരളുക
grown *adj* വലുതായ
grown-up *n* വളർച്ച
grudge *n* പക
grueling *adj* കഠിനമായ
gruesome *adj* ഭയാനകമായ
grumble *v* പിറുപിറുക്കുക
grumpy *adj* വെറുപ്പുള്ള
grunt *v* മുരളുക
guacamole *n* അവൊകാഡൊ, ഉള്ളി, തക്കാളി എന്നിവ ഉപയോഗിച്ച് തയ്യാറാക്കുന്ന ഒരു ഭക്ഷണവിഭവം
guarantee *v* ഉറപ്പു നൽകുക
guarantee *n* ഉറപ്പ്
guarantor *n* ജാമ്യക്കാരൻ
guard *n* കാവൽ
guard *v* കാവൽ നിൽക്കുക
guardian *n* സംരക്ഷകൻ
guess *n* ഊഹം
guess *v* ഊഹിക്കുക
guest *n* അതിഥി
guidance *n* മാർഗദർശനം
guidance counselor *n* മാർഗ്ഗദർശിയായ ഉപദേശി
guide *n* വഴികാട്ടി
guide *v* വഴികാട്ടുക
guidebook *n* മാർഗദർശന ഗ്രന്ഥം
guidelines *n* മാർഗ്ഗനിർദ്ദേശങ്ങൾ
guilt *n* കുറ്റബോധം
guilty *adj* അപരാധിയായ
guitar *n* ഗിറ്റാർ
gulf *n* ഉൾക്കടൽ
gullible *adj* എളുപ്പം കബളിക്കാവുന്ന
gulp *n* വിഴുങ്ങൽ
gulp *v* വിഴുങ്ങുക
gum *n* മോണ
gun *n* തോക്ക്
gunfire *n* വെടിയൊച്ച
gunman *n* തോക്കുധാരി
gunpowder *n* വെടിമരുന്ന്
gunshot *n* വെടിവയ്ക്കൽ
gust *n* കൊടുങ്കാറ്റ്
gusto *n* ആവേശം
gut *n* കുടൽ
guts *n* ധൈര്യം
gutter *n* ഓട
guy *n* ആൾ
guzzle *v* കുടിക്കുക
gymnasium (gym) *n* ജിംനേഷ്യം (ജിം)

gymnast *n* കായികാഭ്യാസി
gymnastics *n* കായികാഭ്യാസം
gypsy *n* നാടോടി

H

habit *n* ശീലം
habitable *adj* വാസയോഗ്യമായ
habitual *adj* പഴക്കമായ
hack *v* കൊത്തിനുറുക്കുക
hacker *v* സൈബർ ചാരവൃത്തി ചെയ്യുക
haggle *v* അരിയുക
hair *n* മുടി
hairbrush *n* മുടി ഒതുക്കുന്നതിനുള്ള ബ്രഷ്
haircut *n* മുടിവെട്ട്
hairdresser *n* ക്ഷുരകൻ
hairstyle *n* കേശാലങ്കാര ശൈലി
hairy *adj* രോമമുള്ള
half *adj* അർദ്ധമായി
half *n* പകുതി
half *adv* പകുതിയിൽ
half-hearted *adj* പാതി മനസ്സോടെ
halftime *n* ഇടവേള
hall *n* തളം
Halloween *n* അവധിദിനം
hallucinate *v* ഭ്രമിപ്പിക്കുക
hallway *n* ഇടനാഴി
halt *v* നിർത്തുക
halve *v* പകുതിയാക്കുക
ham *n* പന്നിത്തുട
hamburger *n* ഹംബർഗർ
hammer *v* അടിച്ചു പരത്തുക
hammer *n* ചുറ്റിക
hammock *n* ഊഞ്ഞാൽ
hamper *n* ലിനൻ കൊട്ട
hand *n* കൈ
hand down *pv* കൈ താഴ്ത്തുക
hand in *pv* കൈ കടത്തുക
hand out *pv* വിതരണം ചെയ്യുക
hand over *pv* കൈമാറുക
handbag *n* കൈസഞ്ചി
handbook *n* കൈപ്പുസ്തകം
handcuff *v* കൈവിലങ്ങ് വെയ്ക്കുക
handcuffs *n* കൈവിലങ്ങുകൾ
handful *n* കൈ നിറയെ
handgun *n* കൈത്തോക്ക്
handicap *n* വൈകല്യം
handicapped *adj* വികലാംഗരായ
handkerchief *n* തുവാല
handle *v* കൈകാര്യം ചെയ്യുക
handle *n* കൈപ്പിടി
handmade *adj* കൈകൊണ്ട് നിർമ്മിച്ചത്
handout *n* കൈനീട്ടം
handrail *n* കൈവരി
handshake *n* ഹസ്തദാനം
handsome *adj* സുന്ദരൻ
handwriting *n* കൈയക്ഷരം
handy *adj* നിപുണനായ

H

hang *v* തൂക്കിയിടുക
hang around *pv* വെറുതെ ചുറ്റിത്തിരിയുക
hang on *pv* കാത്തിരിക്കുക
hang up *pv* താഴെവയ്ക്കുക
hanger *n* തൂക്കിയിടൽ
hang-up *n* മാറ്റിവയ്ക്കുക
happen *v* സംഭവിക്കുക
happening *n* സംഭവം
happiness *n* സന്തോഷം
happy *adj* ആനന്ദപ്രദമായ
harass *v* ഉപദ്രവിക്കുക
harassment *n* പീഡനം
harbor *n* തുറമുഖം
hard *adj* കഠിനമായ
hard *adv* വൈഷമ്യത്തോടെ
harden *v* കഠിനമാക്കുക
hardly *adv* പ്രയാസപ്പെട്ട്
hardship *n* ബുദ്ധിമുട്ട്
hardware *n* ഹാർഡ്‌വെയർ
hard-working *adj* കഠിനാദ്ധ്വാനിയായ
hardy *adj* സാഹസികനായ
hare *n* മുയൽ
harm *n* ദോഷം ചെയ്യുക
harm *v* ദ്രോഹിക്കുക
harmful *adj* ഹാനികരമായ
harmless *adj* നിരുപദ്രവമായ
harmonize *v* സമന്വയിപ്പിക്കുക
harmony *n* ഐക്യം
harp *n* കിന്നരം
harpoon *n* ചാട്ടുളി
harrowing *adj* വേദനിപ്പിക്കുന്ന
harsh *adj* കർക്കശമായ
harshly *adv* പരുഷമായി
harvest *v* വിളവെട്ടുക്കുക
harvest *n* വിളവെട്ടുപ്പ്
hash browns *n* ഹാഷ് ബ്രൗൺ
hassle *v* കലഹിക്കുക
hassle *n* വഴക്ക്
haste *n* തിട്ടുക്കം
hasten *v* ത്വരിതപ്പെടുത്തുക
hastily *adv* തിടുക്കത്തിൽ
hasty *adj* ദ്രുതഗതിയിലുള്ള
hat *n* തൊപ്പി
hatch *v* വിരിയിക്കുക
hatchet *n* മഴു
hate *v* വെറുക്കുക
hate *n* വെറുപ്പ്
hateful *adj* വെറുപ്പുളവാക്കുന്ന
hatred *n* പക
haul *v* വലിച്ചിഴയ്ക്കുക
haunt *v* വേട്ടയാടുക
haunted *adj* എപ്പോഴും പിൻതുടരുക, ഉപദ്രവിക്കുക
have *v* നിയന്ത്രിക്കുക
haven *n* സങ്കേതം
havoc *n* സംഹാരം
hawk *n* പരുന്ത്
hay *n* വൈക്കോൽ
haystack *n* വൈക്കോൽ കുന
hazard *n* അപകടം
hazardous *adj* അപകടകരമായ
haze *n* മൂടൽമഞ്ഞ്

H

hazelnut *n* ഹെയ്സൽക്കുരു
hazy *adj* അവ്യക്തമായ
he *pron* അവൻ
head *n* തല
head for *pv* തലയിടുക
headache *n* തലവേദന
heading *n* തലക്കെട്ട്
headlight *n* ഹെഡ്ലൈറ്റ്
headphones *n* ഹെഡ്ഫോണുകൾ
headquarters *n* ആസ്ഥാനം
headset *n* ഹെഡ്സെറ്റ്
heal *v* സുഖപ്പെടുത്തുക
health *n* ആരോഗ്യം
healthcare *n* ആരോഗ്യ പരിരക്ഷ
healthy *adj* ആരോഗ്യമുള്ള
heap *n* കൂമ്പാരം
heap *v* കൂമ്പാരമാക്കുക
hear *v* കേൾക്കുക
hearing *n* കേൾവി
hearsay *n* കേട്ടുകേൾവി
heart *n* ഹൃദയം
heartbeat *n* ഹൃദയമിടിപ്പ്
heartbreak *n* ഹൃദയാഘാതം
heartbroken *adj* ഹൃദയം തകർന്ന
heartfelt *adj* ഹൃദയസ്പർശകമായ
heartless *adj* ഹൃദയമില്ലാത്ത
hearty *adj* ഹൃദയംഗമമായ
heat *v* ചൂടാക്കുക
heat *n* ചൂട്
heater *n* ഹീറ്റർ
heating *n* ചൂടാക്കൽ
heatstroke *n* ഉഷ്ണാഘാതം
heaven *n* സ്വർഗ്ഗം
heavenly *adj* സ്വർഗ്ഗീയമായ
heaviness *n* ഭാരം
heavy *adj* ഭാരമുള്ള
hectic *adj* തിരക്കുള്ള
heed *v* ശ്രദ്ധിക്കുക
heel *n* കുതികാൽ
height *n* ഉയരം
heighten *v* ഉയർത്തുക
heinous *adj* ഹീനമായ
heir *n* അവകാശി
heiress *n* അവകാശിനി
heist *n* കവർച്ച
helicopter *n* ഹെലികോപ്റ്റർ
hell *n* നരകം
hello *e* അഭിവാദ്യം
helmet *n* ഹെൽമറ്റ്
help *n* സഹായം
help *v* സഹായിക്കുക
helper *n* സഹായി
helpful *adj* സഹായകമായ
helpless *adj* നിസ്സഹായനായ
hem *n* അരിക്
hen *n* പിടക്കോഴി
hence *adv* അതിനാൽ
her *pron* അവളുടെ
her *adj* അവളുടെ
herb *n* ഔഷധച്ചെടി
herd *n* കൂട്ടം
herd *v* കൂട്ടം ചേരുക
here *adv* ഇവിടെ
hereafter *adv* ഇനിമുതൽ

H

hereby *adv* ഇതിനാൽ
hereditary *adj* പരമ്പരാഗതമായ
heritage *n* പൈതൃകം
hermit *n* സന്യാസി
hero *n* നായകൻ
heroic *adj* വീരനായ
heroism *n* വീരത്വം
hers *pron* അവളുടെ
herself *pron* അവൾ തനിയെ
hesitant *adj* ശങ്കിക്കുന്നതായ
hesitate *v* അധൈര്യപ്പെടുക
hesitation *n* സംശയം
hey *e* ഏയ്
heyday *n* പ്രതാപകാലം
hi *e* ഹായ്
hibernate *v* നിഷ്ക്രിയമായിരിക്കുക
hiccup *n* ഏമ്പക്കം
hidden *adj* മറഞ്ഞിരിക്കുന്ന
hide *v* മറയ്ക്കുക
hideaway *n* ഒളിത്താവളം
hideous *adj* പേടിപ്പിക്കുന്ന
hierarchy *n* അധികാരശ്രേണി
high *adj* ഉയരത്തിൽ
high *adv* ഉയർന്ന
high school *n* ഹൈസ്കൂൾ
highlight *n* പ്രമുഖം
highlight *v* പ്രമുഖമാക്കിക്കാട്ടുക
highly *adv* വളരെ
high-tech *adj* ഉന്നത സാങ്കേതികവിദ്യ സംബന്ധിച്ച
highway *n* ഹൈവേ
hijack *v* തട്ടിക്കൊണ്ടുപോകുക
hijacker *n* അപഹരിക്കുന്നവൻ
hike *n* കയറ്റം
hike *v* കാൽനടയായി പോകുക
hilarious *adj* അത്യന്തം രസകരമായ
hill *n* മല
hillside *n* മലഞ്ചെരിവ്
hilltop *n* കുന്നിൻമുകൾ
hilly *adj* കുന്നിൻ പ്രദേശമായ
him *pron* അവനെ
himself *pron* അവൻ തന്നെ
hinder *v* തടസ്സപ്പെടുത്തുക
hindrance *n* തടസ്സം
hindsight *n* സംഭവം നടന്നശേഷം ഉദിക്കുന്ന ബുദ്ധി
hinge *n* വിജാഗിരി
hint *n* സൂചന
hint *v* സൂചിപ്പിക്കുക
hip *n* ഇടുപ്പ്
hire *v* വാടകയ്ക്ക് എടുക്കുക
his *adj* അവൻറെ
his *pron* അവൻറെ
hiss *v* സീൽക്കാരം
historian *n* ചരിത്രകാരൻ
historical *adj* ചരിത്രപരമായ
history *n* ചരിത്രം
hit *n* അടി
hit *v* പ്രഹരിക്കുക
hitch *n* കുലുക്കം
hitchhike *n* സൗജന്യ സവാരി
hive *n* തേനീച്ചക്കൂട്
hoard *v* പൂഴ്ത്തിവെക്കുക

H

hoarse *adj* പരുഷമായ
hoax *n* തട്ടിപ്പ്
hobby *n* വിനോദവൃത്തി
hockey *n* ഹോക്കി
hog *n* പന്നി
hoist *v* ഉയർത്തുക
hold *n* പിടി
hold *v* പിടിക്കുക
hold back *pv* പിടിച്ചുനിൽക്കുക
hold on to *pv* സൂക്ഷിച്ച് വെയ്ക്കുക
hold out *pv* തുടർന്നു പൊരുതുക
hold up *pv* തടഞ്ഞുനിറുത്തുക
hold-up *n* കാലവിളംബം
hole *n* ദ്വാരം
holiday *n* അവധിദിനം
hollow *adj* പൊള്ളയായ
holy *adj* വിശുദ്ധമായ
homage *n* ആദരാഞ്ജലികൾ
home *n* വീട്
home *adv* വീട്
home *adj* സ്വദേശം സംബന്ധിച്ച
homeland *n* മാതൃഭൂമി
homeless *adj* ഭവനരഹിതർ
homely *adj* ഗൃഹോചിതമായ
homemade *adj* വീട്ടിൽ നിർമ്മിച്ചത്
homesick *adj* ഗൃഹാതുരമായ
hometown *n* ജന്മനാട്
homework *n* ഗൃഹപാഠം
homicide *n* നരഹത്യ
honest *adj* സത്യസന്ധമായ
honestly *adv* സത്യസന്ധമായി
honesty *n* സത്യസന്ധത
honey *n* തേൻ
honeymoon *n* മധുവിധു
honk *v* മുഴങ്ങുക
honor *n* ബഹുമാനം
hood *n* ശിരോവസ്ത്രം
hoodlum *n* തെമ്മാടി
hoof *n* കുളമ്പ്
hook *n* കൊളുത്ത്
hoop *n* വളയം
hop *v* ചാട്ടം; ഒറ്റക്കാൽച്ചാട്ടം
hope *n* പ്രത്യാശ
hope *v* പ്രത്യാശിക്കുക
hopeful *adj* പ്രത്യാശയുള്ള
hopefully *adv* പ്രതീക്ഷയോടെ
hopeless *adj* ആശയ്ക്കുവകയില്ലാത്ത
horizon *n* ചക്രവാളം
horizontal *adj* തിരശ്ചീനമായ
horn *n* കൊമ്പ്
horrendous *adj* ഭയങ്കരമായ
horrible *adj* ഭയാനകമായ
horrific *adj* ഭയാനകമായ
horrify *v* ഭയപ്പെടുത്തുക
horror *n* ഭയം
horse *n* കുതിര
hose *n* കുഴൽ
hospital *n* ആശുപത്രി
hospitality *n* ആതിഥ്യമര്യാദ
hospitalize *v* ആശുപത്രിയിൽ പ്രവേശിപ്പിക്കുക
host *n* പുരുഷാരം
hostage *n* ബന്ദി

hostess *n* ആതിഥേയ
hostile *adj* ശത്രുതയുള്ള
hostility *n* ശത്രുത
hot *adj* ചൂടുള്ള
hotdog *n* ഹോട്ട് ഡോഗ്
hotel *n* ഹോട്ടൽ
hour *n* മണിക്കൂർ
hourly *adv* മണിക്കൂർ തോറും
house *n* വീട്
household *n* കുടുംബം
housekeeper *n* വീട്ടുജോലിക്കാരൻ
housewife *n* വീട്ടമ്മ
housework *n* വീട്ടുജോലി
hover *v* വട്ടമിട്ട് പറക്കുക
how *adv* എങ്ങനെ
however *conj* എന്നിട്ടും, എങ്കിലും
however *adv* എന്നുവരികിലും
howl *v* അലറുക
howl *n* ഓരിയിടൽ
hub *n* കേന്ദ്രം
huddle *v* കൂട്ടംകൂടുക
hug *n* ആലിംഗനം
hug *v* ആലിംഗനം ചെയ്യുക
huge *adj* വളരെ വലുതായ
hull *n* തൊണ്ട്, കപ്പലിന്റെ പള്ള
hum *v* മൂളുക
human *n* മനുഷ്യൻ
human *adj* മാനവികം
humane *adj* മനുഷ്യത്വമുള്ള
humankind *n* മനുഷ്യവർഗ്ഗം
humble *adj* വിനയശീലനായ
humbly *adv* താഴ്മയോടെ
humid *adj* ഈർപ്പമുള്ള
humidity *n* ഈർപ്പം
humiliate *v* അപമാനിക്കുക
humility *n* വിനയം
humor *n* നർമ്മം
humorous *adj* രസകരമായ
hump *n* കൂമ്പാരം, മുഴ
hunch *n* കൂന്
hunchback *n* കൂനൻ
hunched *adj* കുനിഞ്ഞ
hundred *n* നൂറ്
hundredth *adj* നൂറാമത്
hunger *n* വിശപ്പ്
hungry *adj* വിശപ്പുള്ള
hunt *v* വേട്ടയാടുക
hunter *n* വേട്ടക്കാരൻ
hunting *n* വേട്ടയാടൽ
hurdle *n* തടസ്സം
hurl *v* എറിയുക
hurricane *n* ചുഴലിക്കാറ്റ്
hurriedly *adv* തിടുക്കത്തിൽ
hurry *v* ധൃതികാണിക്കുക
hurry *n* വേഗം
hurt *v* ഉപദ്രവമേൽപിക്കുക
hurt *adj* വേദനാജനകമായ
hurtful *adj* വേദനിപ്പിക്കുന്ന
husband *n* ഭർത്താവ്
hush *v* നിശബ്ദമാകുക
husky *adj* പരുപരുത്ത; ഹസ്കി
hustle *v* തിരക്കുകൂട്ടുക
hut *n* കുടിൽ
hyena *n* കഴുതപ്പുലി

H

hygiene *n* ശുചിത്വം
hymn *n* ശ്ലോകം
hyphen *n* തുടർച്ചക്കുറി
hypnosis *n* മോഹനിദ്ര
hypnotize *v* മോഹനിദ്ര ചെയ്യുക
hypocrisy *n* കാപട്യം
hypocrite *n* കപടനാട്യക്കാരൻ
hypothesis *n* അനുമാനം
hypothetical *adj* ഊഹിക്കാവുന്നതായ
hysteria *n* മോഹാലസ്യം
hysterical *adj* ഉൽക്കടമായ

I

I *pron* ഞാൻ
ice *n* മഞ്ഞുകട്ടി
ice cream *n* ഐസ്ക്രീം
ice cube *n* മഞ്ഞുകട്ട
ice skate *v* ഐസ് സ്കേറ്റിംഗ്
iceberg *n* മഞ്ഞുമല
icebox *n* ഐസ്ബോക്സ്
ice-cold *adj* വളരെ തണുത്ത
icicle *n* മഞ്ഞുപാളി
icon *n* ബിംബം
icy *adj* മഞ്ഞുമൂടിയ
idea *n* ആശയം
ideal *adj* അനുയോജ്യമായ
identical *adj* തുല്യമായ
identification *n* തിരിച്ചറിയൽ
identify *v* തിരിച്ചറിയുക
identity *n* സാരൂപ്യം
ideology *n* പ്രത്യയശാസ്ത്രം
idiom *n* ഭാഷാപ്രയോഗം
idiot *n* പൊട്ടൻ
idiotic *adj* വിഡ്ഢി
idol *n* വിഗ്രഹം
idolize *v* പൂജിക്കുക
if *conj* എങ്കിൽ
ignite *v* ജ്വലിപ്പിക്കുക
ignition *n* ജ്വലനം
ignorance *n* അറിവില്ലായ്മ
ignorant *adj* അറിവില്ലാത്ത
ignore *v* അവഗണിക്കുക
ill *adj* രോഗിയായ
illegal *adj* നിയമവിരുദ്ധമായ
illegally *adv* നിയമവിരുദ്ധമായി
illegible *adj* അവ്യക്തമായ
illicit *adj* നിയമവിരുദ്ധമായ
illiterate *adj* നിരക്ഷരൻ
illness *n* അസുഖം
illogical *adj* യുക്തിരഹിതമായ
illuminate *v* പ്രകാശിപ്പിക്കുക
illusion *n* ഭ്രമം
illustrate *v* ചിത്രീകരിക്കുക
illustration *n* ചിത്രീകരണം
illustrious *adj* പ്രസിദ്ധമായ
image *n* ചിത്രം
imaginary *adj* സാങ്കൽപികമായ
imagination *n* ഭാവന
imagine *v* സങ്കൽപ്പിക്കുക
imbalance *n* അസന്തുലിതാവസ്ഥ

imitate v അനുകരിക്കുക
imitation n അനുകരണം
immaculate adj നിർമ്മലമായ
immature adj അപക്വമായ
immaturity n പക്വതയില്ലായ്മ
immediate adj തൽക്ഷണമായ
immediately adv ഉടനെ
immense adj അപാരമായ
immerse v മുഴുകുക
immersion n നിമജ്ജനം
immigrant n കുടിയേറ്റക്കാരൻ
immigrate v കുടിയേറുക
immigration n കുടിയേറ്റം
imminent adj ആസന്നമായ
immobile adj നിശ്ചലമായ
immobilize v നിശ്ചലമാക്കുക
immoral adj അധാർമികമായ
immortal adj അനശ്വരമായ
immune adj പ്രതിരോധശക്തിയുള്ള
immunity n പ്രതിരോധശേഷി
immunize v പ്രതിരോധ കുത്തിവയ്പ്പ്
impact n സ്വാധീനം
impact v സ്വാധീനിക്കുക
impair v കോട്ടംവരുത്തുക
impartial adj നിഷ്പക്ഷമായ
impatience n അക്ഷമ
impatient adj അസഹിഷ്ണുവായ
impeccable adj നിർദ്ദോഷമായ
impediment n തടസ്സം
impending adj ആസന്നമായ
imperfection n അപൂർണത

impersonal adj അമൂർത്തമായ
impersonate v അനുകരിക്കുക
impertinence n നിഷ്കളങ്കത
impertinent adj അപ്രസക്തമായ
impetuous adj സാഹസികനായ
implant v സ്ഥാപിക്കുക
implement v നടപ്പിലാക്കുക
implicate v കുറ്റപ്പെടുത്തുക
implication n സൂചന
implicit adj പരോക്ഷമായി
implore v അപേക്ഷിക്കുക
imply v സൂചിപ്പിക്കുക
impolite adj മര്യാദയില്ലാത്ത
import v ഇറക്കുമതി
importance n പ്രാധാന്യം
important adj സുപ്രധാനമായ
impose v ചുമത്തുക
imposing adj അത്ഭുതാവഹമായ, ആജ്ഞാപിക്കുന്ന
impossibility n അസാധ്യത
impossible adj അസാധ്യമായ
impound v പിടിച്ചെടുക്കുക
impoverished adj ദരിദ്രനായ
impractical adj അപ്രായോഗികമായ
imprecise adj കൃത്യതയില്ലാത്ത
impress v മതിപ്പുളവാക്കുക
impression n മതിപ്പ്
impressive adj ആകർഷണീയമായ
imprison v തടവിലാക്കുക
improbable adj അസംഭവ്യമായ
improper adj അനുചിതമായ
improve v പുരോഗമിക്കുക

improvement *n* മെച്ചപ്പെടുത്തൽ
improvise *v* മെച്ചപ്പെടുത്തുക
impulse *n* പ്രേരണ
impulsive *adj* ആവേശഭരിതമായ
impure *adj* അശുദ്ധമായ
in *adv* ഇതിനുള്ളിൽ
in *prep* ഇതിൽ
in depth *adv* ആഴത്തിൽ
inability *n* കഴിവില്ലായ്മ
inaccessible *adj* ദുഷ്പ്രാപ്യമായ
inaccurate *adj* കൃത്യമല്ലാത്ത
inactive *adj* നിഷ്ക്രിയ
inadequate *adj* അപര്യാപ്തമായ
inadequately *adv* അപര്യാപ്തമായി
inappropriate *adj* അനുചിതമായ
inappropriately *adv* അനുചിതമായി
inaugurate *v* ഉദ്ഘാടനം ചെയ്യുക
inauguration *n* ഉദ്ഘാടനം
inbox *n* ഇൻബോക്സ്
incalculable *adj* കണക്കാക്കാനാവാത്ത
incapable *adj* അശക്തമായ
incapacitate *v* കഴിവില്ലായ്മ
incarcerate *v* തടവിലാക്കുക
incense *n* കുന്തിരിക്കം, സാമ്പ്രാണി, ചന്ദനത്തിരി മുതലായവ
incentive *n* പ്രോത്സാഹനം
inception *n* തുടക്കം
incessant *adj* ഇടവിടാതുള്ള
inch *n* ഇഞ്ച്
incident *n* സംഭവം
incidentally *adv* സന്ദർഭവശാൽ
incinerator *n* നീറ്റു ചൂള
incite *v* പ്രേരിപ്പിക്കുക
incitement *n* പ്രേരണ
inclination *n* ചെരിവ്
incline *v* ചരിവ്
inclined *adj* പ്രവണതയുള്ള
include *v* ഉൾപ്പെടുത്തുക
including *prep* ഉൾപ്പെടുന്ന
inclusive *adv* ഉൾപ്പെടെ
incoherent *adj* പൊരുത്തമില്ലാത്ത
incoherently *adv* പരസ്പരവിരുദ്ധമായി
income *n* വരുമാനം
incoming *adj* അകത്തേക്കു വരുന്ന
incompatibility *n* പൊരുത്തക്കേട്
incompatible *adj* പൊരുത്തമില്ലാത്ത
incompetence *n* കഴിവില്ലായ്മ
incompetent *adj* യോഗ്യതയില്ലാത്ത
incomplete *adj* അപൂർണ്ണമായ
inconsiderate *adj* പരിഗണനയില്ലാത്ത
inconsistent *adj* ചേർച്ചയില്ലാത്ത
inconvenient *adj* അസൗകര്യപ്രദമായ
incorrect *adj* തെറ്റായ
increase *n* വർദ്ധിപ്പിക്കൽ
increase *v* വർധിപ്പിക്കുക
increasing *adj* വർദ്ധിച്ചുവരുന്ന
incredible *adj* അവിശ്വസനീയമായ
increment *n* ശമ്പളവർദ്ധന
incriminate *v* കുറ്റം ചുമത്തുക

incur *v* ഇടയാക്കുക
incurable *adj* സുഖപ്പെടുത്താനാവാത്ത
indecency *n* മര്യാദകേട്
indecision *n* തീരുമാനമില്ലായ്മ
indecisive *adj* അനിശ്ചിതമായ
indeed *adv* തീർച്ചയായും
indefinite *adj* അപരിമിതമായ
indefinitely *adv* അനിശ്ചിതമായി
indent *v* ഉടമ്പടി ചെയ്യുക

independence *n* സ്വാതന്ത്ര്യം
Independence Day *n* സ്വാതന്ത്ര്യദിനം
independent *adj* സ്വതന്ത്രമായ
in-depth *adj* ആഴത്തിലുള്ള
index *n* സൂചിക
indicate *v* സൂചിപ്പിക്കുക
indication *n* സൂചന
indicator *n* സൂചകം
indifference *n* നിസ്സംഗത
indifferent *adj* ഉദാസീനമായ
indigestion *n* ദഹനക്കേട്
indirect *adj* പരോക്ഷമായ
indiscreet *adj* അവിവേകമായ
indispensable *adj* അത്യന്താപേക്ഷിതമായ
indisposed *adj* അസുഖം ബാധിച്ച
indisputable *adj* അനിഷേധ്യമായ
individual *n* വ്യക്തി
individual *adj* വ്യതിരിക്തമായ
individually *adv* വ്യക്തിഗതമായി
indivisible *adj* അവിഭാജ്യമായ
indoor *adj* അകത്തുള്ള
indoors *adv* വീടിനുള്ളിൽ
induce *v* പ്രേരിപ്പിക്കുക
indulge *v* ആഹ്ളാദിക്കുക
indulgent *adj* ദയാലുവായ
industrious *adj* അദ്ധ്വാനശീലമുള്ള
industry *n* വ്യവസായം
ineffective *adj* ഫലപ്രദമല്ലാത്ത
inefficient *adj* കാര്യക്ഷമതയില്ലാത്ത
inequality *n* അസമത്വം
inevitable *adj* അനിവാര്യമായ
inevitably *adv* അനിവാര്യമായും
inexcusable *adj* പൊറുക്കാനാവാത്ത
inexpensive *adj* ചെലവുകുറഞ്ഞ
inexperienced *adj* അനുഭവപരിചയമില്ലാത്ത
inexplicable *adj* വിശദീകരിക്കാനാകാത്ത
infallible *adj* തെറ്റില്ലാത്തത്
infamous *adj* കുപ്രസിദ്ധമായ
infancy *n* ശൈശവാവസ്ഥ
infant *n* ശിശു
infect *v* അണുബാധ
infected *adj* അണുബാധിതമായ
infection *n* അണുബാധ
infectious *adj* സാംക്രമികമായ
infer *v* ഊഹിക്കുക
inferior *adj* താഴ്ന്ന, ഗുണം കുറഞ്ഞ
infested *adj* ശല്ല്യമുള്ള
infiltrate *v* നുഴഞ്ഞുകയറുക
infinite *adj* അനന്തമായ
infinitely *adv* അനന്തമായി

95 insecure

inflammation *n* നീരുകെട്ട്
inflate *v* കാറ്റുനിറയ്ക്കുക
inflation *n* വിലക്കയറ്റം
inflexible *adj* അയവില്ലാത്ത
inflict *v* ചുമത്തുക
influence *n* സ്വാധീനിക്കുക
influential *adj* സ്വാധീനമുള്ള
inform *v* അറിയിക്കുക
informal *adj* പതിവില്ലാത്ത
informant *n* വിവരം നൽകുന്നവൻ
information *n* വിവരം
informer *n* അറിയിപ്പുകാരൻ
infrequent *adj* അപൂർവ്വമായി
infuriate *v* കോപിപ്പിക്കുക
ingenious *adj* സാമർത്ഥ്യമുള്ള
ingenuity *n* സാമർത്ഥ്യം
ingest *v* കഴിക്കുക, അകത്താക്കുക
ingredient *n* ചേരുവ
inhabit *v* പാർക്കുക
inhabitable *adj* താമസിക്കാവുന്ന
inhabitant *n* താമസിക്കുന്നവൻ
inhale *v* ശ്വാസമെടുക്കുക
inherit *v* അനന്തരാവകാശമായി ലഭിക്കുക
inheritance *n* അനന്തരാവകാശം
inhibit *v* നിരോധിക്കുക
inhuman *adj* മനുഷ്യത്വമല്ലാത്ത, ക്രൂരമായ
initial *v* ആരംഭിക്കുക
initial *n* ചുരുക്കപ്പേര്
initial *adj* തുടക്കത്തിലുള്ള
initially *adv* ആദ്യമായി
initials *n* ചുരുക്കപ്പേരുകൾ
initiate *v* തുടങ്ങിവെക്കുക
initiation *n* ആരംഭം, ഉപനയനം
initiative *n* സംരംഭം
inject *v* കുത്തിവയ്ക്കുക
injection *n* കുത്തിവയ്പ്
injure *v* പരിക്കേൽക്കുക
injured *adj* പരിക്കേറ്റ
injury *n* പരിക്ക്, ഹാനി
injustice *n* അനീതി
ink *n* മഷി
inland *adj* ഉൾനാടൻ
inland *adv* ഉൾനാട്
in-laws *n* വിവാഹത്തിലൂടെ ഉണ്ടാകുന്ന ബന്ധുക്കൾ
inn *n* സത്രം
inner *adj* ഉള്ളിലുള്ളത്
innocence *n* നിഷ്ക്കളങ്കത
innocent *adj* നിഷ്ക്കളങ്കൻ, നിരപരാധി
innovation *n* പുതുമ
input *n* നിക്ഷേപം
inquire *v* വിവരം അന്വേഷിക്കുക
inquiry *n* വിവരാന്വേഷണം
inquisitive *adj* അന്വേഷണ ശീലമുള്ള
insane *adj* ഭ്രാന്തുള്ള
insanity *n* ഭ്രാന്ത്
insatiable *adj* തൃപ്തിയാകാത്ത
inscription *n* ശിലാലിഖിതം
insect *n* കീടം
insecure *adj* സുരക്ഷിതമല്ലാത്ത

I

insecurity *n* അരക്ഷിതാവസ്ഥ
insensitive *adj* നിർവ്വികാരമായ
inseparable *adj* വേർപ്പെടുത്താനാവാത്ത
insert *v* തിരുകുക
insertion *n* നിവേശിപ്പിക്കൽ
inside *adj* അകത്തുള്ളത്
inside *prep* അകത്ത്
inside *adv* അകമേയുള്ളത്
I
inside out *adv* വെളിപ്പെടുത്തൽ
insignificant *adj* നിസ്സാരമായ
insincere *adj* ആത്മാർത്ഥതയില്ലാത്ത
insinuate *v* ദുസ്സൂചന നൽകുക
insinuation *n* കുത്തുവാക്ക്
insist *v* നിർബന്ധിക്കുക, ഊന്നിപ്പറയുക
insolent *adj* മര്യാദയില്ലാത്ത
insomnia *n* ഉറക്കമില്ലായ്മ
inspect *v* പരിശോധിക്കുക
inspection *n* പരിശോധന
inspector *n* പരിശോധകൻ
inspiration *n* പ്രേരണ
inspire *v* പ്രേരിപ്പിക്കുക
instability *n* അസ്ഥിരത
install *v* പ്രതിഷ്ഠിക്കുക
installation *n* പ്രതിഷ്ഠിക്കൽ
installment *n* തവണ വ്യവസ്ഥ
instance *n* ഉദാഹരണം, സന്ദർഭം
instant *n* തത്ക്ഷണം
instantly *adv* ഉടനെ
instead *adv* പകരമായി
instigate *v* തുടക്കമിടുക
instill *v* പറഞ്ഞുമനസ്സിലാക്കുക
instinct *n* ജൻമവാസന
institute *v* നിയമിക്കുക
institution *n* സ്ഥാപനം
instruct *v* നിർദ്ദേശിക്കുക
instruction *n* നിർദ്ദേശം
instructor *n* നിർദ്ദേശകൻ
instrument *n* ഉപകരണം
instrumental *adj* പ്രേരകമായ, വാദ്യോപകരണ സംബന്ധമായ
insufficient *adj* തികയാത്ത
insulate *v* പൊതിയുക
insulation *n* ആവരണം ചെയ്യൽ
insult *n* അപമാനിക്കൽ
insult *v* അപമാനിക്കുക
insurance *n* ഇൻഷുറൻസ്
insure *v* ഇൻഷ്വർ ചെയ്യുക
intact *adj* കേട്ടുപറ്റാത്ത
integrate *v* സംയോജിപ്പിക്കുക
integration *n* സംയോജനം
integrity *n* സമ്പൂർണ്ണത
intelligence *n* ബുദ്ധിസാമർത്ഥ്യം
intelligent *adj* ബുദ്ധിസാമർത്ഥ്യമുള്ള
intelligently *adv* ബുദ്ധിസാമർത്ഥ്യത്തോടെ
intend *v* ഉദ്ദേശിക്കുക
intense *adj* തീവ്രമായ
intensely *adv* തീവ്രമായി
intensify *v* ബലപ്പെടുത്തുക
intensity *n* തീവ്രത

97 invalid

intensive *adj* തീവ്രമായി
intensively *adv* തീവ്രതയോടെ
intention *n* ഉദ്ദേശ്യം
intentional *adj* കരുതിക്കൂട്ടിയുള്ള
interact *v* ഇടപഴകുക
interaction *n* ഇടപഴകൽ
interactive *adj* ഇടപഴകുന്ന
intercept *v* തടഞ്ഞുനിർത്തുക
interchange *v* കൈമാറ്റം ചെയ്യുക
interest *v* താത്പര്യപ്പെടുക
interest *n* പലിശ, താത്പര്യം
interested *adj* താത്പര്യമുള്ള
interesting *adj* രസകരമായ
interfere *v* ഇടപെടുക
interference *n* ഇടപെടൽ
interior *adj* ഉൾഭാഗത്തുള്ള
intermediate *adj* ഇടയിലുള്ള
intern *v* പ്രായോഗിക പരിശീലനം ചെയ്യുക
internal *adj* ആന്തരികമായ
internally *adv* ആന്തരികമായി
international *adj* രാജ്യാന്തരമായ
internet *n* ഇന്റർനെറ്റ്
interpret *v* വിശദീകരിക്കുക
interpretation *n* വിശദീകരണം
interpreter *n* വിശദീകരിക്കുന്നയാൾ
interrogate *v* ചോദ്യംചെയ്യുക
interrupt *v* തടസ്സപ്പെടുത്തുക
interruption *n* തടസ്സം
intersect *v* ഛേദിക്കുക
intersection *n* കവല
intertwine *v* കൂട്ടിപ്പിരിക്കുക
interval *n* ഇടവേള
intervene *v* ഇടപെടുക
interview *n* അഭിമുഖ സംഭാഷണം
interview *v* അഭിമുഖ സംഭാഷണം നടത്തുക
intestine *n* കുടൽ
intimacy *n* അടുപ്പം
intimate *adj* അടുപ്പമുള്ള
intimidate *v* വിരട്ടുക
into *prep* ഉള്ളിലേക്ക്
intolerable *adj* സഹിക്കാൻ സാധിക്കാത്തത്
intolerance *n* അസഹനീയത
intrepid *adj* ഭയമില്ലാത്ത
intricate *adj* കുടിക്കുഴഞ്ഞ
intrigue *n* രഹസ്യപദ്ധതി
intriguing *adj* സങ്കീർണ്ണമായ; ഉപജാപകരമായ
introduce *v* പരിചയപ്പെടുത്തുക
introduction *n* അവതരണം
introvert *adj* അന്തർമുഖനായ
intrude *v* നുഴഞ്ഞുകയറുക
intruder *n* നുഴഞ്ഞുകയറുന്നവൻ
intrusion *n* നുഴഞ്ഞുകയറ്റം
intuition *n* ബോധോദയം
inundate *v* സമൃദ്ധം
invade *v* അതിക്രമിക്കുക
invader *n* അതിക്രമിച്ച കയറുന്നവൻ
invalid *n* ദുർബ്ബലൻ
invalid *adj* പ്രാബല്യമില്ലാത്ത

I

invalidate *v* റദ്ദ് ചെയ്യുക
invaluable *adj* വിലയേറിയ
invariably *adv* മാറ്റമില്ലാതെ
invasion *n* കടന്നുകയറ്റം
invent *v* നിർമ്മിച്ചുണ്ടാക്കുക
invention *n* നിർമ്മാണം
inventory *n* വസ്തുവിവര പട്ടിക
invest *v* നിക്ഷേപിക്കുക
investigate *v* കുറ്റാന്വേഷണം നടത്തുക
investigation *n* കുറ്റാന്വേഷണം
investment *n* നിക്ഷേപം
investor *n* നിക്ഷേപകൻ
invincible *adj* കീഴടക്കാനാവാത്ത
invisible *adj* അദൃശ്യമായ
invitation *n* ക്ഷണം
invite *v* ക്ഷണിക്കുക
invoice *n* ഇൻവോയ്സ്
invoke *v* ധ്യാനിക്കുക
involve *v* ഉൾപ്പെടുത്തുക
involved *adj* ഉൾപ്പെട്ടത്
involvement *n* ഉൾപ്പെടൽ
inward *adj* അകത്തോട്ടുള്ള
inwards *adv* ആന്തരികമായി
irate *adj* കോപാകുലനായ
iron *n* ഇരുമ്പ്
iron *v* ഇസ്തിരിയിടുക
ironic *adj* വിപരീതാർത്ഥമുള്ള
ironing board *n* ഇസ്തിരിയിടുന്ന മേശ
irony *n* വിപരീതാർത്ഥം
irrational *adj* യുക്തിയില്ലാത്ത
irrationally *adv* യുക്തിയില്ലാതെ
irrefutable *adj* വ്യക്തമായ
irregular *adj* ക്രമരഹിതമായ
irrelevant *adj* അപ്രധാനമായ
irresistible *adj* തടുക്കാനാവാത്ത
irresponsible *adj* ഉത്തരവാദിത്തമില്ലാത്ത
irreversible *adj* പിൻവലിക്കാനാവാത്ത
irrigate *v* ജലസേചനം ചെയ്യുക
irrigation *n* ജലസേചനം
irritate *v* അസ്വസ്ഥതയുണ്ടാക്കുക
irritating *adj* അസ്വസ്ഥതയുണ്ടാക്കുന്ന
Islam *n* ഇസ്ലാം
Islamic *adj* ഇസ്ലാമികമായ
island *n* ദ്വീപ്
isle *n* ചെറുദ്വീപ്
isolate *v* ഒറ്റപ്പെടുത്തുക
isolation *n* ഏകാന്തത
issue *v* നൽകുക, പ്രസിദ്ധീകരിക്കുക
issue *n* പ്രശ്നം, വിഷയം, പ്രസിദ്ധീകരിക്കൽ
it *pron* അത്, ഇത്
italics *adj* ചെരിഞ്ഞ അക്ഷരം
itch *v* ചൊറിയുക
itchy *adj* ചൊറിച്ചിലുള്ള
item *n* ഇനം
itemize *v* ഇനം തിരിക്കുക
itinerary *n* യാത്രാ കുറിപ്പ്
its *adj* അതിന്റെ
itself *pron* അതുതന്നെ, തനിയെ

ivory *n* ആനക്കൊമ്പ്
ivy *n* വള്ളിച്ചെടി

J

jab *v* തുള
jacket *n* മേൽവസ്ത്രം
jackpot *n* നറുക്ക്
jagged *adj* പരുക്കൻ മൂർച്ചയുള്ള അഗ്രം
jaguar *n* കടുവ
jail *n* കാരാഗൃഹം
jail *v* തടവിലിടുക
jam *v* ഞെരിക്കുക, സ്തംഭിപ്പിക്കുക
jam *n* പഴരസക്കുഴമ്പ്, ഞെരുക്കം
janitor *n* കാവൽക്കാരൻ
January *n* ജനുവരി മാസം
jar *n* ഭരണി
jasmine *n* മുല്ല
jaw *n* താടിയെല്ല്
jazz *n* നീഗ്രോകളുടെ ഗ്രാമീണ സംഗീതം
jealous *adj* അസൂയയുള്ള
jealousy *n* അസൂയ
jeans *n* ജീൻസ്
jelly *n* പഴരസം
jellyfish *n* ജെല്ലി മത്സ്യം
jeopardize *v* അപായപ്പെടുത്തുക
jerk *v* കുലുക്കുക
jerk *n* പെട്ടെന്നുള്ള ചലനം
jersey *n* കായിക താരങ്ങളുടെ വസ്ത്രം
jet *n* ശക്തിയേറിയ പ്രവാഹം; ജറ്റ് വിമാനം
Jew *n* ജൂതൻ
jewel *n* ആഭരണം
jeweler *n* ആഭരണ വ്യാപാരി
jewelry *n* പലതരം ആഭരണങ്ങൾ
jewelry store *n* ആഭരണക്കട
Jewish *adj* യഹൂദമതവുമായി ബന്ധപ്പെട്ടത്
jigsaw *n* ചിതറിയ ചിത്രശകലങ്ങൾ വീണ്ടും ചേർത്തുവെക്കൽ
job *n* ജോലി
jobless *adj* തൊഴിൽരഹിതനായ
jog *v* വ്യായാമ ഓട്ടം
join *v* ചേരുക
joint *n* സംയുക്തം, ശരീര സന്ധി
jointly *adv* സംയുക്തംമായി
joke *v* തമാശ പറയുക
joke *n* ഫലിതം
joker *n* വിദൂഷകൻ
jokingly *adv* തമാശരൂപത്തിൽ
jolly *adj* സന്തോഷമുള്ള
jolt *v* ഇളകുക
jolt *n* പെട്ടെന്നുള്ള തള്ളൽ
journal *n* പ്രസിദ്ധീകരണം
journalist *n* പത്രപ്രവർത്തകൻ
journey *n* യാത്ര
jovial *adj* ഉല്ലാസവാനായ
joy *n* സന്തോഷം
joyful *adj* ആഹ്ലാദഭരിതമായ
joyfully *adv* സന്തോഷത്തോടെ

joystick *n* ഒരു കമ്പ്യൂട്ടർ ഉപകരണം
jubilant *adj* ഉല്ലാസഘോഷമുള്ള
Judaism *n* യഹൂദമതം
judge *n* ന്യായാധിപൻ
judge *v* വിധിക്കുക
judgment *n* വിധി
jug *n* കൂജ
juggle *v* ചെപ്പടിവിദ്യ കാട്ടുക
juggler *n* ജാലവിദ്യക്കാരൻ
juice *n* പഴച്ചാറ്
juice box *n* പാനീയങ്ങൾ സൂക്ഷിക്കുന്ന പെട്ടി
juicy *adj* സത്ത് നിറഞ്ഞ
July *n* ജൂലൈ മാസം
jumbo *adj* വളരെ വലിയ
jump *n* കുതിപ്പ്, ചാട്ടം
jump *v* ചാട്ടുക
jump rope *adj* ഒരു വ്യായാമ ഉപകരണം
jumpy *adj* ഇളകിമറിഞ്ഞ
junction *n* നാൽക്കവല
June *n* ജൂൺ മാസം
jungle *n* കാട്
jungle gym *n* ഒരു വിനോദ വ്യായാമം
junior *adj* ഇളയവർ
junk *v* ചപ്പുചവറായി പരിഗണിക്കുക
junk *n* ചവറ്
junk food *n* ഗുണമില്ലാത്ത ഭക്ഷ്യവസ്തുക്കൾ
Jupiter *n* വ്യാഴ ഗ്രഹം
jury *n* വിധികർത്താവ്
just *adj* നീതിമാനായ
just *adv* യുക്തമായി, ഇപ്പോൾ
justice *n* നീതി
justification *n* ന്യായീകരണം
justify *v* ന്യായീകരിക്കുക
justly *adv* ന്യായീകരണത്തോടെ
juvenile *n* യുവജനം
juvenile *adj* യുവജനങ്ങൾക്കായുള്ള

K

kangaroo *n* കംഗാരു
karate *n* കരാട്ടെ
keep *v* പാലിക്കുക
keep on *pv* തുടരുക
keep out *pv* അകറ്റിനിർത്തുക
keep up *pv* നിലനിർത്തുക
kennel *n* നായക്കൂട്
ketchup *v* പച്ചക്കറിയും വിനാഗിരിയും ചേർത്ത് തയ്യാറാക്കുക
kettle *n* വെള്ളം തിളപ്പിക്കാൻ ഉപയോഗിക്കുന്ന ലോഹപാത്രം
key *n* താക്കോൽ
key ring *n* താക്കോൾ വളയം
keyboard *n* കീബോർഡ്
kick *v* ചവിട്ടുക
kick *n* ചവിട്ട്
kickback *n* കിക്ക്ബാക്ക്; കൈക്കൂലി
kickoff *n* ഫുട്ബാൾ കളിയുടെ ആരംഭം
kid *n* കുട്ടി
kid *v* വിഡ്ഢിയാക്കുക

kidnap *v* തട്ടിക്കൊണ്ടുപോകുക
kidnapper *n* തട്ടിക്കൊണ്ടുപോകുന്നയാൾ
kidney *n* വൃക്ക
kill *v* കൊല്ലുക
killer *n* കൊലയാളി
killing *n* വധം
kilogram (kilo) *n* കിലോഗ്രാം (കിലോ)
kilometer *n* കിലോമീറ്റർ
kilowatt *n* കിലോവാട്ട്
kind *n* ദയ, ഇനം
kind *adj* ദയയുള്ള
kindle *v* തീ കൊളുത്തുക, ഉദ്ദീപിപ്പിക്കുക
kindly *adv* ദയയോടെ
kindness *n* ദയ
king *n* രാജാവ്
kingdom *n* രാജഭരണ പ്രദേശം
kiss *n* ചുംബനം
kiss *v* ചുംബിക്കുക
kitchen *n* അടുക്കള
kite *n* പട്ടം
kitten *n* പൂച്ചക്കുട്ടി
knead *v* മാവ് കുഴയ്ക്കുക
knee *n* കാൽമുട്ട്
kneecap *n* മുട്ട്ചിരട്ട
kneel *v* മുട്ടിലിഴയുക
knife *n* കത്തി
knight *n* പ്രഭു, ഒരു പദവി
knit *v* നെയ്യുക
knob *n* കൈപ്പിടി
knock *n* തട്ടൽ
knock *v* തട്ടിവിളിക്കുക
knot *n* കെട്ട്
know *v* അറിയുക
know-how *n* പ്രായോഗികജ്ഞാനം
knowingly *adv* അറിവോടെ
knowledge *n* അറിവ്
knuckle *n* വിരല്സന്ധി

L

label *n* തിരിച്ചറിയാനുള്ള അടയാളം
label *v* ലേബലൊട്ടിക്കുക
labor *n* അദ്ധ്വാനം
laboratory *n* പരീക്ഷണശാല
labyrinth *n* നൂലാമാല
lace *n* ചരട്
lack *v* ഇല്ലാതാക്കുക
lack *n* ഇല്ലായ്മ
lacrosse *n* ഒരുതരം കളി
ladder *n* ഏണി
laden *adj* ചരക്ക് കയറ്റിയ
ladle *n* കരണ്ടി, തവി
lady *n* യുവതി
ladylike *adj* കുലീനയായ, സ്ത്രൈണമായ
lagoon *n* പൊയ്ക
lake *n* തടാകം
lamb *n* ആട്ടിൻകുട്ടി
lame *adj* മുടന്തുള്ള

lament *v* നിലവിളിക്കുക
lamp *n* വിളക്ക്
lamppost *n* വിളക്കുകാൽ
lampshade *n* വിളക്കുമൂടി
land *n* നാട്
land *v* നിലത്തിറക്കുക
landfill *n* ചപ്പുചവറുകൾ മണ്ണിട്ട് മൂടുന്ന സ്ഥലം
landing *n* കരയ്ക്കിറങ്ങൽ
landlady *n* ഭൂവുടമസ്ഥ
landlord *n* ഭൂവുടമസ്ഥൻ
landscape *n* പ്രകൃതിദൃശ്യം
lane *n* തെരുവ്
L
language *n* ഭാഷ
languish *v* തളരുക
lantern *n* റാന്തൽ
lap *n* മടിത്തട്ട്
lapse *n* നഷ്ടപ്പെടുത്തൽ
laptop *n* ലാപ്ടോപ്
larceny *n* മോഷണം
lard *n* പന്നിക്കൊഴുപ്പ്
large *adj* വലിയ
largely *adv* വൻതോതിൽ
laser *n* ലേസർ
lash *v* ചാട്ടയടി
lash *n* ചാട്ടവാർ
lash out *pv* ദേഷ്യം പ്രകടിപ്പിക്കുക
lasso *n* ഊരാക്കുടുക്ക്
lasso *v* കുടുക്കിട്ട് പിടിക്കുക
last *n* അന്ത്യം
last *adv* അവസാനമായി
last *adj* ഒടുവിലത്തെ
last *v* നീണ്ടുനിൽക്കുക
last name *n* പേരിലെ അവസാന ഭാഗം
last night *adv* കഴിഞ്ഞ രാത്രി
lasting *adj* നീണ്ടുനിൽക്കുന്ന
lastly *adv* നീണ്ടുനിൽക്കുന്നതായ
latch *n* തഴുത്
late *adv* വൈകി
late *adj* വൈകിയ
lately *adv* താമസിച്ച്
later *adj* പിന്നീടുള്ള
later *adv* പിന്നീട്
lateral *adj* അരികിലുള്ള
latest *adj* ഏറ്റവും പുതിയ
lather *n* നുര
latitude *n* വിസ്താരം
latter *adj* രണ്ടാമൻ
laugh *n* ചിരി
laugh *v* ചിരിക്കുക
laughable *adj* ചിരിപ്പിക്കുന്ന
laughing stock *n* പരിഹാസപാത്രം
laughter *n* ചിരി
launch *v* ഇറക്കുക
laundry *n* വസ്ത്രമലക്കൽ
laundry basket *n* വിഴുപ്പ്കൊട്ട
lavatory *n* ശൗചാലയം
lavish *adj* ധൂർത്തടിക്കുന്ന
law *n* നിയമം
lawful *adj* ന്യായമായ
lawmaker *n* നിയമനിർമ്മാതാവ്
lawn *n* പുൽത്തകിടി
lawn mower *n* പുല്ലുവെട്ടി യന്ത്രം

103 legible

lawnmower *n* പുല്ല് വെട്ടാനുള്ള യന്ത്രം
lawsuit *n* നിയമ വ്യവഹാരം
lawyer *n* അഭിഭാഷകൻ
laxative *adj* വയറിളക്കാനുള്ള മരുന്ന്
lay *v* വയ്ക്കുക, നിരത്തുക
lay off *pv* ജോലിയിൽ നിന്ന് പിരിച്ചുവിടുക
layer *n* അടുക്ക്, പാളി
layout *n* രൂപരേഖ
laziness *n* അലസത
lazy *adj* അലസനായ
lead *n* ഈയ്യം, പെൻസിലിന്റെ മുന
lead *v* നയിക്കുക
leader *n* നേതാവ്
leadership *n* നേതൃത്വം
leading *adj* മുൻപന്തിയിലുള്ള
leaf *n* ഇല, പുസ്തകത്താൾ
leaflet *n* ലഘുലേഖ
league *n* ഐക്യം, കാതം
leak *v* ചോരുക
leak *n* ചോർച്ച, വിള്ളൽ
leakage *n* വിള്ളൽ
lean *adj* ചെരിഞ്ഞ
lean *v* ചെരിയുക
lean back *pv* ചാരുക
lean on *pv* ചായുക
leaning *n* പ്രവണത
leap *v* ചാടുക, കുതിക്കുക
leap *n* ചാട്ടം, പെട്ടെന്നുള്ള വർദ്ധനവ്
leap year *n* അധിവർഷം
learn *v* അറിയുക
learner *n* പഠിതാവ്, വിദ്യാർത്ഥി
learning *n* പഠനം
lease *n* പണയം
lease *v* പണയത്തിന് നൽകുക
leash *n* കെട്ടാനുള്ള തോൽവാർ
least *pron* അൽപമായ
least *adj* ഏറ്റവും കുറഞ്ഞ
least *adv* നിസ്സാരമായി
leather *n* തോൽ
leave *v* വിടുക, തുടരുക
leave out *pv* വിട്ടുപോകുക
leaves *n* ഇലകൾ, താളുകൾ
lecture *n* പ്രഭാഷണം
lecture *v* പ്രസംഗിക്കുക
lecturer *n* പ്രഭാഷകൻ
ledge *n* വരമ്പ്
ledger *n* കണക്കുപുസ്തകം
leech *n* അട്ട
left *n* ഇടത്
left *adj* ഇടത്പക്ഷ
left *adv* ഉപേക്ഷിച്ചത്
leftovers *n* അവശേഷങ്ങൾ
leg *n* കാൽ
legacy *n* പൈതൃകം
legal *adj* നിയമപരമായ
legalize *v* അധികാരപ്പെടുത്തുക
legally *adv* നിയമാനുസൃതമായി
legend *n* ഇതിഹാസം
legendary *adj* ഐതിഹാസികമായ
legible *adj* വ്യക്തമായ

L

legislate *v* നിയമം നിർമ്മിക്കുക
legislation *n* നിയമ നിർമ്മാണം
legislative *adj* നിയമ നിർമ്മാണ
legislature *n* നിയമ നിർമ്മാണസഭ
legitimate *adj* ന്യായാനുസൃതമായ
leisure *n* വിശ്രമവേള
lemon *n* ചെറുനാരങ്ങ
lemonade *n* നാരങ്ങാവെള്ളം
lend *v* കടം കൊടുക്കുക
length *n* നീളം
lengthen *v* ദീർഘിപ്പിക്കുക
lengthy *adj* നീളമുള്ള
leniency *n* കരുണ
lenient *adj* കരുണയുള്ള
lens *n* ലെൻസ്
lentil *n* പയർ
leopard *n* പുള്ളിപ്പുലി
leper *n* കുഷ്ഠരോഗി
leprosy *n* കുഷ്ഠരോഗം
less *adj* കുറഞ്ഞ, ഇല്ലാത്ത
less *pron* കുറവായി
less *adv* കുറവോടെ
lessen *v* കുറയ്ക്കുക, ഇല്ലാതാക്കുക
lesser *adj* അൽപം കുറഞ്ഞ
lesson *n* പാഠം
let *v* അനുവദിക്കുക
let down *pv* തരം താഴ്ത്തുക
let go *pv* സ്വതന്ത്രനാക്കുക
let in *pv* പ്രവേശിപ്പിക്കുക
let out *pv* വെളിപ്പെടുത്തുക
lethal *adj* മാരകമായ
letter *n* കത്ത്, അക്ഷരം
lettuce *n* ചീര
level *n* അളവ്, തോത്
level *v* നിരപ്പാക്കുക
lever *n* ദണ്ഡ്
leverage *n* പ്രേരണ
levy *v* കരം ചുമത്തുക
lewd *adj* ദുർന്നടപ്പുള്ള
liability *n* ബാദ്ധ്യത
liable *adj* ബാദ്ധ്യസ്ഥമായ
liar *adj* നുണ പറയുന്നവൻ
libel *n* അപവാദം
liberal *adj* സ്വതന്ത്രമായ
liberate *v* മോചിപ്പിക്കുക
liberty *n* സ്വാതന്ത്ര്യം
librarian *n* ഗ്രന്ഥശാല സൂക്ഷിപ്പുകാരൻ
library *n* ഗ്രന്ഥശാല
library card *n* ഗ്രന്ഥശാല അംഗത്വ കാർഡ്
lice *n* പേൻ
license *v* അനുവദിക്കുക
license *n* ലൈസൻസ്, അനുമതി പത്രം
license plate *n* ആനുമതി ഫലകം
lick *v* നക്കുക, പുരട്ടുക
lid *n* അടപ്പ്, മൂടി
lie *n* കള്ളം
lie *v* കള്ളം പറയുക, കിടക്കുക
lieutenant *n* ലെഫ്റ്റനന്റ്, ഒരു സൈനിക പദവി
life *n* ജീവിതം
life jacket *n* വെള്ളത്തിൽ പൊങ്ങിക്കിടക്കാവുന്ന വസ്ത്രം

lifeguard *n* നീന്തുന്നവരെ അപകടത്തിൽ നിന്ന് രക്ഷിക്കുന്നയാൾ
lifeless *adj* ജീവനില്ലാത്ത, ചുണയില്ലാത്ത
lifestyle *n* ജീവിതശൈലി
lifetime *adj* ജീവിതകാലത്തെ
lift *v* ഉയർത്തുക
lift-off *n* വിമാനം ലംബരൂപത്തിൽ ഉയരുന്നത്
ligament *n* സന്ധിബന്ധം, ഏപ്പ്
light *adj* പ്രകാശമുള്ള, ഭാരം കുറഞ്ഞ
light *n* പ്രകാശം, വിളക്ക്
light *v* പ്രകാശിപ്പിക്കുക
light bulb *n* ബൾബ്
light switch *n* സ്വിച്ച്
lighten *v* പ്രകാശിപ്പിക്കുക, ഭാരം കുറയ്ക്കുക
lighter *n* സിഗററ്റ് ലൈറ്റർ, വിളക്ക് കൊളുത്തുന്നവൻ
lighthouse *n* ദീപസ്തംഭം
lighting *n* പ്രകാശനം
lightly *adv* ലഘുവായി
lightning *n* മിന്നൽ
lightweight *n* ഭാരക്കുറവ്
likable *adj* ഇഷ്ടംതോന്നിക്കുന്ന
like *v* ഇഷ്ടപ്പെടുക
like *adj* പോലെയുള്ള
like *conj* സമമായ
like *prep* സമാനമായ
likelihood *n* സാദ്ധ്യത
likely *adv* ഉതകുന്ന
likeness *n* സമാനത, ഇഷ്ടം
likewise *adv* ഒരേ രീതിയിൽ
liking *n* സാദൃശ്യം
limb *n* അവയവം
lime *n* ചെറുനാരങ്ങ
limit *n* പരിധി
limit *v* പരിധി വെക്കുക
limitation *n* പരിമിതി
limp *v* മുടന്തുക
limp *n* മുടന്ത്
line *n* രേഖ, ശ്രേണി
line up *pv* വരി ഉണ്ടാക്കുക
linen *n* ചണത്തുണി
linger *v* സമയം പാഴാക്കുക
lingering *adj* വൈകിക്കുന്ന
lining *n* ഉൾശീല
link *n* ബന്ധം
link *v* ബന്ധിപ്പിക്കുക
lion *n* സിംഹം
lip *n* ചുണ്ട്
lipstick *n* ലിപ്സ്റ്റിക്, ചുണ്ടിൽ പുരട്ടുന്ന മേക്കപ് ലേപനം
liquid *adj* ദ്രാവക രൂപത്തിലുള്ള
liquid *n* ദ്രാവകം
liquor *n* പാനീയം, മദ്യം
list *n* പട്ടിക
list *v* പട്ടിക രൂപത്തിലാക്കുക
listen *v* ശ്രദ്ധിക്കുക
listener *n* ശ്രോതാവ്
liter *n* ലിറ്റർ
literal *adj* പദാനുസൃതമായ
literally *adv* പദാനുസൃതമായി

L

literate *adj* അക്ഷരജ്ഞാനമുള്ള
literature *n* സാഹിത്യം
litter *n* ചവറ്, കുഞ്ഞുങ്ങൾ
little *adv* കുറച്ച്
little *adj* ചെറിയ, കുറഞ്ഞ
little *pron* നിസ്സാരവസ്തു
live *adj* ജീവനുള്ള, തത്സമയ
live *v* ജീവിക്കുക
live off *pv* ആശ്രയിച്ച് ജീവിക്കുക
livelihood *n* ഉപജീവനം
lively *adj* സജീവമായ
liver *n* കരൾ
livestock *n* കന്നുകാലികൾ
livid *adj* ഇരുണ്ട; കുപിതനായ
living *adj* ജീവിക്കുന്ന
living room *n* സ്വീകരണ മുറി
lizard *n* പല്ലി പോലുള്ള ജീവികൾ
load *v* ചരക്ക് കയറ്റുക
load *n* ചുമട്
loaded *adj* ചരക്ക് കയറ്റിയ
loaf *n* റൊട്ടിക്കഷണം
loan *n* വായ്പ
loan *v* വായ്പ നൽകുക
loathe *v* വെറുക്കുക
lobby *n* സന്ദർശക മുറി
lobby *v* സ്വാധീനിക്കുക
lobster *n* കൊഞ്ച്
local *adj* പ്രാദേശികമായ
locate *v* സ്ഥലം നിർണ്ണയിക്കുക
located *adj* സ്ഥലം നിർണ്ണയിച്ച
location *n* സ്ഥലം, സ്ഥാനം
lock *v* അടച്ചുപൂട്ടുക

lock *n* പൂട്ട്
lock up *pv* അടച്ചുപൂട്ടൽ
locker *n* സൂക്ഷിപ്പ് അറ
locker room *n* സൂക്ഷിപ്പ് മുറി
locksmith *n* കൊല്ലൻ
lofty *adj* ഉന്നതമായ
log *v* അടയാളപ്പെടുത്തുക
log *n* മരക്കുറ്റി, കണക്കുപുസ്തകം
log in *pv* പ്രവേശിക്കുക
log off *pv* പുറത്ത് കടക്കുക
logic *n* യുക്തി
logical *adj* യുക്തമായ
logically *adv* യുക്തമായി
login *n* കമ്പ്യൂട്ടറിന് വിവരം നൽകുക
logo *n* അടയാള ചിഹ്നം
loiter *v* അലഞ്ഞുതിരിയുക
lollipop *n* ലോലിപോപ്, കോൽമിഠായി
loneliness *n* ഏകാന്തത
lonely *adv* തനിയെ
lonesome *adj* ഏകാന്തമായ
long *adj* നീണ്ട
long *adv* നീളെ
long for *pv* ആഗ്രഹിക്കുക
long-distance *adj* വളരെ ദൂരെയുള്ള
long-term *adj* ദീർഘകാലത്തെ
look *v* നോക്കുക
look *n* നോട്ടം, ഭാവം
look after *pv* സംരക്ഷിക്കുക
look at *pv* നോക്കുക
look down *pv* പുച്ഛിക്കുക

look for *pv* പ്രതീക്ഷിക്കുക
look forward *pv* ഉറ്റുനോക്കുക
look into *pv* പരിശോധിക്കുക
look out *pv* തിരച്ചിൽ
look over *pv* പരിശോധിക്കുക
look through *pv* ഒറ്റനോട്ടം നടത്തുക
looking glass *n* കണ്ണാടി
looks *n* കാഴ്ച
loom *n* നെയ്ത്തുയന്ത്രം
loophole *n* പഴുത്
loose *adj* അയഞ്ഞ
loose *v* അയവ് വരുത്തുക
loosely *adv* മുറുക്കമില്ലാതെ
loosen *v* അയവ് വരുത്തുക
loot *n* കവർച്ച
loot *v* കൊള്ളയടിക്കുക
lose *v* നഷ്ടപ്പെടുക, പരാജയപ്പെടുക
loser *n* പരാജിതൻ
loss *n* നഷ്ടം
lost *adj* നഷ്ടപ്പെട്ടത്
lot *pron* ഓഹരി
lot *adv* നറുക്കിടുക
lot *n* ഭാഗധേയം
lotion *n* ലേപനം
lottery *n* ഭാഗ്യക്കുറി
loud *adj* ഉച്ചത്തിൽ
loudly *adv* ഉറക്കെ
loudspeaker *n* ഉച്ചഭാഷിണി
lounge *n* സ്വീകരണ മുറി
louse *n* ചെള്ള്
lousy *adj* നീചമായ
lovable *adj* ഇഷ്ടപ്പെടാവുന്ന
love *n* സ്നേഹം, ഇഷ്ടം
love *v* സ്നേഹിക്കുക
lovely *adj* ഭംഗിയുള്ള
lover *n* കാമുകൻ, കാമുകി
loving *adj* സ്നേഹമുള്ള
low *adv* താഴെയായി
low *adj* താഴ്ന്ന, കുറഞ്ഞ
lower *adj* താണ തരത്തിലുള്ള
lowercase *n* കീബോർഡിലെ ചെറിയ അക്ഷരക്കൂട്ടം
low-key *adj* അധികം അറിയപ്പെടാത്ത
lowly *adj* ഒതുക്കമുള്ള
loyal *adj* വിശ്വസ്തനായ
loyalty *n* വിശ്വസ്തത
lubricate *v* എണ്ണ പുരട്ടുക
lubrication *n* അയവ് വരുത്തൽ
lucid *adj* തെളിഞ്ഞ
luck *n* ഭാഗ്യം
lucky *adj* ഭാഗ്യമുള്ള
lucrative *adj* ഫലപ്രദമായ
ludicrous *adj* അസംബന്ധമായ
luggage *n* യാത്രാ സാമാനങ്ങൾ
lukewarm *adj* ഇളംചൂടുള്ള
lull *n* സാന്ത്വനം
lullaby *n* താരാട്ട്
lumber *n* പാഴ്വസ്തു
luminous *adj* പ്രകാശിക്കുന്ന
lump *n* ശകലം
lunacy *n* ബുദ്ധിഭ്രമം
lunatic *n* ഭ്രാന്തുള്ള

L

lunch *n* ഉച്ചഭക്ഷണം
lunch box *n* ഭക്ഷണ പാത്രം
lunchtime *n* ഉച്ചഭക്ഷണ സമയം
lung *n* ശ്വാസകോശം
lunge *v* വെട്ടുക
lure *v* വശീകരിക്കുക
lurid *adj* വിളറിയ
lurk *v* പതുങ്ങിയിരിക്കുക
lush *adj* സമൃദ്ധമായ
lust *n* കാമം
lustful *adj* ആസക്തിയുള്ള
luxurious *adj* ആഢംബരമായ
luxury *n* ആഢംബരം
L
lyrics *n* കവിത

M

macaroni *n* ഒരുതരം ഭക്ഷണവിഭവം
machine *n* യന്ത്രം
machine gun *n* മെഷീൻ ഗൺ
mad *adj* ഭ്രാന്തുള്ള, ദേഷ്യമുള്ള
madam *n* മാന്യസ്ത്രീ
madden *v* വെറി പിടിപ്പിക്കുക
madly *adv* ഭ്രാന്തമായി
madman *n* ഭ്രാന്തൻ
madness *n* ഭ്രാന്ത്
magazine *n* മാസിക
magenta *n* ഇളം ചുവപ്പ്നിറം
magic *n* ജാലവിദ്യ
magic *adj* മാന്ത്രികം
magical *adj* മാന്ത്രികമായ
magician *n* മാന്ത്രികൻ
magistrate *n* ന്യായാധിപൻ
magnet *n* കാന്തം
magnetic *adj* കാന്തശക്തിയുള്ള
magnetism *n* കാന്തഗുണം
magnificent *adj* ഗംഭീരമായ
magnify *v* വിപുലീകരിക്കുക
magnitude *n* വ്യാപ്തി
maid *n* വീട്ടുജോലിക്കാരി
maiden *n* ബാലിക, റണ്ണൊന്നും കൊടുക്കാത്ത ഒരു ഓവർ
maiden name *n* ഒരു സ്ത്രീക്ക് വിവാഹത്തിനുമുമ്പുണ്ടായിരുന്ന കുടുംബപ്പേര്
mail *n* തപാൽ
mail *v* തപാലിലയക്കുക
mail carrier *n* തപാൽ വാഹകൻ
mail order *n* തപാൽ വഴി ഓർഡർ നൽകൽ
mailbox *n* തപാൽപെട്ടി
maim *v* അംഗവൈകല്യം വരുത്തുക
main *adj* പ്രധാനമായ
main office *n* പ്രധാന കാര്യാലയം
mainland *n* വൻകര
mainly *adv* പ്രധാനമായി
mainstream *n* മുഖ്യധാര
maintain *v* പരിപാലിക്കുക
maintenance *n* കേടുപാട് തീർക്കൽ
majestic *adj* രാജകീയമായ

majesty *n* ഗാംഭീര്യം
major *n* ഒരു സൈനിക പദവി
major *adj* പ്രധാനമായ
major in *pv* പഠന വിഷയം
majority *n* ഭൂരിപക്ഷം
make *v* നിർമ്മിക്കുക
make *n* നിർമ്മിതി
make up *pv* നികത്തുക
make up for *pv* വിട്ടുവീഴ്ച ചെയ്യുക
maker *n* നിർമ്മാതാവ്
makeup *n* പോരായ്മ പരിഹരിക്കുക
make-up *n* ചമയം
malaria *n* മലേറിയ, മലമ്പനി
male *adj* ആൺവർഗ്ഗത്തെ കുറിച്ചുള്ള
male *n* പുരുഷൻ
malfunction *n* പ്രവർത്തനക്ഷയം
malice *n* പക
mall *n* വാണിഭകേന്ദ്രം
malnutrition *n* പോഷകക്കുറവ്
mammal *n* സസ്തനി
man *n* മനുഷ്യൻ, പുരുഷൻ
manage *v* ന്നിയന്ത്രിക്കുക
manageable *adj* നിയന്ത്രിക്കാവുന്ന
management *n* മേൽനോട്ട സമിതി
manager *n* കാര്യസ്ഥൻ
mandate *n* നിർബന്ധം
mandatory *adj* നിർബന്ധമായ
maneuver *n* നിർവ്വാഹകൻ
mangle *v* നുറുക്കുക
mango *n* മാങ്ങ
manhandle *v* കായികശക്തി പ്രയോഗിക്കുക
maniac *adj* ഉൻമത്തൻ
manicure *n* നഖങ്ങളിൽ ചായംപൂശൽ
manifest *v* വെളിപ്പെടുത്തുക
manipulate *v* കൈകാര്യം ചെയ്യുക
manipulation *n* കൗശലം
mankind *n* മനുഷ്യരാശി
manliness *n* പൗരുഷം
manly *adj* മാനുഷികമായി, പൗരുഷത്തോടെ
man-made *adj* മനുഷ്യ നിർമ്മിതമായ
manner *n* രീതി
mannerism *n* ചേഷ്ട
manners *n* മര്യാദ
manpower *n* മനുഷ്യശക്തി
mansion *n* മാളിക
manual *adj* മാനുഷികമായ
manual *n* ലഘുഗ്രന്ഥം
manually *adv* കൈകൾകൊണ്ട്
manufacture *v* ഉൽപാദിപ്പിക്കുക
manure *n* വളം
manuscript *n* കൈയ്യെഴുത്ത് പ്രതി
many *pron* ജനക്കൂട്ടം
many *adj* ധാരാളമായ
map *n* ഭൂപടം
marble *n* വെണ്ണക്കല്ല്, പളുങ്ക്
march *v* അണിയണിയായി നടക്കുക
march *n* മാർച്ച് മാസം

M

March 110

March *n* സൈന്യയാത്ര
mare *n* പെൺകുതിര
margin *n* അരിക്
marginal *adj* അരികിൽ എഴുതിയിരിക്കുന്ന
marinate *v* ഭക്ഷണ വസ്തുക്കളുടെമേൽ കൂട്ട് പുരട്ടുക
marine *adj* നാവികഭടൻ
mark *n* അടയാളം
mark *v* അടയാളപ്പെടുത്തുക
mark down *pv* വില കുറയ്ക്കുക
marker *n* ഒരുതരം പേന
market *n* ചന്ത, വിപണി
market *v* വിപണനം ചെയ്യുക
marmalade *n* പഴരസം
maroon *adj* കരിഞ്ചുവപ്പ്
marriage *n* വിവാഹം
married *adj* വിവാഹം കഴിഞ്ഞ
marry *v* വിവാഹം കഴിക്കുക
Mars *n* ചൊവ്വ ഗ്രഹം
marsh *n* ചതുപ്പ്
marshal *n* ഒരു സൈനിക പദവി
marvel *n* അത്ഭുതം
marvelous *adj* അത്ഭുതകരമായ
mascara *n* കൺമഷി
mascot *n* ഭാഗ്യവസ്തു
masculine *adj* പുരുഷസംബന്ധമായ
mash *v* മിശ്രണം ചെയ്യുക
mask *v* ആവരണം ചെയ്യുക
mask *n* മുഖംമൂടി
masquerade *v* കൃത്രിമവേഷം കെട്ടുക
mass *n* മുഖ്യഭാഗം, ജനസാമാന്യം
massacre *n* കൂട്ടക്കൊല
massage *n* ഉഴിച്ചിൽ
massage *v* ഉഴിയുക
masseuse *n* ഉഴിച്ചിൽ നടത്തുന്ന സ്ത്രീ
massive *adj* വിപുലമായ
mast *n* കുര
master *v* കീഴടക്കുക
master *n* നേതാവ്, യജമാനൻ
masterpiece *n* ഏറ്റവും ശ്രേഷ്ഠമായ സൃഷ്ടി
mat *n* പായ
match *v* സമമയായിരിക്കുക; ജോടിയാക്കുക
match *n* വെടിത്തിരി, കായിക മത്സരം
matching *adj* ഇണങ്ങുന്ന
mate *n* ചങ്ങാതി, ഇണ
material *n* വസ്തു
materialism *n* ഭൗതികവാദം
maternal *adj* വിവാഹ സംബന്ധമായ
maternity *n* പ്രസവം, മാതൃത്വം
math *n* ഗണിതശാസ്ത്രം
mathematics *n* ഗണിതശാസ്ത്രം
matriculate *v* കലാലയത്തിൽ ചേരുക
matrimony *n* വൈവാഹികം
matter *n* പദാർത്ഥം, കാര്യം
matter *v* പ്രാധാന്യമുള്ളതാകുക
mattress *n* മെത്ത
mature *v* പാകമാകുക
mature *adj* പൂർണ്ണവളർച്ചയെത്തിയ, പക്വമായ

maturity *n* പക്വത
maul *v* ചുറ്റിക
maximum *adj* പരമാവധി
May *n* മേയ് മാസം
may *modal v* സാദ്ധ്യത, അനുവാദം
maybe *adv* ഒരുപക്ഷേ, ആയേക്കാം
mayhem *n* കലാപം
mayonnaise *n* ഒരു ആഹാരവിഭവം
mayor *n* നഗരാധിപൻ
maze *n* ദുർഘട വഴി
me *pron* ഞാൻ, എന്നെ
meadow *n* പുൽമൈതാനം
meager *adj* വിരളമായ
meal *n* മുഖ്യാഹാരം
mean *v* അർത്ഥമാക്കുക
mean *adj* ശരാശരിയായ
meaning *n* അർത്ഥം
meaningful *adj* അർത്ഥപൂർണ്ണമായ
meaningless *adj* അർത്ഥരഹിതമായ
means *n* ഉപാധി
meantime *adv* അതിനിടയിൽ
meanwhile *adv* അതിനിടയ്ക്ക്
measles *n* അഞ്ചാംപനി
measure *v* അളക്കുക
measure *n* അളവ്
measurement *n* അളവെടുപ്പ്
meat *n* മാംസം
meatball *n* മുറിച്ചുരുട്ടിയ മാംസക്കഷണം
mechanic *n* യന്ത്രവിദഗ്ദൻ
mechanism *n* യന്ത്രഘടന
medal *n* കീർത്തിമുദ്ര
meddle *v* അനാവശ്യമായി ഇടപെടുക
media *n* മാധ്യമം
mediate *v* മദ്ധ്യസ്ഥത വഹിക്കുക
mediator *n* മദ്ധ്യസ്ഥൻ
medical *adj* വൈദ്യശാസ്ത്ര സംബന്ധമായ
medication *n* ഔഷധക്രമം
medicinal *adj* ഔഷധ സംബന്ധമായ
medicine *n* മരുന്ന്
medieval *adj* മദ്ധ്യകാലഘട്ടത്തെ സംബന്ധിച്ച
mediocre *adj* ഇടത്തരം
mediocrity *n* മധ്യമത്വം
meditate *v* ധ്യാനിക്കുക
meditation *n* ധ്യാനം
medium *adj* മദ്ധ്യമം
meek *adj* ശാന്തമായ
meet *v* കണ്ടുമുട്ടുക
meeting *n* യോഗം
melancholy *n* ശോകം
mellow *adj* പക്വമായ
mellow *v* പാകംവരുത്തുക
melodic *adj* ശ്രുതിമധുരമായ
melody *n* മധുരഗാനം
melon *n* തണ്ണീർമത്തൻ
melt *v* ഉരുകുക
member *n* അംഗം
membership *n* അംഗത്വം
memento *n* സ്മാരകചിഹ്നം
memo *n* പത്രിക

memoirs *n* ഓർമ്മക്കുറിപ്പ്
memorable *adj* അനുസ്മരണീയമായ
memorize *v* അനുസ്മരിക്കുക
memory *n* ഓർമ്മ, കമ്പ്യൂട്ടറിന്റെ മെമ്മറി
men *n* പുരുഷൻമാർ
menace *n* അപകടകാരി
mend *v* കേട്ടുപാട് തീർക്കുക
mental *adj* മാനസികമായ
mentality *n* മനോഭാവം
mentally *adv* മാനസികമായി
mention *n* സൂചന
mention *v* സൂചിപ്പിക്കുക
menu *n* ഭക്ഷ്യവിഭവ പട്ടിക, ഒരു കമ്പ്യൂട്ടർ പ്രോഗ്രാമിലെ ഓപ്ഷണുകളുടെ ലിസ്റ്റ്
merchandise *n* വാണിജ്യം
merchant *n* കച്ചവടക്കാരൻ
merciful *adj* ദയാലു
merciless *adj* ദയാരഹിതൻ
Mercury *n* ഒരു രാസപദാർത്ഥം
mercy *n* ദയ
mere *adj* കേവലമായ
merely *adv* മാത്രമായി
merge *v* ലയിപ്പിക്കുക
merger *n* ലയനം
merit *n* യോഗ്യത
mermaid *n* മത്സ്യകന്യക
merry *adj* സന്തോഷമുള്ള
mesh *n* ലോഹവല
mesmerize *v* വിസ്മയിപ്പിക്കുക
mess *n* താറുമാർ
mess around *pv* അലസതകാട്ടുക
mess up *pv* താറുമാറാക്കുക
message *n* സന്ദേശം
messenger *n* ദൂതൻ
messy *adj* അടുക്കുംചിട്ടയുമില്ലാത്ത
metal *n* ലോഹം
metallic *adj* ലോഹനിർമ്മിതമായ
metaphor *n* ഉപമ
meteor *n* ഉൽക്ക
meter *n* നീളത്തിന്റെ അളവ്, നീക്കം അളക്കുന്ന ഉപകരണം
method *n* രീതി
methodical *adj* ചട്ടപ്പടിയുള്ള
methodology *n* രീതിശാസ്ത്രം
meticulous *adj* അതീവ ശ്രദ്ധയുള്ള
metric *adj* മീറ്റർ അളവിനെ സംബന്ധിച്ച
microchip *n* കമ്പ്യൂട്ടറിലെ സൂക്ഷ്മമായ ചിപ്പുകൾ
microphone *n* ഉച്ചഭാഷിണി
microscope *n* സൂക്ഷ്മദർശിനി
microwave *n* സൂക്ഷ്മതരംഗം
midday *n* മദ്ധ്യാഹ്നം, നട്ടുച്ച
middle *n* മദ്ധ്യം
middle *adj* മദ്ധ്യഭാഗത്തുള്ള
middle school *n* യു.കെ.യിലെ സ്ക്കൂൾ സംവിധാനം
middleman *n* മദ്ധ്യവർത്തി
midnight *n* അർദ്ധരാത്രി
midwife *n* വയറ്റാട്ടി
might *n* ശക്തി
might *modal v* സാദ്ധ്യതയുള്ള

M

mighty *adj* ശക്തിയുള്ള
migraine *n* ചെന്നിക്കുത്ത്
migrant *n* കുടിയേറ്റക്കാരൻ
migrate *v* കുടിയേറുക
mild *adj* നേർത്ത, മൃദുലമായ
mile *n* നാഴിക
mileage *n* ദൂരം മൈൽ അളവിൽ
milestone *n* നാഴികക്കല്ല്
military *n* സൈന്യം
milk *n* പാൽ
milky *adj* പാൽ പോലെയുള്ള
mill *n* ധാന്യം, പേപ്പർ, മരം, ഉരുക്ക് എന്നിവ പൊടിക്കുന്ന സ്ഥലം
millennium *n* സഹസ്രാബ്ദം
milligram *n* ഒരു ഗ്രാമിന്റെ ആയിരത്തിലൊരംശം
millimeter *n* ഒരു മീറ്ററിന്റെ ആയിരത്തിലൊരു ഭാഗം
million *n* പത്തുലക്ഷം
millionaire *adj* കോടീശ്വരൻ
mime *n* മൂകാഭിനയം
mimic *v* ഹാസ്യാത്മകമായി അനുകരിക്കുക
mince *v* ചെറിയ കഷണങ്ങളായി പൊടിക്കുക
mind *v* പരിഗണിക്കുക
mind *n* മനസ്സ്
mind-boggling *adj* അത്ഭുതകരമായ
mindful *adj* സൂക്ഷ്മതയുള്ള
mindless *adj* അശ്രദ്ധമായി
mine *v* ഖനനം ചെയ്യുക
mine *pron* ഖനി
mine *n* ബോംബ്, പാറ ഖനി
miner *n* ഖനിത്തൊഴിലാളി
mineral *n* ധാതുപദാർത്ഥം
mingle *v* കൂടിക്കലരുക
miniature *n* ലഘുരൂപം
minimal *adj* ചെറിയ തോതിലുള്ള
minimize *v* ചുരുക്കുക
minimum *n* ഏറ്റവും കുറഞ്ഞത്
miniskirt *n* സ്ത്രീകളുടെ വസ്ത്രം
minister *n* മന്ത്രി
minister *v* സഹായകമാകുക
ministry *n* മന്ത്രാലയം
minor *adj* അപ്രധാനമായ
minor *n* പ്രായപൂർത്തിയാകാത്ത, പഠനത്തിലെ ദ്വിതീയ മേഖല
minor *v* ലഘൂകരിക്കുക
minority *n* ന്യൂനപക്ഷം
mint *n* കർപ്പൂര തുളസിച്ചെടി
minus *adj* കുറഞ്ഞത്
minus *prep* കുറയ്ക്കേണ്ടത്
minus *n* ന്യൂനചിഹ്നം
minute *n* സമയത്തിന്റെ ഒരു ഘടകം
miracle *n* അത്ഭുതം
miraculous *adj* അത്ഭുതകരമായ
mirage *n* അതിശയം
mirror *n* കണ്ണാടി
misbehave *v* മോശമായി പെരുമാറുക
miscalculate *v* തെറ്റായി കണക്കുകൂട്ടുക
miscellaneous *adj* പലവക
mischief *n* വികൃതി

M

mischievous *adj* വികൃതിയുള്ള
misconstrue *v* ദുർവ്യാഖ്യാനം ചെയ്യുക
miserable *adj* ദുരിതപൂർണ്ണമായ
misery *n* കഷ്ടപ്പാട്
misfit *n* പൊരുത്തപ്പെടാത്തത്
misfortune *n* ദൗർഭാഗ്യം
misguided *adj* വഴിതെറ്റിയ
misinterpret *v* തെറ്റായി വ്യാഖ്യാനിക്കുക
misjudge *v* തെറ്റായി വിധിക്കുക
mislead *v* വഴിതെറ്റിക്കുക
misleading *adj* വഴിതെറ്റിക്കുന്നത്
mismanage *v* തെറ്റായി കൈകാര്യം ചെയ്യുക
misplace *v* അസ്ഥാനത്ത് വെക്കുക
misprint *n* അച്ചടിപ്പിശക്
miss *v* ശ്രമം പരാജയപ്പെടുക
missile *n* മിസൈൽ
missing *adj* കാണാതായ
mission *n* ദൗത്യം
missionary *n* മതപ്രചാരകൻ
misspell *v* അക്ഷരപ്പിഴവ് വരുത്തുക
mist *n* മഞ്ഞ്
mistake *n* പിഴവ്
mistake *v* പിഴവ് വരുത്തുക
mistaken *adj* തെറ്റിദ്ധരിച്ച
Mister *n* ശ്രീമാൻ
mistreat *v* മോശമായി പെരുമാറുക
mistrust *v* അവിശ്വസിക്കുക
mistrust *n* അവിശ്വാസം
misty *adj* മഞ്ഞുമൂടിയ
misunderstand *v* തെറ്റിദ്ധരിക്കുക
misuse *n* ദുരുപയോഗം
mitigate *v* ലഘൂകരിക്കുക
mix *v* മിശ്രണം ചെയ്യുക
mixer *n* മിശ്രണം ചെയ്യുന്ന യന്ത്രം
mixture *n* മിശ്രിതം
mix-up *n* ആശയക്കുഴപ്പം
moan *v* ഞരങ്ങുക, പരാതിപ്പെടുക
mob *n* ജനക്കൂട്ടം
mobile *adj* സഞ്ചരിക്കുന്ന
mobile phone *n* മൊബൈൽ ഫോൺ
mobilize *v* സൈന്യനീക്കം നടത്തുക
mock *v* പരിഹസിക്കുക
mode *n* രീതി
model *adj* നിർമ്മിക്കാനുദ്ദേശിക്കുന്ന രൂപം
model *v* മാതൃകയാക്കുക
model *n* മാതൃകാരൂപം
modem *n* കമ്പ്യൂട്ടറിലെ ഒരു യന്ത്ര സംവിധാനം
moderate *adj* മിതമായ
moderation *n* ക്രമീകരണം
modern *adj* ആധുനികമായ
modernize *v* ആധുനികമാക്കുക
modest *adj* വിനീതനായ
modesty *n* വിനയം
modification *n* പരിഷ്ക്കരണം
modify *v* പരിഷ്ക്കരിക്കുക
moist *adj* ഈർപ്പമുള്ള
moisture *n* ഈർപ്പം

M

moisturize *v* ഈറനാക്കുക
molar *n* അണപ്പല്ല്
mold *n* ആകൃതി
mold *v* ആവിഷ്ക്കരിക്കുക
moldy *adj* പഴകിയ
mole *n* മറുക്
mom *n* അമ്മ
moment *n* നിമിഷം
momentarily *adv* നൈമിഷികമായി
monarch *n* ഏകാധിപതി
monarchy *n* ഏകാധിപത്യം
monastery *n* സന്യാസിമഠം
monastic *adj* ആശ്രമസംബന്ധമായ
Monday *n* തിങ്കളാഴ്ച
money *n* പണം
monitor *n* കമ്പ്യൂട്ടറിന്റെ മോണിറ്റർ
monitor *v* നിരീക്ഷിക്കുക
monk *n* സന്യാസി
monkey *n* കുരങ്ങ്
monologue *n* ആത്മഗതം
monopoly *n* കുത്തക
monotonous *adj* ഒരേ രീതിയിലുള്ള
monster *n* സത്വം
monstrous *adj* അതിബൃഹത്തായ
month *n* മാസം
monthly *adv* മാസംതോറും
monument *n* സ്മാരകം
monumental *adj* സ്മരണാർത്ഥമുള്ള
mood *n* മനോഭാവം
moody *adj* മ്ലാനമായ
moon *n* നിലാവ്
mop *n* അഴുക്ക് തുടയ്ക്കുന്ന തുണി
mop *v* തുടച്ച് വൃത്തിയാക്കുക
moral *n* ഗുണപാഠം
moral *adj* ധാർമ്മികമായ
morally *adv* ധാർമ്മികമായി
more *adj* അധികമായ
more *pron* കൂടുതൽ
more *adv* കൂടുതലായ
moreover *adv* സർവ്വോപരി
morning *n* പ്രഭാതം
mortal *adj* നശിച്ചുപോകുന്ന, നശ്വരമായ
mortality *n* മരണ നിരക്ക്
mortgage *n* ഈട്, ജാമ്യം
mortify *v* വിഷമം തോന്നുക
mortuary *n* മൃതശരീരം സൂക്ഷിക്കുന്ന സ്ഥലം
mosaic *n* മൊസൈക്
mosque *n* മുസ്ലിംപള്ളി
mosquito *n* കൊതുക്
moss *n* പൂപ്പൽ
most *adv* ഭൂരിഭാഗവും
most *pron* മിക്ക
most *adj* വളരെയേറെ
mostly *adv* പ്രധാനമായും
motel *n* ഹോട്ടൽ
moth *n* നിശാശലഭം
mother *n* മാതാവ്, അമ്മ
motherhood *n* മാതൃത്വം
mother-in-law *n* ഭാര്യാമാതാവ്, ഭർതൃമാതാവ്
motion *n* ചലനം

motion *v* ചലിപ്പിക്കുക
motionless *adj* ചലിക്കാത്ത
motivate *v* പ്രേരിപ്പിക്കുക
motivation *n* പ്രേരണ
motive *n* പ്രചോദനം
motor *n* മോട്ടോർ കാർ; യന്ത്രം
motorcycle *n* ഒരു വാഹനം
motto *n* ലക്ഷ്യം
mound *n* കുന്ന്, കൂമ്പാരം
mount *v* കയറുക
mountain *n* പർവ്വതം
mourn *v* ദുഖമാചരിക്കുക
mourning *n* ദുഖാചരണം
mouse *n* എലി, കമ്പ്യൂട്ടറിന്റെ മൗസ്
mouth *n* വായ
move *n* നീക്കം
move *v* നീങ്ങുക, വീട്ടുമാറുക, മനസ്സിളക്കുക
move back *pv* പിൻവലിക്കുക
move forward *pv* മുന്നോട്ട് നീങ്ങുക
move out *pv* സ്ഥാനം നീക്കുക
move up *pv* സ്ഥിതി മെച്ചപ്പെടുത്തുക
movement *n* ചലനം, പ്രസ്ഥാനം
movie *n* ചലച്ചിത്രം
movie theater *n* സിനിമാശാല
mow *v* പുല്ലരിയുക
much *pron* അതീവ
much *adv* ഒട്ടേറെ
much *adj* കൂട്ടതലായി
mud *n* ചെളി
muddy *adj* അഴുക്ക് പുരണ്ട
muffle *v* പൊതിയുക
muffler *n* കഴുത്തിൽ ചുറ്റുന്ന കമ്പിളി
mug *v* ആക്രമിക്കുക
mug *n* കൈപാത്രം
mugging *n* കവർച്ച
mule *n* കോവർകഴുത
multimedia *adj* ദൃശ്യശ്രാവ്യ മാധ്യമം
multiple *adj* ഒന്നിലേറെ
multiplication *n* ഗുണനം
multiply *v* ഗുണിക്കുക, പെരുക്കുക
multitude *n* പെരുപ്പം
mumble *v* അവ്യക്തമായി പറയുക
mummy *n* സുഗന്ധദ്രവ്യമിട്ട് സൂക്ഷിച്ച ശവം
mumps *n* മുണ്ടിനീര്
munch *v* ചവയ്ക്കുക
murder *v* കൊലചെയ്യുക
murder *n* കൊലപാതകം
murderer *n* കൊലയാളി
murky *adj* ഇരുണ്ട
murmur *v* പിറുപിറുക്കുക
murmur *n* മർമ്മരം
muscle *n* പേശി
museum *n* കാഴ്ചബംഗ്ലാവ്
mushroom *n* കൂണ്
music *n* സംഗീതം
musical *adj* സംഗീതാത്മകമായ
musician *n* സംഗീതജ്ഞൻ
Muslim *adj* ഇസ്ലാം മതവിശ്വാസി
must *modal v* നിർബന്ധമായ
mustache *n* മീശ
mustard *n* കടുക്

M

117 **neatly**

muster *v* കൂട്ടിച്ചേർക്കുക
mute *adj* ഒച്ചയില്ലാതാക്കുക
mutual *adj* പരസ്പരമായ
mutually *adv* അന്യോന്യം
muzzle *n* മൃഗത്തിന്റെ മൂക്കും വായും ചേർന്നഭാഗം
my *adj* എന്റെ
myopic *adj* കാഴ്ചക്കുറവുള്ള
myself *pron* ഞാൻതന്നെ, എന്നെത്തന്നെ
mysterious *adj* നിഗൂഢമായ
mystery *n* നിഗൂഢത
mystic *adj* രഹസ്യസ്വഭാവമുള്ള
mystify *v* നിഗൂഢമാക്കുക
myth *n* സങ്കൽപം

N

nag *v* ശകാരിക്കുക
nagging *adj* കുറ്റപ്പെടുത്തുന്ന
nail *n* ആണി, നഖം
nail *v* ദൃഢമാക്കുക
naive *adj* നിഷ്ക്കളങ്കനായ
naked *adj* നഗ്നമായ
name *v* പേരിടുക
name *n* പേര്
namely *adv* എന്ന് പേരായ
nanny *n* കുഞ്ഞിനെ വളർത്തുന്ന ആയ
nap *v* അൽപം മയങ്ങുക
nap *n* അൽപനേരത്തെ ഉറക്കം
napkin *n* തുവാല
narrate *v* കഥ പറയുക
narrow *adj* ഇടുങ്ങിയ
nasty *adj* ചീത്ത, മോശമായ
nation *n* രാജ്യം
national *adj* ദേശീയ, രാജ്യസംബന്ധമായ
nationality *n* പൗരത്വം
native *adj* സ്വദേശി
natural *adj* പ്രകൃതിദത്തമായ, സ്വാഭാവികമായ
naturally *adv* പ്രകൃതിദത്തമായി, സ്വാഭാവികമായി
nature *n* പ്രകൃതി, പ്രകൃതം
naughty *adj* വികൃതിയുള്ള
nausea *n* മനംപിരട്ടൽ
navel *n* നാഭി
navigate *v* കപ്പലോ വിമാനമോ ഓടിക്കുക
navigation *n* വ്യോമ, ജല ഗതാഗതം
navy *n* നാവികൻ
navy blue *n* നാവികരുടെ ഉടുപ്പിന്റെ കടുംനീല നിറം
near *adj* അടുത്തുള്ള
near *prep* അരികെ
near *adv* അരികെയായി
nearby *adv* അരികത്തായി
nearby *adj* സമിപത്തുള്ള
nearly *adv* സമീപത്തായി
nearsighted *adj* ഹ്രസ്വദൃഷ്ടിയുള്ള
neat *adj* വൃത്തിയുള്ള
neatly *adv* വൃത്തിയായി

N

necessary *adj* ആവശ്യമായ
necessity *n* ആവശ്യം
neck *n* കഴുത്ത്
necklace *n* കണ്ഠാഭരണം
necktie *n* കഴുത്തിൽ ധരിക്കുന്ന ടൈ
need *n* ആവശ്യം
need *v* ആവശ്യപ്പെടുക
needle *n* സൂചി
needless *adj* ആവശ്യമില്ലാത്ത
needy *adj* ദരിദ്രരായ
negative *n* നിഷേധം
negative *adj* നിഷേധാത്മകമായ
neglect *n* അവഗണന
neglect *v* അവഗണിക്കുക
neglected *adj* അവഗണിക്കപ്പെട്ട
negotiate *v* കൂടിയാലോചിക്കുക
negotiation *n* കൂടിയാലോചന
neighbor *n* അയൽവാസി
neighborhood *n* അയൽപക്കം
neither *pron* മിശ്രമായ
neither *adv* രണ്ടുമല്ലാതെ
neither *adj* രണ്ടുമല്ലാത്ത
nephew *n* സഹോദരന്റെയോ സഹോദരിയുടെയോ പുത്രൻ
Neptune *n* നെപ്ട്യൂൺ ഗ്രഹം
nerve *n* നാഡി, ധീരത
nervous *adj* പരിഭ്രാന്തിയുള്ള
nest *n* പക്ഷിക്കൂട്
net *n* വല
network *n* ശൃംഖല
neutral *n* നിഷ്പക്ഷം
neutral *adj* നിഷ്പക്ഷമായ
never *adv* ഒരിയ്ക്കലുമില്ല
nevertheless *adv* എന്നിരുന്നാലും
new *adj* പുതിയ
newborn *n* നവജാത ശിശു
newcomer *n* നവാഗതൻ
newly *adv* പുതുതായി
newlywed *n* നവദമ്പതികൾ
news *n* വാർത്ത
newspaper *n* വർത്തമാനപത്രം
newsstand *n* പത്രം വിൽക്കുന്ന കട
next *adv* അടുത്തതായി
next *adj* അടുത്തത്
next door *adj* വളരെ അടുത്ത
next to *adj* സമീപസ്ഥമായ
nibble *v* കൊറിക്കുക, അൽപാൽപമായി തിന്നുക
nice *adj* ചന്തമുള്ള
nicely *adv* ഭംഗിയായി
nickel *n* നാണയം, ഒരുതരം ലോഹം
nickname *n* ഇരട്ടപ്പേര്
niece *n* സഹോദരന്റെയോ സഹോദരിയുടെയോ പുത്രി
night *n* രാത്രി
nightgown *n* നിശാവസ്ത്രം
night-light *n* രാത്രിമുഴവൻ പ്രകാശിപ്പിക്കുന്ന വിളക്ക്
nightly *adj* രാത്രിയിലെ
nightmare *n* ദുസ്വപ്നം
nightstand *n* മെത്തയുടെ അരികിലുള്ള മേശ
nighttime *n* രാത്രികാലം

N

nine *n* ഒൻപത്
nineteen *n* പത്തൊൻപത്
ninety *n* തൊണ്ണൂറ്
ninth *adj* ഒൻപതാമത്തെ
nipple *n* മുലക്കുപ്പിയുടെ റബ്ബർകൊണ്ടുള്ള ഭാഗം, മുലക്കണ്ണ്
no *e* ഇല്ല
no *adv* ഇല്ലാതെ
no *adj* ഇല്ലാത്ത
no one *pron* ആരുമില്ല
nobility *n* കുലീനത
noble *adj* മാതൃകാപരമായ
nobody *pron* ആരുമല്ല
nocturnal *adj* രാത്രിയിൽ സംഭവിക്കുന്ന
nod *v* വന്ദിക്കുക, തലയാട്ടുക
noise *n* ശബ്ദം
noisily *adv* ശബ്ദത്തോടെ
noisy *adj* ശബ്ദമുള്ള
nominate *v* നാമനിർദ്ദേശം ചെയ്യുക
none *prep* ആരുമില്ല, ഒന്നുമില്ല
nonetheless *adv* എന്നിരുന്നാലും
nonsense *n* അസംബന്ധം
nonstop *adv* നിറുത്താതെയുള്ള
noodles *n* ഒരു ഭക്ഷണവിഭവം
noon *n* ഉച്ചനേരം
nor *conj* രണ്ടുമല്ല
norm *n* മാനദണ്ഡം
normal *adj* സാധാരണമായ
normally *adv* സാധാരണമായി
north *adj* വടക്കുഭാഗത്തുള്ള
north *adv* വടക്കുഭാഗമായി
north *n* വടക്ക് ദിശ
northeast *n* വടക്കുകിഴക്ക്
northern *adj* ഉത്തരഭാഗത്തെ
northerner *n* വടക്കൻ
nose *n* മൂക്ക്
nostalgia *n* ഗൃഹാതുരത്വം
nostril *n* നാസാരന്ധ്രം
nosy *adj* എവിടെയും മണത്തുചെല്ലുന്ന
not *adv* അല്ലാത്ത
notable *adj* ശ്രദ്ധേയമായ
notably *adv* ശ്രദ്ധേയമായി
notary *n* രേഖകൾ സാക്ഷ്യപ്പെടുത്തുന്ന ഉദ്യോഗസ്ഥൻ
notation *n* അടയാളപ്പെടുത്തൽ
note *v* കുറിക്കുക
note *n* കുറിപ്പ്
notebook *n* കുറിപ്പ് പുസ്തകം
notebook paper *n* കുറിപ്പ് പുസ്തകത്താൾ
notepaper *n* കുറിപ്പ് താൾ
noteworthy *adj* ശ്രദ്ധാർഹമായ
nothing *pron* ഒന്നുമല്ലാത്ത
nothing *n* ശൂന്യം
notice *v* അറിയിക്കുക
notice *n* അറിയിപ്പ്
noticeable *adj* ശ്രദ്ധാർഹമായ
notification *n* അറിയിപ്പ്, വിജ്ഞാപനം
notify *v* അറിയിക്കുക
notion *n* ധാരണ
notorious *adj* കുപ്രസിദ്ധമായ

N

notwithstanding *prep* അങ്ങനെയാണെങ്കിലും
notwithstanding *adv* എന്നുവരികിലും
noun *n* നാമപദം
nourish *v* പോഷിപ്പിക്കുക
nourishment *n* പോഷണം
novel *n* നോവൽ സാഹിത്യം
novelist *n* നോവലെഴുത്ത്കാരൻ
novelty *n* പുതുമ
November *n* നവംബർ മാസം
novice *n* പരിശീലനം ലഭിച്ചിട്ടില്ലാത്ത നവാഗതൻ
now *adv* ഇപ്പോൾ
nowadays *adv* ഈയ്യിടെയായി
nowhere *adv* എങ്ങുമല്ലാതെ
noxious *adj* ഹാനികരമായ
nozzle *n* കുഴൽ
nuance *n* അൽപ വ്യത്യാസം
nuclear *adj* അണുസംബന്ധമായ
nude *adj* നഗ്നമായ
nuisance *n* ശല്ല്യം
nullify *v* അസാധുവാക്കുക
numb *adj* തരിച്ചുപോയ
number *n* സംഖ്യ
numbness *n* തരിപ്പ്
numerous *adj* ഒരുപാട്
nun *n* കന്യാസ്ത്രീ, യോഗിനി
nurse *v* പരിലാളിക്കുക
nurse *n* ശുശ്രൂഷക, പോറ്റമ്മ
nursery *n* ശിശു പരിപാലന സ്ഥലം, മത്സ്യക്കുഞ്ഞുങ്ങളെയോ സസ്യങ്ങളെയോ വളർത്തുന്ന സ്ഥലം
nurture *v* പരിപോഷിപ്പിക്കുക
nut *n* കുരു, കായ്
nutrition *n* പോഷണം
nutritious *adj* പോഷകസംബന്ധമായ
nylon *n* നൈലോൺ തുണിത്തരം

O

o'clock *adv* സമയ സൂചകം
oak *n* ഓക്ക് മരം
oar *n* തുഴ
oasis *n* മരുപ്പച്ച
oath *n* പ്രതിജ്ഞ
oatmeal *n* ഓട്സ് മാവ്
obedience *n* അനുസരണം
obedient *adj* അനുസരണയുള്ള
obese *adj* അമിതവണ്ണമുള്ള
obey *v* അനുസരിക്കുക
object *v* എതിർക്കുക
object *n* വസ്തു
objection *n* എതിർപ്പ്
objective *n* ഉദ്ദേശം
objectively *adv* വസ്തുനിഷ്ഠമായി
obligate *v* ബാദ്ധ്യസ്ഥമാകുക
obligated *adj* ബാദ്ധ്യതയുള്ള
obligation *n* കർത്തവ്യം
obligatory *adj* കടപ്പെട്ട
oblige *v* കടപ്പെടുക
obliged *adj* ബാദ്ധ്യസ്ഥനായ

N

obliterate *v* ഇല്ലാതാക്കുക
oblivious *adj* മറവിയുള്ള
oblong *adj* ദീർഘചതുരമായ
obnoxious *adj* അസഹ്യമായ
obscene *adj* അസഭ്യമായ
obscure *adj* അനിശ്ചിതമായ
observant *adj* ശ്രദ്ധായുള്ള
observation *n* നിരീക്ഷണം
observatory *n* നിരീക്ഷണശാല
observe *v* നിരീക്ഷിക്കുക
obsess *v* ഒഴിയാബാധയാകുക
obsession *n* അമിതമായ ഇഷ്ടം
obsolete *adj* കാലഹരണപ്പെട്ട
obstacle *n* തടസ്സം
obstinate *adj* വാശിയുള്ള
obstruct *v* തടസ്സപ്പെടുത്തുക
obstruction *n* തടസ്സം
obtain *v* ലഭിക്കുക
obvious *adj* വ്യക്തമായ
obviously *adv* വ്യക്തതയോടെ
occasion *n* സാഹചര്യം
occasionally *adv* ഇടയ്ക്കിടെ
occupant *n* താമസിക്കുന്നവൻ
occupation *n* തൊഴിൽ
occupied *adj* മുഴുകിയ, സ്വായത്തമാക്കിയ
occupy *v* താമസിക്കുക, വ്യാപൃതനാകുക
occur *v* സംഭവിക്കുക
occurrence *n* സംഭവം
ocean *n* സമുദ്രം
October *n* ഒക്ടോബർ മാസം
octopus *n* നീരാളി
odd *adj* അസാധാരണമായ, ഒറ്റസംഖ്യ
oddity *n* അസാധാരണത്വം
odious *adj* വെറുപ്പിക്കുന്ന
odometer *n* വാഹനം സഞ്ചരിച്ച ദൂരം കാണിക്കുന്ന മീറ്റർ
odor *n* ഗന്ധം
odorless *adj* മണമില്ലാത്ത
odyssey *n* ഗ്രീക്ക് ഇതിഹാസകാവ്യം
of *prep* ന്റെ
off *prep* അകലെ, ദൂരെ
off *adv* അല്ലാത്ത, പുറമെ
offend *v* കുറ്റംചെയ്യുക
offense *n* കുറ്റകൃത്യം
offensive *adj* കുറ്റകരമായ
offer *n* വാഗ്ദാനം
offer *v* വാഗ്ദാനം നൽകുക
office *n* കാര്യാലയം
officer *n* ഉദ്യോഗസ്ഥൻ
official *adj* ഔദ്യോഗികമായ
official *n* കാര്യാധികാരി
officially *adv* ഔദ്യോഗികമായി
officiate *v* താത്ക്കാലികമായി ജോലി ചെയ്യുക
offline *adj* കണക്ഷൻ ഇല്ലാത്ത അവസ്ഥ
offset *v* ക്രമീകരിക്കുക
offspring *n* സന്താനം
often *adv* പലപ്പോഴും
oh *e* ആശ്ചര്യ പ്രകടനം
oil *n* എണ്ണ

O

oily *adj* എണ്ണമയമുള്ള
ointment *n* ലേപനം
okay *adj* തൃപ്തികരം
okay *adv* തൃപ്തികരമായി
old *adj* മുതിർന്ന, പഴയ
old age *n* വാർദ്ധാക്യം
old-fashioned *adj* പഴഞ്ചൻ
olive *n* ഒലീവ് വൃക്ഷം
olive oil *n* ഒലീവ് എണ്ണ
Olympics *n* ഒളിംപിക്സ്, ലോക കായികമേള
omelet *n* ഓംലെറ്റ്, മുട്ട പൊരിച്ചത്
omen *n* ശകുനം
ominous *adj* അശുഭസൂചകമായ
omission *n* ഉപേക്ഷ
omit *v* ഒഴിവാക്കുക
on *prep* മേൽ
on *adv* മേലെ
once *conj* ഒരിയ്ക്കൽ
once *adv* ഒരുതവണ
one *adj* ഏകമായ
one *n* ഒന്ന്
one *pron* ഒരാൾ
oneself *pron* തനിയെ
ongoing *adj* തുടരുന്ന
onion *n* ഉള്ളി
online *adj* കണക്ഷനിലായിരിക്കുന്ന അവസ്ഥ
onlooker *n* നിരീക്ഷകൻ
only *adj* ഏകമായ
only *adv* മാത്രം
onto *prep* ഒരു നിശ്ചിത സ്ഥാനത്തേക്ക്
onward *adv* മുന്നോട്ടുള്ള
opaque *adj* അതാര്യമായ
open *v* തുറക്കുക
open *adj* തുറന്ന
opening *n* ദ്വാരം, തുടക്കം
open-minded *adj* തുറന്നമനസ്ക്കൻ
openness *n* സുതാര്യത
opera *n* ഓപെറ, ഒരു നൃത്തരൂപം
operate *v* പ്രവർത്തിപ്പിക്കുക, ശസ്ത്രക്രിയ ചെയ്യുക
operation *n* ശസ്ത്രക്രിയ
opinion *n* അഭിപ്രായം
opinionated *adj* സ്വാഭിപ്രായമുള്ള
opponent *n* എതിരാളി
opportunity *n* അവസരം
oppose *v* എതിർക്കുക
opposite *adj* എതിരെയുള്ള
opposite *adv* എതിർപ്പോടെ
opposite *prep* നേരെമറിച്ച്
opposite *n* വിപരീതം
opposition *n* പ്രതിപക്ഷം
oppress *v* അടിച്ചമർത്തുക
oppressed *adj* അടിച്ചമർത്തപ്പെട്ട
oppression *n* അടിച്ചമർത്തൽ
optical *adj* നേത്രസംബന്ധമായ
optician *n* നേത്രരോഗ വിദഗ്ദൻ
optimism *n* ശുഭപ്രതീക്ഷ
optimistic *adj* ശുഭപ്രതീക്ഷയുള്ള
option *n* തിരഞ്ഞെടുക്കൽ
optional *adj* തിരഞ്ഞെടുക്കാവുന്ന
opulence *n* ഐശ്വര്യം
or *conj* അല്ലെങ്കിൽ

O

oracle *n* വെളിപാട്
oral *adj* വാക് രൂപത്തിലുള്ള, വായ സംബന്ധമായ
orally *adv* വാചികമായി, വായിലൂടെ
orange *n* ഒരു ഫലം, നിറം
orange *adj* ഓറഞ്ച് നിറമുള്ള
orbit *n* ഭ്രമണപഥം
orchard *n* കായ്കനിത്തോട്ടം
orchestra *n* വാദ്യമേളം
ordeal *n* അഗ്നിപരീക്ഷ, ആപത്ത്
order *v* കൽപിക്കുക, സാധനം ആവശ്യപ്പെടുക
order *n* ക്രമം, ഉത്തരവ്
ordinarily *adv* സാധാരണമായി
ordinary *adj* സാധാരണമായ
ore *n* അയിര്
organ *n* അവയവം, സംഗീതോപകരണം
organic *adj* രാസവസ്തുക്കൾ ചേർക്കാതെ നൈസർഗ്ഗികമായ
organization *n* സംഘടന
organize *v* സംഘടിപ്പിക്കുക
organized *adj* സംഘടിതമായ
orientation *n* ക്രമീകരണം
oriented *adj* ക്രമീകരിച്ച
origin *n* ഉത്ഭവം
original *adj* അസൽ രേഖ
original *n* മാതൃക
originally *adv* പ്രാരംഭമായി
originate *v* ഉത്ഭവിക്കുക
ornament *n* ആഭരണം
ornamental *adj* അലങ്കാരമായ
orphan *n* അനാഥൻ
orphanage *n* അനാഥാലയം
orthodox *adj* യാഥാസ്ഥിതിക
ostentatious *adj* പൊങ്ങച്ച പ്രകടനാത്മകം
ostrich *n* ഒട്ടകപ്പക്ഷി
other *pron* അതല്ലാത്ത
other *adj* മറ്റുള്ള
otherwise *adv* അല്ലാത്തപക്ഷം
ought to *modal v* നിർബന്ധ സൂചകം
ounce *n* ഔൺസ്, ഒരു അളവ്
our *adj* നമ്മുടെ
ours *pron* നമ്മുടേത്
ourselves *pron* നാം, നമ്മെ
oust *v* പുറത്താക്കുക
out *adj* പുറത്തുള്ള, കെടുത്തിയ
out *adv* പുറത്ത്, ദൂരെ
outbreak *n* പൊട്ടിപ്പുറപ്പെടുക
outburst *n* ആരംഭം
outcast *adj* പുറംതള്ളിയ
outcome *n* പരിണതഫലം
outcry *n* നിലവിളി
outdated *adj* കാലഹരണപ്പെട്ട
outdo *v* മുന്തിനിൽക്കുക
outdoor *adv* വെളിയിൽ
outdoors *adv* പുറത്ത്
outer *adj* വെളിയിലുള്ള
outfit *n* വസ്ത്രം
outgoing *adj* പുറത്തേക്കുള്ള
outgrow *v* കവിഞ്ഞുനിൽക്കുക
outing *n* പുറത്തേക്ക് പോകൽ
outlast *v* ഈടുനിൽക്കുക

O

outlaw *n* കുറ്റവാളി
outlet *n* വിൽപനകേന്ദ്രം
outline *v* ആസൂത്രണം ചെയ്യുക
outline *n* രൂപരേഖ
outlive *v* അതിജീവിക്കുക
outlook *n* വീക്ഷണം
outnumber *v* പെരുകുക
outpatient *n* ആശുപത്രിയിൽ കിടക്കാതെ ചികിത്സിക്കുന്നവർ
outperform *v* മികച്ച പ്രകടനം നടത്തുക
outpouring *n* ഒഴുക്ക്, വാക്ധോരണി
output *n* ഉൽപന്നം, കമ്പ്യൂട്ടറിൽനിന്ന് കിട്ടുന്ന ഡേറ്റ
outrage *n* കയ്യേറ്റം
outrageous *adj* മര്യാദയില്ലാത്ത
outright *adj* സമ്പൂർണ്ണമായ
outrun *v* ഓട്ടത്തിൽ പിന്നിടുക, ഓടി രക്ഷപ്പെടുക
outset *n* ആരംഭം
outshine *v* നിഷ്പ്രഭമാക്കുക
outside *adj* പുറത്തുള്ള
outside *prep* പുറത്ത്
outside *n* ബഹിർഭാഗം
outside *adv* ബാഹ്യമായിട്ടുള്ള
outsider *n* പുറത്തുള്ളവൻ
outskirts *n* അതിർത്തി പ്രദേശങ്ങൾ
outspoken *adj* തുറന്നുപറയുന്ന
outstanding *adj* മികച്ച
outward *adj* വെളിയിലേക്കുള്ള
outweigh *v* മുൻതൂക്കമുള്ള
oval *adj* മുട്ടയുടെ ആകൃതി
ovation *n* ആർപ്പുവിളി
oven *n* അടുപ്പ്
over *adv* അധികമായി
over *prep* മുകളിൽ, കഴിഞ്ഞു, കൂടുതൽ
overall *adv* ആകമാനം
overall *adj* ആസകല
overbearing *adj* ധിക്കാരമുള്ള
overboard *adv* അമിതമായി
overcast *adj* ഇരുളടഞ്ഞ
overcharge *v* അമിതവില ഈടാക്കുക
overcoat *n* മേലങ്കി
overcome *v* തരണംചെയ്യുക
overdo *v* അതിരുകടക്കുക
overdone *adj* അധികമായി ചെയ്ത
overdose *n* അമിതമായ അളവ്
overdue *adj* കുടിശ്ശിക
overestimate *v* അതിയായി വിലമതിക്കുക
overflow *v* കവിഞ്ഞൊഴുകുക
overgrown *adj* കാടുപിടിച്ച
overhaul *v* അഴിച്ചുപണിയുക
overhead *adj* തലയ്ക്കു മുകളിലുള്ള
overhear *v* ഒളിഞ്ഞുനിന്നു കേൾക്കുക
overlap *v* കവിഞ്ഞുകിടക്കുക
overlook *v* മേൽനോട്ടം വഹിക്കുക
overnight *adv* തലേരാത്രിയിൽ
overpower *v* കീഴടക്കുക
overrun *v* വ്യാപിക്കുക
overseas *adv* വിദേശത്തേക്ക്

oversee *v* നിരീക്ഷിക്കുക
overshadow *v* നിഷ്പ്രഭമാക്കുക
oversight *n* നോട്ടപ്പിഴ
overstate *v* അമിതമായി വർണ്ണിക്കുക
overstep *v* അതിലംഘിക്കുക
overthrow *v* സ്ഥാനഭ്രഷ്ടനാക്കുക
overtime *n* അധിക ജോലിസമയം
overturn *v* തകിടം മറിക്കുക
overview *n* ഉപരിവീക്ഷണം
overweight *adj* അമിതഭാരമുള്ള
overwhelm *v* മുക്കുക, പരവശനാകുക
owe *v* കടപ്പെടുക
owl *n* മൂങ്ങ
own *adj* ഉടമസ്ഥതയിലുള്ള
own *v* സ്വന്തമാക്കുക
own *pron* സ്വന്തമായ
owner *n* ഉടമസ്ഥൻ
ownership *n* ഉടമസ്ഥത
ox *n* കാള
oxygen *n* ഓക്സിജൻ, പ്രാണവായു
oyster *n* മുത്തുച്ചിപ്പി

P

pace *v* ഒരേ വേഗതയിൽ നടക്കുക
pace *n* വേഗത
pacifier *n* സാന്ത്വനിപ്പിക്കുന്നവൻ
pacify *v* സാന്ത്വനിപ്പിക്കുക
pack *n* പൊതി
pack *v* പൊതിയുക
package *n* പൊതിക്കെട്ട്
packed *adj* പൊതിഞ്ഞ
packet *n* പൊതി
pact *n* കരാർ
pad *v* പതുക്കെ നടക്കുക
pad *n* മെത്ത, എഴുത്തുപകരണം
padded *adj* പൊതിഞ്ഞത്
padding *n* ചെറുമെത്ത
paddle *n* തുഴ
paddle *v* തുഴയുക
padlock *n* താഴ്
page *n* കടലാസ് താൾ
pail *n* തൊട്ടി, പാത്രം
pain *n* വേദന
painful *adj* വേദനിപ്പിക്കുന്ന
painkiller *n* വേദനസംഹാരി
painless *adj* വേദനാരഹിതമായ
paint *n* ചായം
paint *v* ചായമടിക്കുക
paintbrush *n* ചായമടിക്കുന്ന ബ്രഷ്
painter *n* പെയിന്റ് ചെയ്യുന്നയാൾ
painting *n* ചായമടിക്കൽ, പെയിന്റ് ചെയ്യൽ
pair *n* ജോടി
pajamas *n* പൈജാമ, ഒരു വസ്ത്രം
pal *n* ചങ്ങാതി
palace *n* കൊട്ടാരം
palate *n* സ്വാദ്
pale *adj* വിളറിയ
palm *n* ഉള്ളംകൈ

palm tree *n* പന വൃക്ഷം
palpable *adj* തൊട്ടറിയാവുന്ന
paltry *adj* തുച്ഛമായ
pamper *v* തൃപ്തിപ്പെടുത്തുക
pamphlet *n* ലഘുലേഖ
pan *n* ചട്ടി,
pancake *n* പാൻ കേക്ക്, ഒരു പലഹാരം
pancreas *n* പിത്താശയം
panda *n* കരടിയെ പോലുള്ള ഒരു ജീവി
pander *v* ഹീനാഭിലാഷങ്ങൾക്ക് വളംവെക്കുക
panel *n* പട്ടിക, ഫലകം
pang *n* കഠിനമായ നോവ്
panic *n* പരിഭ്രാന്തി
panorama *n* വിശാലദൃശ്യം
panther *n* പുള്ളിപ്പുലി
pantry *n* പാചകപ്പുര
pants *n* പാന്റ്സ്, കാൽക്കുപ്പായം
paper *n* കടലാസ്
paperback *n* കട്ടിക്കടലാസുകൊണ്ട് ബൈൻഡ് ചെയ്ത പുസ്തകം
paperclip *n* കടലാസുകൾ ചേർത്തുവെക്കുന്ന ക്ലിപ്
paperwork *n* കടലാസുപണി
parable *n* ഉപമ, സാദൃശ്യം
parachute *n* ഉയരെനിന്ന് അപായം കൂടാതെ താഴെ ഇറങ്ങാൻ ഉപയോഗിക്കുന്ന ഉപകരണം
parade *n* സൈനിക പ്രദർശനം
paradise *n* സ്വർഗ്ഗം
paradox *n* വിരോധാഭാസം
paragraph *n* ഖണ്ഡിക
parallel *adj* സമാന്തരമായ
paralysis *n* പക്ഷാഘാതം
paralyze *v* മരവിക്കുക
parameter *n* ഘടകം
paramount *adj* പ്രബലമായ
paranoid *adj* മതിഭ്രമമുള്ള
paraphrase *v* വ്യാഖ്യാനിക്കുക
parasite *n* ഇത്തിക്കണ്ണി
parcel *n* ഭാണ്ഡം
parch *v* വറുക്കുക
pardon *n* മാപ്പ്
pardon *v* മാപ്പ് നൽകുക
parent *n* രക്ഷിതാവ്
parenthesis *n* വാചകത്തിനിടയിൽ ഉപയോഗിക്കുന്ന ബ്രാക്കറ്റ് പോലുള്ളവ
parish *n* ഇടവക
parishioner *n* ഇടവകക്കാരൻ
parity *n* സമത്വം
park *n* ഉദ്യാനം
park *v* വാഹനങ്ങൾ നിർത്തിയിടുക
parking *n* വാഹനങ്ങൾ നിർത്തിയിടാനുള്ള താവളം
parking lot *n* വാഹനങ്ങൾ പാർക്ക് ചെയ്യാനുള്ള സ്ഥലം
parliament *n* ലോകസഭ
parrot *n* തത്ത
parsley *n* ഭക്ഷ്യയോഗ്യമായ ഒരുതരം ഇല
part *n* ഭാഗം

part *v* വേർപിരിയുക
partial *adj* ഭാഗികമായ
partially *adv* ഭാഗികമായി
participant *n* പങ്കെടുക്കുന്നയാൾ
participate *v* പങ്കെടുക്കുക
participation *n* പങ്കാളിത്തം
participle *n* അപൂർണ്ണക്രിയ
particular *adj* പ്രത്യേകമായ
particularly *adv* പ്രത്യേകമായി
partition *n* വിഭജനം
partly *adv* ഭാഗികമായി
partner *n* പങ്കാളി
partnership *n* പങ്കാളിത്തം
party *v* ആഘോഷിക്കുക
party *n* സംഘം
pass *n* അനുമതിപത്രം, ചുരം
pass *v* വിജയിക്കുക
pass around *pv* കൈമാറ്റക്കളി
pass away *pv* മരിക്കുക
pass out *pv* ബോധം കെട്ടുക
passage *n* ഇടനാഴി
passenger *n* യാത്രക്കാരൻ
passer-by *n* കടന്നുപോകുന്നവൻ
passion *n* ആവേശം
passionate *adj* ആവേശമുള്ള
passive *adj* നിഷ്ക്രിയമായ
passport *n* അന്യരാജ്യത്ത് പോകാനുള്ള അനുമതിപത്രം
password *n* പ്രവേശിക്കുന്നതിനുള്ള സാങ്കേതിക പദം
past *adj* കഴിഞ്ഞത്
past *prep* പണ്ടത്തെ
past *n* ഭൂതകാലം
pasta *n* ഒരുതരം ഭക്ഷണവിഭവം
paste *n* കുഴമ്പ്
paste *v* പുരട്ടുക
pastime *n* നേരംപോക്ക്
pastor *n* പുരോഹിതൻ
pastry *n* പലഹാരം
pasture *n* മേച്ചിൽസ്ഥലം
pat *n* തലോടൽ, മൃദു പ്രഹരം
patch *v* ഒട്ടിച്ച് ചേർക്കുക
patch *n* തുണിക്കഷണം
paternity *n* പിതൃത്വം
path *n* വഴി
pathetic *adj* ശോചനീയമായ
patience *n* ക്ഷമ
patient *adj* ക്ഷമയുള്ള
patient *n* രോഗി
patio *n* നടുമുറ്റം
patriarch *n* പാത്രിയാർക്കീസ്
patriot *n* ദേശസ്നേഹി
patriotic *adj* ദേശസ്നേഹമുള്ള
patrol *n* കാവൽ
patron *n* രക്ഷാധികാരി
patronize *v* സംരക്ഷിക്കുക
pattern *n* മാതൃക
pause *v* താത്ക്കാലികമായി വിരാമമിടുക
pave *v* പാകുക
pavement *n* കല്ല് പാകൽ
paw *n* മൃഗങ്ങളുടെ കൈപ്പത്തി
pawn *v* പണയം വെക്കുക
pay *v* പണമടയ്ക്കുക

pay *n* ശംബളം
pay back *pv* കടംവീട്ടുക
pay off *pv* കൊടുത്തുതീർക്കുക
payable *adj* കൊടുക്കേണ്ടതായ
paycheck *n* പണം ചെക്ക് രൂപത്തിൽ നൽകുന്നത്
payment *n* പണമടയ്ക്കൽ
pea *n* പയർ
peace *n* സമാധാനം
peaceful *adj* പ്രശാന്തമായ
peach *n* പീച്ച് പഴം
peacock *n* മയിൽ
peak *n* കൊടുമുടി
peanut *n* കപ്പലണ്ടി
peanut butter *n* ഒരു ഭക്ഷണവിഭവം
pear *n* പിയർപഴം
pearl *n* പവിഴം
peasant *n* കർഷകൻ
pebble *n* ചരൽക്കല്ല്
peck *v* കൊത്തിത്തിന്നുക
peculiar *adj* സവിശേഷമായ
pedal *n* സൈക്കിളിന്റെ പെഡൽ
pedestrian *n* കാൽനടയാത്രക്കാരൻ
peel *n* തൊലി
peel *v* തൊലി ഉലിക്കുക
peep *v* എത്തിനോക്കുക
peephole *n* ഒളിഞ്ഞുനോക്കാവുന്ന ദ്വാരം
peer *n* കൂട്ടാളി
peer *v* പ്രത്യക്ഷപ്പെടുക
pelican *n* ഞാറപ്പക്ഷി
pen *n* പേന
penalize *v* കുറ്റം സ്ഥാപിക്കുക
penalty *n* പിഴ, പ്രായശ്ചിത്തം
pencil *n* പെൻസിൽ
pendant *n* കഴുത്തിൽ അണിയുന്ന പതക്കം
pending *adj* തീർപ്പ് കൽപിക്കാത്ത
pendulum *n* ദോലകം
penetrate *v* ഊർന്നിറങ്ങുക
penguin *n* പെൻഗ്വിൻ
penicillin *n* ഒരു ആന്റിബയോട്ടിക് ഔഷധം
peninsula *n* ഉപദ്വീപ്
penniless *adj* നിർദ്ധനനായ
penny *n* ബ്രിട്ടീഷ് നാണയം
pension *n* പെൻഷൻ, അടുത്തൂൺ
pentagon *n* പഞ്ചഭുജം
pent-up *adj* അടച്ചുവെച്ച
people *n* ജനം
pepper *n* കുരുമുളക്
per *prep* തദനുസൃതമായി
perceive *v* ദർശിക്കുക
percent *n* പ്രതിശതം
percentage *n* ശതമാനം
perception *n* കാഴ്ചപ്പാട്
perceptive *adj* ഉൾക്കാഴ്ചയുള്ള
perennial *adj* അനശ്വരമായ
perfect *adj* കുറ്റമറ്റ
perfection *n* പൂർണ്ണത
perforate *v* തുളയ്ക്കുക
perforation *n* സുഷിരം
perform *v* നിർവ്വഹിക്കുക

P

performance *n* കർത്തവ്യ പ്രകടനം
performer *n* അഭിനേതാവ്
perfume *n* സുഗന്ധദ്രവ്യം
perhaps *adv* ഒരുപക്ഷേ
peril *n* അനർത്ഥം
perilous *adj* ആപത്ക്കരമായ
perimeter *n* ചുറ്റളവ്
period *n* കാലയളവ്
perish *v* നശിക്കുക
perishable *adj* നശിച്ചുപോകുന്നത്
perjury *n* കള്ളസത്യം
permanent *adj* സ്ഥിരമായ
permeate *v* വ്യാപിക്കുക
permission *n* അനുവാദം
permit *v* അനുവദിക്കുക
pernicious *adj* ദോഷകരമായ
perpetrate *v* കുറ്റംചെയ്യുക
persecute *v* ക്ലേശിപ്പിക്കുക
persevere *v* നിരന്തരം പ്രയത്നിക്കുക
persist *v* നിർബന്ധിക്കുക
persistence *n* നിർബന്ധം
persistent *adj* ശാഠ്യമുള്ള
person *n* വ്യക്തി
personal *adj* വ്യക്തിപരമായ
personality *n* വ്യക്തിത്വം
personnel *n* ജോലിക്കാരുടെ കൂട്ടം
perspective *n* കാഴ്ചപ്പാടുള്ള
perspiration *n* വിയർക്കൽ, സ്വേദനം
perspire *v* വിയർക്കുക
persuade *v* പ്രേരിപ്പിക്കുക
persuasion *n* പ്രേരണ
persuasive *adj* പ്രേരകമാകുന്ന
pertinent *adj* പ്രസക്തമായ
perturb *v* താറുമാറാക്കുക
perverse *adj* വിപരീതമായ, യുക്തിയില്ലാത്ത
pessimism *n* അശുഭപ്രതീക്ഷ
pessimistic *adj* ശുഭാപ്തിവിശ്വാസമില്ലാത്ത
pest *n* കീടം
pester *v* ശല്യപ്പെടുത്തുക
pesticide *n* കീടനാശിനി
pet *n* ഓമനമൃഗം
pet *v* താലോലിക്കുക
petal *n* ദളം
petite *adj* ഒതുങ്ങിയ ശരീരമുള്ള
petition *n* പരാതി
petrified *adj* കാഠിന്യമുള്ള
petroleum *n* ദ്രാവക ഇന്ധനം
petty *adj* നിസ്സാരമായ
phantom *n* ഭൂതം
pharmacist *n* മരുന്ന് വ്യാപാരി
pharmacy *n* മരുന്ന് കട
phase *n* ഘട്ടം
phenomenal *adj* അത്ഭുതകരമായ
phenomenon *n* പ്രതിഭാസം
philosopher *n* തത്വജ്ഞാനി
philosophical *n* താത്വികമായ
philosophy *n* തത്വശാസ്ത്രം
phobia *n* അകാരണ ഭീതി
phone *n* ഫോൺ
phone *v* ഫോൺ ചെയ്യുക

P

phony *adj* ഫോണുമായി ബന്ധപ്പെട്ട
photo *n* ഫോട്ടോ
photocopier *n* ഫോട്ടോകോപ്പി എടുക്കുന്നയാൾ
photocopy *n* തനിപ്പകർപ്പ്
photograph *v* ഫോട്ടോ എടുക്കുക
photographer *n* ഫോട്ടോ എടുക്കുന്നയാൾ
photography *n* പടമെടുക്കൽ, ഛായാഗ്രഹണം
phrase *n* പദസമുച്ചയം
physical *n* ശാരീരികം
physical *adj* ശാരീരികമായ
physically *adv* ശാരീരികമായി
physician *n* വൈദ്യൻ
physics *n* ഭൗതികശാസ്ത്രം
pianist *n* പിയാനോ വായിക്കുന്നയാൾ
piano *n* ഒരു സംഗീത ഉപകരണം
pick *v* എടുക്കുക, തിരഞ്ഞെടുക്കുക
pick *n* മുള്ള്
pick up *pv* താഴെനിന്ന് എടുക്കുക
pickle *n* അച്ചാർ
pickpocket *n* പോക്കറ്റടിക്കാരൻ
pickup *n* വാഹനം
picnic *n* ഉല്ലാസയാത്ര
picnic table *n* വിനോദസഞ്ചാര കേന്ദ്രത്തിലെ ചെറിയ മേശകൾ
picture *n* ചിത്രം
picture *v* ചിത്രം വരയ്ക്കുക
picturesque *adj* മനോഹരമായ
pie *n* അട
piece *n* കഷണം
piecemeal *adv* ഭക്ഷണ ശകലങ്ങൾ
pier *n* കടൽപാലം
pierce *v* പിളർക്കുക
piercing *n* കമ്മലിനുള്ള തുള
pig *n* പന്നി
pigeon *n* പ്രാവ്
piggy bank *n* പന്നിയുടെ ആകൃതിയിലുള്ള പണപ്പെട്ടി
pile *n* കുമ്പാരം
pile *v* കുമ്പാരമാക്കുക
pile up *v* ശേഖരിക്കുക
pilgrim *n* തീർത്ഥാടകൻ
pilgrimage *n* തീർത്ഥയാത്ര
pill *n* ഗുളിക
pillage *v* കവർച്ച
pillar *n* സ്തംഭം
pillow *n* തലയണ
pillowcase *n* തലയണയുറ
pilot *n* വൈമാനികൻ
pimple *n* മുഖക്കുരു
pin *v* തുളയ്ക്കുക
pin *n* സൂചി
pinch *n* നുള്ളൽ
pinch *v* നുള്ളുക
pine *n* പൈൻ വൃക്ഷം
pineapple *n* കൈതച്ചക്ക
pink *n* ഇളംചുവപ്പ്
pink *adj* ഇളംചുവപ്പ് നിറമുള്ള
pinpoint *v* സൂചിമുന
pint *n* മദ്യത്തിന്റെ ഒരളവ്
pioneer *n* വഴിയൊരുക്കിയവൻ

pipe *n* കുഴൽ
piracy *n* കടൽക്കൊള്ള
pirate *n* കടൽക്കൊള്ളക്കാരൻ
pistol *n* തോക്ക്
pit *n* കുഴി
pitch *v* ക്രമീകരിക്കുക
pitch *n* സ്വരാരോഹണം, ക്രിക്കറ്റിൽ പന്തെറിയുന്ന സ്ഥലം
pitch-black *adj* കൂരിരുട്ടായ
pitcher *n* പിടിയുള്ള പാത്രം
pitchfork *n* കവരത്തടി
pitfall *n* കെണി
pitiful *adj* പരിതാപകരമായ
pity *n* അനുകമ്പ
pizza *n* ഒരു ഭക്ഷണവിഭവം
placate *v* അനുനയിപ്പിക്കുക
place *v* ഒരിടത്ത് വെക്കുക
place *n* സ്ഥലം, സ്ഥാനം
placemat *n* മേശപ്പുറത്ത് പാത്രത്തിനടിയിൽ വെക്കുന്ന പായ
placid *adj* പ്രശാന്തമായ
plague *n* മഹാമാരി, അത്യാപത്ത്
plain *adj* ലളിതമായ, തെളിഞ്ഞ
plainly *adv* വ്യക്തമായി
plaintiff *n* അന്യായക്കാരൻ
plan *v* ആസൂത്രണം ചെയ്യുക
plan *n* പദ്ധതി
plane *n* എയറോപ്ലെയിൻ
planet *n* ഗ്രഹം
plant *n* ചെടി
plant *v* ചെടി നടുക
plastic *n* പ്ലാസ്റ്റിക്
plate *n* ഫലകം, തളിക
plateau *n* പീഠഭൂമി
platform *n* തട്ട്, മേട്, ഉയർന്നസ്ഥലം
platinum *n* വിലകൂടിയ ഒരു ലോഹം
plausible *adj* ശരിയെന്ന് തോന്നുന്ന
play *n* കളി, നാടകം
play *v* കളിക്കുക
player *n* കളിക്കാരൻ
playful *adj* ഉല്ലാസവാനായ
playground *n* കളിമൈതാനം
plea *n* അഭ്യർത്ഥന, പ്രതിവാദം
plead *v* അഭ്യർത്ഥിക്കുക, വാദിക്കുക
pleasant *adj* പ്രസന്നമായ
please *e* ദയവായി
please *v* സന്തോഷിപ്പിക്കുക
pleased *adj* സന്തുഷ്ടമായ
pleasing *adj* സന്തോഷിപ്പിക്കുന്ന
pleasure *n* ആഹ്ലാദം
pleat *n* ഞൊറി
pleated *adj* ഞൊറികളുള്ള
pledge *n* പ്രതിജ്ഞ
pledge *v* പ്രതിജ്ഞയെടുക്കുക
plentiful *adj* സമൃദ്ധമായ
plenty *n* സമൃദ്ധി
pliable *adj* വഴങ്ങുന്ന
pliers *n* ചവണ
plot *v* പദ്ധതി തയ്യാറാക്കുക
plot *n* സ്ഥലം, കഥാതന്തു, രഹസ്യ പദ്ധതി
plow *v* ഉഴുതുമറിക്കുക
pluck *v* പറിക്കുക

P

plug *n* അടപ്പ്, വൈദ്യുത പ്ലഗ്ഗ്
plug *v* അടയ്ക്കുക
plum *n* പ്ലം പഴം
plumber *n* ജലക്കുഴൽ പണിക്കാരൻ
plumbing *n* കുഴൽപ്പണി
plummet *v* കുത്തനെ വീഴുക
plump *adj* കൊഴുത്ത, തുടുത്ത
plunder *v* കൊള്ളയടിക്കുക
plunge *v* മുക്കുക, മുങ്ങുക
plural *n* ബഹുവചനം
plus *adj* കൂടിയ
plus *prep* കൂട്ടുന്ന
plus *n* സങ്കലന ചിഹ്നം
plush *adj* ആഢംബരമായ
pocket *n* കീശ, ഒറ്റപ്പെട്ട പ്രദേശം
poem *n* കവിത
poet *n* കവി
poetry *n* കാവ്യം
poignant *adj* തീവ്രമായ, എരിവുള്ള
point *v* ചൂണ്ടിക്കാണിക്കുക
point *n* മുന, ബിന്ദു
pointed *adj* മൂർച്ചയുള്ള, അർത്ഥവത്തായ
pointless *adj* മുനയില്ലാത്ത, കഴമ്പില്ലാത്ത
poise *n* സന്തുലനം
poison *n* വിഷം
poison *v* വിഷമയമാക്കുക
poisonous *adj* വിഷലിപ്തമായ
poke *v* തോണ്ടുക
polar *adj* ധ്രുവങ്ങളെ സംബന്ധിച്ച
pole *n* ദണ്ഡ്, ധ്രുവം
police *n* പോലീസ്
police officer *n* പോലീസ് ഉദ്യോഗസ്ഥൻ
police station *n* സമാധാനപാലന കേന്ദ്രം
policy *n* നയം
polish *n* മിനുക്ക്
polish *v* മിനുസം വരുത്തുക
polite *adj* വിനയമുള്ള
politely *adv* വിനയത്തോടെ
politeness *n* വിനയം, മര്യാദ
political *adj* രാഷ്ട്രീയസംബന്ധമായ
politician *n* രാഷ്ട്രീയക്കാരൻ
politics *n* രാഷ്ട്രീയം
polka dot *n* വസ്ത്രത്തിലെ പുള്ളികൾ
poll *n* തിരഞ്ഞെടുപ്പ്
pollen *n* പൂമ്പൊടി
pollute *v* മലിനമാക്കുക
pollution *n* മലിനീകരണം
pond *n* കുളം
ponder *v* ഗഹനമായി ചിന്തിക്കുക
pony *n* ചെറിയതരം കുതിര, ലഹരി കുറഞ്ഞ മദ്യം
pool *v* ഒന്നിച്ചുചേർക്കുക
pool *n* കുളം
poor *adj* ദരിദ്രൻ, ഗുണം കുറഞ്ഞ
poorly *adv* അപര്യാപ്തമായി
pop *v* പ്രത്യക്ഷപ്പെടുക
popcorn *n* പോപ്കോൺ, ഒരുതരം ഭക്ഷണം
popsicle *n* ഐസ്ക്രീം

P

popular *adj* ജനകീയമായ
populate *v* ജനങ്ങളെ താമസിപ്പിക്കുക
population *n* ജനസംഖ്യ
porcelain *n* കളിമൺപാത്രം
porch *n* പൂമുഖം
porcupine *n* മുള്ളൻപന്നി
pore *n* സുഷിരം
pork *n* പന്നിയിറച്ചി
porous *adj* സുഷിരമുള്ള
port *n* തുറമുഖം
portable *adj* കൊണ്ടുനടക്കാവുന്ന
porter *n* ചുമട്ടുതൊഴിലാളി
portion *n* ഭാഗം
portrait *n* ചിത്രം
portray *v* വർണ്ണിക്കുക
pose *n* അവസ്ഥ, ഭാവം
pose *v* ഭാവിക്കുക, പ്രതിഷ്ഠിക്കുക
posh *adj* മോടിയുള്ള
position *n* സ്ഥാനം
positive *adj* അനുകൂലമായ
positively *adv* അനുകൂലമായി
possess *v* കൈവശംവെക്കുക
possession *n* ഉടമസ്ഥത
possibility *n* സാദ്ധ്യത
possible *adj* സാദ്ധ്യമായ
possibly *adv* സാദ്ധ്യതയോടെ
post *v* നിയോഗിക്കുക, സ്ഥാപിക്കുക
post *n* സ്തംഭം, തപാൽ, ഉദ്യോഗ പദവി
post office *n* തപാലാപ്പീസ്
postage *n* തപാൽകൂലി
postcard *n* പോസ്റ്റ് കാർഡ്
poster *n* ചുവർ പരസ്യം
posterity *n* സന്തതി പരമ്പര
postman *n* തപാൽ ശിപായി
postpone *v* നീട്ടിവെക്കുക
posture *n* നിൽപ്, സ്ഥിതി
pot *n* കലം
potato *n* ഉരുളക്കിഴങ്ങ്
potato chip *n* ഉരുളക്കിഴങ്ങ് ചിപ്സ്
potent *adj* പ്രബലമായ, ശക്തിയുള്ള
potential *adj* കഴിവുള്ള, സാദ്ധ്യതയുള്ള
potentially *adv* കഴിവോടെ, സാദ്ധ്യതയോടെ
pottery *n* കളിമൺപാത്ര നിർമ്മാണം
pouch *n* ചെറുസഞ്ചി
poultry *n* വീട്ടിൽ വളർത്തുന്ന കോഴി, താറാവ് പോലുള്ള വളർത്തുപക്ഷികൾ
pound *n* ഒരു അളവ്, ബ്രിട്ടനിലെ നാണയം
pound *v* ചതയ്ക്കുക, പൊടിക്കുക
pour *v* ചൊരിയുക, ഒഴിക്കുക
poverty *n* ദാരിദ്ര്യം
powder *n* പൊടി
power *n* ശക്തി, അധികാരം
power drill *n* ചക്ക് പോലുള്ള ഒരു യന്ത്രം
powerful *adj* ശക്തിയുള്ള
powerless *adj* ശക്തിരഹിതമായ
practical *adj* പ്രായോഗികമായ
practice *n* പരിശീലനം, പ്രവണത
practice *v* പരിശീലിപ്പിക്കുക

prairie *n* പുൽമൈതാനം
praise *n* പ്രശംസ, സ്തുതി
praise *v* പ്രശംസിക്കുക
praiseworthy *adj* പ്രശംസനീയമായ
prank *n* കുസൃതി
prawn *n* ചെമ്മീൻ
pray *v* പ്രാർത്ഥിക്കുക
prayer *n* പ്രാർത്ഥന
preach *v* പ്രസംഗിക്കുക
preacher *n* ഉപദേശി
precarious *adj* അനിശ്ചിതമായ
precaution *n* മുൻകരുതൽ
precede *v* മുമ്പത്തെ
precedent *n* കീഴ്വഴക്കം
preceding *adj* ഇതിനുമുമ്പത്തെ
precious *adj* വിലപിടിപ്പുള്ള
precipice *n* ചെങ്കുത്തായ കയറ്റം
precipitate *v* താഴോട്ട് വീഴുന്ന
precipitation *n* അവിവേകം
precise *adj* ചുരുക്കുക
precisely *adv* സംക്ഷിപ്തമായി
precision *n* കൃത്യത
precocious *adj* പ്രായാതീത ബുദ്ധിയുള്ള
predecessor *n* പൂർവ്വികൻ
predicament *n* വിഷമാവസ്ഥ
predict *v* പ്രവചിക്കുക
predictable *adj* പ്രവചനീയം
prediction *n* പ്രവചനം
predisposed *adj* വശപ്പെടുത്തിയ
preempt *v* മുൻക്കുറായി നടപടി കൈക്കൊള്ളുക
preface *n* ആമുഖം
prefer *v* കൂടുതലായി ഇഷ്ടപ്പെടുക
preference *n* ആഭിമുഖ്യം
prefix *n* ഉപസർഗ്ഗം
pregnancy *n* ഗർഭധാരണം
pregnant *adj* ഗർഭിണി
prehistoric *adj* ചരിത്രാതീതകാലത്തെ
prejudice *n* മുൻവിധി
preliminary *adj* പ്രാഥമികമായ
premeditate *v* കാലേക്കൂട്ടി ആസൂത്രണം ചെയ്യുക
premier *adj* പ്രധാനമായ
premise *n* വീട്ടുപരിസരം
premises *n* ചുറ്റുപാട്
premonition *n* മുൻകൂട്ടിയുള്ള തോന്നൽ
preoccupation *n* നിമഗ്നത
preparation *n* തയ്യാറെടുപ്പ്
prepare *v* തയ്യാറാകുക
prepared *adj* ഒരുക്കിയ
preposition *n* ഉപസർഗ്ഗം
prerogative *n* പ്രത്യേകാധികാരം
prescribe *v* നിർദ്ദേശിക്കുക
prescription *n* മരുന്ന്കുറിപ്പ്
presence *n* സാന്നിദ്ധ്യം
present *adj* സന്നിഹിതനായ, നിലവിലെ
present *v* സമ്മനം നൽകുക
present *n* സമ്മാനം
presentation *n* അവതരണം
preserve *v* കരുതിവെക്കുക

P

preside *v* അദ്ധ്യക്ഷം വഹിക്കുക
president *n* രാഷ്ട്രപതി
press *v* അമർത്തുക
press *n* പത്രപ്രവർത്തകർ, അച്ചടിശാല
pressing *adj* അമർത്തുന്ന
pressure *v* മർദ്ദം ചെലുത്തുക
pressure *n* സമ്മർദ്ദം
prestige *n* അഭിമാനം
prestigious *adj* അഭിമാനകരമായ
presumably *adv* സംഭവ്യമായ
presume *v* സങ്കൽപിക്കുക
presuppose *v* മുൻകൂട്ടി നിശ്ചയിക്കുക
pretend *v* നടിക്കുക, ഭാവിക്കുക
pretense *n* നാട്യം
pretension *n* കപടഭാവം
pretentious *adj* നടിക്കുന്ന
pretty *adv* ധാരാളം
pretty *adj* ഭംഗിയുള്ള
prevalent *adj* പ്രചാരത്തിലുള്ള
prevent *v* തടയുക
prevention *n* നിവാരണം
preventive *adj* പ്രതിരോധാത്മക
preview *n* പൂർവ്വദർശനം
previous *adj* മുമ്പത്തെ
previously *adv* അതിനുമുമ്പായി
prey *n* ഇര
price *n* വില
priceless *adj* വിലമതിക്കാനാവാത്ത
pricey *adj* ചെലവ് കൂടിയ
prick *v* കുത്തുക
pride *n* അഭിമാനം
priest *n* പുരോഹിതൻ
primarily *adv* പ്രധാനമായി
primary *adj* പ്രധാനപ്പെട്ട
prime *adj* ഏറ്റവും പ്രധാനപ്പെട്ട
primitive *adj* അപരിഷ്കൃതമായ
prince *n* രാജകുമാരൻ
princess *n* രാജകുമാരി
principal *n* പലിശ മുതൽ, പ്രധാന അദ്ധ്യാപകൻ
principal *adj* പ്രധാനി
principally *adv* മുഖ്യമായി
principle *n* ആദർശം
print *n* അച്ചടി
print *v* അച്ചടിക്കുക
printer *n* അച്ചടിയന്ത്രം
prior *adj* മുമ്പെ
prioritize *v* മുൻഗണന നൽകുക
priority *n* മുൻഗണന
prison *n* ജയിൽ
prisoner *n* ജയിൽപുള്ളി
privacy *n* സ്വകാര്യത
private *adj* സ്വകാര്യ
privilege *n* പ്രത്യേകാനുകൂല്യം
privileged *adj* പ്രത്യേക ആനുകൂല്യമുള്ള
prize *n* പ്രതിഫലം
probability *n* സാദ്ധ്യത
probable *adj* സംഭവ്യത
probably *adv* മിക്കവാറും
probe *v* അന്വേഷണം നടത്തുക
problem *n* പ്രശ്നം
problematic *adj* തർക്കത്തിലുള്ള

P

procedure *n* നടപടിക്രമം
proceed *v* തുടരുക
proceeds *n* വരുമാനം
process *v* നടപടിയാക്കുക
process *n* പ്രക്രിയ
processed *adj* നടപടിയാക്കിയ
procession *n* പ്രദക്ഷിണം
proclaim *v* അവകാശപ്പെടുക
proclamation *n* പ്രഖ്യാപനം
procrastinate *v* വൈകിപ്പിക്കുക, നീട്ടിക്കൊണ്ടുപോകുക
procreate *v* ഉൽപാദിപ്പിക്കുക
procure *v* ആർജ്ജിക്കുക
prod *v* തോണ്ടുക
prodigious *adj* അതിശയകരമായ
prodigy *n* അത്ഭുതഗുണം
produce *v* ഉൽപാദിപ്പിക്കുക, ഉണ്ടാക്കുക
produce *n* വിളവ്
product *n* ഉൽപന്നം
production *n* നിർമ്മാണം
productive *adj* നിർമ്മാണാത്മകമായ
profession *n* തൊഴിൽ
professional *n* ഉപജീവനാർത്ഥമുള്ള ജോലിയായി ചെയ്യുന്നവൻ
professional *adj* തൊഴിൽപരമായ
professionally *adv* തൊഴിൽപരമായി
professor *n* വകുപ്പ് തലവൻ
proficiency *n* പാടവം, സാമർത്ഥ്യം
proficient *adj* നൈപുണ്യമുള്ള
profile *n* സംക്ഷിപ്തരൂപം
profit *n* ലാഭം
profitable *adj* ലാഭകരമായ
profound *adj* ഗഹനമായ
program *n* പരിപാടി
program *v* പരിപാടി തയ്യാറാക്കുക
programmer *n* പരിപാടി തയ്യാറാക്കുന്നയാൾ
progress *n* പുരോഗതി
progress *v* പുരോഗമിക്കുക
progressive *adj* പുരോഗമനാത്മകം
prohibit *v* നിരോധിക്കുക
prohibition *n* നിരോധം
project *v* ആസൂത്രണം ചെയ്യുക
project *n* പദ്ധതി
projector *n* ആസൂത്രകൻ
projector screen *n* പ്രദർശന സ്ക്രീൻ
prologue *n* ആമുഖ പ്രസ്താവന
prolong *v* നീട്ടിക്കൊണ്ടുപോകുക
promenade *n* വിനോദപര്യടനം
prominent *adj* പ്രധാനമായ
promise *n* വാഗ്ദാനം
promise *v* വാഗ്ദാനം ചെയ്യുക
promote *v* പ്രോത്സാഹിപ്പിക്കുക, പദവി ഉയർത്തുക
promotion *n* സ്ഥാനക്കയറ്റം
prompt *adj* താമസമില്ലാത്ത
prone *adj* സാദ്ധ്യതയുള്ള
pronoun *n* സർവ്വനാമം
pronounce *v* ഉച്ചരിക്കുക
pronunciation *n* ഉച്ചാരണം

proof *n* തെളിവ്
propaganda *n* പ്രചാരണം
propel *v* ചാലകമായി പ്രവർത്തിക്കുക
propeller *n* വിമാനത്തിനെയോ കപ്പലിനെയോ മുന്നോട്ട് നീക്കാനുള്ള സജ്ജീകരണം
propensity *n* പ്രവണത
proper *adj* ശരിയായ
properly *adv* ഉചിതമായ വിധത്തിൽ
property *n* സ്വത്ത്, ആസ്തി
proportion *n* അനുപാതം
proposal *n* അഭിപ്രായം, വിവാഹാഭ്യർത്ഥന
propose *v* അഭിപ്രായപ്പെടുക, വിവാഹാർത്ഥന നടത്തുക
propose to *pv* വിവാഹാഭ്യർത്ഥന ചെയ്യുക
proposition *n* പ്രസ്താവന
prose *n* ഗദ്യരചന
prosecute *v* കുറ്റാരോപണം ഉന്നയിക്കുക
prosecutor *n* അഭിഭാഷകൻ
prospect *n* പ്രത്യാശ
prosper *v* അഭിവൃദ്ധിപ്പെടുക
prosperity *n* അഭിവൃദ്ധി, ഐശ്വര്യം
prosperous *adj* ഐശ്വര്യപൂർണ്ണമായ
protect *v* സംരക്ഷിക്കുക
protection *n* സംരക്ഷണം
protein *n* മാംസ്യം
protest *v* എതിർക്കുക
protest *n* എതിർപ്പ്
protrude *v* പുറത്തേക്ക് ഉന്തിനിൽക്കുക
proud *adj* അഭിമാനമുള്ള
proudly *adv* അഭിമാനത്തോടെ
prove *v* തെളിയിക്കുക
proven *adj* തെളിയിക്കപ്പെട്ട
provide *v* നൽകുക
provided *conj* ആകുന്നപക്ഷം
providence *n* ഈശ്വരേച്ഛ
province *n* പ്രവിശ്യ
provision *n* നിബന്ധന
provisional *adj* സോപാധികമായ
provoke *v* പ്രകോപിപ്പിക്കുക
prowl *v* പതുങ്ങിനടക്കുക
prowler *n* പതുങ്ങിനടക്കുന്നവൻ
proximity *n* സാമീപ്യം
prudent *adj* വിവേകമുള്ള
prune *n* ഒരുതരം മുന്തിരി
prune *v* വെറുപ്പുളവാക്കുന്ന
pseudonym *n* വ്യാജനാമം
psychiatrist *n* മനോരോഗ വിദഗ്ദൻ
psychiatry *n* മനശ്ശാസ്ത്രം
psychic *adj* മാനസികമായ
psychological *adj* മനശ്ശാസ്ത്ര സംബന്ധമായ
psychologist *n* മനശ്ശാസ്ത്രജ്ഞൻ
psychology *n* മനശ്ശാസ്ത്രം
psychopath *n* ചിത്തരോഗി
puberty *n* ആർത്തവം
public *n* പൊതുജനം

P

public *adj* പൊതുവായ
publication *n* പ്രസിദ്ധീകരണം
publicity *n* പ്രചാരം
publicly *adv* പൊതുവായി
publish *v* പ്രസിദ്ധീകരിക്കുക
publisher *n* പ്രസാധകൻ
pudding *n* പുഡ്ഡിംഗ്
puddle *n* ചെളി
puff *n* ഫൂൽക്കാരം
puffy *adj* വീർത്ത
pull *v* വലിക്കുക
pull ahead *v* മുന്നോട്ട് വലിക്കുക
pull up *v* മുകളിലേക്ക് വലിക്കുക
pulley *n* കപ്പി
pulp *n* പൾപ്പ്
pulsate *v* സ്പന്ദിക്കുക
pulse *n* മിടിപ്പ്
pulverize *v* പൊടിക്കുക
pump *n* പമ്പ്
pump *v* വെള്ളം അടിച്ചുകയറ്റുക
pumpkin *n* മത്തങ്ങ
punch *v* ഇടിക്കുക
punctual *adj* കൃത്യസമയത്ത്
puncture *n* പഞ്ചർ
punish *v* ശിക്ഷിക്കുക
punishment *n* ശിക്ഷ
pupil *n* വിദ്യാർത്ഥി
puppet *n* പാവ
puppy *n* പട്ടിക്കുട്ടി
purchase *n* വാങ്ങൽ
purchase *v* വാങ്ങുക
pure *adj* ശുദ്ധമായ
puree *n* പഴച്ചാറ്
purge *v* ഇല്ലാതാക്കുക
purify *v* ശുദ്ധീകരിക്കുക
purity *n* പരിശുദ്ധി
purple *adj* ധൂമ്ര നിറമുള്ള
purple *n* ധൂമ്ര വർണ്ണം
purpose *n* ഉദ്ദേശ്യം
purposely *adv* ഉദ്ദേശ്യപൂർവ്വം
purr *v* കുറുകുക
purse *n* പേഴ്സ്
pursue *v* പിന്തുടരുക
push *n* തള്ളൽ
push *v* തള്ളുക
pushy *adj* തള്ളുന്ന
put *v* ഇടുക
put aside *pv* മാറ്റിവെക്കുക
put away *pv* ഉപേക്ഷിക്കുക
put off *pv* നീട്ടിവയ്ക്കുക
put on *v* ധരിക്കുക
put up with *pv* സഹിച്ചു
putrid *adj* അഴുകിയ
puzzle *n* പ്രഹേളിക, വിഷമ പ്രശ്നം
puzzled *adj* ആശയക്കുഴപ്പത്തിലായി
puzzling *adj* ആശയക്കുഴപ്പമുള്ള
pyramid *n* പിരമിഡ്
python *n* പെരുമ്പാമ്പ്

P

Q

quack *v* താറാവ് കരയുന്ന ശബ്ദം
quagmire *n* കാടത്തം
quail *n* കാടപ്പക്ഷി
quaint *adj* വിചിത്രമായ
quake *v* കുലുങ്ങുക
qualification *n* യോഗ്യത
qualified *adj* യോഗ്യത നേടി
qualify *v* യോഗ്യത നേടുക
quality *n* ഗുണമേന്മ
quandary *n* ആശയക്കുഴപ്പം
quantity *n* അളവ്
quarantine *n* ഏകാന്തവാസം
quarrel *v* വഴക്കിടുക
quarrel *n* വഴക്ക്
quarrelsome *adj* കലഹക്കാരൻ
quarry *n* ക്വാറി
quart *n* ദ്രാവകത്തിന്റെ അളവ്
quarter *n* പാദം
quarterly *adj* ത്രൈമാസ
quash *v* ക്വാഷ്
queen *n* രാജ്ഞി
quell *v* അടിച്ചമർത്തുക
quench *v* ശമിപ്പിക്കുക
query *v* അന്വേഷിക്കുക
quest *n* അന്വേഷണം
question *n* ചോദ്യം
question *v* ചോദ്യംചെയ്യുക
questionable *adj* സംശയാസ്പദമായ
questionnaire *n* ചോദ്യാവലി
queue *n* ക്യൂ
quick *adj* വേഗം
quickly *adv* വേഗത്തിൽ
quicksand *n* മണൽക്കുഴി
quiet *adj* നിശബ്ദമായ
quietly *adv* നിശബ്ദമായി
quilt *n* ചെറുമെത്ത
quit *v* ഉപേക്ഷിക്കുക
quite *adv* തികച്ചും
quiver *v* വിറയൽ
quiz *n* ക്വിസ്
quiz *v* പരീക്ഷിക്കുക
quota *n* വിഹിതം
quotation *n* ഉദ്ധരണി
quote *v* എടുത്ത് പറയുക
quote *n* നിരക്ക്
quotient *n* ഘടകാംശം

R

R

rabbi *n* യഹൂദപണ്ഡിതൻ
rabbit *n* മുയൽ
rabies *n* പേ വിഷബാധ
raccoon *n* മരപ്പട്ടി
race *v* ഓട്ടമത്സരം നടത്തുക
race *n* വംശം
racetrack *n* വാഹനപ്പന്തയ വീഥി
racing *n* ഓട്ടമത്സരം
racism *n* വംശീയത
racist *adj* വംശീയവാദി

rack *n* അലമാരത്തട്ട്
racket *n* റാക്കറ്റ്
radar *n* റഡാർ
radiation *n* വികിരണം
radiator *n* റേഡിയേറ്റർ
radical *adj* സമൂലമായ
radio *n* റേഡിയോ
radish *n* റാഡിഷ്
radius *n* ആരം
raffle *n* ലോട്ടറി
raft *n* ചങ്ങാടം
rag *n* തുണിക്കഷണം
rage *n* ക്രോധം
ragged *adj* കീറിപ്പറിഞ്ഞ
raid *v* അന്വേഷിക്കുക
raid *n* മിന്നൽപരിശോധന
rail *n* പാളം
railroad *n* തീവണ്ടിപ്പാത
railway *n* റെയിൽവേ
rain *n* മഴ
rain *v* മഴപെയ്യുക
rainforest *n* മഴക്കാടുകൾ
rainbow *n* മഴവില്ല്
raincoat *n* റെയിൻകോട്ട്
raindrop *n* മഴത്തുള്ളി
rainfall *n* മഴ
rainy *adj* മഴയുള്ള
raise *n* ഉയർച്ച
raise *v* ഉയർത്തുക
raisin *n* ഉണക്കമുന്തിരി
rake *n* ഒരു ആയുധം
rally *n* റാലി
ram *v* പ്രഹരിക്കുക
ram *n* മുട്ടനാട്
ramification *n* അനന്തരഫലം
ramp *n* ചെരിഞ്ഞ പ്രതലം
rampage *v* കലിതുള്ളുക
rampant *adj* വന്യമായ
ranch *n* കന്നുകാലി പരിപാലന കേന്ദ്രം
rancor *n* പക
random *adj* ക്രമരഹിതമായ
randomly *adv* ക്രമരഹിതമായി
range *v* നിശ്ചയിക്കുക
range *n* പരിധി
rank *n* പദവി
rank *v* സ്ഥാനം ലഭിക്കുക
ransack *v* കൊള്ളയടിക്കുക
ransom *n* മോചനദ്രവ്യം
rapid *adj* അതിവേഗം
rapport *n* ബന്ധം
rare *adj* അപൂർവ്വം
rarely *adv* അപൂർവ്വമായി
rash *n* ചുണങ്ങ്
rash *adj* മര്യാദയില്ലാത്ത
raspberry *n* റാസ്ബെറി
rat *n* എലി
rate *n* നിരക്ക്
rate *v* വിലയിടുക
rather *adv* മറിച്ച്
rating *n* വിലയിരുത്തൽ
ratio *n* അനുപാതം
ration *v* യുക്തമായ തോതിൽ നൽകുക

ration *n* റേഷൻ
rational *adj* യുക്തിസഹമായ
rationale *n* യുക്തി
rationalize *v* യുക്തിസഹമാക്കുക
rattle *v* അലറുക
ravage *v* നശിപ്പിക്കുക
rave *v* പുലമ്പുക
raw *adj* അസംസ്കൃത
ray *n* കിരണം
razor *n* റേസർ
reach *v* എത്തിച്ചേരുക
reach *n* പ്രാപ്തി
react *v* പ്രതികരിക്കുക
reaction *n* പ്രതികരണം
read *v* വായിക്കുക
reader *n* വായനക്കാരൻ
readily *adv* എളുപ്പത്തിൽ
reading *n* വായന
ready *adj* തയ്യാറായ
real *adj* യഥാർത്ഥമായ
realistic *adj* തൻമയത്വമുള്ള
reality *n* യാഥാർത്ഥ്യം
realize *v* തിരിച്ചറിയുക
really *adv* ശരിക്കും
reap *v* കൊയ്യുക
reappear *v* വീണ്ടും പ്രത്യക്ഷപ്പെടുക
rear *v* പരിപോഷിപ്പിക്കുക
rear *n* പിൻഭാഗം
rear *adj* പുറകിലുള്ള
rearrange *v* പുനഃക്രമീകരിക്കുക
reason *n* കാരണം
reason *v* സാധൂകരിക്കുക
reasonable *adj* ന്യായമായ
reassure *v* ഉറപ്പുനൽകുക
rebate *n* ഇളവ് ചെയ്ത വില
rebel *v* കലഹിക്കുക
rebel *n* വിമതൻ
rebellion *n* കലാപം
reboot *v* റീബൂട്ട് ചെയ്യുക
rebound *v* തിരിച്ചടി
rebuff *v* തിരസ്കരിക്കുക
rebuild *v* പുനർനിർമ്മിക്കുക
rebuke *v* ശാസിക്കുക
rebut *v* ഖണ്ഡിക്കുക
recall *v* അനുസ്മരിക്കുക
recant *v* നിരാകരിക്കുന്നു
recap *v* പുനരാഖ്യാനിക്കുക
recede *v* പിന്മാറുക
receipt *n* രസീത്
receive *v* സ്വീകരിക്കുക
recent *adj* സമീപകാലത്തെ
recently *adv* അടുത്തിടെ
reception *n* സ്വീകരണം
receptionist *n* സ്വീകർത്താവ്
receptive *adj* സ്വീകാര്യമായ
recess *n* ഇടവേള
recession *n* മാന്ദ്യം
recharge *v* റീചാർജ് ചെയ്യുക
recipe *n* പാചകക്കുറിപ്പ്
reciprocal *adj* പരസ്പരമുള്ള
recital *n* പാരായണം
recite *v* പാരായണം ചെയ്യുക
reckless *adj* അശ്രദ്ധ
reckon *v* കണക്കാക്കുക

recline *v* ചാരിയിരിക്കുക
recognition *n* അംഗീകാരം
recognize *v* തിരിച്ചറിയുക
recollect *v* ഓർക്കുക
recollection *n* ഓർമ്മപ്പെടുത്തൽ
recommend *v* ശുപാർശ ചെയ്യുക
recommendation *n* ശുപാർശ
recompense *v* പ്രായശ്ചിത്തം നൽകുക
reconsider *v* പുനർവിചിന്തനം
reconstruct *v* പുനർനിർമ്മിക്കുക
record *n* രേഖ
record *v* രേഖപ്പെടുത്തുക
record player *n* റെക്കോർഡ് പ്ലേയർ
recorder *n* റെക്കോർഡർ
recording *n* റെക്കോർഡിംഗ്
recount *n* വീണ്ടും എണ്ണുക
recoup *v* തിരിച്ചുപിടിക്കുക
recourse *n* ആശ്രയം
recover *v* വീണ്ടെടുക്കുക
recreate *v* പുനഃസൃഷ്ടിക്കുക
recreation *n* വിനോദം
recruit *n* നവസൈനികൻ
recruit *v* റിക്രൂട്ട് ചെയ്യുക
rectangle *n* ദീർഘചതുരം
rectangular *adj* ദീർഘചതുരാകൃതിയിലുള്ള
rectify *v* നേരെയാക്കുക
recuperate *v* സുഖം പ്രാപിക്കുക
recur *v* ആവർത്തിക്കുക
recurrence *n* ആവർത്തനം
recycle *v* പുനരാവർത്തനം ചെയ്യുക
recycle bin *n* ചവറ്റുകുട്ട
recycled *adj* പുനരാവർത്തനം ചെയ്തത്
red *adj* ചുവന്ന
red *n* ചുവപ്പ്
redeem *v* വീണ്ടെടുക്കുക
redemption *n* വീണ്ടെടുപ്പ്
redo *v* വീണ്ടും ചെയ്യുക
reduce *v* കുറയ്ക്കുക
redundant *adj* അനാവശ്യമായ
reef *n* പാറക്കെട്ട്
reel *n* റീൽ
reenactment *n* പുനരാവിഷ്ക്കരണം
reentry *n* പുനഃപ്രവേശനം
refer *v* റഫർ ചെയ്യുക
referee *n* റഫറി
reference *n* വിശകലനം
refill *v* വീണ്ടും നിറയ്ക്കുക
refine *v* ശുദ്ധീകരിക്കുക
refined *adj* ശുദ്ധീകരിച്ച
refinery *n* ശുദ്ധീകരണ ശാല
reflect *v* പ്രതിഫലിപ്പിക്കുക
reflection *n* പ്രതിഫലനം
reform *v* പരിഷ്ക്കരിക്കുക
reform *n* പുനഃസംഘടന
refrain *v* വിട്ടുനിൽക്കുക
refresh *v* പുതുക്കുക
refreshing *adj* ഉന്മേഷദായകമായ
refreshment *n* ഉന്മേഷം
refrigerate *v* തണുപ്പിക്കുക
refrigerator *n* റഫ്രിജറേറ്റർ

143 reliable

refuel *v* ഇന്ധനം നിറയ്ക്കുക
refuge *n* അഭയം
refugee *n* അഭയാർത്ഥി
refund *n* പണം തിരികെനൽകൽ
refurbish *v* നവീകരിക്കുക
refusal *n* വിസമ്മതം
refuse *n* തിരസ്കാരം
refuse *v* നിരസിക്കുക
refute *v* നിരാകരിക്കുക
regal *adj* രാജകീയ
regard *v* പരിഗണിക്കുക
regard *n* ബന്ധം
regarding *prep* സംബന്ധിച്ച്
regardless *adv* പരിഗണിക്കാതെ
regards *n* സ്നേഹാദരം
regime *n* ഭരണം
regiment *n* റെജിമെന്റ്
region *n* പ്രദേശം
regional *adj* പ്രാദേശിക
register *n* പട്ടിക
register *v* രജിസ്റ്റർ ചെയ്യുക
registration *n* രേഖപ്പെടുത്തൽ
regret *n* ഖേദം
regret *v* ഖേദിക്കുക
regrettable *adj* ഖേദകരമായ
regular *adj* പതിവായ
regularly *adv* പതിവായി
regulate *v* നിയന്ത്രിക്കുക
regulation *n* നിയന്ത്രണം
rehabilitate *v* പുനരധിവസിപ്പിക്കുക
rehearsal *n* റിഹേഴ്സൽ
rehearse *v* പരിശീലിക്കുക
reign *n* ഭരണം
reign *v* ഭരിക്കുക
reimburse *v* ചിലവായ പണം തിരികെ നൽകുക
reimbursement *n* ചിലവായ പണം തിരികെ നൽകൽ
reindeer *n* കലമാൻ
reinforce *v* ശക്തിപ്പെടുത്തുക
reinforcements *n* ബലപ്പെടുത്തലുകൾ
reiterate *v* ആവർത്തിക്കുക
reject *v* നിരസിക്കുക
rejection *n* തിരസ്കരണം
rejoice *v* സന്തോഷിക്കുക
rejuvenate *v* പുനരുജ്ജീവിപ്പിക്കുക
relate *v* ബന്ധപ്പെടുത്തുക
related *adj* ബന്ധപ്പെട്ട
relation *n* ബന്ധം
relationship *n* ബന്ധുത്വം
relative *adj* ബന്ധമുള്ള
relative *n* ബന്ധു
relax *v* വിശ്രമിക്കുക
relaxation *n* വിശ്രമം
relaxed *adj* സ്വസ്ഥമായ
relaxing *adj* സ്വസ്ഥതയുള്ള
relay *v* പുനപ്രക്ഷേപണം ചെയ്യുക
release *n* പ്രകാശനം
release *v* മോചിപ്പിക്കുക
relentless *adj* വിട്ടുവീഴ്ചയില്ലാത്ത
relevance *n* പ്രസക്തി
relevant *adj* പ്രസക്തമായ
reliable *adj* വിശ്വസനീയമായ

R

reliance *n* ആശ്രയം
reliant *adj* ആശ്രയിക്കുന്ന
relief *n* ആശ്വാസം
relieve *v* ആശ്വസിക്കുക
relieved *adj* ആശ്വാസമായ
religion *n* മതം
religious *adj* മതപരമായ
relinquish *v* ഉപേക്ഷിക്കുക
relish *v* ആസ്വദിക്കുക
relocate *v* പുനസ്ഥാപിക്കുക
reluctant *adj* വിമുഖതയുള്ള
reluctantly *adv* മനസ്സില്ലാമനസ്സോടെ
rely *v* ആശ്രയിക്കുന്നു
remain *v* അവശേഷിക്കുന്നു
remainder *n* ബാക്കി
remaining *adj* ശേഷിക്കുന്ന
remains *n* അവശിഷ്ടങ്ങൾ
remark *v* പരാമർശിക്കുക
remarkable *adj* ശ്രദ്ധേയമായ
remedy *n* പ്രതിവിധി
remember *v* ഓർക്കുക
remind *v* ഓർമ്മിപ്പിക്കുക
reminder *n* ഓർമ്മപ്പെടുത്തൽ
remnant *n* അവശിഷ്ടം
remodel *v* പുനർനിർമ്മിക്കുക
remorse *n* പശ്ചാത്താപം
remorseful *adj* പശ്ചാത്താപമുള്ള
remote *adj* വിദൂരമായ
remote control *n* റിമോട്ട് കൺട്രോൾ
remove *v* നീക്കം ചെയ്യുക
renew *v* പുതുക്കുക
renounce *v* ത്യജിക്കുക
renovate *v* നവീകരിക്കുക
renovation *n* നവീകരണം
renowned *adj* പ്രശസ്തമായ
rent *n* വാടക
rent *v* വാടകയ്ക്ക് നൽകുക
reorganize *v* പുനഃസംഘടിപ്പിക്കുക
repair *v* നന്നാക്കുക
repay *v* തിരിച്ചടയ്ക്കുക
repayment *n* തിരിച്ചടവ്
repeal *v* റദ്ദാക്കുക
repeat *v* ആവർത്തിക്കുക
repel *v* വികർഷിക്കുക
repellant *n* കീടങ്ങളെ അകറ്റുന്ന വസ്തു
repent *v* പശ്ചാത്തപിക്കുക
repetition *n* ആവർത്തനം
repetitive *adj* ആവർത്തിച്ചുള്ള
replace *v* മാറ്റിസ്ഥാപിക്കുക
replacement *n* പകരം വയ്ക്കൽ
replay *n* വീണ്ടും പ്ലേ ചെയ്യുക
replenish *v* നിറയ്ക്കുക
replica *n* പകർപ്പ്
replicate *v* പകർപ്പെടുക്കുക
reply *n* മറുപടി
reply *v* മറുപടി നൽകുക
report *n* റിപ്പോർട്ട്
report *v* വിവരം അറിയിക്കുക
report card *n* റിപ്പോർട്ട് കാർഡ്
reporter *n* ലേഖകൻ
represent *v* പ്രതിനിധീകരിക്കുന്നു

R

representation *n* പ്രാതിനിധ്യം
representative *n* പ്രതിനിധി
repress *v* അടിച്ചമർത്തുക
reprint *n* വീണ്ടും അച്ചടിക്കുക
reprisal *n* പ്രതികാരം
reproach *v* നിന്ദ
reproduce *v* പുനരുൽപ്പാദിപ്പിക്കുക
reproduction *n* പുനരുൽപാദനം
reptile *n* ഉരഗം
republic *n* ജനാധിപത്യഭരണം
repudiate *v* നിരാകരിക്കുക
repugnant *adj* വെറുപ്പുളവാക്കുന്ന
repulse *v* വികർഷിക്കുക
repulsive *adj* വെറുപ്പുളവാക്കുന്ന
reputation *n* മതിപ്പ്
request *n* അഭ്യർത്ഥന
request *v* അഭ്യർത്ഥിക്കുക
require *v* ആവശ്യപ്പെടുക
requirement *n* ആവശ്യം
reschedule *v* വീണ്ടും ഷെഡ്യൂൾ ചെയ്യുക
rescue *v* രക്ഷാപ്രവർത്തനം നടത്തുക
research *n* ഗവേഷണം
research *v* ഗവേഷണം നടത്തുക
researcher *n* ഗവേഷകൻ
resemblance *n* സാദൃശ്യം
resemble *v* സാദൃശ്യപ്പെടുത്തുക
resent *v* നീരസപ്പെടുക
resentment *n* നീരസം
reservation *n* സംവരണം
reserve *v* ശേഖരിച്ചുവെക്കുക
reserved *adj* സംരക്ഷിത
reservoir *n* ജലസംഭരണി
reset *v* പുനഃസജ്ജമാക്കുക
reside *v* താമസിക്കുക
residence *n* പാർപ്പിടം
resident *n* താമസക്കാരൻ
residential *adj* വാസയോഗ്യമായ
residue *n* അവശിഷ്ടം
resign *v* രാജിവെക്കുക
resignation *n* രാജി
resilient *adj* പ്രതിരോധശേഷിയുള്ള
resist *v* ചെറുത്തുനിൽക്കുക
resistance *n* പ്രതിരോധം
resolute *adj* ദൃഢനിശ്ചയം
resolution *n* പ്രമേയം
resolve *v* പരിഹരിക്കുക
resort *v* റിസോർട്ട്
resounding *adj* മുഴങ്ങുന്ന
resource *n* വിഭവം
respect *n* ബഹുമാനം
respect *v* ബഹുമാനിക്കുക
respectable *adj* ആദരണീയമായ
respectful *adj* ആദരവുള്ള
respective *adj* യഥാക്രമം
respiration *n* ശ്വസനം
respond *v* പ്രതികരിക്കുക
response *n* പ്രതികരണം
responsibility *n* ഉത്തരവാദിത്തം
responsible *adj* ഉത്തരവാദിയായ
responsive *adj* പ്രതികരിക്കുന്ന
rest *n* മിച്ചം
rest *v* വിശ്രമിക്കുക

R

restaurant *n* ഭക്ഷണശാല
restful *adj* വിശ്രമിക്കുന്ന
restless *adj* വിശ്രമമില്ലാത്ത
restore *v* പുനഃസ്ഥാപിക്കുക
restrain *v* നിയന്ത്രിക്കുക
restraint *n* സംയമനം
restrict *v* നിയന്ത്രിക്കുക
restriction *n* നിയന്ത്രണം
restroom *n* വിശ്രമമുറി
result *v* പരിണമിക്കുക
result *n* ഫലം
resume *v* പുനരാരംഭിക്കുക
resurface *v* മിനുക്കിയൊതുക്കുക
retail *n* റീട്ടെയിൽ
retailer *n* ചില്ലറ വ്യാപാരി
retain *v* നിലനിർത്തുക
retaliate *v* തിരിച്ചടിക്കുക
retention *n* നിലനിർത്തൽ
retire *v* വിരമിക്കുക
retirement *n* വിരമിക്കൽ
retract *v* പിൻവലിക്കുക
retreat *v* പിൻവാങ്ങുക
retrieve *v* വീണ്ടെടുക്കുക
retroactive *adj* പിൻവാങ്ങൽ
return *n* പ്രതിഫലം
return *v* മടങ്ങുക
reunion *n* പുനഃസമാഗമം
reunite *v* വീണ്ടും ഒന്നിക്കുക
reuse *v* പുനരുപയോഗം ചെയ്യുക
reveal *v* വെളിപ്പെടുത്തുക
revealing *adj* വെളിപ്പെടുത്തുന്ന
revel *v* ആനന്ദിക്കുക
revelation *n* ദിവ്യവെളിപാട്
revenge *n* പ്രതികാരം
revenue *n* വരുമാനം
reverence *n* ബഹുമാനം
reversal *n* വിപരീതം
reverse *v* പിന്നോട്ട് നീങ്ങുക
reverse *n* വിപരീതം
reversible *adj* തിരിച്ചുള്ള
revert *v* തിരിച്ചെടുക്കുക
review *n* അവലോകനം
review *v* അവലോകനം ചെയ്യുക
revise *v* പരിഷ്കരിക്കുക
revision *n* പുനരവലോകനം
revive *v* പുനരുജ്ജീവിപ്പിക്കുക
revoke *v* റദ്ദാക്കുക
revolt *v* പ്രക്ഷോഭമുണ്ടാക്കുക
revolting *adj* അരോചകമായ
revolution *n* വിപ്ലവം
revolutionary *adj* വിപ്ലവാത്മകമായ
revolutionize *v* പരിവർത്തനം വരുത്തുക
revolve *v* കറങ്ങുക
revue *n* ഹാസ്യനാടകം
reward *n* പ്രതിഫലം
reward *v* സമ്മാനമായി നൽകുക
rewarding *adj* പ്രതിഫലദായകമായ
rewind *v* അപഗ്രഥിക്കുക
rhinoceros *n* കാണ്ടാമൃഗം
rhyme *v* കവിത രചിക്കുക
rhyme *n* പ്രാസം
rhythm *n* താളം

R

rib *n* വാരിയെല്ല്
ribbon *n* റിബൺ
rice *n* അരി
rich *adj* സമ്പന്നമായ
rid *v* ഒഴിവാക്കുക
rid of *pv* ഇല്ലാതാക്കുക
riddle *n* കടംകഥ
ride *n* സവാരി
ride *v* സവാരി ചെയ്യുക
ridge *n* വരമ്പ്
ridicule *v* പരിഹസിക്കുക
ridiculous *adj* പരിഹാസ്യമായ
rifle *n* റൈഫിൾ
rift *n* വിള്ളൽ
right *n* അവകാശം
right *adv* കൃത്യമായി
right *adj* ശരിയായ, വലത് ഭാഗത്തെ
rigid *adj* അയവില്ലാത്ത
rigor *n* കാഠിന്യം
rigorous *adj* കഠിനമായ
rim *n* അരിക്
ring *n* മോതിരം
ring *v* വളയുക
ringtone *n* റിംഗ്ടോൺ
rinse *v* കഴുകുക
riot *n* കലാപം
riot *v* ക്ഷോഭിക്കുക
rip *v* കീറുക
ripe *adj* പാകമായ
ripen *v* വിളയിക്കുക
rip-off *n* സാമ്പത്തികമായ ചതി
ripple *n* അലകൾ
rise *v* ഉയരുക
rise *n* ഉയർച്ച
risk *n* അപകടം
risk *v* അപായസാദ്ധ്യത
risky *adj* സാഹസികമായ
ritual *n* ആചാരം
rival *n* എതിരാളി
rivalry *n* മത്സരം
river *n* നദി
riveting *adj* ശ്രദ്ധ പിടിച്ചുപറ്റുന്ന
road *n* റോഡ്
roam *v* അലഞ്ഞു തിരിയുക
roar *n* ഗർജ്ജനം
roar *v* ഗർജ്ജിക്കുക
roast *v* വറുത്തെടുക്കുക
rob *v* കവരുക
robber *n* കൊള്ളക്കാരൻ
robbery *n* കവർച്ച
robe *n* അങ്കി
robot *n* റോബോട്ട്
robust *adj* ദൃഢമായ
rock *v* ആട്ടുക
rock *n* പാറ
rocket *n* റോക്കറ്റ്
rocky *adj* ശിലാമയമായ
rod *n* വടി
rodent *n* എലി
role *n* പങ്ക്
roll *v* ഉരുളുക
roll *n* ചുരുൾ
roll over *pv* കീഴ്മേൽ മറിയുക
roller coaster *n* വിനോദത്തീവണ്ടി

R

romance *n* പ്രണയം
romantic *adj* പ്രണയാർദ്രമായ
roof *n* മേൽക്കൂര
rookie *adj* പുതുമുഖം
room *n* മുറി
roommate *n* സഹമുറിയൻ
roomy *adj* ഇടമുള്ള
rooster *n* കോഴി
root *n* വേര്
rope *n* കയർ
rose *n* ഉയർന്നു
rosy *adj* അരുണാഭമായ
rot *v* ചീയുക
rotate *v* തിരിക്കുക
rotation *n* ഭ്രമണം
rotten *adj* ചീഞ്ഞളിഞ്ഞ
rough *adj* പരുക്കൻ
roughly *adv* ഏകദേശം
round *adj* വൃത്താകൃതിയിലുള്ള
round-trip *adj* റൗണ്ട് ട്രിപ്പ്
rouse *v* ഉണർത്തുക
rousing *adj* ഉണർത്തുന്ന
route *n* സഞ്ചാരപാത
routine *n* ദിനചര്യ
routine *adj* പതിവായ
row *v* തണ്ടുവലിക്കുക
row *n* വരി
rowdy *adj* തെമ്മാടി
royal *adj* രാജകീയമായ
royalty *n* രാജത്വം
rub *v* തടവുക
rubber *n* റബ്ബർ
rubber band *n* റബ്ബർ ബാൻഡ്
rubble *n* അവശിഷ്ടങ്ങൾ
ruby *n* മാണിക്യം
rudder *n* ചുക്കാൻ
rude *adj* അപമര്യാദയായ
rudely *adv* പരുഷമായി
rudeness *n* പരുഷത
rudimentary *adj* അടിസ്ഥാനപരമായ
rug *n* പരവതാനി
rugged *adj* പരുക്കൻ
ruin *v* നശിപ്പിക്കുക
ruin *n* നാശം
rule *n* ഭരണം
rule *v* ഭരിക്കുക
ruler *n* ഭരണാധികാരി
rumble *v* മുഴങ്ങുക
rumor *n* കിംവദന്തി
run *v* ഓടുക
run *n* ഓട്ടം
run away *pv* ഓടിപ്പോകുക
run into *pv* ഓടുക
run out *pv* പൂർത്തിയാവുക
run over *pv* ഓടിക്കയറി
runner *n* ഓട്ടക്കാരൻ
runway *n* റൺവേ
rupture *n* പിളര്പ്പ്
rupture *v* പൊട്ടിക്കുക
rural *adj* ഗ്രാമീണ
ruse *n* കുതന്ത്രം
rush *v* തിരക്കുപിടിക്കുക
rust *v* തുരുമ്പെടുക്കുക

R

rust *n* തുരുമ്പ്
rustic *adj* നാടൻ
rust-proof *adj* തുരുമ്പെടുക്കാത്ത
rusty *adj* തുരുമ്പിച്ച
ruthless *adj* നിഷ്കരുണം
rye *n* ഒരു ധാന്യം

S

sabotage *n* അട്ടിമറി
sabotage *v* അട്ടിമറിക്കുക
sack *n* ചാക്ക്
sacred *adj* പവിത്രമായ
sacrifice *n* ത്യാഗം
sad *adj* ദുഃഖകരമായ
sadden *v* ദുഃഖിച്ച
saddle *n* ജീനി
sadly *adv* ദുഃഖത്തോടെ
sadness *n* ദുഃഖം
safe *n* ഭദ്രം
safe *adj* സുരക്ഷിതം
safeguard *n* സംരക്ഷണം
safely *adv* സുരക്ഷിതമായി
safety *n* സുരക്ഷ
safety belt *adv* സുരക്ഷാ ബെൽറ്റ്
sail *v* കപ്പലോടിക്കുക
sail *n* കപ്പലോട്ടം
sailboat *n* പായ് വഞ്ചി
sailor *n* നാവികൻ
saint *n* വിശുദ്ധൻ
salad *n* സാലഡ്
salad dressing *n* സാലഡിൽ ചേർക്കുന്ന ദ്രാവകമിശ്രിതം
salary *n* ശമ്പളം
sale *n* വിൽപ്പന
salesman *n* വിൽപ്പനക്കാരൻ
saleswoman *n* വിൽപ്പനക്കാരി
saliva *n* ഉമിനീർ
salmon *n* സാൽമൺ മത്സ്യം
salon *n* മുടിവെട്ടുന്ന സ്ഥലം
salsa *n* ഒരു ആഹാരപദാർത്ഥം
salt *n* ഉപ്പ്
salty *adj* ഉപ്പിട്ട
salvage *v* തകർന്ന കപ്പലിലെ സാധനങ്ങൾ സുരക്ഷിതമാക്കുക
salvation *n* മുക്തി
same *adj* അതേ
same *pron* സമാനമായ
sample *n* സാമ്പിൾ
sanction *n* അനുമതി
sanction *v* അനുമതി നൽകുക
sanctity *n* വിശുദ്ധി
sanctuary *n* സങ്കേതം
sand *n* മണൽ
sandal *n* ചെരിപ്പ്
sandpaper *n* സാൻഡ്പേപ്പർ
sandwich *n* സാന്ഡ്വിച്ച്
sane *adj* സുബോധമുള്ള
sanity *n* വിവേകം
sap *n* സ്രവം
sapphire *n* നീലക്കല്ല്
sarcasm *n* പരിഹാസം

sarcastic *adj* ആക്ഷേപഹാസ്യം
sardine *n* മത്തി, ചാള
satellite *n* ഉപഗ്രഹം
satire *n* ആക്ഷേപഹാസ്യം
satisfaction *n* സംതൃപ്തി
satisfactory *adj* തൃപ്തികരമായ
satisfied *adj* തൃപ്തിയായി
satisfy *v* തൃപ്തിപ്പെടുത്തുക
satisfying *adj* തൃപ്തിപ്പെടുത്തുന്ന
saturate *v* പൂരിതമാക്കുക
Saturday *n* ശനിയാഴ്ച
Saturn *n* ശനി ഗ്രഹം
sauce *n* സോസ്
saucepan *n* പാചകപാത്രം
saucer *n* സോസർ
sausage *n* സോസേജ്
savage *adj* കാട്ടാളൻ
save *v* രക്ഷിക്കുക
savings *n* സമ്പാദ്യം
savior *n* രക്ഷകൻ
savor *v* ആസ്വദിക്കുക
saw *n* അറക്കവാൾ
saw *v* കണ്ടു
saxophone *n* ഒരു കുഴൽവാദ്യം
say *v* പറയുക
saying *n* പഴംചൊല്ല്
scab *n* ചുണങ്ങു
scaffolding *n* സ്കാർഫോൾഡിംഗ്
scald *v* പൊള്ളിക്കുക
scale *n* സ്കെയിൽ
scalp *n* തലയോട്ടി
scam *n* അഴിമതി
scan *v* സ്കാൻ ചെയ്യുക
scandal *n* കോഴ
scanner *n* സ്കാനർ
scapegoat *n* ബലിയാട്
scar *n* വടു
scarce *adj* വിരളമായ
scarcely *adv* വിരളമായി
scarcity *n* ക്ഷാമം
scare *v* ഭയപ്പെടുത്തുക
scare away *pv* ഭയപ്പെടുത്തുക
scared *adj* പേടിച്ച
scarf *n* സ്കാർഫ്
scary *adj* ഭീതിദമാണ്
scatter *v* ചിന്നിച്ചിതറുക
scenario *n* സാഹചര്യം
scene *n* രംഗം
scenery *n* പ്രകൃതിദൃശ്യങ്ങൾ
scenic *adj* പ്രകൃതിരമണീയമായ
scent *n* സുഗന്ധം
scented *adj* സുഗന്ധമുള്ള
schedule *n* പട്ടിക
schedule *v* പട്ടികയാക്കുക
scheme *n* പദ്ധതി
scheme *v* പദ്ധതിയാക്കുക
scholar *n* പണ്ഡിതൻ
scholarship *n* സ്കോളർഷിപ്പ്
school *n* സ്കൂൾ
school bus *n* സ്കൂൾ ബസ്
science *n* ശാസ്ത്രം
scientific *adj* ശാസ്ത്രീയമായ
scientist *n* ശാസ്ത്രജ്ഞൻ
scissors *n* കത്രിക

S

secret

scoff *v* പരിഹസിക്കുക
scold *v* ശകാരിക്കുക
scooter *n* സ്കൂട്ടർ
scope *n* ഭാവിയുളള
scorch *v* പൊള്ളുക
score *v* കളിയിൽ പോയിൻററ് നേടുക
score *n* സ്കോർ
scoreboard *n* സ്കോർബോർഡ്
scorn *v* പുച്ഛിക്കുക
scornful *adj* പരിഹാസ്യമായ
scorpion *n* തേൾ
scoundrel *n* തെമ്മാടി
scour *v* തേച്ചുമിനുക്കുക
scout *n* സ്കൗട്ട്
scramble *v* പറ്റിപ്പിടിച്ച് കയറുക
scrambled *adj* പറ്റിപ്പിടിച്ച് കയറുന്ന
scrap *v* ഉപേക്ഷിക്കുക
scrap *n* കഷണം
scrape *v* ചുരണ്ടുക
scratch *n* പോറൽ
scratch *v* മാന്തുക
scream *n* അലർച്ച
scream *v* അലറുക
screech *v* അലമുറയിടുക
screen *v* പ്രദർശിപ്പിക്കുക
screen *n* സ്ക്രീൻ
screw *n* സ്ക്രൂ
screwdriver *n* സ്ക്രൂഡ്രൈവർ
scribble *v* കുത്തിക്കുറിക്കുക
script *n* തിരക്കഥ
scroll *n* കടലാസ് ചുരുൾ
scroll *v* സ്ക്രോൾ ചെയ്യുക
scrub *v* ചുരണ്ടുക
scrupulous *adj* മനസ്സാക്ഷിക്കുത്തുള്ള
scrutiny *n* സൂക്ഷ്മപരിശോധന
sculptor *n* ശില്പി
sculpture *n* ശിൽപം
sea *n* കടൽ
seafood *n* കടൽ ഭക്ഷണം
seagull *n* കടൽകാക്ക
seal *n* മുദ്ര
seal *v* മുദ്രവെക്കുക
seam *n* കൂട്ടിത്തുന്നൽ
seamless *adj* തടസ്സമില്ലാത്ത
seamstress *n* തയ്യൽക്കാരി
search *n* അന്വേഷണം
search *v* തിരയുക
seashell *n* കടൽച്ചിപ്പി
seashore *n* കടൽത്തീരം
seasick *adj* കടൽച്ചൊരുക്ക്
season *v* ഊറയ്ക്കിടുക
season *n* ഋതു
seasonal *adj* കാലികമായ
seasoning *n* കറിക്കൂട്ട്
seat *n* ഇരിപ്പിടം
seat belt *n* സീറ്റ് ബെൽറ്റ്
secluded *adj* ഒറ്റപ്പെട്ട
second *adv* രണ്ടാമതായി
second *adj* രണ്ടാമത്തേത്
second *n* സമയത്തിന്റെ ഒരു ഘടകം
secondary *adj* ദ്വിതീയ
secrecy *n* രഹസ്യവസ്തു
secret *n* രഹസ്യം

S

secret *adj* രഹസ്യസ്വഭാവമുള്ള
secretary *n* സെക്രട്ടറി
secretive *adj* രഹസ്യം സൂക്ഷിക്കുന്ന
secretly *adv* രഹസ്യമായി
section *n* വിഭാഗം
sector *n* മേഖല
secure *adj* സുരക്ഷിത
secure *v* സുരക്ഷിതമാക്കുക
securely *adv* സുരക്ഷിതമായി
security *n* സുരക്ഷ
security guard *n* സുരക്ഷാ ഗാർഡ്
sedate *v* മയക്കം ഉണ്ടാക്കുക
seduce *v* വശീകരിക്കുക
see *v* കാണുക
seed *n* വിത്ത്
seedless *adj* വിത്തില്ലാത്ത
seedy *adj* വിത്തുള്ള
seek *v* തേടുക
seem *v* തോന്നുക
see-through *adj* സുതാര്യമായ
segment *n* വിഭാഗം
segregate *v* വേർതിരിക്കുക
segregation *n* വേർതിരിക്കൽ
seize *v* പിടിച്ചെടുക്കുക
seizure *n* കോച്ചിപ്പിടുത്തം
seldom *adv* അപൂർവ്വമായി
select *v* തിരഞ്ഞെടുക്കുക
selection *n* തിരഞ്ഞെടുപ്പ്
self *n* സ്വയം
self-conscious *adj* ആത്മബോധം
self-defense *n* സ്വയം പ്രതിരോധ
self-employed *n* സ്വയം തൊഴിൽ ചെയ്യുന്നയാൾ
self-esteem *n* ആത്മാഭിമാനം
selfish *adj* സ്വാർത്ഥമായ
selfishness *n* സ്വാർത്ഥത
self-respect *n* സ്വയം ആദരവ്
sell *v* വിൽക്കുക
seller *n* വിൽപ്പനക്കാരൻ
sellout *n* വിൽപന
semester *n* സെമസ്റ്റർ
senate *n* സെനറ്റ്
senator *n* സെനറ്റർ
send *v* അയക്കുക
sender *n* അയച്ചയാൾ
senior *adj* മുതിർന്ന
senior citizen *n* മുതിർന്ന പൗരൻ
seniority *n* സീനിയോറിറ്റി
sensation *n* സംവേദനം
sense *v* അറിയുക
sense *n* ഇന്ദ്രിയം
senseless *adj* വിവേകശൂന്യമായ
sensible *adj* വിവേകമുള്ള
sensitive *adj* വൈകാരികമായ
sentence *n* വാചകം
sentence *v* ശിക്ഷ വിധിക്കുക
sentiment *n* വികാരം
sentimental *adj* വികാരഭരിതമായ
separate *v* വേറിടുക
separate *adj* വേറിട്ട്
separately *adv* പ്രത്യേകം
separation *n* വേർപിരിയൽ
September *n* സെപ്റ്റംബർ

S

153 sharpener

sequel *n* തുടർച്ച
sequence *n* ക്രമം
serenade *n* പ്രേമസംഗീതം
serene *adj* ശാന്തമായ
sergeant *n* സൈനികോദ്യോഗസ്ഥൻ
series *n* പരമ്പര
serious *adj* ഗുരുതരമായ
sermon *n* പ്രസംഗം
serpent *n* സർപ്പം
servant *n* സേവകൻ
serve *v* സേവിക്കുക
service *n* സേവനം
session *n* സെഷൻ
set *v* ഒരുക്കുക
set *n* ഗണം
set off *pv* യാത്രതിരിക്കുക
set out *pv* പുറപ്പെട്ടു
set up *pv* സജ്ജമാക്കുക
setback *n* തിരിച്ചടി
setting *n* ക്രമീകരണം
settle *v* തീർപ്പാക്കുക
settle down *pv* താമസമുറപ്പിക്കുക
settle for *pv* പരിഹരിക്കുക
settlement *n* ഒത്തുതീർപ്പ്
settler *n* കുടിയേറ്റക്കാരൻ
setup *n* സജ്ജീകരണം
seven *n* ഏഴ്
seventeen *n* പതിനേഴ
seventh *adj* ഏഴാമത്തേത്
seventy *n* എഴുപത്
sever *v* വിച്ഛേദിക്കുക
several *pron* ധാരാളം
several *adj* നിരവധി
severance *n* വേർപിരിയൽ
severe *adj* കഠിനമായ
sew *v* തയ്ക്കുക
sewage *n* മലിനജലം
sewer *n* അഴുക്കുചാല്
sewing *n* തയ്യൽ
sex *n* ലൈംഗികത
shabby *adj* ചീഞ്ഞളിഞ്ഞ
shack *n* കുടിൽ
shade *n* തണല്
shadow *n* നിഴൽ
shady *adj* തണലുള്ള
shake *v* കുലുക്കുക
shaky *adj* ഇളകുന്ന
shall *modal v* ചെയ്യും
shallow *adj* ആഴം കുറഞ്ഞ
sham *n* വ്യാജം
shame *v* നാണംകെടുത്തുക
shame *n* നാണക്കേട്
shameful *adj* ലജ്ജാകരമായ
shameless *adj* ലജ്ജയില്ലാത്ത
shampoo *n* ഷാംപൂ
shape *n* ആകൃതി
shape *v* ആകൃതി വരുത്തുക
share *n* ഓഹരി
share *v* പങ്കിടുക
shareholder *n* ഓഹരി ഉടമ
shark *n* സ്രാവ്
sharp *adj* മൂർച്ചയുള്ള
sharpen *v* മൂർച്ച കൂട്ടുക
sharpener *n* മൂർച്ച കൂട്ടുന്നവൻ

S

shatter *v* തകരുക
shattering *adj* തകർക്കുന്നു
shave *v* ഷേവ് ചെയ്യുക
she *pron* അവൾ
shear *v* കത്രിക
shed *v* ചൊരിയാൻ
shed *n* ചെറിയ കുടിൽ
sheep *n* ആടുകൾ
sheet *n* ഷീറ്റ്
shelf *n* ഷെൽഫ്
shell *n* ചിരട്ട, പുറന്തോട്
shellfish *n* കക്കയിറച്ചി
shelter *n* അഭയം
shelter *v* അഭയം തേടുക
shepherd *n* ഇടയൻ
sheriff *n* പോലീസ് അധികാരി
shield *n* കവചം
shield *v* പ്രതിരോധിക്കുക
shift *v* മാറുക
shift *n* ഷിഫ്റ്റ്
shin *n* കണങ്കാൽ
shine *v* തിളങ്ങുക
shiny *adj* തിളങ്ങുന്ന
ship *n* കപ്പൽ
ship *v* ചരക്ക് അയക്കുക
shipment *n* കയറ്റുമതി
shipwreck *n* കപ്പൽ തകർച്ച
shipyard *n* കപ്പൽശാല
shirt *n* ഷർട്ട്
shiver *v* വിറയൽ
shock *n* ഞെട്ടൽ
shock *v* ഞെട്ടുക
shocking *adj* ഞെട്ടിപ്പിക്കുന്നത്
shoddy *adj* നിലവാരമില്ലാത്ത
shoe *n* ഷൂ
shoe polish *n* ഷൂ പോളിഷ്
shoe store *n* ചെരുപ്പ് കട
shoelace *n* ഷൂലേസ്
shoot *v* വെടിവയ്ക്കുക
shop *n* കട
shop *v* സാധനങ്ങൾ വാങ്ങുക
shoplifting *n* കട മോഷണം
shopping *n* ഷോപ്പിംഗ്
shopping basket *n* ഷോപ്പിംഗ് ബാസ്കറ്റ്
shopping cart *n* ഷോപ്പിംഗ് കാർട്ട്
shopping mall *n* ഷോപ്പിംഗ് മാൾ
shore *n* തീരം
short *adj* നീളം കുറഞ്ഞ
shortage *n* ക്ഷാമം
shortcoming *n* പോരായ്മ
shortcut *n* കുറുക്കുവഴി
shorten *v* ചുരുക്കുക
shorthand *n* ചുരുക്കെഴുത്ത്
short-lived *adj* അല്പായുസ്സായ
shortly *adv* ഉടൻ
shorts *n* ഷോർട്ട്സ്
shortsighted *adj* ഹ്രസ്വദൃഷ്ടി
short-term *adj* കുറഞ്ഞ കാലയളവ്
shot *n* നിറയൊഴിക്കൽ
shotgun *n* തോക്ക്
should *modal v* വേണം
shoulder *n* തോൾ
shout *n* ആക്രോശം

S

155 silver

shout *v* ആക്രോശിക്കുക
shove *v* തള്ളുക
shovel *v* കോരുക
shovel *n* മൺവെട്ടി
show *v* കാണിക്കുക
show *n* പ്രദർശനം
show off *pv* അഭിപ്രായം നേടാനുള്ള ശ്രമം
show up *pv* കാണിക്കുക
showdown *n* അറ്റകൈ
shower *n* വൃഷ്ടി
shred *n* കഷണം
shred *v* കീറിമുറിക്കുക
shrewd *adj* കൗശലക്കാരൻ
shriek *n* നിലവിളി
shriek *v* നിലവിളിക്കുക
shrimp *n* ചെമ്മീൻ
shrine *n* ദേവാലയം
shrink *v* ചുരുങ്ങുക
shrub *n* കുറ്റിച്ചെടി
shrug *v* തോൾ നിഷേധാത്മകമായി കുലുക്കുക
shudder *v* വിറയൽ
shuffle *v* കശക്കുക
shun *v* ഒഴിവാക്കുക
shut *v* അടയ്ക്കുക
shut off *pv* അടച്ചുപൂട്ടുക
shut up *pv* മിണ്ടാതിരിക്കുക
shuttle *v* ഷട്ടിൽ
shy *adj* ലജ്ജാശീലമുള്ള
shyness *n* നാണം
sibling *n* സഹോദരൻ
sick *adj* അസുഖം
sicken *v* രോഗിയായ
sickening *adj* രോഗമുണ്ടാക്കുന്ന
sickle *n* അരിവാൾ
sickness *n* അസുഖം
side *n* വശം
side effect *n* പാർശ്വഫലങ്ങൾ
sideburns *n* കൃതാവ്
sidestep *v* ഒരുഭാഗത്തേക്ക് ഒഴിഞ്ഞുമാറി നിൽക്കുക
sidewalk *n* നടപ്പാത
sideways *adv* വശത്തേക്ക്
siege *n* ഉപരോധം
sift *v* അരിച്ചുപെറുക്കുക
sigh *v* നെടുവീർപ്പിടുക
sigh *n* നെടുവീർപ്പ്
sight *n* കാഴ്ച
sightseeing *n* പ്രകൃതിദൃശ്യം
sign *n* അടയാളം
sign *v* ഒപ്പുവെക്കുക
signal *n* അടയാളം
signal *v* അടയാളം നൽകുക
signature *n* കയ്യൊപ്പ്
significance *n* പ്രാധാന്യം
significant *adj* കാര്യമായ
signify *v* സൂചിപ്പിക്കുക
silence *n* നിശ്ശബ്ദത
silent *adj* നിശബ്ദമായ
silhouette *n* നിഴൽരൂപം
silk *n* പട്ട്
silly *adj* നിസാരമായ
silver *n* വെള്ളി

S

silver *adj* വെള്ളിനിറമുള്ള, രജത
silverware *n* വെള്ളിപ്പാത്രങ്ങൾ
similar *adj* സമാനമായ
similarity *n* സാമ്യം
simmer *v* ചെറുതായി തിളപ്പിക്കുക
simple *adj* ലളിതമായ
simplicity *n* ലാളിത്യം
simplify *v* ലളിതമാക്കുക
simply *adv* ലളിതമായി
simulate *v* അനുകരിക്കുക
simulation *n* അനുകരണം
simultaneous *adj* ഒരേസമയം
sin *v* കൂട്ടിച്ചേർത്ത് ബലപ്പെടുത്തുക
sin *n* പാപം
since *conj* അന്നുമുതൽ
since *prep* ഇതുവരെ
since *adv* തന്നിമിത്തം
sincere *adj* ആത്മാർത്ഥതയുള്ള
sincerely *adv* ആത്മാർത്ഥമായി
sincerity *n* ആത്മാർത്ഥത
sing *v* പാടുക
singer *n* ഗായകൻ
single *adj* തനിയെ
single-handed *adj* ഒറ്റക്കൈയ്യുള്ള
single-minded *adj* ഏകമനസ്സുള്ള
sinister *adj* ദുഷ്ടൻ
sink *n* ഓവ്
sink *v* മുങ്ങുക
sip *v* സിപ്പ്
sir *n* സാർ
siren *n* സൈറൺ
sister *n* സഹോദരി
sister-in-law *n* നാത്തൂൻ
sit *v* ഇരിക്കുക
site *n* സൈറ്റ്
sitting *n* ഇരിക്കുന്ന
situated *adj* സ്ഥിതി ചെയ്യുന്നത്
situation *n* സാഹചര്യം
six *n* ആറ്
sixteen *n* പതിനാറ്
sixth *adj* ആറാമത്
sixty *n* അറുപത്
sizable *adj* ഗണ്യമായ
size *n* വലിപ്പം
skate *n* തിരണ്ടി മീൻ
skate *v* ഹിമത്തിൽ വഴുതിയോടുക
skateboard *n* സ്കേറ്റ്ബോർഡ്
skating *n* സ്കേറ്റിംഗ്
skeleton *n* അസ്ഥികൂടം
skeptic *n* സന്ദേഹവാദി
skeptical *adj* സംശയാസ്പദമായ
sketch *v* രേഖാചിത്രം വരയ്ക്കുക
sketch *n* സ്കെച്ച്
sketchy *adj* അപൂർണ്ണമായ
ski *v* സ്കീയിൻ മേൽ തെന്നിപ്പായുക
skill *n* വൈദഗ്ധ്യം
skilled *adj* വൈദഗ്ധ്യമുള്ള
skillful *adj* നൈപുണ്യമുള്ള
skim *v* ദ്രാവകത്തിൽനിന്ന് പാട എടുത്ത് കളയുക
skin *n* തൊലി
skin *v* തോലുരിക്കുക
skinny *adj* മെലിഞ്ഞ
skip *v* ഒഴിവാക്കുക

S

skirmish *n* ഏറ്റുമുട്ടൽ
skirt *n* പാവാട
skull *n* തലയോട്ടി
skunk *n* കുട്ടിത്തേവാങ്ക്
sky *n* ആകാശം
skylight *n* നാട്ടുജനൽ
skyscraper *n* അംബരചുംബി
slab *n* സ്ലാബ്
slack *adj* മന്ദത
slacken *v* ഫലം കുറയ്ക്കുക
slacks *n* മന്ദബുദ്ധികൾ
slam *v* അടിക്കുക
slander *n* അപവാദം
slang *n* ഗ്രാമ്യഭാഷ
slanted *adj* ചരിഞ്ഞത്
slap *v* അടിക്കുക
slash *n* വലുതായി വെട്ടിമുറിക്കൽ
slash *v* വെട്ടിമുറിക്കുക
slaughter *v* കശാപ്പ്
slave *n* അടിമ
slavery *n* അടിമത്തം
sleazy *adj* വൃത്തികെട്ട
sled *n* തെന്നിനീങ്ങുന്ന വണ്ടി
sleep *n* ഉറക്കം
sleep *v* ഉറങ്ങുക
sleepy *adj* ഉറക്കച്ചടവുള്ള
sleeve *n* കുപ്പായക്കൈ
sleeveless *adj* കയ്യില്ലാത്ത കുപ്പായം
sleigh *n* ഹിമവാഹനം
slender *adj* മെലിഞ്ഞ
slice *n* കഷണം
slice *v* കഷണമാക്കുക
sliced *adj* അരിഞ്ഞത്
slide *v* തെന്നിനീക്കുക
slide *n* നിരങ്ങിപ്പോകൽ
slight *adj* നേരിയ
slightly *adv* ചെറുതായി
slim *adj* മെലിഞ്ഞ
slip *n* തെന്നൽ
slip *v* തെന്നുക
slipper *n* സ്ലിപ്പർ
slippery *adj* വഴുവഴുപ്പുള്ള
slit *v* പിളർക്കുക
slit *n* പിളർപ്പ്
slither *v* ഇടറി നീങ്ങുക
slob *n* വൃത്തിയില്ലാത്തയാൾ
slogan *n* മുദ്രാവാക്യം
slope *n* ചരിവ്
sloppy *adj* മന്ദബുദ്ധി
slot *n* ദ്വാരം
slow *adj* പതുക്കെ
slow down *pv* വേഗത കുറയ്ക്കൽ
slow motion *n* മന്ദഗതിയിലുള്ള ചലനം
slowly *adv* പതുക്കെ
sluggish *adj* ആലസ്യം
slum *n* ചേരി
slump *v* വിലയിടിയുക
slur *v* അപവാദം പറയുക
sly *adj* തന്ത്രശാലിയായ
smack *v* അടിച്ചുപൊളിക്കുക
small *adj* ചെറിയ
smart *adj* ചുറുചുറുക്കുള്ള
smash *v* തകർക്കുക

S

smear *v* അഴുക്കാക്കുക
smear *n* കറ
smell *n* മണം
smell *v* മണക്കുക
smelly *adj* ദുർഗന്ധം വമിക്കുന്ന
smile *n* പുഞ്ചിരി
smile *v* പുഞ്ചിരിക്കുക
smoke *n* പുക
smoke *v* പുകക്കുക
smooth *v* മിനുസമാക്കുക
smooth *adj* മിനുസമാർന്ന
smoothly *adv* സുഗമമായി
smoothness *n* സ്നിഗ്ദത
smother *v* ശ്വാസം മുട്ടിക്കുക
smug *adj* തേച്ചത്
smuggle *v* കള്ളക്കടത്ത്
smuggler *n* കള്ളക്കടത്തുകാരൻ
snack *n* ലഘുഭക്ഷണം
snail *n* ഒച്ചുകൾ
snake *n* പാമ്പ്
snap *v* തകര്ക്കുക
snapshot *n* സ്നാപ്ഷോട്ട്
snare *n* കെണി
snatch *v* തട്ടിയെടുക്കുക
sneak *v* ഒളിച്ചുനടക്കുക
sneeze *n* തുമ്മൽ
sneeze *v* തുമ്മുക
sniff *v* മണം പിടിക്കുക
sniper *n* ഒളിഞ്ഞിരുന്ന് വെടിവയ്ക്കുന്നയാൾ
snitch *v* ഒറ്റിക്കൊടുക്കുക
snob *n* പൊങ്ങച്ചം
snooze *v* അൽപം ഉറങ്ങുക
snore *v* കൂർക്കംവലിക്കുക
snow *n* മഞ്ഞ്
snow *v* മഞ്ഞ് പെയ്യുക
snowboarding *n* സ്നോബോർഡിംഗ്
snowfall *n* മഞ്ഞുവീഴ്ച
snowflake *n* മഞ്ഞുതുള്ളികൾ
snowstorm *n* ശീതക്കാറ്റ്
snub *v* അവമതിക്കുക
so *adv* അങ്ങനെ
so *conj* അപ്രകാരം
soak *v* കുതിർക്കുക
soak up *pv* നനയ്ക്കുക
soaked *adj* കുതിർന്ന
soap *n* സോപ്പ്
soar *v* ഉയർന്ന് പറക്കുക
sob *v* തേങ്ങുക
sober *adj* ശാന്തമായ
so-called *adj* വിളിക്കപ്പെടുന്ന
soccer *n* ഫുട്ബോൾ
soccer *n* ഫുട്ബോൾ
sociable *adj* സൗഹൃദമുള്ള
social *adj* സാമൂഹിക
social network *n* സോഷ്യൽ നെറ്റ്വർക്ക്
socialize *v* സാമൂഹ്യവൽക്കരിക്കുക
society *n* സമൂഹം
sock *n* കാലുറ
socket *n* കുഴി
soda *n* സോഡാ
sofa *n* സോഫ
soft *adj* മൃദുവായ

S

softball *n* സോഫ്റ്റ്ബോൾ
soften *v* മയപ്പെടുത്തുക
softly *adv* മൃദുവായി
software *n* സോഫ്റ്റ്വെയർ
soggy *adj* നനഞ്ഞിരിക്കുന്ന
soil *v* അഴുക്കാക്കുക
soil *n* മണ്ണ്
soiled *adj* മലിനമായ
solace *n* ആശ്വാസം
solar *adj* സൂര്യനുമായി ബന്ധപ്പെട്ട, സൗര
solder *v* കൂട്ടിവിളക്കുക
soldier *n* പട്ടാളക്കാരൻ
sold-out *adj* വിറ്റുതീർന്ന
sole *n* ഉള്ളങ്കാൽ
sole *adj* മുഴുവൻ
solely *adv* മാത്രം
solemn *adj* ഗംഭീരം
solicit *v* അഭ്യർത്ഥിക്കുക
solid *n* ഖര
solid *adj* ദൃഢമായ
solidarity *n* ഐക്യദാർഢ്യം
solidify *v* ദൃഢമാക്കുക
solitary *adj* ഏകാന്തമായ
solitude *n* ഏകാന്തത
solo *adj* ഒറ്റയ്ക്ക് പാടുന്ന പാട്ട്
solution *n* പരിഹാരം
solve *v* പരിഹരിക്കുക
somber *adj* പ്രസന്നതയില്ലാത്ത
some *adj* ചിലത്
some *pron* ചിലർ
somebody *pron* ഏതോ ഒരാൾ
someday *adv* എന്നെങ്കിലും
somehow *adv* എങ്ങനെയെങ്കിലും
someone *pron* ആരെങ്കിലും
something *pron* എന്തോ
sometimes *adv* ചിലപ്പോൾ
someway *adv* എങ്ങനെയെങ്കിലും
somewhat *adv* ഒരു പരിധിവരെ
somewhere *adv* എവിടെയോ
son *n* മകൻ
song *n* പാട്ട്
son-in-law *n* മരുമകൻ
soon *adv* ഉടൻ
soothe *v* ആശ്വസിപ്പിക്കുക
soothing *adj* സാന്ത്വനിപ്പിക്കുന്ന
sorcerer *n* മന്ത്രവാദി
sorcery *n* മന്ത്രവാദം
sore *adj* വല്ലാത്ത
sore *n* വ്രണം
sorrow *n* ദുഃഖം
sorry *adj* ദുഖമുള്ള
sort *n* തരം
sort *v* തരംതിരിക്കുക
sort out *v* അടുക്കുക
soul *n* ആത്മാവ്
sound *n* ശബ്ദം
sound *v* ശബ്ദമുണ്ടാക്കുക
soundproof *adj* ശബ്ദം കടക്കാത്ത
soup *n* സൂപ്പ്
sour *adj* പുളിച്ച
source *n* ഉറവിടം
south *n* തെക്ക്
south *adv* തെക്ക് ഭാഗത്തായി

S

south *adj* തെക്ക്ഭാഗത്തുള്ള
southbound *adv* തെക്കോട്ട്
southeast *n* തെക്കുകിഴക്ക്
southern *adj* ദക്ഷിണമേഖലയിലെ
southerner *n* തെക്കൻ
southwest *n* തെക്കുപടിഞ്ഞാറ്
souvenir *n* സ്മരണിക
sovereign *adj* പരമാധികാരമുള്ള
sovereignty *n* പരമാധികാരം
sow *v* വിതയ്ക്കുക
spa *n* സ്പാ
space *n* സ്ഥലം
space out *pv* പരസ്പരം തുല്ല്യ അകലത്തിലുള്ള
spaceship *n* ബഹിരാകാശ കപ്പൽ
spacious *adj* വിശാലമായ
spaghetti *n* ഇറ്റാലിയൻ പലഹാരം
spam *n* അനാവശ്യമായ
span *n* ചാൺ
span *v* വില്ല് കുലയ്ക്കുക
spank *v* അടിക്കുക
spare *v* ഉപയോഗിക്കാതിരിക്കുക
spare *adj* മിച്ചം
spare part *n* സ്പെയർ പാർട്ട്
sparingly *adv* മിതമായി
spark *n* തീപ്പൊരി
sparkle *v* തിളങ്ങുക
sparrow *n* കുരുവി
sparse *adj* വിരളമായ
spasm *n* രോഗാവസ്ഥ
speak *v* സംസാരിക്കുക
speaker *n* സ്പീക്കർ
spear *n* കുന്തം
spearhead *v* കുന്തമുന
special *adj* പ്രത്യേകം
specialist *n* വിദഗ്ദൻ
specialize *v* പ്രാവീണ്യനാകുക
specially *adv* പ്രത്യേകമായി
specialty *n* പ്രത്യേകത
species *n* ജനുസ്സ്
specific *adj* നിർദ്ദിഷ്ട
specifically *adv* പ്രത്യേകമായി
specify *v* വ്യക്തമാക്കുക
specimen *n* മാതൃക
speck *n* പുള്ളി
spectacle *n* കണ്ണട
spectacular *adj* കൗതുകദൃശം
spectator *n* കാഴ്ചക്കാരൻ
speculate *v* ഊഹിക്കുക
speculation *n* ഊഹക്കച്ചവടം
speech *n* പ്രസംഗം
speechless *adj* സംസാരശേഷിയില്ലാത്ത
speed *n* വേഗത
speed *v* വേഗത കൂട്ടുക
speed limit *n* വേഗപരിധി
speedy *adj* വേഗതയുള്ള
spell *n* അൽപസമയം
spell *v* ഉച്ചരിക്കുക
spelling *n* അക്ഷരവിന്യാസം
spend *v* ചെലവഴിക്കുക
sperm *n* ബീജം
sphere *n* ഗോളം
spherical *adj* ഗോളാകൃതി
spice *n* സുഗന്ധവ്യഞ്ജനങ്ങൾ

S

spicy *adj* മസാലകൾ
spider *n* ചിലന്തി
spider web *n* ചിലന്തിവല
spike *n* കുന്തമുന
spiky *adj* മുനയുള്ള
spill *n* തുളുമ്പൽ
spill *v* തുളുമ്പുക
spin *v* കറങ്ങുക
spinach *n* ചീര
spine *n* നട്ടെല്ല്
spineless *adj* നട്ടെല്ലില്ലാത്ത
spiral *adj* സർപ്പിളമായ
spirit *n* ആവേശം
spiritual *adj* ആത്മീയം
spit *v* തുപ്പുക
spite *n* വിരോധം
spiteful *adj* വെറുപ്പുളവാക്കുന്ന
splash *v* വെള്ളം തെറിപ്പിക്കുക
splendid *adj* ഗംഭീരമായ
splendor *n* തേജസ്സ്
splint *n* തുണ്ട്
splinter *v* പിളർക്കുക
splinter *n* പിളർപ്പ്
split *v* രണ്ടായി പിരിയുക
split *n* വിള്ളൽ
split up *pv* പിരിഞ്ഞു
spoil *v* കൊഞ്ചിച്ച് വഷളാക്കുക
spoils *n* കൊള്ളമുതൽ
sponge *n* സ്പോഞ്ച്
spongy *adj* പതുപതുപ്പുള്ള
sponsor *v* പണംമുടക്കി സംരംഭം ഏറ്റെടുക്കുക
sponsor *n* പ്രായോജകർ
spontaneous *adj* സ്വതസിദ്ധമായ
spooky *adj* ഭൂതത്തെപോലെ ഭയമുണ്ടാക്കുന്നത്
spoon *n* കരണ്ടി
spoonful *n* കരണ്ടിയളവ്
sporadic *adj* ഇടയ്ക്കിടെ
sport *n* കായികം
sportsman *n* കായികതാരം
sporty *adj* കളിയിൽ അഭിരുചിയുള്ള
spot *v* പുള്ളിയിടുക
spot *n* സ്ഥലം
spotless *adj* കളങ്കമില്ലാത്ത
spotlight *n* സ്പോട്ട്ലൈറ്റ്
spouse *n* ഇണ
sprain *v* ഉളുക്കുക
sprained *adj* ഉളുക്കിയ
sprawl *v* പരന്നുകിടക്കുക
spray *v* തളിക്കുക
spray *n* നീർത്തുള്ളി
spread *v* വ്യാപിക്കുക
spreadsheet *n* സ്പ്രെഡ്ഷീറ്റ്
spring *v* കുതിക്കുക
spring *n* സ്പ്രിംഗ്, അരുവി
sprinkle *v* തളിക്കുക
sprinkler *n* തളിക്കുന്നയാൾ
sprout *v* മുളയ്ക്കുക
spur *n* കുതിരസവാരിക്കാരന്റെ ബൂട്ട്സിലെ മുള്ള്
spy *n* ചാരൻ
spy *v* ചാരവൃത്തി ചെയ്യുക
squalid *adj* വൃത്തികെട്ട

squander *v* പാഴാക്കുക
square *n* സമചതുരം
squash *v* ഞെക്കുക
squat *v* കൈയേറുക
squeak *v* ചെറു നിലവിളി, കരയുക
squeaky *adj* ചീറിപ്പായുന്ന
squeamish *adj* ഞെരുക്കമുള്ള
squeeze *v* ഞെക്കുക
squid *n* കണവ
squint *v* കണ്ണിറുക്കുക
squirrel *n* അണ്ണാൻ
squirt *v* ചീറ്റുക
stab *v* കുത്തുക
stability *n* സ്ഥിരത
stabilize *v* സ്ഥിരപ്പെടുത്തുക
stable *adj* സ്ഥിരതയുള്ള
stable *n* കുതിരാലയം
stack *v* അട്ടിയിടുക
stack *n* കൂന
stadium *n* സ്റ്റേഡിയം
staff *n* ജീവനക്കാർ
stage *n* സ്റ്റേജ്
stagger *v* ഇടറുക
staggering *adj* അമ്പരപ്പിക്കുന്ന
stagnant *adj* നിശ്ചലമായ
stain *n* കറ
stain *v* കറ പുരളുക
stained *adj* കളങ്കപ്പെട്ട
stair *n* പടി
staircase *n* ഗോവണി
stairs *n* പടികൾ
stake *n* ഓഹരി
stale *adj* പഴകിയ
stalemate *n* സ്തംഭനാവസ്ഥ
stalk *n* തണ്ട്
stalk *v* പതിയിരിക്കുക
stall *v* നിശ്ചലമാകുക
stall *n* പീടിക
stamina *n* ഓജസ്സ്
stammer *v* സ്തംഭിക്കുക
stamp *v* മുദ്രവെക്കുക
stamp *n* സ്റ്റാമ്പ്
stamp out *pv* അവസാനിപ്പിക്കുക
stampede *n* തിക്കുംതിരക്കും
stand *v* നിൽക്കുക
stand *n* നിൽക്കുക
stand for *pv* നിലകൊള്ളുക
stand out *pv* മുന്തിനിൽക്കുക
stand up *pv* എഴുന്നേൽക്കുക
standard *adj* അംഗീകൃത
standard *n* നിലവാരം
standardize *v* മാനദണ്ഡമാക്കുക
standstill *n* സ്തംഭനാവസ്ഥ
staple *v* കടലാസുകൾ കൂട്ടിച്ചേർക്കുന്ന ചെറുകമ്പിക്കൊളുത്ത്
staple *n* പ്രധാനോൽപന്നം
stapler *n* സ്റ്റാപ്ലർ
star *n* നക്ഷത്രം
starch *n* അന്നജം
stare *v* തുറിച്ചു നോക്കുക
stark *adj* പൂർണ്ണമായ
start *n* ആരംഭം
start *v* ആരംഭിക്കുക

S

startle *v* ഞെട്ടിക്കുക
startled *adj* ഞെട്ടിയ
starvation *n* പട്ടിണി
starve *v* പട്ടിണി കിടക്കുക
state *v* പ്രസ്താവിക്കുക
state *n* സംസ്ഥാനം
statement *n* പ്രസ്താവന
static *n* നിശ്ചലത
station *n* സ്റ്റേഷൻ
stationary *adj* നിശ്ചലമായ
stationery *n* സ്റ്റേഷനറി
statistic *n* സ്ഥിതിവിവരക്കണക്ക്
statistical *adj* സ്ഥിതിവിവര സംബന്ധമായ
statistician *n* സ്ഥിതിവിവര നിപുണൻ
statue *n* പ്രതിമ
status *n* പദവി
staunch *adj* ഉറച്ച
stay *n* താങ്ങ്, ആലംബം
stay *v* താമസിക്കുക
steady *adj* സ്ഥിരമായ
steak *n* മാംസക്കഷണം
steal *v* മോഷ്ടിക്കുക
stealthy *adj* രഹസ്യസ്വഭാവമുള്ള
steam *n* നീരാവി
steel *n* ഉരുക്ക്
steep *adj* കുത്തനെയുള്ള
steer *v* നയിക്കുക
steering wheel *n* സ്റ്റിയറിംഗ് വീൽ
stem *n* തണ്ട്
stench *n* ദുർഗന്ധം
stencil *n* സ്റ്റെൻസിൽ
step *n* ഘട്ടം
step *v* ചുവട് വെക്കുക
step down *pv* പടിയിറങ്ങുക
step out *pv* പുറത്ത് കടക്കുക
step up *pv* വോൾട്ടേജ് വർദ്ധിപ്പിക്കുക
stepbrother *n* കൂടെപ്പിറപ്പല്ലാത്ത ജ്യേഷ്ഠനോ അനുജനോ
step-by-step *adv* പടിപടിയായി
stepdaughter *n* ഭർത്താവിന്റെ അല്ലെങ്കിൽ ഭാര്യയുടെ മുൻജീവിതപങ്കാളിയുടെ പുത്രി
stepfather *n* രണ്ടാനച്ഛൻ
stepladder *n* ഗോവണി
stepmother *n* രണ്ടാനമ്മ
stepsister *n* കൂടെപ്പിറപ്പല്ലാത്ത ചേച്ചിയോ അനുജത്തിയോ
stepson *n* ഭർത്താവിന്റെ അല്ലെങ്കിൽ ഭാര്യയുടെ മുൻജീവിതപങ്കാളിയുടെ പുത്രൻ
stereo *n* സ്റ്റീരിയോ
stereotype *n* സ്ഥിരരൂപം
sterile *adj* അണുവിമുക്തമായ
sterilize *v* അണുവിമുക്തമാക്കുക
stern *n* കപ്പലിന്റെ പൃഷ്ഠഭാഗം
stern *adj* കർക്കശമായ
sternly *adv* കർക്കശമായി
stew *n* പായസം
stick *v* പതിക്കുക
stick *n* വടി
stick around *pv* ചുറ്റും നിൽക്കുക
stick out *pv* പുറത്തു നിൽക്കുക
stick to *pv* ഒട്ടിപ്പിടിക്കുക
sticker *n* സ്റ്റിക്കർ

sticky *adj* പശിമയുള്ള
stiff *adj* കട്ടപ്പമുള്ള
stiffen *v* കഠിനമാക്കുക
stiffness *n* കാഠിന്യം
stifle *v* ഞെരുക്കുക
stifling *adj* ശ്വാസം മുട്ടിക്കുന്ന
still *adj* നിശ്ചലമായ
still *adv* നിശ്ചലമായി
stimulant *n* ഉത്തേജനം നൽകുന്ന വസ്തു
stimulate *v* ഉത്തേജിപ്പിക്കുക
stimulating *adj* ഉത്തേജിപ്പിക്കുന്ന
stimulus *n* ഉത്തേജനം
sting *n* ആധി
sting *v* കുത്തുക
stinging *adj* തീവ്രമായി സങ്കടപ്പെടുത്തുന്ന
stingy *adj* പിശുക്കൻ
stink *n* ദുർഗന്ധം
stink *v* ദുർഗന്ധം വമിക്കുക
stinking *adj* ദുർഗന്ധം വമിക്കുന്ന
stipulate *v* വ്യവസ്ഥ ചെയ്യുന്നു
stir *v* ഇളക്കുക
stir up *pv* കുട്ടിയിളക്കുക
stitch *n* തുന്നൽ
stitch *v* തുന്നുക
stock *n* ഓഹരി
stock *v* സംഭരിക്കുക
stocking *n* കീഴ്ക്കാലുറ
stockpile *n* ക്ഷാമകാലത്തേക്ക് സംഭരിക്കൽ
stoic *adj* സമചിത്തൻ
stomach *n* ആമാശയം
stomachache *n* വയറുവേദന
stone *n* കല്ല്
stool *n* മലം
stop *v* നിർത്തുക
stop *n* നിർത്തുന്ന സ്ഥലം
stop by *pv* നിർത്തുക
stop light *n* നിർത്തുകയാണെന്ന് സൂചിപ്പിക്കുന്ന ലൈറ്റ്
storage *n* സംഭരണം
store *v* സംഭരിക്കുക
store *n* സ്റ്റോർ
storm *n* കൊടുങ്കാറ്റ്
stormy *adj* കൊടുങ്കാറ്റുള്ള
story *n* കഥ
stove *n* അടുപ്പ്
straight *adj* ഋജുവായത്
straight *adv* ഋജുവായി
straighten *v* നേരെയാക്കുക
straightforward *adj* നേരേചൊവ്വേ
strain *v* ബുദ്ധിമുട്ടുക
strain *n* ബുദ്ധിമുട്ട്
strained *adj* ആയാസപ്പെട്ട
strainer *n* അരിപ്പ
strait *n* കടലിടുക്ക്
strand *n* കടൽത്തീരം
stranded *adj* ഒറ്റപ്പെട്ട
strange *adj* വിചിത്രമായ
stranger *n* അപരിചിതൻ
strangle *v* കഴുത്തുഞെരിച്ച് കൊല്ലുക
strap *v* തോൽവാറിടുക

S

strap *n* സ്ട്രാപ്പ്
strategic *adj* തന്ത്രപരമായ
strategy *n* തന്ത്രം
straw *n* വൈക്കോൽ
strawberry *n* സ്ട്രോബെറി
stray *v* അലഞ്ഞുതിരിയുക
stray *adj* വഴിതെറ്റിയ
stream *n* ധാര
street *n* തെരുവ്
street sign *n* വഴിയടയാളം
streetcar *n* സ്ട്രീറ്റ്കാർ
streetlight *n* തെരിവുവിളക്കു
strength *n* ശക്തി
strengthen *v* ശക്തിപ്പെടുത്തുക
strenuous *adj* പ്രയാസകരമായ
stress *n* സമ്മർദ്ദം
stress *v* സമ്മർദ്ദം ചെലുത്തുക
stress out *pv* സമ്മർദ്ദം അനുഭവപ്പെടുക
stressful *adj* പിരിമുറുക്കമുള്ള
stretch *v* നീട്ടുക
stretch *n* വിസ്താരം
stretcher *n* സ്ട്രെച്ചർ
strict *adj* കണിശമായ
stride *v* മുന്നേറ്റം
strife *n* കലഹം
strike *v* അടിക്കുക
strike *n* സമരം
striking *adj* ശ്രദ്ധേയമായ
string *n* നാര്
stringent *adj* കർശനമായ
strip *v* നഗ്നമാക്കുക
strip *n* വള്ളി
stripe *n* വര
striped *adj* വരയുള്ള
strive *v* പരിശ്രമിക്കുക
stroke *n* പക്ഷാഘാതം
stroll *v* ഉലാത്തുക
stroller *adv* നാടോടി
strong *adj* ശക്തമായ
strongly *adv* ശക്തമായി
structure *n* ഘടന
struggle *v* പോരാട്ടുക
struggle *n* സമരം
stub *n* മുരട്
stubborn *adj* ശാഠ്യക്കാരൻ
stuck *adj* കുടുങ്ങിപ്പോയ
student *n* വിദ്യാർത്ഥി
studio *n* സ്റ്റുഡിയോ
study *n* പഠനം
study *v* പഠിക്കുക
stuff *v* നിറയ്ക്കുക
stuff *n* സാധനങ്ങൾ
stuffing *n* പൂരണം
stuffy *adj* വായുസഞ്ചാരമില്ലാത്ത
stumble *v* ഇടറുക
stun *v* ആശ്ചര്യപ്പെടുക
stunning *adj* അതിശയിപ്പിക്കുന്ന
stupendous *adj* അതിശയകരമായ
stupid *adj* മണ്ടൻ
stupidity *n* മണ്ടത്തരം
sturdy *adj* ആരോഗ്യമുള്ള
stutter *v* വിക്കിവിക്കി പറയുക
style *n* ശൈലി

stylish *adj* നാഗരികമായ
subdue *v* കീഴടക്കുക
subdued *adj* കീഴടക്കിയ
subject *v* വിധേയമാക്കുക
subject *n* വിഷയം
subjective *adj* ആത്മനിഷ്ഠമായ
sublime *adj* ഉദാത്തമായ
submarine *n* അന്തർവാഹിനി
submerge *v* മുങ്ങുക
submissive *adj* വിധേയത്വമുള്ള
submit *v* സമർപ്പിക്കുക
subscribe *v* വരിക്കാരാകുക
subscription *n* വരിസംഖ്യ കൊടുക്കൽ
subsequent *adj* തുടർന്നുള്ള
substance *n* പദാർത്ഥം
substandard *adj* നിലവാരമില്ലാത്ത
substantial *adj* ഗണ്യമായ
substitute *v* പകരംവെക്കുക
substitute *n* പകരക്കാരൻ
subtitle *n* ഉപശീർഷകം
subtle *adj* സൂക്ഷ്മമായ
subtotal *n* മൊത്തം
subtract *v* കുറയ്ക്കുക
subtraction *n* വ്യവകലനം
suburb *n* പ്രാന്തപ്രദേശം
subway *n* സബ് വേ
succeed *v* വിജയിക്കുക
success *n* വിജയം
successful *adj* വിജയകരമായ
successfully *adv* വിജയകരമായി
successor *n* പിൻഗാമി
succulent *adj* നീരുള്ളത്, ചാറുള്ളത്
succumb *v* കീഴടങ്ങുക
such *adj* അത്തരം
such as *idiom* അതുപോലെ
suck *v* ഈമ്പുക
sudden *adj* പെട്ടെന്നുള്ള
suddenly *adv* പെട്ടെന്ന്
sue *v* നിയമനടപടി കൈക്കൊള്ളുക
suffer *v* ക്ലേശിക്കുക
suffering *n* ക്ലേശം
sufficient *adj* മതിയായ
suffocate *v* ശ്വാസം മുട്ടിക്കുക
sugar *n* പഞ്ചസാര
suggest *v* നിർദ്ദേശിക്കുക
suggestion *n* നിർദ്ദേശം
suicide *n* ആത്മഹത്യ
suit *n* ഹോട്ടൽ മുറി
suitable *adj* അനുയോജ്യമായ
suitcase *n* സ്യൂട്ട്കേസ്
sullen *adj* അപ്രസന്നനായ
sum *v* ആകെത്തുക കാണുക
sum *n* തുക
summarize *v* സംഗ്രഹിക്കുക
summary *n* സംഗ്രഹം
summer *n* വേനൽക്കാലം
summit *n* ഉച്ചകോടി
summon *v* വിളിക്കുക
sumptuous *adj* സമൃദ്ധമായ
sun *n* സൂര്യൻ
sun block *n* വെയിലിൽനിന്ന് ചർമ്മത്തെ സംരക്ഷിക്കാനുള്ള ക്രീം
sunburn *n* സൂര്യതാപം

S

Sunday *n* ഞായറാഴ്ച
sundown *n* സൂര്യാസ്തമയം
sunglasses *n* സൺഗ്ലാസുകൾ
sunken *adj* മുങ്ങിപ്പോയ
sunlight *n* സൂര്യപ്രകാശം
sunny *adj* തെളിഞ്ഞതായ
sunrise *n* സൂര്യോദയം
sunset *n* സൂര്യാസ്തമയം
sunshine *n* സൂര്യപ്രകാശം
suntan *n* വെയിലേറ്റുള്ള കറുപ്പ്
super *adj* മികച്ചത്
superb *adj* ഗംഭീരമായ
superficial *adj* ഉപരിപ്ളവമായ
superfluous *adj* അമിതമായ
superior *adj* ശ്രേഷ്ഠമായ
supermarket *n* സൂപ്പർമാർക്കറ്റ്
superpower *n* മഹാശക്തി
superstition *n* അന്ധവിശ്വാസം
supervise *v* മേൽനോട്ടം വഹിക്കുക
supervision *n* മേൽനോട്ടം
supervisor *n* സൂപ്പർവൈസർ
supper *n* അത്താഴം
supple *adj* മൃദുവായ
supplier *n* വിതരണക്കാരൻ
supplies *n* വിതരണം ചെയ്ത സാധനങ്ങൾ
supply *n* വിതരണം
supply *v* വിതരണം ചെയ്യുക
support *n* പിന്തുണ
support *v* പിന്തുണയ്ക്കുക
supporter *n* പിന്തുണക്കാരൻ
supportive *adj* പിന്തുണയ്ക്കുന്ന
suppose *v* കരുതുക
supposing *conj* ഊഹിക്കുന്നു
suppress *v* അടിച്ചമർത്തുക
supremacy *n* മേൽക്കോയ്മ
supreme *adj* പരമോന്നത
surcharge *n* അധികനികുതി
sure *adj* അസന്ദിഗ്ദമായ
surely *adv* തീർച്ചയായും
surf *v* തിരമാലകളുടെ മേലെയുള്ള സവാരി
surface *n* ഉപരിതലം
surfboard *n* സർഫ്ബോർഡ്
surfing *n* വെബ്സൈറ്റുകളിലൂടെയുള്ള അന്വേഷണം
surge *n* തിരമാല
surgeon *n* ശസ്ത്രക്രിയാ വിദഗ്ദൻ
surgery *n* ശസ്ത്രക്രിയ
surgical *adj* ശസ്ത്രക്രിയാ സംബന്ധമായ
surname *n* കുടുംബപ്പേര്
surpass *v* മറികടക്കുക
surplus *n* മിച്ചം
surprise *n* ആശ്ചര്യം
surprise *v* ആശ്ചര്യപ്പെടുക
surprised *adj* ആശ്ചര്യപ്പെട്ട
surprising *adj* ആശ്ചര്യപ്പെടുത്തുന്ന
surrender *v* കീഴടങ്ങുക
surround *v* വലയംചെയ്യുക
surroundings *n* ചുറ്റുപാടുകൾ
surveillance *n* നിരീക്ഷണം
survey *v* ഭൂമി അളക്കുക

S

survey *n* ഭൂമി അളന്ന് തിട്ടപ്പെടുത്തൽ
survival *n* അതിജീവനം
survive *v* അതിജീവിക്കുക
survivor *n* അതിജീവിച്ചവൻ
susceptible *adj* വഴങ്ങുന്നത്
suspect *n* സംശയിക്കപ്പെടുന്നവൻ
suspect *v* സംശയിക്കുന്നു
suspend *v* തൂക്കിനിർത്തുക, താത്ക്കാലികമായി നിർത്തുക
suspenders *n* അരപ്പട്ടയുമായി ബന്ധിപ്പിച്ച ഇലാസ്റ്റിക് നാടകൾ
suspense *n* സന്ദിഗ്ദാവസ്ഥ
suspension *n* സസ്പെൻഷൻ
suspicion *n* സംശയം
suspicious *adj* സംശയാസ്പദമായ
sustain *v* നിലനിർത്തുക
sustainable *adj* സുസ്ഥിരമായ
sustenance *n* ജീവസന്ധാരണം
swallow *v* വിഴുങ്ങുക
swamp *n* ചതുപ്പ്
swamped *adj* ചതുപ്പുനിറഞ്ഞ
swan *n* ഹംസം
swap *v* കൈമാറുക
swarm *v* ഇരച്ച് കയറുക
swarm *n* പ്രാണിക്കൂട്ടം
sway *v* ആടുക
swear *v* ആണയിടുക
sweat *v* വിയർക്കുക
sweat *n* വിയർപ്പ്
sweater *n* സ്വെറ്റർ
sweatpants *n* വ്യായാമം ചെയ്യുമ്പോൾ ധരിക്കുന്ന അയഞ്ഞ പാന്റ്സ്
sweaty *adj* വിയർത്ത
sweep *v* തൂത്തുവാരുക
sweet *adj* മധുരമുള്ള
sweeten *v* മധുരമാക്കുക
sweetheart *n* പ്രണയിനി
sweets *n* മധുരപലഹാരങ്ങൾ
swell *v* വീർപ്പുമുട്ടുക
swelling *n* നീര്, വീക്കം
swift *adj* വേഗതയുള്ള
swiftly *adv* ബദ്ധപ്പെട്ട്
swim *v* നീന്തുക
swim trunks *n* പുരുഷൻമാർ നീന്തുമ്പോൾ ധരിക്കുന്ന ഷോർട്സ്
swimmer *n* നീന്തൽക്കാരൻ
swimming *n* നീന്തൽ
swimming pool *n* നീന്തൽകുളം
swimming trunks *n* നീന്തൽവസ്ത്രം
swimsuit *n* നീന്തൽവസ്ത്രം
swindle *v* ചതിക്കുക
swindler *n* തട്ടിപ്പുകാരൻ
swing *n* ഊഞ്ഞാൽ
swing *v* ഊഞ്ഞാലാട്ടുക
swipe *v* ഇലക്ട്രോണിക് ഉപകരണത്തിലൂടെ കാർഡ് കടത്തിവിടുക
switch *v* മറ്റൊരു വിഷയത്തിലേക്ക് മാറുക
switch *n* സ്വിച്ച്
switch off *pv* സ്വിച്ച് ഓഫ്
switch on *pv* സ്വിച്ച് ഓൺ
swivel *v* ഒറ്റക്കാലിൽ നിന്ന് കറങ്ങുക

S

swollen *adj* വീർത്ത
sword *n* വാൾ
syllable *n* അക്ഷരം
symbol *n* ചിഹ്നം
symbolic *adj* പ്രതീകാത്മകമായ
symbolize *v* പ്രതീകപ്പെടുത്തുക
symmetrical *adj* ആനുപാതികമായി
symmetry *n* അനുരൂപത
sympathetic *adj* സഹതാപമുള്ള
sympathize *v* സഹതപിക്കുക
sympathy *n* സഹതാപം
symphony *n* സിംഫണി, സ്വരൈക്യം
symptom *n* ലക്ഷണം
synagogue *n* ജൂത പള്ളി
synchronize *v* സമന്വയിപ്പിക്കുക
synonym *n* പര്യായപദം
synthesis *n* സശ്ലേഷണം
synthetic *adj* കൃത്രിമമായ
syringe *n* സിറിഞ്ച്
syrup *n* സിറപ്പ്
system *n* വ്യവസ്ഥ, വ്യൂഹം
systematic *adj* വ്യവസ്ഥാപിതമായ

T

tab *n* ടാബ്
table *n* മേശ
tablecloth *n* മേശവിരി
tablespoon *n* സ്പൂൺ
tablet *n* ടാബ്ലറ്റ്
tack *n* മുള്ളാണി
tackle *v* നേരിടുക
tacky *adj* അൽപം ഒട്ടുന്ന
taco *n* ഒരു മെക്സിക്കൻ വിഭവം
tact *n* കൗശലം
tactful *adj* തന്ത്രശാലിയായ
tactic *n* തന്ത്രം
tactical *adj* തന്ത്രപരമായ
tag *n* ടാഗ്
tail *n* വാൽ
tailor *n* തയ്യൽക്കാരൻ
tainted *adj* കറകളഞ്ഞ
take *v* എടുക്കുക
take apart *pv* വേർപെടുത്തുക
take away *pv* എടുത്തുകൊണ്ടുപോകുക
take back *pv* തിരികെ എടുക്കുക
take in *pv* എടുക്കുക
take off *pv* ഏറ്റെടുക്കുക, വിമാനം പറന്നുയരുക
take out *pv* അനുഗമിക്കുക
take over *pv* ഏറ്റെടുക്കുക
tale *n* കഥ
talent *n* പ്രതിഭ

talented *adj* കഴിവുള്ള
talk *n* സംസാരവിഷയം
talk *v* സംസാരിക്കുക
talkative *adj* വാചാലനായ
tall *adj* ഉയരമുള്ള
tame *v* മെരുക്കുക
tame *adj* മെരുങ്ങുന്ന
tan *v* ഊറയ്ക്കിടുക
tan *n* തവിട്ടുനിറം
tangent *n* സ്പർശരേഖ
tangerine *n* മധുരനാരങ്ങ
tangible *adj* സ്പർശനീയമായ
tangle *n* കുരുക്ക്
tangled *adj* കെട്ടുപിണഞ്ഞ
tank *n* ടാങ്ക്
tantrum *n* കോപം
tap *n* ടാപ്പ്
tap *v* മെല്ലെ തട്ടുക
tape *v* ക്ലിപ്പിട്ടുക
tape *n* നാട
tape measure *n* ടേപ്പ് അളവ്
tape recorder *n* ടേപ്പ് റെക്കോർഡർ
tapestry *n* ചിത്രകമ്പളം
tar *n* ടാർ, കീൽ
tarantula *n* വിഷച്ചിലന്തി
tardy *adj* വൈകിയ
target *n* ലക്ഷ്യം
tarnish *v* കളങ്കപ്പെടുത്തുക
tart *n* ഒരിനം മധുരപലഹാരം
tart *v* പരുഷമാകുക
task *n* ചുമതല
taste *n* രുചി, അഭിരുചി
taste *v* രുചിക്കുക
tasteful *adj* രുചിയുള്ള
tasteless *adj* രുചിയില്ലാത്ത
tasty *adj* രുചികരമായ
tattoo *n* ടാറ്റൂ
tavern *n* ഭക്ഷണശാല
tax *n* നികുതി
taxi *n* ടാക്സി
tea *n* ചായ
teach *v* പഠിപ്പിക്കുക
teacher *n* അധ്യാപകൻ
team *n* ടീം
teammate *n* സഹതാരം
teapot *n* ചായകോപ്പ
tear *n* കണ്ണുനീർ
tear *v* കീറുക
tease *v* കളിയാക്കുക
teaspoon *n* ടീസ്പൂൺ
technical *adj* സാങ്കേതികമായ
technically *adv* സാങ്കേതികമായി
technician *n* ടെക്നീഷ്യൻ
technique *n* സാങ്കേതികത
technology *n* സാങ്കേതികവിദ്യ
tedious *adj* മടുപ്പിക്കുന്ന
teenage *adj* കൗമാരപ്രായത്തിലുള്ള
teenager *n* കൗമാരക്കാരൻ
teeth *n* പല്ലുകൾ
telephone *n* ടെലിഫോൺ
telescope *n* ദൂരദർശിനി
televise *v* ടെലിവിഷനിലൂടെ പ്രക്ഷേപണം ചെയ്യുക
television *n* ടെലിവിഷൻ

T

tell *v* പറയുക
teller *n* ബാങ്കിൽ പണം കൊടുക്കുകയും സ്വീകരിക്കുകയും ചെയ്യുന്നയാൾ
telling *adj* പറയുന്ന
temper *n* കോപം
temperature *n* താപനില
tempest *n* കൊടുങ്കാറ്റ്
template *n* കല്ലച്ച്, മാതൃകാരൂപം
temple *n* ക്ഷേത്രം
temporarily *adv* താൽക്കാലികമായി
temporary *adj* താൽക്കാലിക
tempt *v* പ്രലോഭിപ്പിക്കുക
temptation *n* പ്രലോഭനം
tempting *adj* പ്രലോഭിപ്പിക്കുന്ന
ten *n* പത്ത്
tenacity *n* നിശ്ചയദാർഢ്യം
tenant *n* വാടകക്കാരൻ
tend *v* പ്രവണതയുണ്ടാകുക
tendency *n* പ്രവണത
tender *adj* മൃദുലമായ
tenderness *n* ആർദ്രത
tennis *n* ടെന്നീസ്
tenor *n* കാലയളവ്
tense *adj* അയവില്ലാത്ത
tension *n* പിരിമുറുക്കം
tent *n* കൂടാരം
tentacle *n* തൊടാനും ചലിക്കാനുമായി ചില ജീവികൾക്കുള്ള അവയവങ്ങൾ
tentative *adj* താൽക്കാലികമായ
tenth *adj* പത്താം
tepid *adj* ചൂടുള്ള
term *n* കാലാവധി
terminal *n* അതിതീവ്രമായ
terminate *v* അവസാനിപ്പിക്കുക
terminology *n* പദാവലി
terms *n* നിബന്ധനകൾ
terrace *n* ടെറസ്
terrain *n* ഭൂപ്രദേശം
terrestrial *adj* ഭൗമ
terrible *adj* ഭയങ്കരം
terrific *adj* ഭീതിജനകമായ
terrify *v* ഭയപ്പെടുത്തുക
terrifying *adj* ഭയപ്പെടുത്തുന്ന
territory *n* പ്രദേശം
terror *n* ഭീകരത
terrorism *n* തീവ്രവാദം
terrorist *n* തീവ്രവാദി
terrorize *v* ഭയപ്പെടുത്തുക
test *n* പരീക്ഷ
test *v* പരീക്ഷിക്കുക
testament *n* നിയമം
testify *v* സാക്ഷ്യപ്പെടുത്തുക
testimony *n* സാക്ഷ്യം
text *n* വാചകം
text *v* വാചകസന്ദേശം അയക്കുക
text message *n* വാചക സന്ദേശം
textbook *n* പാഠപുസ്തകം
texture *n* ഘടന
than *conj* അതിനേക്കാൾ
than *prep* മറ്റൊന്നിനെ അപേക്ഷിച്ച്
thank *v* നന്ദി പ്രകടിപ്പിക്കുക
thank you *n* നന്ദി

T

thankful *adj* നന്ദിയുള്ള
thanks *n* നന്ദി
Thanksgiving *n* നന്ദിപറച്ചിൽ
that *adj* അതായത്
that *pron* അത്
that *conj* എന്ന്
thaw *v* ഉരുകുക
the *a* പ്രസ്തുത
theater *n* തിയേറ്റർ
theft *n* മോഷണം
their *adj* അവരുടെ
theirs *pron* അവരുടേത്
them *pron* അവർ, അവരെ
theme *n* പ്രമേയം
theme park *n* തീം പാർക്ക്
themselves *pron* സ്വയം
then *adv* പിന്നെ
theory *n* സിദ്ധാന്തം
therapist *n* ചികിത്സകൻ
therapy *n* തെറാപ്പി
there *adv* അവിടെ
there *pron* അവിടെ
therefore *adv* അതുകൊണ്ട്
thermometer *n* തെർമോമീറ്റർ
thermostat *n* ഊഷ്മാവിനെ നിയന്ത്രിച്ചുനിർത്തുന്ന ഉപായം
thesaurus *n* വിജ്ഞാനകോശം
these *adj* ഇവ
these *pron* ഇവ
thesis *n* പ്രബന്ധം
they *pron* അവർ
thick *adj* കട്ടിയുള്ള
thicken *v* കട്ടിയാക്കുക
thickness *n* കനം
thief *n* കള്ളൻ
thigh *n* തുട
thin *adj* നേർത്ത
thing *n* കാര്യം
think *v* ചിന്തിക്കുക
thinly *adv* നേർത്ത
third *adj* മൂന്നാമത്തേത്
thirst *v* ദാഹിക്കുക
thirsty *adj* ദാഹമുള്ള
thirteen *n* പതിമൂന്ന്
thirty *n* മുപ്പത്
this *pron* ഇത്
this *adj* ഈ
thorn *n* മുള്ള്
thorny *adj* മുള്ളുകളുള്ള
thorough *adj* സമഗ്രമായി
those *pron* അവ
those *adj* ആ
though *conj* എങ്കിലും
though *adv* എങ്കിലും
thought *n* ചിന്ത
thoughtful *adj* ചിന്താശേഷിയുള്ള
thousand *n* ആയിരം
thread *n* നാര്
thread *v* നൂല് കോർക്കുക
threat *n* ഭീഷണി
threaten *v* ഭീഷണിപ്പെടുത്തുക
three *n* മൂന്ന്
threshold *n* വാതിൽപ്പടി, അതിര്
thrifty *adj* മിതവ്യയമുള്ള

T

toad

thrill *n* ആവേശം
thrill *v* പുളകംകൊള്ളിക്കുക
thrilling *adj* കോരിത്തരിപ്പിക്കുന്ന
thrive *v* അഭിവൃദ്ധിപ്പെടുത്തുക
throat *n* തൊണ്ട
throb *v* സ്പന്ദിക്കുക
throne *n* സിംഹാസനം
through *adv* അതിലൂടെ
through *prep* വഴി
throughout *prep* ഉടനീളം
throw *v* എറിയുക
throw away *pv* ഉപേക്ഷിക്കുക
throw up *pv* ഛർദ്ദിക്കുക
thug *n* കൊള്ളക്കാരൻ
thumb *n* പെരുവിരൽ
thumbtack *n* മുള്ളാണി
thunder *n* ഇടിമുഴക്കം
thunderbolt *n* ഇടിവെട്ട്
thunderstorm *n* ഇടിമിന്നലോട്ടുകൂടിയ കൊടുങ്കാറ്റ്
Thursday *n* വ്യാഴാഴ്ച
thus *adv* അങ്ങനെ
ticket *n* ടിക്കറ്റ്
tickle *n* ഇക്കിളി
tickle *v* ഇക്കിളിയുണ്ടാക്കുക
ticklish *adj* എളുപ്പത്തിൽ ഇക്കിളി ഉണ്ടാകുന്ന
tidal wave *n* ഭീമാകാരമായ കടൽത്തിരമാല
tide *n* വേലിയേറ്റം
tidy *adj* വൃത്തിയുള്ള
tie *v* കെട്ടുക
tie *n* ടൈ, ബന്ധനം
tiger *n* കടുവ
tight *adj* ഇറുകിയ
tight *adv* ഇറുക്കത്തോടെ
tighten *v* മുറുക്കുക
tile *n* ടൈൽ, ഓട്
till *prep* അതുവരെ
till *v* നിലം ഉഴുക
tilt *v* ചരിയുക
timber *n* മരത്തടി
time *v* കാലക്രമപ്പെടുത്തുക
time *n* സമയം, കാലം
time limit *n* സമയ പരിധി
timeless *adj* കാലാതീതമായ
timely *adj* കൃത്യസമയത്ത്
timer *n* സമയ സൂചകം
times *prep* തവണ
timid *adj* ഭീരു
tin *n* ടിൻ
tingle *v* ഇക്കിളിയിടുക
tiny *adj* ചെറിയ
tip *n* നുറുങ്ങ്
tiptoe *v* പാദാഗ്രമൂന്നി നിൽക്കുക
tire *v* ക്ഷീണിക്കുക
tire *n* ടയർ
tired *adj* ക്ഷീണിച്ച
tireless *adj* തളരാത്ത
tiresome *adj* മടുപ്പിക്കുന്ന
tissue *n* ടിഷ്യൂ, ശരീരകോശം
title *n* തലക്കെട്ട്
to *prep* വരെ, ലേക്ക്
toad *n* തവള

T

toast 174

toast *v* ചുട്ടെടുക്കുക
toast *n* പൊരിച്ചറൊട്ടി
toaster *n* റൊട്ടി മൊരിയിക്കുന്ന ഉപകരണം
tobacco *n* പുകയില
today *adv* ഇന്ന്
today *n* ഇന്ന്
toddler *n* കൊച്ചുകുട്ടി
toe *n* കാൽവിരൽ
toenail *n* കാൽവിരലിലെ നഖം
together *adv* ഒരുമിച്ച്
toil *v* അധ്വാനിക്കുക
toilet *n* ടോയ്ലറ്റ്
toilet paper *n* ടോയിലറ്റ് പേപ്പർ
token *n* ടോക്കൺ
tolerable *adj* സഹിക്കാവുന്നത്
tolerance *n* സഹിഷ്ണുത
tolerant *adj* സഹനീയമായ
tolerate *v* സഹിക്കുക
toll *n* ടോൾ
tomato *n* തക്കാളി
tomb *n* ശവകുടീരം
tombstone *n* സ്മാരകശില
tomorrow *adv* നാളെ
tomorrow *n* ഭാവി
ton *n* ടൺ
tone *n* സ്വരഭേദം.ശബ്ദം
tongs *n* ചവണ
tongue *n* നാവ്
tonight *adv* ഇന്ന് രാത്രി
tonight *n* ഇന്ന് രാത്രി
too *adv* അതും
tool *n* ഉപകരണം
toolbox *n* ടൂൾബോക്സ്
tooth *n* പല്ല്
toothache *n* പല്ലുവേദന
toothbrush *n* ടൂത്ത് ബ്രഷ്
toothpaste *n* ടൂത്ത്പേസ്റ്റ്
toothpick *n* ടൂത്ത്പിക്ക്
top *n* മുകൾവസ്ത്രം, പമ്പരം
top *adj* മുകളിൽ
topic *n* വിഷയം
topical *adj* കാലികമായ
topple *v* വീഴ്ത്തുക
torch *n* പന്തം
torment *v* പീഢിപ്പിക്കുക
torn *adj* കീറിയ
tornado *n* ചുഴലിക്കാറ്റ്
torrent *n* കുത്തിയൊഴുക്ക്
torso *n* കബന്ധം
tortilla *n* ഒരു മെക്സിക്കൻ വിഭവം
tortoise *n* ആമ
torture *v* പീഡിപ്പിക്കുക
torture *n* പീഢനം
toss *v* നാണയം മുകളിലേക്ക് ഞൊട്ടിഎറിയുക
total *adj* ആകെ
total *n* ആകെ
totally *adv* പൂർണ്ണമായും
touch *v* സ്പർശിക്കുക
touch *n* സ്വാധീനം, ചുവ
touch on *v* സമീപിക്കുക
touch up *v* അറ്റകുറ്റപണികൾ ചെയ്യുക

T

touching *adj* ഹൃദയസ്പർശിയായ
tough *adj* കഠിനമായ
toughen *v* കഠിനമാക്കുക
tour *n* പര്യടനം
tourism *n* വിനോദസഞ്ചാരം
tourist *n* വിനോദസഞ്ചാരി
tournament *n* ടൂർണമെന്റ്
tow *v* വാഹനം കെട്ടിവലിക്കുക
tow truck *n* കെട്ടിവലിക്കുന്ന വാഹനം
toward *prep* നേരെ
towel *n* തുവാല
tower *n* ഗോപുരം
towering *adj* ഉയർന്നു നിൽക്കുന്ന
town *n* പട്ടണം
town hall *n* ടൗൺ ഹാൾ
toxic *adj* വിഷമയമായ
toxin *n* വിഷവസ്തു
toy *n* കളിപ്പാട്ടം
trace *v* പിന്തുടരുക
trace *n* മാതൃക, ബാഹ്യരേഖ
track *v* പിന്തുടരുക
track *n* വീഥി
traction *n* മൃഗങ്ങൾ കെട്ടിവലിക്കുന്ന ഒരു പ്രാകൃത വാഹനം
tractor *n* ട്രാക്ടർ
trade *n* വ്യാപാരം
trade *v* വ്യാപാരം നടത്തുക
trader *n* വ്യാപാരി
tradition *n* പാരമ്പര്യം
traditional *adj* പരമ്പരാഗത
traditionally *adv* പരമ്പരാഗതമായി
traffic *n* ഗതാഗതം
traffic jam *n* ഗതാഗതക്കുരുക്ക്
traffic light *n* ട്രാഫിക് ലൈറ്റ്
tragedy *n* ദുരന്തം
tragic *adj* ദുരന്തപൂർണമായ
trail *n* പാത
trail *v* സാവധാനം ചലിക്കുക
trailer *n* ട്രെയിലർ
train *n* തീവണ്ടി
train *v* പരിശീലിപ്പിക്കുക
trainee *n* പരിശീലനം ആർജിക്കുന്നയാൾ
trainer *n* പരിശീലകൻ
training *n* പരിശീലനം
trait *n* സ്വഭാവം
traitor *n* രാജ്യദ്രോഹി
trajectory *n* പാത
tram *n* ട്രാം
trample *v* ചവിട്ടുക
trance *n* ദർശനാവസ്ഥ, തപോനിദ്ര
tranquility *n* ശാന്തത
transaction *n* ഇടപാട്
transcend *v* മറികടക്കുക
transcribe *v* പകർത്തുക
transfer *v* കൈമാറുക
transfer *n* കൈമാറ്റം, സ്ഥലംമാറ്റം
transform *v* രൂപാന്തരപ്പെടുത്തുക
transformation *n* രൂപാന്തരം
transit *n* ഗതാഗതം
transition *n* സംക്രമണം

T

translate *v* വിവർത്തനം ചെയ്യുക
translator *n* വിവർത്തകൻ
transmit *v* സംപ്രേക്ഷണം ചെയ്യുക
transparent *adj* സുതാര്യമായ
transplant *v* പറിച്ചുനടുക
transport *v* ഗതാഗതം നിർവ്വഹിക്കുക
transportation *n* ഗതാഗതം
trap *n* കെണി
trap *v* കെണിയിലാക്കുക
trash *n* ചവറ്
trash can *n* ചവറ്റുകൊട്ട
trash collector *n* ചവറ് ശേഖരിക്കുന്നയാൾ
trashy *adj* വിലയില്ലാത്ത
traumatic *adj* ആഘാതകരമായ
traumatize *v* ആഘാതം ഉണ്ടാക്കുക
travel *n* യാത്ര
travel *v* യാത്ര ചെയ്യുക
traveler *n* സഞ്ചാരി
tray *n* ട്രേ
treacherous *adj* വഞ്ചനാത്മകമായ
treachery *n* വഞ്ചന
tread *v* ചവിട്ടുക
treason *n* രാജ്യദ്രോഹം
treasure *n* നിധി
treat *v* പെരുമാറുക
treat *n* സത്ക്കാരം
treatment *n* ചികിത്സ
treaty *n* ഉടമ്പടി
tree *n* വൃക്ഷം
tree house *n* ഏറുമാടം
tremble *v* വിറയ്ക്കുക
tremendous *adj* അതിഗംഭീരമായ
tremor *n* വിറയൽ
trench *n* കിടങ്ങ്
trend *n* പ്രവണത
trendy *adj* നൂതന പ്രവണതകൾക്കൊത്ത
trespass *v* അതിക്രമിച്ച് കടക്കുക
trial *n* വിചാരണ
triangle *n* ത്രികോണം
tribe *n* ഗോത്രം
tribulation *n* കഷ്ടത
tribute *n* ആദരാഞ്ജലി
trick *n* തന്ത്രം
trick *v* തന്ത്രം പ്രയോഗിക്കുക
trickle *v* ഇറ്റിറ്റുവീഴുക
tricky *adj* തന്ത്രപരമായ
trigger *n* തോക്കിന്റെ കാഞ്ചി
trigger *v* പ്രേരിപ്പിക്കുക
trim *v* ചെത്തിമിനുക്കുക
trip *v* തെന്നിവീഴുക
trip *n* യാത്ര
triple *adj* മൂന്നിരട്ടി
tripod *n* മൂന്ന് കാലുള്ള പീഠം
triumph *n* വിജയം
triumphant *adj* വിജയകരമായ
trivial *adj* നിസ്സാരമായ
trivialize *v* നിസ്സാരമാക്കുക
trolley *n* ട്രോളി
trombone *n* കാഹളവാദ്യം
troops *n* സൈന്യം

T

177 twilight

trophy *n* ട്രോഫി
tropical *adj* ഉഷ്ണമേഖലയിലുള്ള
trouble *n* കുഴപ്പം
trouble *v* ശല്ല്യപ്പെടുത്തുക
troubled *adj* കുഴപ്പമുള്ള
troublesome *adj* ആയാസകരമായ
trousers *n* ട്രൗസറുകൾ
truce *n* സന്ധി
truck *n* ട്രക്ക്
trucker *n* ട്രക്ക് ഓടിക്കുന്നയാൾ
true *adj* ശരിയായ, ഉചിതമായ
truly *adv* ശരിക്കും
trumped-up *adj* കൊട്ടിഘോഷിച്ച
trumpet *n* കാഹളം
trunk *n* തുമ്പിക്കൈ
trust *v* വിശ്വസിക്കുക
trust *n* സമിതി
trustworthy *adj* വിശ്വാസയോഗ്യമായ
truth *n* സത്യം
truthful *adj* സത്യസന്ധൻ
try *v* ശ്രമിക്കുക
T-shirt *n* ടി–ഷർട്ട്
tub *n* വീപ്പ
tuba *n* ഒരു വാദ്യം
tube *n* കുഴൽ
tuck *v* ഞൊറിയുക
Tuesday *n* ചൊവ്വാഴ്ച
tug *v* ശക്തിയായി വലിക്കുക
tuition *n* ട്യൂഷൻ
tulip *n* ഒരു വർണ്ണപുഷ്പം
tumble *v* വീഴുക
tummy *n* വയറ്
tumor *n* മുഴ
tumult *n* ബഹളം
tumultuous *adj* പ്രക്ഷുബ്ധമായ
tuna *n* ട്യൂണ
tune *n* ധ്വനി
tune *v* രാഗം മൂളുക
tunnel *n* തുരങ്കം
turbulence *n* പ്രക്ഷുബ്ധത
turf *n* പുൽമൈതാനം
turkey *n* തുർക്കി, ടർക്കി കോഴി
turmoil *n* കലഹം
turn *n* ഊഴം
turn *v* വളയുക, തിരിയുക
turn back *pv* തിരിച്ചുപോകുക
turn down *pv* നിരാകരിക്കുക
turn in *pv* തിരിയുക
turn off *pv* ഓഫ് ചെയ്യുക
turn on *pv* ഓൺ ചെയ്യുക
turn over *pv* തിരിയുക
turn up *pv* പ്രത്യക്ഷപ്പെടുക
turtle *n* ആമ
tusk *n* കൊമ്പ്
tutor *n* അദ്ധ്യാപകൻ
tweezers *n* ചവണ
twelfth *adj* പന്ത്രണ്ടാമത്തേത്
twelve *n* പന്ത്രണ്ട്
twentieth *adj* ഇരുപതാം
twenty *n* ഇരുപത്
twice *adv* രണ്ടുതവണ
twig *n* ചില്ല
twilight *n* സന്ധ്യ

T

twin *n* ഇരട്ട
twinkle *v* മിന്നിത്തിളങ്ങുക
twist *v* വളച്ചൊടിക്കുക
twist *n* വഴിത്തിരിവ്
twisted *adj* കെട്ടുപിണഞ്ഞ
twister *n* ഒരിനം കൊടുങ്കാറ്റ്
twitch *v* ഇഴയുക
two *n* രണ്ട്
tycoon *n* മുതലാളി
type *v* ടൈപ്പ് ചെയ്യുക
type *n* തരം
type writer *n* ടൈപ്പ് റൈറ്റർ
typical *adj* സാധാരണ
typo *v* അക്ഷരത്തെറ്റ് വരുത്തുക
tyranny *n* സ്വേച്ഛാധിപത്യം
tyrant *n* സ്വേച്ഛാധിപതി

U

ugly *adj* വൃത്തികെട്ട
ulcer *n* കുടൽപ്പുണ്ണ്
ultimate *adj* ആത്യന്തികമായ
ultimatum *n* അന്ത്യശാസനം
umbrella *n* കുട
umpire *n* അമ്പയർ
unable *adj* സാധ്യമല്ലാത്ത
unanimous *adj* ഏകകണ്ഠമായ
unarmed *adj* നിരായുധൻ
unassuming *adj* അഹങ്കാരമില്ലാത്ത
unattached *adj* കൂട്ടിച്ചേർത്ത
unavoidable *adj* ഒഴിവാക്കാനാവാത്ത
unaware *adj* ബോധ്യമില്ലാത്ത
unbearable *adj* അസഹനീയമായ
unbeatable *adj* അജയ്യമായ
unbelievable *adj* അവിശ്വസനീയമായ
unbiased *adj* പക്ഷപാതരഹിതമായ
unbroken *adj* പൊട്ടാത്ത
unbutton *v* ബട്ടൺ അഴിക്കുക
uncertain *adj* അനിശ്ചിതമായ
uncle *n* അമ്മാവൻ
unclear *adj* അവ്യക്തമായ
uncomfortable *adj* അസുഖകരമായ
uncommon *adj* അസാധാരണമായ
unconscious *adj* അബോധാവസ്ഥയിലുള്ള
uncontrollable *adj* അനിയന്ത്രിതമായ
unconventional *adj* പാരമ്പര്യേതര
unconvinced *adj* ബോധ്യപ്പെടാത്തത്
uncover *v* അനാവരണം ചെയ്യുക
undecided *adj* തീരുമാനിച്ചിട്ടില്ല
undeniable *adj* നിഷേധിക്കാനാവാത്ത
under *prep* കീഴിൽ
under *adv* വിധേയമായി
underage *adj* പ്രായപൂർത്തിയാകാത്ത
undercover *adj* രഹസ്യമായ
underdog *n* അധഃസ്ഥിതൻ
underestimate *v* കുറച്ചുകാണുക
undergo *v* വിധേയമാവുക
underground *adj* ഭൂഗർഭ

T

underground *adv* ഭൂമിക്കടിയിൽ
underline *v* അടിവരയിടുക
underlying *adj* അന്തർലീനമായ
undermine *v* അടിത്തറതോണ്ടുക
underneath *prep* താഴെ
understand *v* മനസ്സിലാക്കുക
understandable *adj* മനസ്സിലാക്കാവുന്ന
understanding *adj* ധാരണ
undertake *v* ഏറ്റെടുക്കുക
underwater *adv* വെള്ളത്തിനടിയിൽ
underwater *adj* വെള്ളത്തിനടിയിലെ
underwear *n* അടിവസ്ത്രം
underweight *adj* ഭാരക്കുറവ്
undeserved *adj* അർഹതയില്ലാത്ത
undesirable *adj* അനഭിലഷണീയമായ
undisputed *adj* തർക്കമില്ലാത്ത
undo *v* പഴയപടിയാക്കുക
undoubtedly *adv* സംശയമില്ല
undress *v* വസ്ത്രം അഴിക്കുക
undue *adj* അനാവശ്യമായ
unearth *v* മാന്തിയെടുക്കുക
uneasy *adj* അസ്വസ്ഥമായ
uneducated *adj* വിദ്യാഭ്യാസമില്ലാത്ത
unemployed *adj* തൊഴിൽരഹിതൻ
unemployment *n* തൊഴിലില്ലായ്മ
unending *adj* അവസാനിക്കാത്ത
unequal *adj* അസമമായ
unequivocal *adj* അസന്ദിഗ്ധമായ
uneven *adj* അസമമായ
unexpected *adj* അപ്രതീക്ഷിതമായ

unfair *adj* അന്യായമായ
unfaithful *adj* അവിശ്വസ്തൻ
unfamiliar *adj* അപരിചിതമായ
unfasten *v* അഴിക്കുക
unfavorable *adj* അനുകൂലമല്ലാത്ത
unfinished *adj* പൂർത്തിയാകാത്തത്
unfit *adj* അയോഗ്യൻ
unfold *v* മടക്ക് നിവർത്തുക, ചുരുളഴിക്കുക
unforeseen *adj* അപ്രതീക്ഷിതമായ, മുൻകൂട്ടി കാണാനാകാത്ത
unforgettable *adj* അവിസ്മരണീയമായ
unfortunately *adv* നിർഭാഗ്യവശാൽ
unfounded *adj* അടിസ്ഥാനരഹിതമായ
unfriendly *adj* സൗഹൃദപരമല്ലാത്ത
ungrateful *adj* നന്ദികെട്ടവൻ
unhappy *adj* അസന്തുഷ്ടൻ
unharmed *adj* കേടുപാടുകൾ കൂടാതെ
unhealthy *adj* അനാരോഗ്യം
unheard-of *adj* കേട്ടറിവില്ലാത്ത
uniform *adj* ഒരേപോലെ
uniform *n* നിർദ്ദിഷ്ട വസ്ത്രരൂപം
uniformity *n* ഏകരൂപം
unify *v* ഏകീകരിക്കുക
unilateral *adj* ഏകപക്ഷീയമായ
union *n* ഐക്യം, സംഘടന
unique *adj* അതുല്യമായ
unit *n* യൂണിറ്റ്
unite *v* ഒന്നിക്കുക

united *adj* ഐക്യപ്പെട്ട
unity *n* ഐക്യം
universal *adj* സാർവത്രികമായ
universe *n* പ്രപഞ്ചം
university *n* യൂണിവേഴ്സിറ്റി
unjust *adj* അന്യായമായ
unjustified *adj* ന്യായീകരിക്കാത്തത്
unkind *adj* നിർദ്ദയമായ
unknown *adj* അജ്ഞാതം
unlawful *adj* നിയമവിരുദ്ധമായ
unleash *v* അഴിച്ചുവിടുക
unless *conj* അല്ലാതെ
unlike *adj* വ്യത്യസ്തമായ
unlikely *adj* സാധ്യതയില്ലാത്ത
unlimited *adj* പരിധിയില്ലാത്ത
unload *v* ചുമട് ഇറക്കുക
unlock *v* പൂട്ട് തുറക്കുക
unlucky *adj* നിർഭാഗ്യവാൻ
unmarried *adj* അവിവാഹിതൻ
unmask *v* മുഖംമൂടി അഴിക്കുക
unmistakable *adj* തെറ്റില്ലാത്ത
unnecessary *adj* അനാവശ്യമായ
unnoticed *adj* ശ്രദ്ധിക്കപ്പെടാതെ
unoccupied *adj* ആളില്ലാത്തത്
unofficial *adj* അനൌദ്യോഗിക
unofficially *adv* അനൌദ്യോഗികമായി
unpack *v* പൊതി അഴിക്കുക, അനാവരണം ചെയ്യുക
unpleasant *adj* അസുഖകരമായ
unplug *v* പ്ലഗ്ഗ് ഊരുക, അടപ്പൂരുക
unpopular *adj* ജനപ്രീതിയില്ലാത്ത
unpredictable *adj* പ്രവചനാതീതമായ
unprofessional *adj* തൊഴിൽപരമല്ലാത്ത
unprotected *adj* സുരക്ഷിതമല്ലാത്ത
unqualified *adj* യോഗ്യതയില്ലാത്ത
unravel *v* പോംവഴി കാണുക
unreal *adj* അയഥാർത്ഥമായ
unreasonable *adj* യുക്തിരഹിതമായ
unrelated *adj* ബന്ധമില്ലാത്ത
unreliable *adj* വിശ്വസനീയമല്ലാത്ത
unrest *n* അസ്വസ്ഥത
unsafe *adj* സുരക്ഷിതമല്ലാത്ത
unscrew *v* അഴിക്കുക
unspeakable *adj* പറയാനാവാത്ത
unstable *adj* അസ്ഥിരമായ
unsteady *adj* നേരെയല്ലാത്ത
unsuccessful *adj* വിജയകരമല്ലാത്ത
unsuitable *adj* അനുയോജ്യമല്ലാത്ത
unsure *adj* ഉറപ്പില്ലാത്ത
unsuspecting *adj* സംശയിക്കാത്ത
unthinkable *adj* അചിന്തനീയമായ
untie *v* അഴിക്കുക
until *prep* അതുവരെ
until *conj* വരുവോളം
untimely *adj* അകാലത്തിൽ
untouchable *adj* തൊട്ടുകൂടാത്ത
untrue *adj* അസത്യം
unusual *adj* അസാധാരണമായ
unveil *v* അനാച്ഛാദനം ചെയ്യുക, മറ നീക്കുക
unwillingly *adv* മനസ്സില്ലാമനസ്സോടെ

unwind v ചുരുളഴിക്കുക
unwrap v പൊതിയഴിക്കുക
unzip v സിപ്പ് തുറക്കുക
up prep മുകളിലെ
up adv മുകളിലേക്ക്
upbringing n വളർത്തൽ
upcoming adj വരാനിരിക്കുന്ന
update v പരിഷ്ക്കരിക്കുക, കാലികമാക്കുക
upgrade v നവീകരിക്കുക
upheaval n പ്രക്ഷോഭം
uphill adv കയറ്റം
uphold v ഉയർത്തിപ്പിടിക്കുക
upholstery n അപ്ഹോൾസ്റ്ററി
upon prep മേൽ
uppercase n വലിയക്ഷരം
upright adj ശുദ്ധാൻ
uprising n പ്രക്ഷോഭം
uproar n കോലാഹലം
uproot v പിഴുതെറിയുക
upset adj അസ്വസ്ഥമായ
upset v താറുമാറാക്കുക
upside-down adv തലകീഴായി
upstairs adv മുകളിലത്തെ നിലയിൽ
upstairs adj മുകളിലത്തെ നിലയിലെ
uptight adj മുറുക്കമുള്ള
up-to-date adj കാലികമായ
upwards adv മുകളിലേക്ക്
Uranus n യുറാനസ്
urban adj നഗര
urge v പ്രേരിപ്പിക്കുക

urge n വ്യഗ്രത
urgency n അടിയന്തിരം
urgent adj അടിയന്തിരമായ
urinate v മൂത്രമൊഴിക്കുക
urine n മൂത്രം
urn n കലശം, ചിതാഭസ്മ കലശം
us pron ഞങ്ങളെ
usage n വിനിയോഗം
use n ഉപയോഗം
use v ഉപയോഗിക്കുക
useable adj ഉപയോഗയോഗ്യമായ
used adj ഉപയോഗിച്ച
used to idiom പതിവായി ചെയ്യാറുള്ളത്
useful adj ഉപയോഗപ്രദമായ
useless adj ഉപയോഗശൂന്യമായ
user n ഉപയോക്താവ്
user-friendly adj ഉപയോക്തൃ സൗഹാർദ്ദ
username n ഉപയോക്തൃനാമം
usher n തിയേറ്ററിൽ ഇരിപ്പിടം കാണിച്ചുതരുന്നയാൾ
usual adj സാധാരണ
usually adv സാധാരണയായി
utensil n പാത്രം
utilize v ഉപയോഗപ്പെടുത്തുക
utmost adj ഏറ്റവും
utter v ഉച്ചരിക്കുക

V

vacancy *n* ഒഴിവ്
vacant *adj* ഒഴിഞ്ഞുകിടക്കുന്ന
vacate *v* ഒഴിയുക
vacation *n* അവധിക്കാലം
vaccinate *v* കുത്തിവയ്പ് നടത്തുക
vaccine *n* കുത്തിവയ്പ്
vacuum *n* ശൂന്യത
vacuum *v* ശൂന്യമാക്കുക
vagrant *n* നാടോടി
vague *adj* അവ്യക്തമായ
vain *adj* പാഴായ
vainly *adv* വെറുതെ
Valentine's Day *n* പ്രാണേതാക്കളുടെ ദിനം
valiant *adj* വീരൻ
valid *adj* സാധുവായ
validate *v* സാധൂകരിക്കുക
validity *n* സാധുത
valley *n* താഴ്വര
valuable *adj* വിലപ്പെട്ട
value *n* മൂല്യം
value *v* വിലമതിക്കുക
valve *n* വാൽവ്
vampire *n* രക്തരക്ഷസ്സ്
van *n* വാൻ, വാഹനം
vandal *n* നശീകരണം
vandalism *n* കിരാതവാഴ്ച
vandalize *v* നശിപ്പിക്കുക
vanilla *n* വാനില, വാനിലച്ചെടി
vanish *v* അപ്രത്യക്ഷമാകുന്നു
vanity *n* പൊങ്ങച്ചം
vanquish *v* പരാജയപ്പെടുത്തുക
vapor *n* നീരാവി
variable *adj* അസ്ഥിരമായ
variation *n* വ്യതിയാനം
varied *adj* വൈവിധ്യമാർന്ന
variety *n* വൈവിധ്യം
various *adj* വിവിധ
varsity *n* സർവകലാശാല
vary *v* വ്യത്യാസപ്പെടുന്നു
vase *n* പൂത്തട്ടം
vast *adj* വിശാലമായ
veal *n* കിടാവിന്റെ മാംസം
veer *v* ദിശമാറ്റം
vegetable *n* പച്ചക്കറി
vegetarian *n* സസ്യാഹാരി
vegetation *n* സസ്യജാലങ്ങൾ
vehicle *n* വാഹനം
veil *n* മൂട്ടുപടം
vein *n* സിര
velocity *n* പ്രവേഗം
velvet *n* വെൽവെറ്റ്
vengeance *n* പ്രതികാരം
venom *n* വിഷം
vent *n* നിർഗ്ഗമ മാർഗ്ഗം
ventilate *v* വായുസഞ്ചാരമുണ്ടാക്കുക
ventilation *n* വായുസഞ്ചാരം
venture *n* സംരംഭം
venture *v* സംരംഭത്തിന് മുതിരുക
verb *n* ക്രിയ
verbal *adj* വാക്കാലുള്ള

verbally *adv* വാക്കാൽ
verbatim *adv* അക്ഷരാർത്ഥത്തിൽ
verdict *n* വിധി
verge *n* അരിക്, വക്ക്
verification *n* സ്ഥിരീകരണം
verify *v* സ്ഥിരീകരിക്കുക
versatile *adj* ബഹുമുഖമായ
verse *n* വാക്യം
versed *adj* നിപുണനായ
version *n* പതിപ്പ്, ലക്കം
versus *prep* എതിരായി
vertebra *n* കശേരുക്കൾ
vertical *adj* ലംബമായ
very *adv* വല്ലാതെ
very *adj* വളരെ
vessel *n* പാത്രം
vest *n* അങ്കി
veteran *n* വിമുക്തഭടൻ
veterinarian *n* മൃഗഡോക്ടർ
veto *v* നിഷേധിക്കുക
via *prep* വഴി
vibrant *adj* ഊർജ്ജസ്വലമായ
vibrate *v* ഇളകുക
vibration *n* കുലുക്കം
vice *n* വൈസ്
vicinity *n* സാമീപ്യം
vicious *adj* ദുഷിച്ച
victim *n* ഇര
victimize *v* ബലിയാടാക്കുക
victor *n* വിജയി
victorious *adj* വിജയകരമായ
victory *n* വിജയം
video *n* വീഡിയോ
video game *n* വീഡിയോ ഗെയിം
view *n* കാഴ്ച
view *v* വീക്ഷിക്കുക
viewpoint *n* കാഴ്ചപ്പാട്
vigil *n* ജാഗ്രത
vigorous *adj* ഊർജസ്വലമായ
village *n* ഗ്രാമം
villager *n* ഗ്രാമീണൻ
villain *n* പ്രതിനായകൻ
vindicate *v* ന്യായീകരിക്കുക
vindictive *adj* പ്രതികാരപരമായ
vine *n* മുന്തിരിവള്ളി
vinegar *n* വിനാഗിരി
vineyard *n* മുന്തിരിത്തോട്ടം
violate *v* ലംഘിക്കുക
violence *n* അക്രമം
violent *adj* അക്രമാസക്തമായ
violet *n* വയലറ്റ്
violet *adj* വയലറ്റ് നിറമുള്ള
violin *n* വയലിൻ
violinist *n* വയലിൻ വിദഗ്ദൻ
virgin *n* കന്യക
virile *adj* വൈരാഗ്യമുള്ള
virtual *adj* ഫലത്തിൽ അങ്ങനെയായ
virtually *adv* അവാസ്തവികമായി
virtue *n* പുണ്യം
virtuous *adj* സദ്ഗുണമുള്ള
virus *n* വൈറസ്
visibility *n* ദൃശ്യപരത
visible *adj* ദൃശ്യമാകുന്ന

V

vision *n* ദർശനം
visit *n* സന്ദർശനം
visit *v* സന്ദർശിക്കുക
visitor *n* സന്ദർശകൻ
visual *adj* ദൃശ്യ സംബന്ധമായ
visualize *v* ദൃശ്യവൽക്കരിക്കുക
vital *adj* സുപ്രധാനമായ
vitality *n* ചൈതന്യം
vitamin *n* വിറ്റാമിൻ
vivacious *adj* ചട്ടുലമായ
vivid *adj* വ്യക്തമായ
vocabulary *n* പദാവലി
vocal *adj* വാചികമായ
voice *n* ശബ്ദം
voice mail *n* ശബ്ദസന്ദേശം
void *adj* ശൂന്യമായ
volatile *adj* അസ്ഥിരമായ
volcano *n* അഗ്നിപർവ്വതം
volleyball *n* വോളിബോൾ
voltage *n* വോൾട്ടേജ്
volume *n* വ്യാപ്തം
voluntary *adj* സ്വമേധയാ
volunteer *n* സദ്ധാന്നസേവകൻ
volunteer *v* സദ്ധാന്നസേവനം ചെയ്യുക
vomit *v* ഛർദ്ദിക്കുക
vote *n* സമ്മതിദാനം
vote *v* സമ്മതിദാനം നിർവ്വഹിക്കുക
vouch for *v* പിന്താങ്ങുക
voucher *n* വൗച്ചർ
vow *v* ആണയിട്ടുക, ശപഥം ചെയ്യുക
vowel *n* സ്വരാക്ഷരങ്ങൾ
voyage *n* സമുദ്രയാത്ര
voyager *n* സമുദ്രസഞ്ചാരി
vulgar *adj* അസഭ്യമായ
vulnerable *adj* ദുർബലരായ
vulture *n* കഴുകൻ

W

wafer *n* മധുര ബിസ്കറ്റ്
waffle *n* ഒരിനം കേക്ക്
wag *v* അങ്ങോട്ടുമിങ്ങോട്ടും ആട്ടുക
wage *n* വേതനം
wagon *n* വണ്ടി
wail *v* വിലപിക്കുക
waist *n* അരക്കെട്ട്
wait *v* കാത്തിരിക്കുക
waiter *n* പരിചാരകൻ
waitress *n* പരിചാരിക
waive *v* ഒഴിവാക്കുക
wake (up) *v* ഉണരുക
walk *v* നടക്കുക
walk *n* നടത്തം
wall *n* മതിൽ
wallet *n* പണസഞ്ചി
walnut *n* വാൽനട്ട്
walrus *n* നീർക്കുതിര
waltz *n* ഒരിനം നൃത്തം
wander *v* അലഞ്ഞുതിരിയുക
wanderer *n* അലഞ്ഞുതിരിയുന്നവൻ
wane *v* ക്ഷയിക്കുക

V

185 wealthy

want *v* ആഗ്രഹിക്കുക
war *n* യുദ്ധം
ward *n* വാർഡിൽ, വാര്ഡ്
warden *n* വാര്ഡന്
wardrobe *n* അലമാര
warehouse *n* സംഭരണശാല
warfare *n* യുദ്ധം
warm *adj* ഇളംചൂടുള്ള
warm *v* ചൂട് പിടിപ്പിക്കുക
warm up *pv* ഒരു വ്യായാമത്തിന് മുമ്പ് ചൂടാക്കുക
warmth *n* ഊഷ്മളത
warn *v* മുന്നറിയിപ്പ് നൽകുക
warning *n* മുന്നറിയിപ്പ്
warp *v* സങ്കോചിക്കുക
warped *adj* വക്രമായ
warrant *n* അറസ്റ്റ് ചെയ്യാനുള്ള ഉത്തരവ്
warrant *v* ഉത്തരവ് പുറപ്പെടുവിക്കുക
warranty *n* ഗുണമേൻമയുടെ ഉത്തരവാദിത്തം
warrior *n* യോദ്ധാവ്
wart *n* അരിമ്പാറ
wary *adj* ജാഗരൂകനായ
wash *v* കഴുകുക
washable *adj* കഴുകാവുന്ന
washer *n* അലക്കുന്നയാൾ, ചക്രത്തിന് വെക്കുന്ന തോൽ വളയം
washing machine *n* അലക്കു യന്ത്രം
wasp *n* പല്ലി
waste *v* പാഴാക്കുക
waste *adj* പാഴായ
waste *n* മാലിന്യം
wastebasket *n* വേസ്റ്റ് ബാസ്കറ്റ്
wasteful *adj* പാഴായത്
watch *n* കാവൽ
watch *v* നിരീക്ഷിക്കുക
watch out *pv* മുന്നറിയിപ്പ് നൽകുക
watchful *adj* ജാഗ്രതയുള്ള
water *n* വെള്ളം
water *v* വെള്ളം നനയ്ക്കുക
water fountain *n* ജലധാര
water heater *n* ജല താപനി
water park *n* വാട്ടർ പാർക്ക്
waterfall *n* വെള്ളച്ചാട്ടം
watermelon *n* തണ്ണിമത്തൻ
waterproof *adj* വെള്ളംകടക്കാത്ത
watertight *adj* വെള്ളം കയറാത്ത
watery *adj* വെള്ളമുള്ള
wave *n* തരംഗം
wave *v* വീശുക
waver *v* അലയുക
wavy *adj* അലകളുടെ രൂപത്തിലുള്ള
wax *n* മെഴുക്
way *n* വഴി
way in *n* അകത്തേക്ക്
way out *n* പുറത്തേക്കുള്ള വഴി
we *pron* ഞങ്ങൾ
weak *adj* ദുർബലമായ
weaken *v* ദുർബലമാക്കുക
weakness *n* ബലഹീനത
wealth *n* സമ്പത്ത്
wealthy *adj* സമ്പന്നമായ

W

weapon *n* ആയുധം
wear *v* ധരിക്കുക
wear down *pv* നിരന്തര പ്രയോഗത്തിലൂടെ തരണംചെയ്യുക
wear out *pv* ക്ഷീണിച്ച
weary *adj* ക്ഷീണിച്ച
weather *n* കാലാവസ്ഥ
weave *v* നെയ്യുക
web *n* എട്ടുകാലി വല
website *n* വെബ്സൈറ്റ്
wed *v* വിവാഹം കഴിക്കുക
wedding *n* കല്യാണം
wedge *n* വെഡ്ജ്
Wednesday *n* ബുധനാഴ്ച
weed *n* കള
weed *v* കളപറിക്കുക
week *n* ആഴ്ച
weekday *n* പ്രവൃത്തിദിനം
weekend *n* വാരാന്ത്യം
weekly *adv* പ്രതിവാരം
weep *v* കരയുക
weigh *v* ഭാരം തൂക്കുക
weight *n* ഭാരം
weights *n* തൂക്കങ്ങൾ
weird *adj* വിചിത്രമായ
welcome *n* സ്വാഗതം
welcome *v* സ്വാഗതം ചെയ്യുക
weld *v* വെൽഡ് ചെയ്യുക
welder *n* വെൽഡർ
welfare *n* ക്ഷേമം
well *adj* ഉചിതമായ
well *adv* നന്നായി
well *n* നല്ലത്
well-behaved *adj* നല്ല പെരുമാറ്റം
well-dressed *adj* നന്നായി വസ്ത്രം ധരിച്ച
well-known *adj* അറിയപ്പെടുന്നത്
well-to-do *adj* നല്ല നിലയിൽ
west *n* പടിഞ്ഞാറ്
west *adv* പടിഞ്ഞാറ് ഭാഗത്തായി
west *adj* പടിഞ്ഞാറ് ഭാഗത്തുള്ള
westbound *adv* പടിഞ്ഞാറോട്ട്
western *adj* പടിഞ്ഞാറൻ
westerner *adj* പാശ്ചാത്യൻ
wet *adj* ആർദ്രമായ
whale *n* തിമിംഗലം
what *adj* എന്താണോ
what *pron* എന്ത്
whatever *adj* എന്തുതന്നെയായാലും
whatever *pron* എന്തുതന്നെയായാലും
wheat *n* ഗോതമ്പ്
wheel *n* ചക്രം
wheelbarrow *n* ഉന്തുവണ്ടി
wheelchair *n* വീൽചെയർ
wheeze *v* ശ്വാസം മുട്ടുക
when *adv* എപ്പോൾ
when *conj* എപ്പോൾ
whenever *adv* എപ്പോഴെങ്കിലും
whenever *conj* എപ്പോഴെങ്കിലും
where *adv* എവിടെ
where *conj* എവിടെ
whereabouts *n* വിശദാംശങ്ങൾ
whereas *conj* അതേസമയം
whereby *adv* അതിലൂടെ

W

wherever *conj* എവിടെയായിരുന്നാലും
whether *conj* എന്ന്
which *adj* ഏത്
which *pron* ഏത്
while *conj* അതിനിടയിൽ
while *n* സമയത്ത്
whim *n* ഇഷ്ടം
whine *v* തേങ്ങുക
whip *n* ചാട്ടവാറടി
whip *v* ചാട്ടവാറുകൊണ്ട് അടിക്കുക
whirl *v* ചുഴറ്റുക
whirlpool *n* ചുഴി
whiskers *n* മീശ
whisper *n* അടക്കിയ സംസാരം
whisper *v* കുശുകുശുക്കുക
whistle *n* ചൂളം
whistle *v* ചൂളമടിക്കുക
white *n* വെളുപ്പ്
white *adj* വെള്ള
whiteboard *n* വൈറ്റ്ബോർഡ്
whiten *v* വെളുപ്പിക്കുക
who *pron* ആര്, പ്രസ്തുത വ്യക്തി
whoever *pron* ആരായാലും
whole *adj* മുഴുവൻ
whole *n* മുഴുവൻ
wholehearted *adj* പൂർണ്ണഹൃദയത്തോടെ
wholesome *adj* ആരോഗ്യകരമായ
whom *pron* ആരെ
whose *adj* ആരുടെ
whose *pron* ആരുടെ
why *adv* എന്തുകൊണ്ട്
wicked *adj* ദുഷ്ടൻ
wide *adj* വിശാലമായ
widely *adv* പരക്കെ
widen *v* വിശാലമാക്കുക
widespread *adj* വ്യാപകമായത്
widow *n* വിധവ
widower *n* വിഭാര്യൻ
width *n* വീതി
wield *v* പ്രയോഗം
wife *n* ഭാര്യ
wig *n* വിഗ്
wiggle *v* ഇളകുക
wild *adj* വന്യമായ
wild boar *n* കാട്ടുപന്നി
wilderness *n* വന്യത
wildfire *n* കാട്ടുതീ
wildlife *n* വന്യജീവി
will *modal v* ചെയ്യും
will *n* വിൽപത്രം
willing *adj* തയ്യാറായ
willingly *adv* മനസ്സോടെ
willingness *n* സന്നദ്ധത
willow *n* വില്ലോ; വില്ലോ മെഷീൻ;
wily *adj* തന്ത്രശാലിയായ
wimp *n* ഭീരു
win *v* ജയിക്കുക
win back *pv* തിരികെ നേടുക
wind *v* കമ്പി ചുറ്റുക
wind *n* കാറ്റ്
wind up *pv* അവസാനിപ്പിക്കുക
winding *adj* തീവ്രമാക്കുന്ന

W

windmill *n* കാറ്റാടിമില്ല്
window *n* ജാലകം
windshield *n* വാഹനത്തിന്റെ ചില്ല്
windy *adj* കാറ്റുള്ള
wine *n* വൈൻ
winery *n* വീഞ്ഞുണ്ടാക്കുന്ന സ്ഥലം
wing *n* ചിറക്
wink *v* കണ്ണിറുക്കുക
winner *n* വിജയി
winter *n* ശീതകാലം
wipe *v* തുടയ്ക്കുക
wire *n* വയർ
wireless *adj* വയർലെസ്സ്
wisdom *n* ജ്ഞാനം
wise *adj* ജ്ഞാനി
wish *n* ആഗ്രഹിക്കുക
wish *v* ആശംസിക്കുക
wit *n* ബുദ്ധി
witch *n* മന്ത്രവാദിനി
witchcraft *n* മന്ത്രവാദം
with *prep* കൂടെ
withdraw *v* പിൻവലിക്കുക
withdrawn *adj* പിൻവലിച്ച
wither *v* വാടിപ്പോകുക
withhold *v* തടഞ്ഞുവയ്ക്കുക
within *prep* ഉള്ളിൽ
without *prep* കൂടാതെ
withstand *v* നേരിടുക
witness *n* സാക്ഷി
witty *adj* തമാശയുള്ള
wizard *n* മാന്ത്രികൻ
wobble *v* ഇളകുക
wobbly *adj* ഇളകുന്ന
wolf *n* ചെന്നായ
woman *n* സ്ത്രീ
womb *n* ഗർഭപാത്രം
women *n* സ്ത്രീകൾ
wonder *n* അത്ഭുതം
wonder *v* അത്ഭുതപ്പെടുക
wonderful *adj* അത്ഭുതകരമായ
wood *n* മരം
wooden *adj* മരംകൊണ്ടുള്ള
wool *n* കമ്പിളി
woolen *adj* കമ്പിളിയാൽ നിർമ്മിക്കപ്പെട്ട
word *n* പദം
work *n* ജോലി
work *v* ജോലി ചെയ്യുക
work out *pv* പ്രവർത്തിക്കുക
workable *adj* പ്രവർത്തനക്ഷമമായ
workbook *n* വർക്ക്ബുക്ക്
worker *n* തൊഴിലാളി
workshop *n* ശില്പശാല
world *n* ലോകം
worldly *adj* ലൗകികമായ
worldwide *adj* ലോകമെമ്പാടും
worm *n* പുഴു
worn-out *adj* ക്ഷീണിച്ച
worried *adj* വിഷമിച്ച
worry *n* മനക്ലേശം
worry *v* വിഷമിക്കുക
worse *adj* മോശമായ
worse *adv* മോശമായി
worsen *v* വഷളാക്കുക

W

worship *v* ആരാധിക്കുക
worst *n* അതിനികൃഷ്ടമായ
worst *adj* ഏറ്റവും മോശമായ
worst *adv* ഏറ്റവും മോശമായി
worth *adj* മൂല്യമുള്ള
worthless *adj* വിലയില്ലാത്ത
worthwhile *adj* മൂല്യമുള്ളത്
worthy *adj* യോഗ്യൻ
would *modal v* ചെയ്യും
would-be *adj* ആകുമായിരുന്നു
wound *n* മുറിവ്
wounded *adj* മുറിവേറ്റ
woven *adj* നെയ്തത്
wrap *v* പൊതിയുക
wrapper *n* പൊതി, ആവരണം
wrapping *n* ആച്ഛാദനം, പൊതിയുന്ന വസ്തുക്കൾ
wrath *n* കോപം
wreath *n* റീത്ത്
wreck *v* തകരുക
wreckage *n* അവശിഷ്ടങ്ങൾ
wrench *n* നട്ടുംബോൾട്ടും മുറുക്കുന്ന ഉപകരണം
wrestle *v* ഗുസ്തിപിടിക്കുക
wrestler *n* ഗുസ്തിക്കാരൻ
wrestling *n* ഗുസ്തി
wretched *adj* നികൃഷ്ടമായ
wring *v* പിണങ്ങുക
wrinkle *n* ചുളിവ്
wrinkled *adj* ചുളിഞ്ഞ
wrist *n* കൈത്തണ്ട
write *v* എഴുതുക
writer *n* എഴുത്തുകാരൻ
writing *n* എഴുത്ത്
written *adj* രേഖാമൂലമുള്ള
wrong *adj* തെറ്റായ
wrong *adv* തെറ്റ്

X

X-mas *n* ക്രിസ്തുമസ്
X-ray *n* എക്സ്-റേ

Y

yacht *n* വള്ളം
yam *n* ചേന
yard *n* മുറ്റം
yarn *n* നൂൽ
yawn *v* അലറുക
year *n* വർഷം
yearly *adv* വർഷം തോറും
yearn *v* കൊതിക്കുന്നു
yeast *n* യീസ്റ്റ്
yell *v* അലറുക
yellow *n* മഞ്ഞ
yellow *adj* മഞ്ഞ നിറമുള്ള
yes *adv* അതെ
yesterday *adv* ഇന്നലെ
yesterday *n* ഇന്നലെ

yet *conj* ഇനിയും
yet *adv* ഇനിയും
yield *v* കീഴടങ്ങുക; നൽകുക
yoga *n* യോഗ
yogurt *n* തൈര്
yolk *n* മുട്ടയിലെ മഞ്ഞക്കരു
you *pron* നിങ്ങൾ
young *adj* ചെറുപ്പക്കാർ
youngster *n* ചെറുപ്പക്കാരൻ
your *pron* നിങ്ങളുടെ
your *adj* നിങ്ങളുടെ
yours *pron* നിങ്ങളുടേത്
yourself *pron* നിങ്ങൾതന്നെ
youth *n* യുവത്വം
youthful *adj* യുവത്വമുള്ള

Z

zeal *n* ശുഷ്കാന്തി
zealous *adj* തീക്ഷ്ണതയുള്ള
zebra *n* സീബ്ര
zero *n* പൂജ്യം
zest *n* ആവേശം
zip code *n* സിപ്പ് കോഡ്
zipper *n* സിബ്, പൽനിരപ്പൂട്ട്
zone *n* മേഖല
zoo *n* മൃഗശാല
zoom *v* മൂളിപ്പറക്കുക, ദൃശ്യങ്ങൾ സൂം ചെയ്ത് നോക്കുക
zucchini *n* മരോ ചെടി

Malayalam-English

Abbreviations

a - article - ലേഖനം
adj - adjective - നാമവിശേഷണം
adv - adverb - ക്രിയാവിശേഷണം
conj - conjunction - സമുച്ചയപദം
e - exclamation - ആശ്ചര്യശബ്ദം
n - noun - നാമം
prep - preposition - ഉപസര്ഗ്ഗം
pron - pronoun - സര്വ്വനാമം
v - verb - ക്രിയ
pv - phrasal verb - ഉപവാക്യ ക്രിയ
idiom - idiom - ശൈലി
auxillary v - auxillary verb - സഹായക ക്രിയ
modal v - modal verb - മാതൃക ക്രിയ
abbr - abbreviation - സംക്ഷേപം
phrase - phrase - ഉക്തി

അ

അകത്താക്കുക *v* ingest
അകത്തുള്ള *adj* indoor
അകത്തുള്ളത് *adj* inside
അകത്തേക്കു വരുന്ന *adj* incoming
അകത്തേക്ക് *n* way in
അകത്തോട്ടുള്ള *adj* inward
അകത്ത് *prep* inside
അകന്ന *adj* distant; estranged
അകന്നുനിൽക്കുന്ന *adj* aloof
അകന്നുപോകുക *v* drift apart
അകപ്പെടുത്തുക *v* entangle
അകമേയുള്ളത് *adv* inside
അകറ്റിനിർത്തുക *v* keep out
അകലെ *prep* off
അകലെയായി *adv* afar
അകാരണ ഭീതി *n* phobia
അകാലത്തിൽ *adj* untimely
അക്കൗണ്ട് *n* account
അക്കം *n* digit
അക്രമം *n* violence
അക്രമാസക്തമായ *adj* violent
അക്രമി *n* aggressor, attacker
അക്രോബാറ്റ് *n* acrobat
അക്വേറിയം *n* aquarium
അക്ഷദണ്ഡം *n* axle
അക്ഷമ *n* impatience
അക്ഷരം *n* letter; syllable
അക്ഷരജ്ഞാനമുള്ള *adj* literate
അക്ഷരത്തെറ്റ് വരുത്തുക *v* typo
അക്ഷരപ്പിഴവ് വരുത്തുക *v* misspell
അക്ഷരമാല *n* alphabet
അക്ഷരവിന്യാസം *n* spelling
അക്ഷരാർത്ഥത്തിൽ *adv* verbatim
അഗതിയായ *adj* destitute
അഗാധം *n* abyss
അഗ്നിപരീക്ഷ *n* ordeal
അഗ്നിപർവ്വതം *n* volcano
അഗ്നിബാധ അറിയിപ്പ് *n* fire alarm
അഗ്നിശമന ഉപകരണം *n* fire extinguisher
അഗ്നിശമന കേന്ദ്രം *n* fire station
അഗ്നിശമന വകുപ്പ് *n* fire department
അഗ്നിശമന വാഹനം *n* fire truck
അഗ്നിശമനസേനാംഗം *n* firefighter
അങ്കഗണിതം *n* arithmetic
അങ്കി *n* robe; vest
അങ്ങനെ *adv* so, thus
അങ്ങനെയാകട്ടെ *adv* all right
അങ്ങനെയാണെങ്കിലും *prep* notwithstanding
അങ്ങേയറ്റം *adj* extreme
അങ്ങേയറ്റം *adv* extremely
അങ്ങേയറ്റത്തുള്ള *adj* far
അങ്ങോട്ടുമിങ്ങോട്ടും ആട്ടുക *v* wag
അചഞ്ചലമായ *adj* adamant
അചിന്തനീയമായ *adj* unthinkable
അച്ചടക്കം *n* discipline

അച്ചടി *n* print
അച്ചടിക്കുക *v* print
അച്ചടിപ്പിശക് *n* misprint
അച്ചടിയന്ത്രം *n* printer
അച്ചടിശാല *n* press
അച്ചാർ *n* pickle
അച്ചുതണ്ട് *n* axis
അജയ്യമായ *adj* unbeatable
അജ്ഞാതം *adj* unknown
അജ്ഞാതത്വം *n* anonymity
അജ്ഞാതമായ *adj* anonymous
അഞ്ചാംപനി *n* measles
അഞ്ചാമത്തേത് *adj* fifth
അഞ്ച് *n* five
അട *n* pie
അടകല്ല് *n* anvil
അടക്കംചെയ്യുക *v* enclose
അടക്കിപ്പിടിച്ച് ചിരിക്കുക *v* chuckle
അടക്കിയ സംസാരം *n* whisper
അടച്ച *adj* closed
അടച്ചുപൂട്ടൽ *v* lock up
അടച്ചുപൂട്ടുക *v* shut off
അടച്ചുവെച്ച *adj* pent-up
അടപ്പൂരുക *v* unplug
അടപ്പ് *n* lid, cap, plug
അടയാള ചിഹ്നം *n* logo
അടയാളം *n* mark, sign, signal
അടയാളം നൽകുക *v* signal
അടയാളപ്പെടുത്തൽ *n* notation
അടയാളപ്പെടുത്തുക *v* log, mark
അടയ്ക്കൽ *adv* close
അടയ്ക്കുക *v* close, shut, bar, cap, plug
അടി *n* foot, feet; hit, blow
അടിക്കുക *v* beat, slap, spank, strike; flick; slam
അടിക്കുറിപ്പ് *n* footnote
അടിച്ചമർത്തിയ *adj* depressing
അടിച്ചമർത്തുക *v* depress
അടിച്ചമർത്തപ്പെട്ട *adj* oppressed
അടിച്ചമർത്തൽ *n* oppression
അടിച്ചമർത്തുക *v* oppress, quell, repress, suppress
അടിച്ചു പരത്തുക *v* hammer
അടിച്ചുപൊളിക്കുക *v* smack
അടിത്തട്ട് *n* bottom
അടിത്തറ *n* basement
അടിത്തറതോണ്ടുക *v* undermine
അടിപിടി *n* brawl
അടിമ *n* slave
അടിമത്തം *n* bondage, slavery, captivity
അടിമയായി *adj* addicted
അടിയന്തരാവസ്ഥ *n* emergency
അടിയന്തിരം *n* urgency
അടിയന്തിരമായ *adj* urgent
അടിയിൽ *adv* below
അടിയിൽ *prep* beneath
അടിവരയിടുക *v* underline
അടിവസ്ത്രം *n* underwear
അടിസ്ഥാനം *n* base, basis, foundation
അടിസ്ഥാനങ്ങൾ *n* basics
അടിസ്ഥാനപരമായ *adj* fundamental, rudimentary
അടിസ്ഥാനപരമായത് *adv* basically
അടിസ്ഥാനമില്ലാത്ത *adj* baseless

അടിസ്ഥാനരഹിതമായ *adj* unfounded
അടുക്കള *n* cuisine; kitchen
അടുക്കുംചിട്ടയുമില്ലാത്ത *adj* messy
അടുക്കുക *v* catch up; sort out
അടുക്ക് *n* layer
അടുത്തതായി *adv* next
അടുത്തത് *adj* next
അടുത്തിടെ *adv* recently
അടുത്തിരിക്കുന്ന *adj* collateral
അടുത്തുള്ള *adj* near
അടുത്തൂൺ *n* pension
അടുപ്പം *n* intimacy
അടുപ്പമുള്ള *adj* intimate
അടുപ്പ് *n* fireplace; oven, stove
അട്ച്ചുപൂട്ടുക *v* lock
അട്ട *n* leech
അട്ടിമറി *n* sabotage; coup
അട്ടിമറിക്കുക *v* sabotage
അട്ടിയിടുക *v* stack
അഡാപ്റ്റർ *n* adapter
അണക്കെട്ട് *n* dam
അണഞ്ഞുപോവുക *v* go out
അണപ്പല്ല് *n* molar
അണിയണിയായി നടക്കുക *v* march
അണിയറ *adv* backstage
അണു *n* germ
അണുനശീകരണം നടത്തുക *v* disinfect
അണുനാശിനി *n* disinfectant
അണുബാധ *v* infect
അണുബാധ *n* infection
അണുബാധിതമായ *adj* infected
അണുവിമുക്തമാക്കുക *v* sterilize
അണുവിമുക്തമായ *adj* sterile
അണുസംബന്ധമായ *adj* nuclear
അണ്ണാൻ *n* squirrel
അതല്ലാത്ത *pron* other
അതായത് *adj* that
അതാര്യമായ *adj* opaque
അതിക്രമിക്കുക *v* invade
അതിക്രമിച്ചു കടക്കുക *v* break in
അതിക്രമിച്ചു കയറുന്നവൻ *n* invader
അതിക്രമിച്ച് കടക്കുക *v* trespass
അതിഗംഭീരമായ *adj* tremendous
അതിജീവനം *n* survival
അതിജീവിക്കുക *v* outlive, survive
അതിജീവിച്ചവൻ *n* survivor
അതിതീവ്രമായ *n* terminal
അതിഥി *n* guest
അതിനാൽ *adv* hence
അതിനികൃഷ്ടമായ *n* worst
അതിനിടയിൽ *adv* meantime
അതിനിടയിൽ *conj* while
അതിനിടയ്ക്ക് *adv* meanwhile
അതിനപ്പുറമെ *adv* furthermore
അതിനുമുമ്പായി *adv* previously
അതിനൊപ്പം *v* get along
അതിനേക്കാൾ *conj* than
അതിന്റെ *adj* its
അതിപ്രഭ *n* glare
അതിബുദ്ധിമാനായ *adj* brilliant
അതിബൃഹത്തായ *adj* monstrous
അതിമോഹമുള്ള *adj* greedy
അതിമോഹമുള്ള *adj* ambitious
അതിയായി വിലമതിക്കുക *v* overestimate

അതിരുകടക്കുക *v* overdo
അതിരുകവിഞ്ഞ *adj* extravagant
അതിര് *n* threshold; border, boundary
അതിർത്തിരേഖ *adj* borderline
അതിർത്തി *n* frontier
അതിർത്തി പ്രദേശങ്ങൾ *n* outskirts
അതിലംഘിക്കുക *v* overstep
അതിലൂടെ *adv* through; whereby
അതിവർഷം *n* downpour
അതിവിനയം കാണിക്കുക *v* cringe
അതിവിശിഷ്ടമായ *adj* exquisite
അതിവേഗം *adj* rapid
അതിശയം *n* mirage
അതിശയകരമായ *adj* fantastic, prodigious, stupendous
അതിശയിപ്പിക്കുന്ന *adj* stunning
അതിസാരം *n* diarrhea
അതീവ *pron* much
അതീവ ശ്രദ്ധയുള്ള *adj* meticulous
അതും *adv* too
അതുകൊണ്ട് *adv* therefore
അതുതന്നെ *pron* itself
അതുപോലെ *idiom* such as
അതുപ്രകാരം *prep* according to
അതുല്യമായ *adj* unique
അതുവരെ *prep* till, until
അതെ *adv* yes
അതേ *adj* same
അതേസമയം *conj* whereas
അത് *pron* it; that
അത്തരം *adj* such
അത്താഴം *n* dinner, supper
അത്തിപ്പഴം *n* fig
അത്ഭുതം *n* marvel, miracle, wonder
അത്ഭുതകരമായ *adj* amazing, marvelous, miraculous, phenomenal, wonderful, mind-boggling
അത്ഭുതഗുണം *n* prodigy
അത്ഭുതപ്പെടുക *v* wonder
അത്ഭുതാവഹമായ *adj* imposing
അത്യധികമായ *adj* abysmal
അത്യന്തം രസകരമായ *adj* hilarious
അത്യന്താപേക്ഷിതമായ *adj* indispensable
അത്യാകർഷകമായ *adj* breathtaking
അത്യാഗ്രഹം *n* craving; greed
അത്യാപത്ത് *n* plague
അത്യാർകർഷകമായ *adj* gorgeous
അത്യാവശ്യമായ *adj* essential
അത്യാഹിതം *n* emergency; casualty
അത്യുജ്ജ്വലമായ *adj* brilliant
അത്രയും കാലം *prep* during
അദൃശ്യമായ *adj* invisible
അദ്ധ്യക്ഷം വഹിക്കുക *v* preside
അദ്ധ്യക്ഷൻ *n* chairman, chancellor
അദ്ധ്യാപകൻ *n* tutor
അദ്ധ്യായം *n* episode
അദ്ധ്വാനം *n* exertion, labor
അദ്ധ്വാനശീലമുള്ള *adj* diligent, industrious

അദ്ധ്വാനിക്കുക *v* exert
അധഃപതനം *n* descent, deterioration
അധഃപതിക്കുക *v* deteriorate
അധഃപതിച്ച *adj* downturn
അധഃസ്ഥിതൻ *n* underdog
അധാർമികമായ *adj* immoral
അധിക *adv* extra
അധിക ജോലിസമയം *n* overtime
അധികം *n* excess
അധികം അറിയപ്പെടാത്ത *adj* low-key
അധികനികുതി *n* surcharge
അധികമായ *adj* extra, more
അധികമായി *adv* over
അധികമായി ചെയ്ത *adj* overdone
അധികാരം *n* authority, power
അധികാരപ്പെടുത്തുക *v* legalize
അധികാരശ്രേണി *n* hierarchy
അധികാരി *n* administrator
അധികൃതമായ *adj* authoritative
അധിക്ഷേപം *n* contempt
അധിവർഷം *n* leap year
അധോഗതി *n* decadence
അധൈര്യപ്പെടുക *v* hesitate
അധൈര്യപ്പെടുത്തുക *v* dishearten
അധ്യാപകൻ *n* teacher
അധ്യായം *n* chapter
അധ്വാനിക്കുക *v* toil
അനന്തമായ *adj* endless, infinite
അനന്തമായി *adv* infinitely
അനന്തരഗാമി *n* descendant
അനന്തരഫലം *n* consequence, ramification
അനന്തരഫലമായ *adj* consequent
അനന്തരഫലമായി *adv* consequently
അനന്തരാവകാശം *n* inheritance
അനന്തരാവകാശമായി ലഭിക്കുക *v* inherit
അനഭിലഷണീയമായ *adj* undesirable
അനർത്ഥം *n* peril
അനശ്വരമായ *adj* immortal, perennial
അനാച്ഛാദനം ചെയ്യുക *v* unveil
അനാഥൻ *n* orphan
അനാഥാലയം *n* orphanage
അനാദരവ് *n* disrespect
അനായാസം *n* ease
അനാരോഗ്യം *adj* unhealthy
അനാവരണം ചെയ്യുക *v* unpack, uncover
അനാവശ്യമായ *adj* redundant, unnecessary, undue
അനാവശ്യമായ *n* spam
അനാവശ്യമായി ഇടപെടുക *v* meddle
അനിയന്ത്രിതമായ *adj* uncontrollable
അനിവാര്യമായ *adj* inevitable
അനിവാര്യമായും *adv* inevitably
അനിശ്ചിതമായ *adj* ambivalent, indecisive, obscure, precarious, uncertain; casual

അനിശ്ചിതമായി *adv* indefinitely
അനിഷേധ്യമായ *adj* indisputable
അനിഷ്ടം *n* dislike, distaste
അനിഷ്ടമാകുക *v* dislike
അനീതി *n* injustice
അനുകമ്പ *n* compassion, pity
അനുകരണം *n* imitation, simulation
അനുകരിക്കുക *v* fake, imitate, impersonate, simulate
അനുകൂലമല്ലാത്ത *adj* unfavorable
അനുകൂലമായ *adj* favorable, positive
അനുകൂലമായി *adv* positively
അനുക്രമമായ *adj* gradual
അനുഗമിക്കുക *v* take out
അനുഗ്രഹം *n* blessing
അനുഗ്രഹിക്കുക *v* bless
അനുഗ്രഹീതനായ *adj* blessed, gifted
അനുഗ്രഹീതമായ *adj* blissful
അനുചിതമായ *adj* improper, inappropriate
അനുചിതമായി *adv* inappropriately
അനുനയിപ്പിക്കുക *v* placate
അനുപാതം *n* proportion, ratio
അനുഭവം *n* experience
അനുഭവജ്ഞാനമുള്ള *adj* experienced
അനുഭവപരിചയമില്ലാത്ത *adj* inexperienced
അനുഭവിക്കുക *v* experience
അനുമതി *n* consent, sanction
അനുമതി നൽകുക *v* sanction
അനുമതി പത്രം *n* license

അനുമതിപത്രം *n* pass
അനുമാനം *n* assumption, deduction, hypothesis
അനുമാനിക്കുക *v* conclude, deduce, derive
അനുമോദിക്കുക *v* greet
അനുയായി *n* follower
അനുയോജ്യമായ *adj* fit
അനുയോജ്യമല്ലാത്ത *adj* unsuitable
അനുയോജ്യമായ *adj* ideal, suitable
അനുരൂപത *n* correspondence; symmetry
അനുരൂപമായ *adj* coherent
അനുരൂപമായിരിക്കുക *v* correspond
അനുവദിക്കുക *v* admit, allow, grant, let, permit, license
അനുവർത്തനം *n* compliance
അനുവാദം *v* may
അനുവാദം *n* permission
അനുശോചനം *n* condolences
അനുഷ്ഠിക്കുക *v* behave
അനുസരണം *n* obedience
അനുസരണക്കേട് *n* disobedience
അനുസരണയുള്ള *adj* docile, obedient
അനുസരിക്കുക *v* comply, obey
അനുസ്മരണീയമായ *adj* memorable
അനുസ്മരിക്കുക *v* memorize; recall
അനൌദ്യോഗിക *adj* unofficial

അനൌദ്യോഗികമായി *adv* unofficially
അന്തർമുഖനായ *adj* introvert
അന്തർലീനമായ *adj* underlying
അന്തർവാഹിനി *n* submarine
അന്തസ്സു കുറയ്ക്കുന്ന *adj* demeaning
അന്തിമം *n* final
അന്തിമമാക്കുക *v* finalize
അന്തിമമായ *adj* eventual
അന്തിമമായ *adj* final
അന്ത്യം *n* last
അന്ത്യശാസനം *n* ultimatum
അന്ത്യസ്ഥാനം *n* dead end
അന്ധകാരം *n* dark, darkness
അന്ധത *n* blindness
അന്ധൻ *n* blind
അന്ധവിശ്വാസം *n* superstition
അന്നജം *n* starch
അന്നനാളം *n* esophagus
അന്നുമുതൽ *conj* since
അന്യൻ *n* alien
അന്യരാജ്യത്ത് പോകാനുള്ള അനുമതിപത്രം *n* passport
അന്യായക്കാരൻ *n* plaintiff
അന്യായമായ *adj* unfair, unjust
അന്യോന്യം *pron* each other
അന്യോന്യം *adv* mutually
അന്വേഷണ ശീലമുള്ള *adj* inquisitive
അന്വേഷണം *n* quest, search
അന്വേഷണം നടത്തുക *v* probe
അന്വേഷിക്കുക *v* query; raid
അപകടം *n* accident; danger, hazard, risk
അപകടകരമായ *adj* hazardous
അപകടകാരി *n* menace
അപകടത്തിൽ നിന്നും രക്ഷപെടാൻ സഹായിക്കുക *v* bail out
അപകടപ്പെടുത്തുക *v* endanger
അപകടമറിയിക്കുന്ന ദീപം *n* beacon
അപകീർത്തി *n* dishonor
അപകീർത്തികരമായ *adj* derogatory
അപകീർത്തിപ്പെടുത്തുക *v* denigrate
അപകീർത്തിപ്പെടുത്തുക *v* defame
അപക്വമായ *adj* immature
അപഗ്രഥനപരമായ *adj* analytic
അപഗ്രഥിക്കുക *v* rewind
അപമര്യാദയായ *adj* rude
അപമാനം *n* affront
അപമാനപ്പെടുത്തുക *v* discredit
അപമാനിക്കപ്പെട്ട *adj* dishonorable
അപമാനിക്കൽ *n* insult
അപമാനിക്കുക *v* insult, humiliate
അപരാധം *n* blunder; culpability
അപരാധി *n* culprit
അപരാധിയായ *adj* delinquent; guilty
അപരിചിതൻ *n* stranger
അപരിചിതമായ *adj* unfamiliar
അപരിമിതമായ *adj* boundless; indefinite
അപരിഷ്കൃതൻ *n* barbarian

അപരിഷ്കൃതമായ *adj* primitive
അപര്യാപ്തമായ *adj* inadequate
അപര്യാപ്തമായി *adv* inadequately, poorly
അപവാദം *n* blame; libel, slander
അപവാദം പറയുക *v* gossip, slur
അപഹരിക്കുന്നവൻ *n* hijacker
അപഹാസ്യമായ *adj* grotesque
അപായപ്പെടുത്തുക *v* jeopardize
അപായസാദ്ധ്യത *v* risk
അപാരമായ *adj* immense
അപൂർണ്ണത *n* blemish
അപൂർണത *n* imperfection
അപൂർണ്ണക്രിയ *n* participle
അപൂർണ്ണമായ *adj* incomplete; sketchy
അപൂർവ്വം *adj* rare
അപൂർവ്വമായി *adj* infrequent
അപൂർവ്വമായി *adv* rarely, seldom
അപേക്ഷ *n* appeal; application
അപേക്ഷകൻ *n* applicant
അപേക്ഷിക്കുക *v* appeal; apply; court; implore
അപ്പം *n* bread
അപ്പുറത്ത് *prep* beyond
അപ്രകാരം *conj* so
അപ്രതീക്ഷിതമായ *adj* unforeseen, unexpected
അപ്രത്യക്ഷമാകൽ *n* disappearance
അപ്രത്യക്ഷമാകുന്നു *v* vanish
അപ്രത്യക്ഷമാവുക *v* disappear
അപ്രധാനമായ *adj* irrelevant, minor
അപ്രസക്തമായ *adj* impertinent
അപ്രസന്നനായ *adj* sullen
അപ്രസന്നമായ *adj* dismal
അപ്രായോഗികമായ *adj* impractical
അപ്ഹോൾസ്റ്ററി *n* upholstery
അബോധാവസ്ഥ *n* anesthesia
അബോധാവസ്ഥയിലുള്ള *adj* unconscious
അഭയം *n* refuge, shelter
അഭയം തേടുക *v* shelter
അഭയാർത്ഥി *n* refugee
അഭാവം *n* absence; deficit
അഭിനന്ദനം *n* appreciation
അഭിനന്ദനങ്ങൾ *n* congratulations
അഭിനന്ദിക്കുക *v* applaud, congratulate; appreciate
അഭിനന്ദിക്കുന്നു *v* admire
അഭിനയിക്കുക *v* act, feign
അഭിനേതാവ് *n* performer
അഭിപ്രായം *n* proposal; comment, opinion
അഭിപ്രായം നേടാനുള്ള ശ്രമം *v* show off
അഭിപ്രായപ്പെടുക *v* propose; comment
അഭിപ്രായഭിന്നത *n* chasm
അഭിപ്രായവ്യത്യാസം *n* disagreement
അഭിഭാഷകൻ *v* advocate
അഭിഭാഷകൻ *n* lawyer, prosecutor
അഭിഭാഷകൻ *n* attorney
അഭിമാനം *n* prestige; pride
അഭിമാനകരമായ *adj* prestigious

അഭിമാനത്തോടെ *adv* proudly
അഭിമാനമുള്ള *adj* proud
അഭിമുഖ സംഭാഷണം *n* interview
അഭിമുഖ സംഭാഷണം നടത്തുക *v* interview
അഭിമുഖീകരിക്കുക *v* cope
അഭിമുഖീകരിക്കുക *v* confront
അഭിരുചി *n* taste; aptitude
അഭിലാഷം *n* ambition
അഭിവാദ്യം *n* greeting
അഭിവാദ്യം *e* hello
അഭിവൃദ്ധി *n* prosperity
അഭിവൃദ്ധിപ്പെടുക *v* prosper
അഭിവൃദ്ധിപ്പെടുത്തുക *v* thrive
അഭിസംബോധന ചെയ്യുക *v* address
അഭ്യർത്ഥിക്കുക *v* ask
അഭ്യർത്ഥന *n* plea, request
അഭ്യർത്ഥിക്കുക *v* plead, request, solicit
അഭ്യൂഹം *n* conjecture
അമർത്തുക *v* crush
അമർത്തുക *v* press
അമർത്തുന്ന *adj* pressing
അമിതഭാരമുള്ള *adj* overweight
അമിതമായ *adj* excessive, superfluous
അമിതമായ അളവ് *n* overdose
അമിതമായ ഇഷ്ടം *n* obsession
അമിതമായി *adv* overboard
അമിതമായി വർണ്ണിക്കുക *v* overstate
അമിതവണ്ണമുള്ള *adj* obese
അമിതവില ഈടാക്കുക *v* overcharge

അമൂർത്തമായ *adj* impersonal
അമൂർത്തമായ *adj* abstract
അമേരിക്കയെ സംബന്ധിച്ച *adj* American
അമ്പതാം *adj* fiftieth
അമ്പത് *n* fifty
അമ്പയർ *n* umpire
അമ്പരപ്പിക്കുന്ന *adj* astounding, staggering
അമ്പ് *n* dart
അമ്മ *n* mother, mom
അമ്മായി *n* aunt
അമ്മാവൻ *n* uncle
അമ്ലം *n* acid
അയക്കുക *v* dispatch, send
അയച്ചയാൾ *n* sender
അയഞ്ഞ *adj* loose
അയഥാർത്ഥമായ *adj* unreal
അയയ്ക്കുക *v* forward
അയൽപക്കം *n* neighborhood
അയൽവാസി *n* neighbor
അയവില്ലാത്ത *adj* inflexible, rigid; tense
അയവ് വരുത്തൽ *n* lubrication
അയവ് വരുത്തുക *v* loose, loosen
അയിര് *n* ore
അയോഗ്യമാക്കുക *v* disqualify
അയോഗ്യൻ *adj* unfit
അരക്കെട്ട് *n* waist
അരക്ഷിതാവസ്ഥ *n* insecurity
അരങ്ങ് *n* arena
അരപ്പട്ട *n* belt
അരപ്പട്ടയുമായി ബന്ധിപ്പിച്ച ഇലാസ്റ്റിക് നാടകൾ *n* suspenders

അരി *n* rice
അരികത്തായി *adv* nearby
അരികിൽ എഴുതിയിരിക്കുന്ന *adj* marginal
അരികിലുള്ള *adj* lateral
അരികിൽ *prep* beside
അരികെ *prep* near
അരികെയായി *adv* near
അരിക് *n* brim, hem; margin, rim, verge
അരിക്കുക *v* filter
അരിച്ചുപെറുക്കുക *v* sift
അരിഞ്ഞത് *adj* sliced
അരിപ്പ *n* filter, strainer
അരിമ്പാറ *n* wart
അരിയുക *v* haggle
അരിവാൾ *n* sickle
അരുണാഭമായ *adj* rosy
അരുമയായ *adj* darling
അരുവി *n* spring; cascade
അരോചകമായ *adj* distasteful, revolting
അർദ്ധമായി *adj* half
അർഹതയുള്ള *adj* deserving
അർത്ഥം *n* meaning
അർത്ഥപൂർണ്ണമായ *adj* meaningful
അർത്ഥമാക്കുക *v* mean
അർത്ഥരഹിതമായ *adj* meaningless
അർത്ഥവത്തായ *adj* pointed
അർദ്ധരാത്രി *n* midnight
അർബുദം *n* cancer
അർഹതയില്ലാത്ത *adj* undeserved
അർഹിക്കുക *v* deserve
അറ *n* compartment
അറക്കവാൾ *n* chainsaw; saw
അറപ്പു കാട്ടുക *v* detest
അറപ്പുളവാക്കുന്ന *adj* disgusting
അറബിഭാഷ സംബന്ധമായ *adj* Arabic
അറസ്റ്റ് ചെയ്യാനുള്ള ഉത്തരവ് *n* warrant
അറിയപ്പെടുന്നത് *adj* well-known
അറിയിക്കുക *v* inform, notify; notice
അറിയിപ്പുകാരൻ *n* informer
അറിയിപ്പ് *n* notification, notice
അറിയുക *v* know, sense; learn
അറിവില്ലാത്ത *adj* ignorant
അറിവില്ലായ്മ *n* ignorance
അറിവോടെ *adv* knowingly
അറിവ് *n* knowledge
അറുപത് *n* sixty
അറ്റം *n* edge
അറ്റകുറ്റപണികൾ ചെയ്യുക *v* touch up
അറ്റകൈ *n* showdown
അൽപ വ്യത്യാസം *n* nuance
അൽപം ഉറങ്ങുക *v* snooze
അൽപം ഒട്ടുന്ന *adj* tacky
അൽപം കുറഞ്ഞ *adj* lesser
അൽപം മയങ്ങുക *v* nap
അൽപനേരത്തെ ഉറക്കം *n* nap
അൽപമായ *pron* least
അൽപസമയം *n* spell
അൽപാൽപമായി തിന്നുക *v* nibble

അലകൾ *n* ripple
അലകളുടെ രൂപത്തിലുള്ള *adj* wavy
അലക്കു യന്ത്രം *n* washing machine
അലക്കുന്നയാൾ *n* washer
അലങ്കരിക്കുക *v* beautify, decorate, embellish
അലങ്കരിക്കുന്നവൻ *n* dresser
അലങ്കാര പ്രയോഗം *n* figure of speech
അലങ്കാരം *n* decoration
അലങ്കാരബോട്ട് *n* barge
അലങ്കാരമായ *adj* decorative, ornamental
അലങ്കോലം *n* chaos
അലഞ്ഞു തിരിയുക *v* roam
അലഞ്ഞുതിരിയുക *v* loiter, stray, wander
അലഞ്ഞുതിരിയുന്നവൻ *n* wanderer
അലമാര *n* wardrobe
അലമാരത്തട്ട് *n* rack
അലമുറയിടുക *v* screech
അലയുക *v* waver
അലർച്ച *n* scream
അലർജി *n* allergy
അലറുക *v* howl, scream, yell; yawn; rattle
അലവൻസ് *n* allowance
അലസത *n* laziness
അലസതകാട്ടുക *v* mess around
അലസൻ *n* goof
അലസനായ *adj* lazy
അലസിപ്പിക്കുക *v* abort
അലാറം *n* alarm
അലാറം ക്ലോക്ക് *n* alarm clock
അലുമിനിയം *n* aluminum
അല്പം *pron* any
അല്പം തുറന്ന *adj* ajar
അല്പമായ *adj* few
അൽപവിരാമ ചിഹ്നം *n* comma
അല്പായുസ്സായ *adj* short-lived
അല്ലലില്ലാത്ത *adj* carefree
അല്ലാതെ *conj* unless
അല്ലാത്ത *adv* off; not
അല്ലാത്തപക്ഷം *adv* otherwise
അല്ലെങ്കിൽ *conj* or
അൾത്താര *n* altar
അളക്കുക *v* measure
അളവുകൾ തമ്മിൽ ഒത്തുനോക്കൽ *v* calibrate
അളവെടുപ്പ് *n* measurement
അളവ് *n* dimension; gauge; measure, quantity, dosage, level
അളവ് കുറയ്ക്കുക *v* cut down
അഴിക്കുക *v* unfasten, unscrew, untie
അഴിച്ചുപണിയുക *v* overhaul
അഴിച്ചുവിടുക *v* unleash
അഴിമതി *n* corruption, scam
അഴുകിയ *adj* putrid
അഴുക്കാക്കുക *v* smear, soil
അഴുക്കുചാല് *n* sewer
അഴുക്ക് *n* dirt, grime
അഴുക്ക് തുടയ്ക്കുന്ന തുണി *n* mop
അഴുക്ക് പുരണ്ട *adj* muddy
അവ *pron* those

അവകാശം *n* claim, demand, right
അവകാശം വാങ്ങുക *v* buy off
അവകാശപ്പെടുക *v* demand, proclaim
അവകാശമായി ആവശ്യപ്പെടുക *v* claim
അവകാശി *n* heir
അവകാശിനി *n* heiress
അവഗണന *n* disdain; neglect
അവഗണിക്കപ്പെട്ട *adj* neglected
അവഗണിക്കുക *v* disregard, ignore, neglect
അവതരണം *n* introduction, presentation
അവധിക്കാലം *n* vacation
അവധിദിനം *n* holiday; Halloween
അവൻ *pron* he
അവനെ *pron* him
അവൻ തന്നെ *pron* himself
അവൻറെ *adj* his
അവൻറെ *pron* his
അവബോധം *n* awareness
അവമതിക്കുക *v* snub
അവയവം *n* organ; limb
അവരുടെ *adj* their
അവരുടേത് *pron* theirs
അവരെ *pron* them
അവരോഹണ സ്വരം *n* bass
അവർ *pron* them; they
അവലംബിക്കുക *v* depend
അവലോകനം *n* review
അവലോകനം ചെയ്യുക *v* review
അവൾ *pron* she
അവളുടെ *adj* her
അവളുടെ *pron* her, hers
അവൾ തനിയെ *pron* herself
അവശിഷ്ടം *n* remnant, residue
അവശിഷ്ടങ്ങൾ *n* remains, rubble, wreckage
അവശിഷ്ടങ്ങൾ *n* debris
അവശേഷങ്ങൾ *n* leftovers
അവശേഷിക്കുന്നു *v* remain
അവസരം *n* chance, opportunity
അവസാനം *n* end, ending
അവസാനപാദമത്സരത്തിൽ എത്തിയ ആൾ *n* finalist
അവസാനമായി *adv* last
അവസാനിക്കാത്ത *adj* unending
അവസാനിക്കുക *v* end
അവസാനിപ്പിക്കുക *v* cease, discontinue, terminate, stamp out; end up, wind up
അവസ്ഥ *n* condition, pose
അവാസ്തവികമായി *adv* virtually
അവിചാരിതമായി കണ്ടുമുട്ടുക *v* come across
അവിടെ *adv* there
അവിടെ *pron* there
അവിഭാജ്യഭാഗമായ *adj* built-in
അവിഭാജ്യമായ *adj* indivisible
അവിവാഹിതൻ *adj* unmarried
അവിവാഹിതൻ *n* bachelor
അവിവേകം *n* precipitation
അവിവേകമായ *adj* indiscreet
അവിശ്വസനീയമായ *adj* distrustful; incredible, unbelievable
അവിശ്വസിക്കുക *v* distrust, mistrust

അവിശ്വസ്തൻ *adj* unfaithful
അവിശ്വാസം *n* disbelief, distrust, mistrust
അവിസ്മരണീയമായ *adj* unforgettable
അവ്യക്തമായ *adj* faded, hazy, blurred; illegible, unclear, vague, ambiguous
അവ്യക്തമായി പറയുക *v* mumble
അവ്വിധം *prep* as
അശക്തനായ *adj* disabled
അശക്തമായ *adj* incapable
അശുദ്ധമാക്കുക *v* desecrate
അശുദ്ധമായ *adj* impure
അശുഭപ്രതീക്ഷ *n* pessimism
അശുഭസൂചകമായ *adj* ominous
അശ്രദ്ധ *adj* reckless
അശ്രദ്ധമായി *adv* carelessly
അശ്രദ്ധമായി *adj* mindless
അസൗകര്യം *n* disadvantage; discomfort
അസൗകര്യപ്രദമായ *adj* inconvenient
അസംതൃപ്തനായ *adj* disgruntled
അസംബന്ധം *n* nonsense
അസംബന്ധമായ *adj* absurd, ludicrous
അസംഭവ്യമായ *adj* improbable
അസംസ്കൃത *adj* raw
അസത്യം *adj* untrue
അസന്തുലിതാവസ്ഥ *n* imbalance
അസന്തുഷ്ടൻ *adj* unhappy
അസന്തുഷ്ടമായ *adj* dissatisfied
അസന്ദിഗ്ദമായ *adj* sure
അസന്ദിഗ്ധമായ *adj* unequivocal
അസഭ്യമായ *adj* foul, obscene, vulgar
അസമത്വം *n* inequality
അസമമായ *adj* unequal, uneven
അസമാനത *n* disparity
അസൽ രേഖ *adj* original
അസഹനീയത *n* intolerance
അസഹനീയമായ *adj* excruciating, unbearable
അസഹിഷ്ണുവായ *adj* impatient
അസഹ്യമായ *adj* obnoxious
അസാധാരണത്വം *n* abnormality, oddity
അസാധാരണമായ *adj* odd, abnormal, uncommon, unusual; exceptional, extraordinary
അസാധാരണമായി *adv* abnormally
അസാധുവാക്കുക *v* nullify
അസാധ്യത *n* impossibility
അസാധ്യമായ *adj* impossible
അസാമാന്യമായ *adj* fabulous
അസുഖം *n* ailment, illness, sickness
അസുഖം *adj* sick
അസുഖം ബാധിച്ച *adj* indisposed
അസുഖകരമായ *adj* uncomfortable, unpleasant
അസൂയ *n* envy, jealousy
അസൂയപ്പെടുക *v* envy
അസൂയയുള്ള *adj* envious, jealous

അസ്തിത്വം n existence
അസ്ത്രം n arrow
അസ്ഥാനത്ത് വെക്കുക v misplace
അസ്ഥി n bone
അസ്ഥികൂടം n skeleton
അസ്ഥിരത n instability
അസ്ഥിരമായ adj unstable, volatile; variable
അസ്പഷ്ടമായ adj fuzzy
അസ്പിരിൻ n aspirin
അസ്വസ്ഥത n unrest
അസ്വസ്ഥതയുണ്ടാക്കുക v irritate
അസ്വസ്ഥതയുണ്ടാക്കുന്ന adj irritating
അസ്വസ്ഥതയുളവാക്കുന്ന adj bothersome
അസ്വസ്ഥമായ adj demented; grouchy, upset, uneasy
അഹംഭാവം n ego
അഹങ്കാരം n audacity
അഹങ്കാരമില്ലാത്ത adj unassuming
അഹങ്കാരിയായ adj arrogant, cocky

ആ

ആ adj those
ആംഗ്യം n gesture
ആംബുലൻസ് n ambulance
ആകമാനം adv overall
ആകർഷകമായ adj appealing, attractive
ആകർഷണം n attraction
ആകർഷണീയമായ adj absorbent
ആകർഷിക്കുക v appeal, attract
ആകർഷണീയമായ adj impressive
ആകസ്മികമായ adj casual; accidental
ആകസ്മികമായി ഒരുമിച്ച സംഭവിക്കുന്ന adj coincidental
ആകാംക്ഷ n eagerness
ആകാംക്ഷയോടെ adj eager
ആകാശം n sky
ആകുന്നപക്ഷം conj provided
ആകുമായിരുന്നു adj would-be
ആകൃതി n figure, mold, shape
ആകൃതി വരുത്തുക v shape
ആകെ adj total
ആകെ n total
ആകെത്തുക കാണുക v sum
ആക്രമണം n aggression; attack
ആക്രമണാത്മകം adj aggressive
ആക്രമിക്കൽ v assault
ആക്രമിക്കുക v attack, mug
ആക്രോശം n shout
ആക്രോശിക്കുക v exclaim, shout
ആക്ഷേപഹാസ്യം adj sarcastic
ആക്ഷേപഹാസ്യം n satire
ആക്ഷേപിക്കുക v denounce
ആഗമനം n arrival
ആഗിരണം ചെയ്യുക v absorb
ആഗോളവൽക്കരണം n globalization
ആഗ്രഹം n aspiration, desire

ആഗ്രഹിക്കുക *v* aspire, desire, long for, want; care for
ആഗ്രഹിക്കുക *n* wish
ആഘാതം *n* bangs
ആഘാതം ഉണ്ടാക്കുക *v* traumatize
ആഘാതകരമായ *adj* traumatic
ആഘോഷം *n* celebration
ആഘോഷമായ *adj* festive
ആഘോഷിക്കുക *v* celebrate
ആഘോഷിക്കുക *v* party
ആചാരം *n* custom, ritual
ആച്ഛാദനം *n* wrapping
ആജ്ഞ *n* command
ആജ്ഞാപിക്കുക *v* command, dictate
ആജ്ഞാപിക്കുന്ന *adj* imposing
ആടുക *v* sway
ആടുകൾ *n* sheep
ആട് *n* goat
ആട്ടിൻകുട്ടി *n* lamb
ആട്ടുക *v* rock
ആഢംബരം *n* luxury
ആഢംബരമായ *adj* luxurious; plush
ആൺവർഗ്ഗത്തെ കുറിച്ചുള്ള *adj* male
ആൺസുഹൃത്ത് *n* boyfriend
ആണയിടുക *v* vow, swear
ആണി *n* nail
ആണെന്നിരിക്കിലും *adv* even if
ആൺകുട്ടി *n* boy
ആതിഥേയ *n* hostess
ആതിഥ്യമര്യാദ *n* hospitality
ആത്തച്ചക്ക *n* custard
ആത്മഗതം *n* monologue
ആത്മനിഷ്ഠമായ *adj* subjective
ആത്മബോധം *adj* self-conscious
ആത്മവിശ്വാസം *n* confidence
ആത്മവിശ്വാസമുള്ള *adj* confident
ആത്മസംയമനം *n* composure
ആത്മസമർപ്പണം *n* dedication
ആത്മസുഹൃത്ത് *n* crony
ആത്മസ്തുതിയായ *adj* glorious
ആത്മഹത്യ *n* suicide
ആത്മാഭിമാനം *n* self-esteem
ആത്മാർഥതയില്ലാത്ത *adj* dishonest
ആത്മാർത്ഥത *n* sincerity
ആത്മാർത്ഥതയില്ലാത്ത *adj* insincere
ആത്മാർത്ഥതയുള്ള *adj* sincere
ആത്മാർത്ഥമായി *adv* sincerely
ആത്മാവ് *n* soul
ആത്മീയം *adj* spiritual
ആത്യന്തികമായ *adj* ultimate
ആദരണീയമായ *adj* respectable
ആദരവുള്ള *adj* respectful
ആദരവ് *n* admiration
ആദരാഞ്ജലി *n* tribute
ആദരാഞ്ജലികൾ *n* homage
ആദർശം *n* principle
ആദ്യപ്രതി *n* draft
ആദ്യമായി *adv* initially
ആധാരം *n* deed
ആധാരമാക്കുക *v* base; bolster
ആധി *n* sting
ആധിപത്യം *n* authority, domination

ആധിപത്യം സ്ഥാപിക്കുക v dominate
ആധുനികമാക്കുക v modernize
ആധുനികമായ adj modern
ആന n elephant
ആനക്കൊമ്പ് n ivory
ആനന്ദം n delight
ആനന്ദകരമായ adj genial, delightful
ആനന്ദപ്രദമായ adj happy
ആനന്ദമുള്ള v delighted
ആനന്ദിക്കുക v revel
ആനന്ദിപ്പിക്കുക v bewitch
ആനുകൂല്യം n allowance; benefit
ആനുകൂല്യം ലഭിക്കുക v benefit
ആനുപാതികമായി adj symmetrical
ആനുമതി ഫലകം n license plate
ആനുമാനികം adj derivative
ആന്തരികമായ adj internal
ആന്തരികമായി adv internally, inwards
ആന്റിന n antenna
ആന്റിബയോട്ടിക് n antibiotic
ആപത്ക്കരമായ adj perilous
ആപത്ത് n ordeal
ആപ്പിൾ n apple
ആപ്പിൾപ്പഴമദ്യം n cider
ആപ്പ് n cleats
ആപ്രിക്കോട്ട് n apricot
ആഭരണ വ്യാപാരി n jeweler
ആഭരണം n jewel; ornament
ആഭരണക്കട n jewelry store
ആഭിമുഖ്യം n preference
ആമ n tortoise, turtle

ആമാശയം n stomach
ആമുഖ പ്രസ്താവന n prologue
ആമുഖം n preface
ആയ n babysitter
ആയത് പോലെ conj as
ആയാസകരമായ adj troublesome
ആയാസപ്പെട്ട adj strained
ആയിത്തീരുക v become
ആയിരം n thousand
ആയുധം n weapon
ആയുധം ധരിപ്പിക്കുക v arm
ആയുധധാരിയായ adj armed
ആയേക്കാം adv maybe
ആരം n radius
ആരംഭം n initiation, outset, start; outburst
ആരംഭിക്കുക v begin, initial, start
ആരവമുണ്ടാക്കുക v clamor
ആരാധകൻ n fan, admirer
ആരാധന n cult
ആരാധിക്കുക v adore, worship
ആരാധ്യമായ adj adorable
ആരായാലും pron whoever
ആരുടെ adj whose
ആരുടെ pron whose
ആരുമല്ല pron nobody
ആരുമില്ല pron no one
ആരുമില്ല prep none
ആരെ pron whom
ആരെങ്കിലും pron anybody; someone
ആരോഗ്യ പരിരക്ഷ n healthcare
ആരോഗ്യമുള്ള adj sturdy
ആരോപിക്കുക v attribute

ആരോഗ്യം *n* health
ആരോഗ്യകരമായ *adj* wholesome
ആരോഗ്യമുള്ള *adj* healthy
ആരോപണം *n* accusation
ആരോപിക്കുന്നു *v* allege
ആരോപിച്ച *adv* allegedly
ആര് *pron* who
ആർജ്ജവം *n* candor
ആർത്തനാദം *n* groan
ആർത്തിയുള്ള *adj* avid
ആർപ്പുവിളിക്കുക *v* cheer
ആർക്കും *pron* anyone
ആർക്കേഡ് *n* arcade
ആർജ്ജിക്കുക *v* procure
ആർത്തവം *n* puberty
ആർത്തി *n* craving
ആർദ്രത *n* tenderness
ആർദ്രമായ *adj* wet
ആർപ്പുവിളി *n* ovation
ആറാമത് *adj* sixth
ആറ് *n* six
ആലംബം *n* stay
ആലസ്യം *adj* sluggish
ആലിംഗനം *n* hug
ആലിംഗനം ചെയ്യുക *v* hug
ആലോചിക്കുക *v* deliberate
ആൾക്കുരങ്ങ് *n* gorilla
ആളില്ലാത്തത് *adj* unoccupied
ആളുകൾ *n* folks
ആൾ *n* guy
ആൾക്കുരങ്ങ് *n* chimpanzee
ആൾത്തിരക്കുള്ള *adj* crowded
ആഴം *n* depth
ആഴം കുറഞ്ഞ *adj* shallow

ആഴം വർദ്ധിപ്പിക്കുക *v* deepen
ആഴത്തിൽ *adv* in depth
ആഴത്തിലുള്ള *adj* in-depth
ആഴത്തിൽ *adv* deeply
ആഴമുള്ള *adj* deep
ആഴ്ച *n* week
ആവരണം *n* case, wrapper, covering
ആവരണം ചെയ്യൽ *n* insulation
ആവരണം ചെയ്യുക *v* coat, cover; mask
ആവരണചിഹ്നം *n* bracket
ആവർത്തനം *n* recurrence, repetition
ആവർത്തിക്കുക *v* recur, reiterate, repeat
ആവർത്തിച്ചുള്ള *adj* repetitive
ആവശ്യം *n* necessity, need, requirement
ആവശ്യപ്പെടാവുന്ന *adj* demanding
ആവശ്യപ്പെടുക *v* need, require
ആവശ്യമായ *adj* necessary
ആവശ്യമില്ലാത്ത *adj* needless
ആവിഷ്കരിക്കുക *v* figure
ആവിഷ്ക്കരിക്കുക *v* conceive; mold
ആവൃത്തി *n* frequency
ആവേശം *n* enthusiasm, gusto, zest; passion, spirit; thrill, excitement
ആവേശകരമായ *adj* exciting
ആവേശഭരിതനായ *adj* enthusiastic
ആവേശഭരിതമായ *adj* impulsive

ആവേശമുണർത്തുന്ന *adj* forceful
ആവേശമുള്ള *adj* passionate
ആശംസിക്കുക *v* wish
ആശയം *n* idea
ആശയക്കുഴപ്പം *n* confusion, mix-up, quandary
ആശയക്കുഴപ്പത്തിലാക്കുന്ന *adj* confusing
ആശയക്കുഴപ്പത്തിലായ *adj* confused
ആശയക്കുഴപ്പത്തിലായി *adj* puzzled
ആശയക്കുഴപ്പമുള്ള *adj* puzzling
ആശയവിനിമയം *n* communication
ആശയവിനിമയം നടത്തുക *v* communicate
ആശയ്ക്കുവകയില്ലാത്ത *adj* hopeless
ആശാരി *n* carpenter
ആശാരിപ്പണി *n* carpentry
ആശുപത്രി *n* hospital
ആശുപത്രിയിൽ കിടക്കാതെ ചികിത്സിക്കുന്നവർ *n* outpatient
ആശുപത്രിയിലെ ഒരു വാർഡ് *n* ward
ആശുപത്രിയിൽ പ്രവേശിപ്പിക്കുക *v* hospitalize
ആശ്ചര്യ പ്രകടനം *e* oh
ആശ്ചര്യം *n* exclamation; surprise
ആശ്ചര്യകരമായ *adj* astonishing
ആശ്ചര്യപ്പെടുക *v* stun, surprise
ആശ്ചര്യപ്പെടുത്തുന്ന *adj* surprising
ആശ്ചര്യപ്പെട്ട *adj* surprised
ആശ്രമസംബന്ധമായ *adj* monastic
ആശ്രയം *n* dependence, reliance; recourse
ആശ്രയിക്കുന്ന *adj* reliant
ആശ്രയിക്കുന്നു *v* rely
ആശ്രയിച്ച് ജീവിക്കുക *v* live off
ആശ്രിതൻ *n* ward
ആശ്രിതൻ *adj* dependent
ആശ്ലേഷിക്കുക *v* cuddle
ആശ്വസിക്കുക *v* relieve
ആശ്വസിപ്പിക്കുക *v* console, ease, soothe
ആശ്വാസം *n* relief, solace
ആശ്വാസമായ *adj* relieved
ആസകല *adj* overall
ആസക്തി *n* addiction
ആസക്തിയുണ്ടാക്കുന്ന *adj* addictive
ആസക്തിയുള്ള *adj* fond; lustful
ആസന്നമായ *adj* coming, forthcoming, imminent, impending
ആസൂത്രകൻ *n* projector
ആസൂത്രണം ചെയ്യുക *v* outline, plan, project
ആസ്തി *n* property
ആസ്ഥാനം *n* headquarters
ആസ്വദിക്കുക *v* enjoy, relish, savor
ആസ്വാദനം *n* enjoyment
ആസ്വാദ്യമായ *adj* delicious
ആഹാരം അലങ്കരിക്കൽ *n* dressing

ആഹാരക്രമം *n* diet
ആഹ്ലാദം *n* pleasure
ആഹ്ലാദഭരിതമായ *adj* joyful
ആഹ്ളാദിക്കുക *v* exult; indulge

ഇ

ഇംഗ്ലീഷ് *n* English
ഇക്കിളി *n* tickle
ഇക്കിളിയിടുക *v* tingle
ഇക്കിളിയുണ്ടാക്കുക *v* tickle
ഇഞ്ചി *n* ginger
ഇഞ്ച് *n* inch
ഇടത് *n* left
ഇടത്തരം *adj* mediocre
ഇടത്തരമായ *adj* average
ഇടത്പക്ഷ *adj* left
ഇടനാഴി *n* aisle, passage, hallway
ഇടനിലക്കാരൻ *n* agent
ഇടപഴകൽ *n* interaction
ഇടപഴകുക *v* engage, interact
ഇടപഴകുന്ന *adj* interactive
ഇടപാട്ടുകാരൻ *n* client; dealer
ഇടപാട്ടുകാർ *n* clientele
ഇടപാട് *n* transaction, deal; affair
ഇടപെടൽ *n* interference
ഇടപെട്ടുക *v* interfere, intervene
ഇടമുള്ള *adj* roomy
ഇടയൻ *n* shepherd
ഇടയാക്കുക *v* incur
ഇടയിലുള്ള *adj* intermediate
ഇടയിൽ *prep* amid, between
ഇടയ്ക്കിടെ *adv* occasionally
ഇടയ്ക്കിടെ *adj* sporadic
ഇടയ്ക്ക് വച്ച് നിർത്തുക *n* dropout
ഇടയ്ക്ക് വച്ച് വിദ്യാഭ്യാസം ഉപേക്ഷിച്ചയാൾ *v* drop out
ഇടറി നീങ്ങുക *v* slither
ഇടറുക *v* stumble, stagger
ഇടവക *n* parish
ഇടവകക്കാരൻ *n* parishioner
ഇടവഴി *n* alley; driveway
ഇടവിടാതുള്ള *adj* incessant
ഇടവേള *n* halftime, recess; interval
ഇടവേളയില്ലാത്തത് *v* break free
ഇടി *n* cuff
ഇടിക്കുക *v* clinch; punch
ഇടിമിന്നൽ *n* bolt
ഇടിമിന്നലോട്ടുകൂടിയ കൊട്ടുങ്കാറ്റ് *n* thunderstorm
ഇടിമുഴക്കം *n* thunder
ഇടിവെട്ട് *n* thunderbolt
ഇടുക *v* put
ഇടുങ്ങിയ *adj* narrow
ഇടുപ്പ് *n* hip
ഇണ *n* mate, spouse
ഇണക്കമുള്ള *adj* cozy; folksy
ഇണക്കുക *v* domesticate
ഇണങ്ങുക *v* acclimatize
ഇണങ്ങുന്ന *adj* matching
ഇതരമാർഗം *adj* alternative
ഇതിനകം *adv* already
ഇതിനാൽ *adv* hereby
ഇതിനുമുമ്പത്തെ *adj* preceding
ഇതിനുള്ളിൽ *adv* in
ഇതിൽ *prep* in
ഇതിഹാസം *n* legend

ഇതുവരെ *prep* since
ഇത് *pron* it; this
ഇത്തിക്കണ്ണി *n* parasite
ഇൻബോക്സ് *n* inbox
ഇൻവോയ്സ് *n* invoice
ഇൻഷുറൻസ് *n* insurance
ഇൻഷ്വർ ചെയ്യുക *v* insure
ഇനം *n* kind; item
ഇനം തിരിക്കുക *v* itemize
ഇനിപ്പറയുന്നവ *adj* following
ഇനിമുതൽ *adv* hereafter
ഇനിയും *conj* yet
ഇനിയും *adv* yet
ഇനിയെന്തെങ്കിലും *adv* anymore
ഇന്ദ്രിയം *n* sense
ഇന്ധനം *n* fuel
ഇന്ധനം നിറയ്ക്കുക *v* refuel
ഇന്നലെ *adv* yesterday
ഇന്നലെ *n* yesterday
ഇന്ന് *adv* today
ഇന്ന് *n* today
ഇന്ന് രാത്രി *adv* tonight
ഇന്ന് രാത്രി *n* tonight
ഇന്റർനെറ്റ് *n* internet
ഇപ്പോൾ *adv* just; now
ഇ–ബുക്ക് *n* e-book
ഇ–മെയിൽ *n* e-mail (email)
ഇ–മെയിൽ അയക്കുക *v* e-mail (email)
ഇയർഫോണുകൾ *n* earphones
ഇര *n* prey, victim
ഇരച്ച് കയറുക *v* swarm
ഇരട്ട *n* twin
ഇരട്ടക്കുഴൽ ദൂരദർശിനികൾ *n* binoculars
ഇരട്ടപ്പേര് *n* nickname
ഇരട്ടയായ *adj* dual
ഇരട്ടി *v* double
ഇരട്ടിയായ *adj* double
ഇരിക്കുക *v* sit
ഇരിക്കുന്ന *n* sitting
ഇരിപ്പിടം *n* seat
ഇരുട്ടാക്കുക *v* darken
ഇരുട്ടിലാക്കൽ *n* blackout
ഇരുട്ട് *n* gloom
ഇരുണ്ട *adj* black; murky; livid
ഇരുണ്ട മുടിയുള്ള *adj* brunette
ഇരുപതാം *adj* twentieth
ഇരുപത് *n* twenty
ഇരുമ്പഴി *n* grill
ഇരുമ്പുപാര *n* crowbar
ഇരുമ്പ് *n* iron
ഇരുളടഞ്ഞ *adj* overcast
ഇരുവരും *adj* both
ഇറക്കുക *v* launch
ഇറക്കുമതി *v* import
ഇറങ്ങുക *v* dismount
ഇറുകിയ *adj* tight
ഇറുക്കത്തോടെ *adv* tight
ഇറ്റാലിയൻ പലഹാരം *n* spaghetti
ഇറ്റിറ്റുവീഴൽ *v* dribble
ഇറ്റിറ്റുവീഴുക *v* trickle
ഇല *n* leaf
ഇല കൊഴിയും കാലം *n* fall
ഇലകൾ *n* leaves
ഇലക്ട്രോണിക് സംബന്ധമായ *adj* electronic
ഇലക്ട്രീഷ്യൻ *n* electrician

ഇലക്ട്രോണിക് ഉപകരണത്തിലൂടെ കാർഡ് കടത്തിവിടുക *v* swipe
ഇല്ല *e* no
ഇല്ലാതാക്കുക *v* lessen, lack; obliterate, purge, rid of, abolish, delete
ഇല്ലാതെ *adv* no
ഇല്ലാതെയാക്കുക *v* eliminate
ഇല്ലാത്ത *adj* less; no
ഇല്ലായ്മ *n* lack
ഇല്ലായ്മചെയ്യപ്പെട്ട *adj* deprived
ഇളം ചുവപ്പ്നിറം *n* magenta
ഇളംകാറ്റ് *n* breath
ഇളംചുവപ്പ് *n* pink
ഇളംചുവപ്പ് നിറമുള്ള *adj* pink
ഇളംചൂടുള്ള *adj* lukewarm, warm
ഇളകിമറിഞ്ഞ *adj* jumpy
ഇളകുക *v* jolt; vibrate, wiggle, wobble
ഇളകുന്ന *adj* shaky, wobbly
ഇളക്കിമറിക്കുക *v* convulse
ഇളക്കുക *v* stir
ഇളയവർ *adj* junior
ഇളവു ചെയ്യുക *v* concede
ഇളവ് *n* exemption
ഇളവ് ചെയ്ത വില *n* rebate
ഇഴഞ്ഞു നീങ്ങുക *v* crawl
ഇഴയുക *v* creep; twitch
ഇഴയുന്ന *adj* creepy
ഇവ *adj* these
ഇവ *pron* these
ഇവിടെ *adv* here
ഇഷ്ടം *n* likeness; love, fondness; whim
ഇഷ്ടംതോന്നിക്കുന്ന *adj* likable
ഇഷ്ടപ്പെടാവുന്ന *adj* lovable
ഇഷ്ടപ്പെടുക *v* like
ഇഷ്ടപ്പെട്ട *adj* favorite
ഇഷ്ടാനുസരണം നിർമ്മിച്ചത് *adj* custom-made
ഇഷ്ടിക *n* brick
ഇഷ്ടികപ്പാളി *n* bricklayer
ഇസ്തിരിയിടുക *v* iron
ഇസ്തിരിയിടുന്ന മേശ *n* ironing board
ഇസ്ലാം *n* Islam
ഇസ്ലാം മതവിശ്വാസി *adj* Muslim
ഇസ്ലാമികമായ *adj* Islamic

ഈ

ഈ *adj* this
ഈച്ച *n* fly
ഈടുനിൽക്കുക *v* outlast
ഈട് *n* mortgage
ഈന്തപ്പഴം *n* date
ഈമ്പുക *v* suck
ഈയ്യം *n* lead
ഈയ്യിടെയായി *adv* nowadays
ഈർപ്പം *n* humidity, moisture
ഈർപ്പമുള്ള *adj* humid, moist
ഈറനാക്കുക *v* moisturize
ഈശ്വര വിശ്വാസി *n* believer
ഈശ്വരേച്ഛ *n* providence
ഈസ്റ്റർ *n* Easter

ഉ

ഉചിതമായ *adj* appropriate, expedient; true, decent, well
ഉചിതമായ വിധത്തിൽ *adv* properly
ഉചിതമായി *adv* appropriately
ഉച്ചകഴിഞ്ഞ് *n* afternoon
ഉച്ചകോടി *n* summit
ഉച്ചത്തിൽ *adv* aloud
ഉച്ചത്തിൽ *adj* loud
ഉച്ചനേരം *n* noon
ഉച്ചഭക്ഷണ സമയം *n* lunchtime
ഉച്ചഭക്ഷണം *n* lunch
ഉച്ചഭാഷിണി *n* amplifier, loudspeaker; microphone
ഉച്ചരിക്കുക *v* pronounce, utter; spell
ഉച്ചാരണം *n* accent; pronunciation
ഉടൻ *adv* shortly, soon
ഉടനീളം *prep* across; throughout
ഉടനെ *adv* immediately, instantly
ഉടമസ്ഥത *n* ownership, possession
ഉടമസ്ഥതയിലുള്ള *adj* own
ഉടമസ്ഥൻ *n* owner
ഉടമ്പടി *n* treaty
ഉടമ്പടി ചെയ്യുക *v* indent
ഉണക്കമുന്തിരി *n* raisin
ഉണക്കുക *v* dry
ഉണരുക *v* wake (up)
ഉണർത്തുക *v* evoke, rouse
ഉണർത്തുന്ന *adj* rousing

ഉണ്ടാക്കുക *v* produce
ഉതകുന്ന *adv* likely
ഉത്കണ്ഠ *n* anxiety, concern
ഉത്കണ്ഠാജനകമായ *adj* anxious
ഉത്കൃഷ്ടമായ *adj* classical
ഉത്തമമായ *adj* good; best
ഉത്തരം *n* answer
ഉത്തരം പറയുക *v* answer
ഉത്തരഭാഗത്തെ *adj* northern
ഉത്തരവാദിത്തം *n* responsibility
ഉത്തരവാദിത്തമില്ലാത്ത *adj* irresponsible
ഉത്തരവാദിത്തമുള്ള *adj* accountable
ഉത്തരവാദിയായ *adj* responsible
ഉത്തരവ് *n* order
ഉത്തരവ് പുറപ്പെടുവിക്കുക *v* warrant
ഉത്തേജനം *n* stimulus
ഉത്തേജനം നൽകുന്ന വസ്തു *n* stimulant
ഉത്തേജിതമായ *adj* excited
ഉത്തേജിപ്പിക്കുക *v* excite, stimulate
ഉത്തേജിപ്പിക്കുന്ന *adj* stimulating
ഉത്ഭവം *n* origin
ഉത്ഭവിക്കുക *v* originate, come from; commence
ഉത്സവം *n* feast, festival, festivity
ഉത്സാഹമുള്ള *adj* brisk
ഉത്സുകനായ *adj* avid
ഉദരം *n* abdomen, belly
ഉദാത്തമായ *adj* sublime
ഉദാരമതിയായ *adj* benevolent, gracious

ഉദാസീനമായ *adj* indifferent
ഉദാഹരണം *n* instance, example
ഉദാഹരിക്കുക *v* exemplify
ഉദിക്കുക *v* emerge
ഉദ്ഘാടനം *n* inauguration
ഉദ്ഘാടനം ചെയ്യുക *v* inaugurate
ഉദ്ദീപിപ്പിക്കുക *v* kindle
ഉദ്ദേശം *n* objective
ഉദ്ദേശിക്കുക *v* intend
ഉദ്ദേശ്യം *n* intention, purpose
ഉദ്ദേശ്യപൂർവ്വം *adv* purposely
ഉദ്ധരണി *n* excerpt, quotation
ഉദ്ധരിക്കുക *v* cite
ഉദ്യാനം *n* park
ഉദ്യോഗ പദവി *n* post
ഉദ്യോഗസ്ഥൻ *n* officer
ഉദ്യോഗാർത്ഥി *n* candidate
ഉൻമത്തൻ *adj* maniac
ഉന്തുവണ്ടി *n* wheelbarrow
ഉന്നംവയ്ക്കുക *v* aim
ഉന്നത സാങ്കേതികവിദ്യ സംബന്ധിച്ച *adj* high-tech
ഉന്നതമായ *adj* lofty
ഉന്മത്തമായ *adj* frantic
ഉന്മൂലനം ചെയ്യുക *v* annihilate, eradicate, exterminate
ഉന്മേഷം *n* refreshment
ഉന്മേഷദായകമായ *adj* ecstatic; exhilarating, refreshing
ഉന്മേഷവാനാകുക *v* cheer up
ഉപകഥ *n* episode; anecdote
ഉപകരണം *n* appliance, gadget, device; instrument, tool, equipment
ഉപകരിക്കുന്ന *adj* auxiliary
ഉപകാരം *n* favor
ഉപകാരി *n* benefactor
ഉപഗ്രഹം *n* satellite
ഉപചാരം *n* courtesy
ഉപചാരപൂർവ്വമായ *adj* complimentary
ഉപജാപകരമായ *adj* intriguing
ഉപജീവനം *n* livelihood
ഉപജീവനാർത്ഥമുള്ള ജോലിയായി ചെയ്യുന്നവൻ *n* professional
ഉപദേശം *n* advice, counseling
ഉപദേശകൻ *n* adviser
ഉപദേശി *n* preacher
ഉപദേശിക്കുക *v* advise, counsel
ഉപദേഷ്ടാവ് *n* counselor
ഉപദ്രവമേൽപിക്കുക *v* hurt
ഉപദ്രവിക്കുക *adj* haunted; harassed
ഉപദ്വീപ് *n* peninsula
ഉപനയനം *n* initiation
ഉപന്യാസം *n* essay
ഉപഭോഗം *n* consumption
ഉപഭോക്താവ് *n* consumer, customer
ഉപമ *n* parable; metaphor
ഉപയോക്തൃ സൗഹാർദ്ദ *adj* user-friendly
ഉപയോക്താവ് *n* user
ഉപയോക്തൃനാമം *n* username
ഉപയോഗം *n* use
ഉപയോഗപ്പെടുത്തുക *v* utilize
ഉപയോഗപ്രദമായ *adj* useful
ഉപയോഗയോഗ്യമായ *adj* useable

ഉപയോഗശൂന്യമായ *adj* useless
ഉപയോഗിക്കാതിരിക്കുക *v* spare
ഉപയോഗിക്കുക *v* use
ഉപയോഗിച്ച *adj* used
ഉപരിതലം *n* surface
ഉപരിപ്ളവമായ *adj* superficial
ഉപരിവീക്ഷണം *n* overview
ഉപരോധം *n* blockade
ഉപരോധിക്കുക *v* besiege
ഉപരോധം *n* siege
ഉപവസിക്കുക *v* fast
ഉപശീർഷകം *n* subtitle
ഉപസംഹാരം *n* conclusion
ഉപസർഗ്ഗം *n* prefix; preposition
ഉപാധി *n* means
ഉപേക്ഷ *n* omission
ഉപേക്ഷിക്കപ്പെട്ട *adj* derelict; deserted
ഉപേക്ഷിക്കൽ *n* abandonment
ഉപേക്ഷിക്കുക *v* abort, abandon, relinquish, forsake; desist, give up, quit, bow out; put away, scrap, throw away, dump
ഉപേക്ഷിക്കുക *adj* desolate
ഉപേക്ഷിച്ചത് *adv* left
ഉപ്പിട്ട *adj* salty
ഉപ്പിട്ടുണക്കിയ പന്നിയിറച്ചി *n* bacon
ഉപ്പ് *n* salt
ഉഭയജീവി *adj* amphibious
ഉമിനീർ *n* saliva
ഉയരം *n* altitude, height
ഉയരത്തിൽ *adj* high
ഉയരമുള്ള *adj* tall
ഉയരുക *v* arise, ascend, rise
ഉയരെനിന്ന് അപായം കൂടാതെ താഴെ ഇറങ്ങാൻ ഉപയോഗിക്കുന്ന ഉപകരണം *n* parachute
ഉയർച്ച *n* raise; rise
ഉയർത്തിപ്പിടിക്കുക *v* uphold
ഉയർത്തുക *v* elevate, heighten, hoist, lift, raise
ഉയർന്ന *adv* high
ഉയർന്നസ്ഥലം *n* platform
ഉയർന്നു *n* rose
ഉയർന്നു നിൽക്കുക *v* erect
ഉയർന്നു നിൽക്കുന്ന *adj* towering
ഉയർന്ന് പറക്കുക *v* soar
ഉരഗം *n* reptile
ഉരുകുക *n* fuse
ഉരുകുക *v* melt, thaw
ഉരുക്ക് *n* steel
ഉരുക്ക് എന്നിവ പൊടിക്കുന്ന സ്ഥലം *n* mill
ഉരുത്തിരിയുക *v* come up
ഉരുളക്കിഴങ്ങ് *n* potato
ഉരുളക്കിഴങ്ങ് ചിപ്സ് *n* potato chip
ഉരുളക്കിഴങ്ങ് നുറുക്ക് *n* chip
ഉരുളൻ കല്ല് *n* boulder
ഉരുളുക *v* roll
ഉറക്കം *n* sleep
ഉറക്കംതൂങ്ങി *adj* drowsy
ഉറക്കച്ചടവുള്ള *adj* sleepy
ഉറക്കമില്ലായ്മ *n* insomnia
ഉറക്കമുണരുക *adj* awake
ഉറക്കെ *adv* loudly
ഉറങ്ങുക *v* fall asleep, sleep
ഉറങ്ങുന്ന *adj* asleep

ഉറച്ച *adv* firmly
ഉറച്ച *adj* staunch
ഉറപ്പാക്കുക *v* ensure
ഉറപ്പിക്കൽ *adj* fitting
ഉറപ്പിക്കുക *v* fasten; fit
ഉറപ്പിച്ചതായ *adj* fixed
ഉറപ്പിച്ചുപറയുക *v* emphasize
ഉറപ്പില്ലാത്ത *adj* unsure
ഉറപ്പു നൽകുക *v* assure, guarantee
ഉറപ്പുനൽകുക *v* reassure
ഉറപ്പുനൽകിയ *adj* committed
ഉറപ്പുപറയുക *v* affirm
ഉറപ്പുള്ള *adj* crisp
ഉറപ്പ് *n* assurance, guarantee
ഉറവിടം *n* source
ഉറുമ്പ് *n* ant
ഉറ്റുനോക്കുക *v* look forward
ഉൽക്ക *n* meteor
ഉൽപന്നം *n* product
ഉൽപാദിപ്പിക്കുക *v* produce, manufacture, yield; procreate
ഉലാത്തുക *v* stroll
ഉൽകൃഷ്ടമായ *adj* brave
ഉൽക്കടമായ *adj* hysterical
ഉൽപത്തിവിഷയമായ *adj* genetic
ഉല്ലാസം *n* euphoria
ഉല്ലാസഘോഷമുള്ള *adj* jubilant
ഉല്ലാസയാത്ര *n* excursion, picnic
ഉല്ലാസവാനായ *adj* jovial, playful
ഉൾക്കാഴ്ചയുള്ള *adj* perceptive
ഉൾക്കൊള്ളുക *v* embody, entail
ഉൾനാടൻ *adj* inland
ഉൾനാട് *adv* inland
ഉൾപ്പെടൽ *n* involvement
ഉൾപ്പെടുത്തുക *v* include, involve
ഉൾപ്പെടെ *adv* inclusive
ഉൾപ്പെട്ടത് *adj* involved
ഉൾഭാഗത്തുള്ള *adj* interior
ഉൾശീല *n* lining
ഉളി *n* chisel
ഉളുക്കിയ *adj* sprained
ഉളുക്കുക *v* sprain
ഉൾക്കടൽ *n* cove; gulf
ഉൾക്കൊള്ളിക്കുക *v* compress
ഉൾക്കൊള്ളുക *v* carry, comprise, consist, contain; assimilate
ഉൾക്കൊള്ളുന്ന വിസ്തീർണ്ണം *n* coverage
ഉൾപ്പെടുന്ന *prep* including
ഉള്ളംകൈ *n* palm
ഉള്ളങ്കാൽ *n* sole
ഉള്ളടക്കം *n* content
ഉള്ളത് *n* being
ഉള്ളറ *n* closet
ഉള്ളി *n* onion
ഉള്ളിൽ *prep* within
ഉള്ളിലുള്ളത് *adj* inner
ഉള്ളിലേക്ക് *prep* into
ഉഴിച്ചിൽ *n* massage
ഉഴിച്ചിൽ നടത്തുന്ന സ്ത്രീ *n* masseuse
ഉഴിയുക *v* massage
ഉഴുതുമറിക്കുക *v* plow
ഉഷ്ണജലസ്രോതസ്സ് *n* geyser
ഉഷ്ണമേഖലയിലുള്ള *adj* tropical
ഉഷ്ണാഘാതം *n* heatstroke

ഉ

ഊ

ഊഞ്ഞാൽ *n* hammock; swing
ഊഞ്ഞാലാട്ടുക *v* swing
ഊന്നിപ്പറയൽ *n* emphasis
ഊന്നിപ്പറയുക *v* insist
ഊന്നുവടി *n* crutch
ഊമമായ *adj* dumb
ഊരാക്കുടുക്ക് *n* lasso
ഊർജസ്വലമായ *adj* vigorous
ഊർജ്ജം *n* energy
ഊർജ്ജസ്വലമായ *adj* energetic, vibrant
ഊർന്നിറങ്ങുക *v* penetrate
ഊറയ്ക്കിടുക *v* season; tan
ഊളിയിടുക *v* duck
ഊഴം *n* turn
ഊഷ്മളത *n* warmth
ഊഷ്മാവിനെ നിയന്ത്രിച്ചുനിർത്തുന്ന ഉപായം *n* thermostat
ഊഹം *n* guess
ഊഹക്കച്ചവടം *n* speculation
ഊഹിക്കാവുന്നതായ *adj* hypothetical
ഊഹിക്കുക *v* assume, guess, infer, speculate
ഊഹിക്കുന്നു *conj* supposing

ഋ

ഋജുവായത് *adj* straight
ഋജുവായി *adv* straight
ഋതു *n* season

എ

എ *a* a
എംബാം ചെയ്യുക *v* embalm
എകോപകൻ *n* coordinator
എക്സ്-റേ *n* X-ray
എങ്കിൽ *conj* if
എങ്കിലും *conj* however, although, but, though
എങ്കിലും *adv* though
എങ്ങനെ *adv* how
എങ്ങനെയെങ്കിലും *adv* somehow, someway
എങ്ങുമല്ലാതെ *adv* nowhere
എഞ്ചിനീയർ *n* engineer
എടുക്കുക *v* pick, take, take in
എടുത്തുകളയുക *v* deprive
എടുത്തുകൊണ്ടുപോകുക *v* take away
എടുത്ത് പറയുക *v* quote
എട്ടാമത്തേത് *adj* eighth
എട്ടുകാലി വല *n* web
എട്ട് *n* eight
എഡിറ്റർ *n* editor
എൺപത് *n* eighty
എണ്ണ *n* oil
എണ്ണ പുരട്ടുക *v* lubricate
എണ്ണമയമുള്ള *adj* oily
എണ്ണമില്ലാത്ത *adj* countless
എണ്ണൽ *n* count
എണ്ണിയെടുക്കുക *v* count
എതിരായി *prep* against, versus
എതിരായി പ്രവർത്തിക്കുക *v* counteract

എതിരാളി *n* opponent, rival, adversary; defendant
എതിരിടുക *v* encounter
എതിരില്ലാത്ത *adj* despotic
എതിരെയുള്ള *adj* opposite
എതിർക്കുന്ന *adj* defiant
എതിർക്കുക *v* object, oppose, protest; antagonize
എതിർപ്പോടെ *adv* opposite
എതിർപ്പ് *n* objection, protest
എത്തിക്കുക *v* forward
എത്തിച്ചേരുക *v* attain, reach; get in
എത്തിനോക്കുക *v* peep
എന്തോണോ *adj* what
എന്തായാലും *adv* anyway
എന്തും *pron* anything
എന്തുകൊണ്ടെന്നാൽ *conj* because
എന്തുകൊണ്ട് *adv* why
എന്തുതന്നെയായാലും *adj* whatever
എന്തുതന്നെയായാലും *pron* whatever
എന്തോ *pron* something
എന്ത് *pron* what
എന്നിട്ടും *conj* however
എന്നിരുന്നാലും *adv* even though, nevertheless, nonetheless
എന്നുവരികിലും *adv* however, notwithstanding
എന്നെ *pron* me
എന്നെങ്കിലും *adv* someday
എന്നെത്തന്നെ *pron* myself
എന്നേക്കും *adv* ever, forever
എന്ന് *conj* that; whether
എന്ന് പേരായ *adv* namely
എന്റെ *adj* my
എപ്പോൾ *adv* when
എപ്പോൾ *conj* when
എപ്പോഴും പിൻതുടരുക *v* haunted
എപ്പോഴും *adv* always
എപ്പോഴെങ്കിലും *adv* whenever
എപ്പോഴെങ്കിലും *conj* whenever
എയർമെയിൽ *n* airmail
എയർലൈൻ *n* airline
എയറോപ്ലെയിൻ *n* plane
എരിച്ചിൽ *n* burn; combustion
എരിവുള്ള *adj* poignant
എരിവോ പുളിയോ ഇല്ലാത്ത *adj* bland
എരുമ *n* buffalo
എറിയുക *v* flip, hurl, throw; dart
എലി *n* mouse, rodent, rat
എലിവേറ്റർ *n* elevator
എല്ലാം *adv* all
എല്ലാം *pron* everything
എല്ലായിടത്തും *adv* everywhere
എല്ലായ്പ്പോഴും *adv* constantly
എല്ലാവരും *pron* everybody, everyone
എളുപ്പം കബളിക്കാവുന്ന *adj* gullible
എളുപ്പത്തിൽ *adv* easily, readily
എളുപ്പത്തിൽ ഇക്കിളി ഉണ്ടാകുന്ന *adj* ticklish
എളുപ്പത്തിൽ പൊട്ടുന്ന *adj* brittle
എളുപ്പമായ *adj* easy
എഴുതാനുള്ള പലക *n* blackboard
എഴുതുക *v* write

എഴുത്തുകാരൻ *n* writer
എഴുത്തുകാരൻ *n* composer
എഴുത്തുകുത്തു നടത്തുക *v* correspond
എഴുത്ത് *n* writing
എഴുന്നേൽക്കുക *v* stand up
എഴുന്നേൽക്കുക *v* get up
എഴുപത് *n* seventy
എവിടെ *adv* where
എവിടെ *conj* where
എവിടെയായിരുന്നാലും *conj* wherever
എവിടെയും *adv* anywhere
എവിടെയും മണത്തുചെല്ലുന്ന *adj* nosy
എവിടെയോ *adv* somewhere
എസ്കലേറ്റർ *n* escalator

ഏ

ഏകകണ്ഠമായ *adj* unanimous
ഏകകോശജീവി *n* bacteria
ഏകദേശം *adv* about, approximately, roughly
ഏകദേശമായ *adj* approximate
ഏകപക്ഷീയമായ *adj* arbitrary; unilateral
ഏകമനസ്സുള്ള *adj* single-minded
ഏകമായ *adj* one, only
ഏകരൂപം *n* uniformity
ഏകാഗ്രത *n* concentration
ഏകാധിപതി *n* dictator; monarch
ഏകാധിപതിത്വം *n* dictatorship
ഏകാധിപത്യം *n* monarchy
ഏകാന്തത *n* isolation, loneliness, solitude; desolation
ഏകാന്തമായ *adj* lonesome, solitary
ഏകാന്തവാസം *n* quarantine
ഏകീകരിക്കുക *v* unify
ഏകീഭവിക്കുക *v* coincide
ഏകോപിപ്പിക്കുക *v* concentrate; coordinate
ഏകോപനം *n* coordination
ഏക്കർ *n* acre
ഏണി *n* ladder
ഏതാണ്ട് *adv* almost
ഏതെങ്കിലും *adj* any
ഏതെങ്കിലും *adv* any
ഏതോ ഒരാൾ *pron* somebody
ഏത് *adj* which
ഏത് *pron* which
ഏത്തക്ക *n* banana
ഏപ്പ് *n* ligament
ഏപ്രിൽ *n* April
ഏമ്പക്കം *n* burp; hiccup
ഏമ്പക്കം വിടുക *v* belch, burp
ഏയ് *e* hey
ഏർപ്പെട്ടിരിക്കുന്ന *adj* engaged
ഏറുമാടം *n* tree house
ഏറെ വലുതായ *adj* extra-large
ഏറ്റക്കുറച്ചിലുണ്ടാകുക *v* fluctuate
ഏറ്റവും *adj* utmost
ഏറ്റവും കുറഞ്ഞ *adj* least
ഏറ്റവും കുറഞ്ഞത് *n* minimum
ഏറ്റവും പുതിയ *adj* latest
ഏറ്റവും പ്രധാനപ്പെട്ട *adj* prime
ഏറ്റവും മോശമായ *adj* worst
ഏറ്റവും മോശമായി *adv* worst

ഏറ്റവും ശ്രേഷ്ഠമായ സൃഷ്ടി *n* masterpiece
ഏറ്റു പറയുക *v* confess
ഏറ്റുമുട്ടൽ *n* encounter, skirmish
ഏറ്റുമുട്ടൽ *n* clash, conflict
ഏറ്റെടുക്കൽ *n* acquisition
ഏറ്റെടുക്കുക *v* acquire, take over; undertake; take off
ഏല്പിക്കപ്പെട്ട ചുമതല *n* assignment
ഏഴാമത്തേത് *adj* seventh
ഏഴ് *n* seven

ഐ

ഐക്യം *n* league, union, unity, harmony
ഐക്യദാർഢ്യം *n* solidarity
ഐക്യപ്പെട്ട *adj* united
ഐതിഹാസികമായ *adj* legendary
ഐശ്വര്യം *n* prosperity, opulence
ഐശ്വര്യപൂർണ്ണമായ *adj* prosperous
ഐഷാഡോ *n* eyeshadow
ഐസ് മാറ്റുക *v* defrost
ഐസ് സ്കേറ്റിംഗ് *v* ice skate
ഐസ്ക്രീം *n* ice cream, popsicle
ഐസ്ബോക്സ് *n* icebox

ഒ

ഒക്ടോബർ മാസം *n* October
ഒച്ചയില്ലാതാക്കുക *adj* mute
ഒച്ചുകൾ *n* snail
ഒടിവ് *n* fracture
ഒടുവിൽ *adv* eventually; finally
ഒടുവിലത്തെ *adj* last
ഒട്ടകം *n* camel
ഒട്ടകപ്പക്ഷി *n* ostrich
ഒട്ടിച്ചുവയ്ക്കുക *v* glue
ഒട്ടിച്ച് ചേർക്കുക *v* patch
ഒട്ടിപ്പിടിക്കുക *v* stick to
ഒട്ടിപ്പിടിക്കുന്ന *adj* adhesive
ഒട്ടേറെ *adv* much
ഒതുക്കമുള്ള *v* compact
ഒതുക്കമുള്ള *adj* compliant; lowly
ഒതുങ്ങിയ ശരീരമുള്ള *adj* petite
ഒത്തുകൂടൽ *n* gathering
ഒത്തുചേരൽ *n* congregation
ഒത്തുചേരൽ *v* get together
ഒത്തുചേരുക *v* center; congregate
ഒത്തുതീർപ്പ് *n* compromise
ഒത്തുതീർപ്പ് ചെയ്യുക *v* compromise
ഒത്തുതീർപ്പ് *n* settlement
ഒത്തുനോക്കുന്നയാൾ *n* checkers
ഒൻപതാമത്തെ *adj* ninth
ഒൻപത് *n* nine
ഒന്നാന്തരമായ *adj* first class
ഒന്നാമതായി *adj* first
ഒന്നായിച്ചേർക്കുക *v* club
ഒന്നിക്കുക *v* unite
ഒന്നിച്ചുചേർക്കുക *v* combine
ഒന്നിച്ചുചേർക്കുക *v* pool
ഒന്നിച്ച് *adv* along
ഒന്നിടവിട്ടാക്കുക *v* alternate
ഒന്നിടവിട്ടുള്ള *adj* alternate
ഒന്നിനും കൊള്ളാത്തവൻ *n* brat
ഒന്നിലേറെ *adj* multiple
ഒന്നുകിൽ *adv* either

ഒന്നുമല്ലാത്ത *pron* nothing
ഒന്നുമില്ല *prep* none
ഒന്ന് *n* one
ഒപ്പം *conj* and
ഒപ്പുവെക്കുക *v* sign
ഒരാൾ *pron* one
ഒരിടത്ത് വെക്കുക *v* place
ഒരിനം കേക്ക് *n* waffle
ഒരിനം കൊടുങ്കാറ്റ് *n* twister
ഒരിനം നൃത്തം *n* waltz
ഒരിനം മധുരപലഹാരം *n* tart
ഒരിയ്ക്കൽ *conj* once
ഒരിയ്ക്കലുമില്ല *adv* never
ഒരു *a* an
ഒരു അളവ് *n* pound; ounce
ഒരു ആന്റിബയോട്ടിക് ഔഷധം *n* penicillin
ഒരു ആയുധം *n* rake
ഒരു ആഹാരപദാർത്ഥം *n* salsa
ഒരു ആഹാരവിഭവം *n* mayonnaise
ഒരു കടൽമത്സ്യം *n* cod
ഒരു കമ്പ്യൂട്ടർ ഉപകരണം *n* joystick
ഒരു കാര്യം പൂർത്തീകരിക്കുക *v* go on
ഒരു കാര്യത്തിൽ മുഴുകുക *v* get down
ഒരു കുത്ത് ചീട്ട് *n* deck
ഒരു കുഴൽവാദ്യം *n* saxophone
ഒരു ഗ്രാമിന്റെ ആയിരത്തിലൊരംശം *n* milligram
ഒരു തന്ത്രിവാദ്യം *n* cello
ഒരു തുണിത്തരം *n* denim
ഒരു ധാന്യം *n* rye
ഒരു നിറം *n* cyan
ഒരു നിശ്ചിത സ്ഥാനത്തേക്ക് *prep* onto
ഒരു നൃത്തരൂപം *n* opera
ഒരു പദവി *n* knight
ഒരു പരിധിവരെ *adv* somewhat
ഒരു പലഹാരം *n* pancake
ഒരു പ്രവൃത്തി ചെയ്യുന്നതിനുമുമ്പുള്ള ലളിതവ്യായാമം *v* warm up
ഒരു ഫലം *n* orange
ഒരു ഭക്ഷണവിഭവം *n* burrito; chicken nugget; fish stick; noodles; peanut butter; pizza
ഒരു മാർഗ്ഗത്തിലൂടെ നയിക്കുക *v* channel
ഒരു മീറ്ററിന്റെ ആയിരത്തിലൊരു ഭാഗം *n* millimeter
ഒരു മുൾച്ചെടി *n* artichoke
ഒരു മെക്സിക്കൻ വിഭവം *n* taco; tortilla
ഒരു രാസപദാർത്ഥം *n* Mercury
ഒരു രാസവസ്തു *n* bleach
ഒരു വർണ്ണപുഷ്പം *n* tulip
ഒരു വസ്ത്രം *n* pajamas
ഒരു വാദ്യം *n* tuba
ഒരു വാഹനം *n* motorcycle
ഒരു വിനോദ വ്യായാമം *n* jungle gym
ഒരു വെല്ലുവിളി *n* dare
ഒരു വ്യായാമ ഉപകരണം *adj* jump rope
ഒരു സംഗീത ഉപകരണം *n* piano

ഒരു സംഗീതോപകരണം *n* clarinet
ഒരു സൈനിക പദവി *n* lieutenant; general; major; marshal
ഒരു സ്ത്രീക്ക് വിവാഹത്തിനുമുമ്പുണ്ടായിരുന്ന കുടുംബപ്പേര് *n* maiden name
ഒരുക്കിയ *adj* prepared
ഒരുക്കുക *v* set
ഒരുക്കുന്നവൻ *n* dresser
ഒരുതരം കളി *n* lacrosse
ഒരുതരം പേന *n* marker
ഒരുതരം ഭക്ഷണം *n* popcorn
ഒരുതരം ഭക്ഷണവിഭവം *n* macaroni, pasta
ഒരുതരം മുന്തിരി *n* prune
ഒരുതരം ലോഹം *n* nickel
ഒരുതരം ശബ്ദം *v* beep
ഒരുതവണ *adv* once
ഒരുപക്ഷേ *adv* maybe, perhaps
ഒരുപാട് *adj* numerous
ഒരുപോലെ *adj* alike
ഒരുഭാഗത്തേക്ക് ഒഴിഞ്ഞുമാറി നിൽക്കുക *v* sidestep
ഒരുമിച്ചുള്ള തുക അടവ് *n* down payment
ഒരുമിച്ച് *adv* together
ഒരേ കാലത്തു ജീവിക്കുക *v* coexist
ഒരേ രീതിയിൽ *adv* likewise
ഒരേ രീതിയിലുള്ള *adj* monotonous
ഒരേ വേഗതയിൽ നടക്കുക *v* pace
ഒരേപോലെ *adj* uniform
ഒരേസമയം *adj* simultaneous
ഒറ്റക്കാലിൽ നിന്ന് കറങ്ങുക *v* swivel
ഒറ്റക്കാൽച്ചാട്ടം *v* hop
ഒറ്റക്കൈയ്യുള്ള *adj* single-handed
ഒറ്റനോട്ടം നടത്തുക *v* look through
ഒറ്റപ്പെടുത്തുക *v* isolate
ഒറ്റപ്പെട്ട *adj* secluded, stranded
ഒറ്റപ്പെട്ട പ്രദേശം *n* pocket
ഒറ്റയ്ക്ക് *adj* alone
ഒറ്റയ്ക്ക് പാടുന്ന പാട്ട് *adj* solo
ഒറ്റസംഖ്യ *adj* odd
ഒറ്റിക്കൊടുക്കുക *v* snitch
ഒറ്റു കൊടുക്കുക *v* give away
ഒലിക്കുക *v* drop
ഒലിച്ചു പോകുക *v* drift
ഒലീവ് എണ്ണ *n* olive oil
ഒലീവ് വൃക്ഷം *n* olive
ഒളിംപിക്സ് *n* Olympics
ഒളിച്ചുനടക്കുക *v* sneak
ഒളിച്ചുവയ്ക്കുക *v* conceal
ഒളിഞ്ഞിരുന്ന് വെടിവയ്ക്കുന്നയാൾ *n* sniper
ഒളിഞ്ഞുകേൾക്കുക *v* eavesdrop
ഒളിഞ്ഞുനിന്നു കേൾക്കുക *v* overhear
ഒളിഞ്ഞുനോക്കാവുന്ന ദ്വാരം *n* peephole
ഒളിത്താവളം *n* hideaway
ഒളിപ്പിച്ചുവയ്ക്കൽ *v* camouflage
ഒഴികെ *prep* except, excluding
ഒഴിക്കുക *v* pour
ഒഴിഞ്ഞുകിടക്കുന്ന *adj* vacant
ഒഴിഞ്ഞുമാറുക *v* bypass, elude, evade

ഒ

ഒഴിഞ്ഞുമാറുന്ന *adj* evasive
ഒഴിപ്പിക്കുക *v* evacuate
ഒഴിയാബാധയാകുക *v* obsess
ഒഴിയുക *v* vacate
ഒഴിവാക്കപ്പെട്ട *adj* exempt
ഒഴിവാക്കൽ *n* exception
ഒഴിവാക്കാനാവാത്ത *adj* unavoidable
ഒഴിവാക്കാവുന്ന *adj* avoidable
ഒഴിവാക്കുക *n* decline
ഒഴിവാക്കുക *v* dispose, rid, free, deplete; dodge, avoid, shun, exclude, omit, skip, waive
ഒഴിവ് *n* vacancy
ഒഴുകുക *v* flow
ഒഴുക്കുള്ള *adj* fluent
ഒഴുക്കോടെ *adv* fluently
ഒഴുക്ക് *n* outpouring, flow, current

ഓ

ഓംലെറ്റ് *n* omelet
ഓക്കമരത്തിന്റെ കായ *n* acorn
ഓക്ക് മരം *n* oak
ഓക്സിജൻ *n* oxygen
ഓജസ്സ് *n* stamina
ഓട *n* gutter
ഓടക്കുഴൽ *n* flute
ഓടി രക്ഷപ്പെടുക *v* outrun
ഓടിക്കയറി *v* run over
ഓടിപ്പോകുക *v* run away
ഓടിപ്പോകുക *v* flee
ഓടുക *v* run; run into
ഓട് *n* tile
ഓട്ടം *n* run
ഓട്ടക്കാരൻ *n* runner
ഓട്ടത്തിൽ പിന്നിടുക *v* outrun
ഓട്ടമത്സരം *n* racing
ഓട്ടമത്സരം നടത്തുക *v* race
ഓട്സ് മാവ് *n* oatmeal
ഓൺ ചെയ്യുക *v* turn on
ഓപെറ *n* opera
ഓഫ് ചെയ്യുക *v* turn off
ഓമനമൃഗം *n* pet
ഓമനിക്കൽ *v* caress
ഓരിയിടൽ *n* howl
ഓരോന്നും *adj* each; every
ഓരോരുത്തർക്കും *adv* apiece
ഓർക്കുക *v* recollect, remember
ഓർഡർ *v* order
ഓർമ്മ *n* memory
ഓർമ്മക്കുറവ് *n* amnesia
ഓർമ്മക്കുറിപ്പ് *n* memoirs
ഓർമ്മപ്പെടുത്തൽ *n* recollection, reminder
ഓർമ്മിപ്പിക്കുക *v* remind
ഓറഞ്ച് നിറമുള്ള *adj* orange
ഓവ് *n* canal; sink
ഓഹരി *pron* lot
ഓഹരി *n* share, stake, stock
ഓഹരി ഉടമ *n* shareholder

ഔ

ഔചിത്യം *n* decorum
ഔട്ട്പുട്ട് *n* output
ഔൺസ് *n* ounce
ഔദാര്യം *n* benevolence, bounty
ഔദ്യോഗിക അറിയിപ്പ് *n* bulletin
ഔദ്യോഗികവിരുന്ന് *n* banquet

ഔദ്യോഗികമായ *adj* official
ഔദ്യോഗികമായി *adv* officially
ഔന്നത്യം *n* elevation
ഔപചാരികത *n* formality
ഔപചാരികമായ *adj* formal
ഔപചാരികമായി *adv* formally
ഔഷധ മിശ്രിതം *n* concoction
ഔഷധ സംബന്ധമായ *adj* medicinal
ഔഷധക്രമം *n* medication
ഔഷധച്ചെടി *n* herb

അം

അംഗം *n* member
അംഗത്വം *n* membership
അംഗമായി ചേർക്കുക *v* enroll
അംഗരക്ഷകൻ *n* bodyguard
അംഗവൈകല്യം വരുത്തുക *v* maim
അംഗീകരിക്കുക *v* acknowledge; approve, authorize, endorse
അംഗീകാരം *n* credit, acknowledgment, recognition; approval, endorsement, authorization
അംഗീകൃത *adj* standard
അംബരചുംബി *n* skyscraper
അംശം *n* fraction

ക

കൗണ്ടർ *n* counter
കൗണ്ട് ഡൗൺ *n* countdown
കൗതുകദൃശം *adj* spectacular
കൗബോയ് തൊപ്പി *n* cowboy hat
കൗമാരം *n* adolescence
കൗമാരക്കാരൻ *n* adolescent, teenager
കൗമാരപ്രായത്തിലുള്ള *adj* teenage
കൗശലം *n* manipulation, tact
കൗശലക്കാരൻ *adj* shrewd
കൗശലമുള്ള *adj* cunning, foxy
കംഗാരു *n* kangaroo
കക്കയിറച്ചി *n* shellfish
കക്ഷം *n* armpit
കച്ചവടക്കാരൻ *n* merchant
കച്ചവടക്കാരി *n* businesswoman
കട *n* shop
കട മോഷണം *n* shoplifting
കടം *n* credit, debt; debit
കടം കൊടുത്തവൻ *n* creditor
കടം കൊടുക്കുക *v* lend
കടംകഥ *n* riddle
കടംവീട്ടുക *v* pay back
കടകവിരുദ്ധമായ *adj* contrary
കടക്കാരൻ *n* debtor
കടത്തുവള്ളം *n* ferry
കടന്നു വരുക *v* come over
കടന്നുകയറ്റം *n* invasion
കടന്നുപോകുന്നവൻ *n* passer-by
കടപ്പെടുക *v* oblige, owe

കടപ്പെട്ട *adj* obligatory
കടമ *n* duty
കടൽ *n* sea
കടൽ ഭക്ഷണം *n* seafood
കടൽകാക്ക *n* seagull
കടൽക്കൊള്ള *n* piracy
കടൽക്കൊള്ളക്കാരൻ *n* pirate
കടൽച്ചിപ്പി *n* seashell
കടൽച്ചൊരുക്ക് *adj* seasick
കടൽത്തീരം *n* seashore, strand
കടൽപാലം *n* pier
കടലാസുകൾ കൂട്ടിച്ചേർക്കുന്ന ചെറുകമ്പിക്കൊളുത്ത് *v* staple
കടലാസുകൾ ചേർത്തുവെക്കുന്ന ക്ലിപ് *n* paperclip
കടലാസുപണി *n* paperwork
കടലാസ് *n* paper
കടലാസ് ചുരുൾ *n* scroll
കടലാസ് താൾ *n* page
കടലിടുക്ക് *n* strait
കടൽത്തീരം *n* beach
കടാക്ഷിക്കുക *v* glance
കടിക്കുക *v* bite
കടുക് *n* mustard
കടുപ്പമുള്ള *adj* stiff
കടുവ *n* jaguar; tiger
കട്ട *n* block
കട്ടിക്കടലാസുകൊണ്ട് ബൈൻഡ് ചെയ്ത പുസ്തകം *n* paperback
കട്ടിയാക്കുക *v* condense, thicken; curdle
കട്ടിയുള്ള *n* concrete
കട്ടിയുള്ള *adj* thick
കഠാരി *n* dagger
കഠിനമാക്കുക *v* harden, toughen, stiffen
കഠിനമായ *adj* grim, severe; grueling, hard, rigorous, tough
കഠിനമായ നോവ് *n* pang
കഠിനവേദനയുളവാക്കുന്ന *adj* excruciating
കഠിനഹൃദയനായ *adj* cruel
കഠിനാദ്ധ്വാനിയായ *adj* hard-working
കൺപീലികൾ *n* eyelash
കൺപോള *n* eyelid
കൺമഷി *n* mascara
കണക്കപ്പിള്ള *n* accountant, bookkeeper
കണക്കാക്കാനാവാത്ത *adj* incalculable
കണക്കാക്കുക *v* assess, estimate, reckon
കണക്കിലെടുക്കുന്ന *adj* considerate
കണക്കുകൂട്ടൽ *n* calculation
കണക്കുകൂട്ടുക *v* calculate
കണക്കുക്കൂട്ടൽ യന്ത്രം *n* calculator
കണക്കുപുസ്തകം *n* log, ledger
കണക്ക് പരിശോധിക്കുക *v* audit
കണക്ഷൻ ഇല്ലാത്ത അവസ്ഥ *adj* offline
കണക്ഷനിലായിരിക്കുന്ന അവസ്ഥ *adj* online
കണങ്കാൽ *n* ankle; shin
കണവ *n* squid
കണിക *n* atom
കണിശമായ *adj* strict

ക

കണ്ടീഷണർ *n* conditioner
കണ്ടു *v* saw
കണ്ടുകെട്ടുക *v* forfeit
കണ്ടുപിടിക്കുക *v* detect; figure out
കണ്ടുപിടിക്കുന്ന ആൾ *n* detector
കണ്ടുപിടുത്തം *n* discovery
കണ്ടുമുട്ടുക *v* meet
കണ്ടെത്തുക *v* discover, find
കണ്ഠാഭരണം *n* necklace
കണ്ണഞ്ചിക്കുക *v* dazzle
കണ്ണഞ്ചിപ്പിക്കുന്ന *adj* eye-catching
കണ്ണട *n* glasses, goggles, spectacle
കണ്ണടകൾ *n* eyeglasses
കണ്ണാടി *n* looking glass, mirror; glass
കണ്ണിമയ്ക്കാതെ നോക്കുക *v* gaze
കണ്ണിറുക്കുക *v* squint, wink
കണ്ണിലെ തിമിരം *n* cataract
കണ്ണുകൾ മൂടിക്കെട്ടുക *v* blindfold
കണ്ണുകെട്ടപ്പെട്ട *n* blindfold
കണ്ണുചിമ്മുക *v* blink
കണ്ണുനീർ *n* tear
കണ്ണ് *n* eye
കൺസോൾ *n* console
കത്തി *n* cutlery, blade, knife
കത്തിജ്ജ്വലിക്കുന്ന *n* combustible
കത്തിടപാട് *n* correspondence
കത്തിയുയരുക *v* flare up
കത്ത് *n* letter
കത്രിക *n* scissors
കത്രിക *v* shear
കഥ *n* story, tale
കഥ പറയുക *v* narrate
കഥാതന്തു *n* plot
കഥാപാത്രം *n* character
കനം *n* thickness
കനം കുറഞ്ഞ ബിസ്ക്കറ്റ് *n* cracker
കനം കുറഞ്ഞ ലോഹപാളി *n* foil
കന്നുകാലി പരിപാലന കേന്ദ്രം *n* ranch
കന്നുകാലികൾ *n* livestock
കന്നുകാലികൾ *n* cattle
കന്നുകുട്ടി *n* calf
കന്യക *n* virgin
കന്യാസ്ത്രീ *n* nun
കപടനാട്യക്കാരൻ *n* hypocrite
കപടഭാവം *n* pretension
കപ്പൽ *n* ship
കപ്പൽ തകർച്ച *n* shipwreck
കപ്പൽശാല *n* shipyard
കപ്പലണ്ടി *n* peanut
കപ്പലപകടത്തിൽപ്പെട്ട് ദൂരദേശത്തെത്തിയവർ *n* castaway
കപ്പലിന്റെ പള്ള *n* hull
കപ്പലിന്റെ പൃഷ്ഠഭാഗം *n* stern
കപ്പലിൽനിന്നിറക്കുക *v* disembark
കപ്പലോ വിമാനമോ ഓടിക്കുക *v* navigate
കപ്പലോടിക്കുക *v* sail
കപ്പലോട്ടം *n* sail
കപ്പൽ *n* gal
കപ്പൽത്തുറ *n* dock
കപ്പൽപ്പട *n* fleet
കപ്പൽസഞ്ചാരം ചെയ്യുക *v* cruise
കപ്പി *n* pulley

കപ്പിത്താൻ *n* captain
കപ്പ് *n* cup
കപ്പ്കേക്ക് *n* cupcake
കഫീൻ *n* caffeine
കഫീൻ നീക്കംചെയ്തത് *adj* decaffeinated
കബന്ധം *n* torso
കബളിപ്പിക്കുക *v* delude, fool
കബളിപ്പിക്കുന്ന *adj* deceitful
കമനീയമായ *adj* charming, desirable
കമാനം *n* arch
കമ്പനി *n* company
കമ്പി ചുറ്റുക *v* wind
കമ്പിളി *n* fleece, wool
കമ്പിളിത്തുണി *n* felt
കമ്പിളിയാൽ നിർമ്മിക്കപ്പെട്ട *adj* woolen
കമ്പ്യൂട്ടർ *n* computer
കമ്പ്യൂട്ടറിന് വിവരം നൽകുക *n* login
കമ്പ്യൂട്ടറിന്റെ മൗസ് *n* mouse
കമ്പ്യൂട്ടറിന്റെ മെമ്മറി *n* memory
കമ്പ്യൂട്ടറിന്റെ മോണിറ്റർ *n* monitor
കമ്പ്യൂട്ടറിലെ ഒരു യന്ത്ര സംവിധാനം *n* modem
കമ്പ്യൂട്ടറിലെ സൂക്ഷ്മമായ ചിപ്പുകൾ *n* microchip
കമ്മൽ *n* earring
കമ്മലിനുള്ള തുള *n* piercing
കയർ *n* rope
കയറുക *v* mount
കയറ്റം *n* climbing, hike
കയറ്റം *adv* uphill
കയറ്റുമതി *v* export
കയറ്റുമതി *n* shipment
കയറ്റുമതിക്കാരൻ *n* exporter
കയ്പ്പ് *n* bitterness
കയ്യില്ലാത്ത കുപ്പായം *adj* sleeveless
കയ്യുറ *n* glove
കയ്യൊപ്പ് *n* autograph, signature
കയ്യേറ്റം *n* outrage
കയ്യേറ്റം ചെയ്യുക *v* encroach
കരം ചുമത്തുക *v* levy
കരകൗശലം *n* craft
കരഘോഷം *n* applause
കരടി *n* bear
കരടിയെ പോലുള്ള ഒരു ജീവി *n* panda
കരട് എഴുതിയുണ്ടാക്കുക *v* draft
കരണ്ടി *n* ladle, spoon
കരണ്ടിയളവ് *n* spoonful
കരയുക *v* weep; squeak
കരയ്ക്കിറങ്ങൽ *n* landing
കരൾ *n* liver
കരാട്ടെ *n* karate
കരാർ *n* bond, contract
കരാർ ചെയ്യുക *v* contract
കരാർ *n* agreement, pact
കരിക്കട്ട *n* charcoal
കരിക്കുക *v* char
കരിഞ്ചുവപ്പ് *adj* maroon
കരിമ്പ് *n* cane
കരു *v* die
കരുണ *n* leniency
കരുണയുള്ള *adj* lenient
കരുതിക്കൂട്ടി *adv* deliberately
കരുതിക്കൂട്ടിയുള്ള *adj* intentional

കരുതിവെക്കുക *v* preserve
കരുതുക *v* suppose
കർക്കശ ശബ്ദം *n* creak
കർക്കശമായ *adj* austere, harsh, drastic
കർണകഠോരമായ *adj* deafening
കർശനമായി പാലിക്കുക *v* abide by
കർക്കശമായ *adj* stern
കർക്കശമായി *adv* sternly
കർത്തവ്യ പ്രകടനം *n* performance
കർത്തവ്യം *n* obligation
കർപ്പൂര തുളസിച്ചെടി *n* mint
കർശനമായ *adj* stringent
കർഷകൻ *n* farmer, peasant
കറ *n* smear, stain
കറ പുരളുക *v* stain
കറകളഞ്ഞ *adj* tainted
കറങ്ങുക *v* revolve, spin
കറിക്കൂട്ടുസാമാനങ്ങൾ *n* condiment
കറിക്കൂട്ട് *n* seasoning
കറിയുടെ ചാറ് *n* gravy
കറുപ്പുനിറം *n* black
കറുമുറ ശബ്ദം ഉണ്ടാക്കുന്ന *adj* crunchy
കറുവാപ്പട്ട *n* cinnamon
കല *n* art
കലം *n* pot
കലക്ടർ *n* collector
കലണ്ടർ *n* calendar
കലമാൻ *n* reindeer
കലർപ്പ് *n* blend
കലശം *n* urn
കലഹം *n* strife, turmoil
കലഹക്കാരൻ *adj* quarrelsome
കലഹപ്രിയനായ *adj* contentious
കലഹിക്കുക *v* hassle; rebel
കലാപം *n* commotion, riot, mayhem; rebellion
കലാപരമായ *adj* artistic
കലാഭിരുചിയുള്ളവൻ *adj* amateur
കലാലയത്തിൽ ചേരുക *v* matriculate
കലാശാല *n* college
കലാസൃഷ്ടി *n* artwork
കലിതുള്ളുക *v* rampage
കലോറി *n* calorie
കൽക്കരി *n* coal
കൽപന ലംഘിക്കുന്ന *adj* disobedient
കൽപന *n* decree
കല്യാണം *n* wedding
കല്ലച്ച് *n* template
കല്ല് *n* stone
കല്ല് പാകൽ *n* pavement
കള *n* weed
കളങ്കപ്പെടുത്തുക *v* tarnish; blot
കളങ്കപ്പെട്ട *adj* stained
കളങ്കമില്ലാത്ത *adj* spotless
കളപറിക്കുക *v* weed
കളയത്തക്ക *adj* disposable
കളി *n* play; game
കളിക്കാരൻ *n* player
കളിക്കുക *v* play
കളിപ്പാട്ടം *n* toy
കളിപ്പിക്കുക *v* bluff
കളിമൺപാത്ര നിർമ്മാണം *n* pottery

കളിമൺപാത്രം *n* porcelain
കളിമണ്ണ് *n* clay
കളിമൈതാനം *n* playground
കളിയാക്കുക *v* tease
കളിയിൽ അഭിരുചിയുള്ള *adj* sporty
കളിയിൽ പോയിൻറ് നേടുക *v* score
കളിസ്ഥലം *n* field; court
കള്ളം *n* lie
കള്ളം പറയുക *v* lie
കള്ളക്കടത്തുകാരൻ *n* smuggler
കള്ളക്കടത്ത് *v* smuggle
കള്ളൻ *n* thief
കള്ളപ്രമാണം നിർമിക്കുക *v* falsify
കള്ളസത്യം *n* perjury
കള്ളിച്ചെടി *n* cactus
കഴമ്പില്ലാത്ത *adj* pointless
കഴിക്കാൻ പാകത്തിൽ ഭക്ഷണം തയ്യാറാക്കി വെച്ചിരിക്കുന്ന ക *n* deli
കഴിക്കുക *v* ingest, eat
കഴിഞ്ഞ രാത്രി *adv* last night
കഴിഞ്ഞത് *adj* past
കഴിഞ്ഞു *prep* over
കഴിഞ്ഞു പോകുക *v* elapse
കഴിയുമായിരുന്നു *v* could
കഴിവില്ലായ്മ *n* inability, incompetence
കഴിവില്ലായ്മ *v* incapacitate
കഴിവുണ്ടായിരിക്കുക *v* can
കഴിവുള്ള *adj* potential; able, talented
കഴിവോടെ *adv* potentially
കഴിവ് *n* ability
കഴുകൻ *n* eagle; vulture
കഴുകാവുന്ന *adj* washable
കഴുകുക *v* rinse, wash
കഴുത *n* donkey
കഴുതക്കുട്ടി *n* colt
കഴുതപ്പുലി *n* hyena
കഴുത്തിൽ അണിയുന്ന പതക്കം *n* pendant
കഴുത്തിൽ ചുറ്റുന്ന കമ്പിളി *n* muffler
കഴുത്തിൽ ധരിക്കുന്ന ടൈ *n* necktie
കഴുത്തുഞെരിച്ച് കൊല്ലുക *v* strangle
കഴുത്തുപട്ട *n* collar
കഴുത്ത് *n* neck
കഴ്സർ *n* cursor
കവചം *n* shield
കവരത്തടി *n* pitchfork
കവരുക *v* rob
കവർച്ചക്കാരൻ *n* burglar
കവർച്ച *n* heist, robbery, mugging; loot
കവർച്ച *v* pillage
കവർച്ചനടത്തുക *v* burglarize
കവല *n* intersection
കവാത്ത് *n* drill
കവി *n* poet
കവിഞ്ഞുകിടക്കുക *v* overlap
കവിഞ്ഞുനിൽക്കുക *v* outgrow
കവിഞ്ഞൊഴുകുക *v* flood
കവിഞ്ഞൊഴുകുക *v* overflow
കവിത *n* lyrics, poem
കവിത രചിക്കുക *v* rhyme

ക

കവിയുക *v* exceed
കവിളെല്ല് *n* cheekbone
കവിൾത്തടം *n* cheek
കശക്കുക *v* shuffle
കശാപ്പുകാരൻ *n* butcher
കശാപ്പ് *v* slaughter
കശേരുക്കൾ *n* vertebra
കഷണം *n* bit, piece, crumb, scrap, shred, slice
കഷണമാക്കുക *v* slice
കഷണ്ടിയായ *adj* bald
കഷ്ടത *n* affliction, tribulation
കഷ്ടപ്പാട് *n* misery
കസിൻ *n* cousin
കസേര *n* chair
കാക്ക *n* crow
കാക്ക കരയുംപോലെ കരയുക *v* crow
കാടത്തം *n* quagmire
കാടപ്പക്ഷി *n* quail
കാട്ടുപിടിച്ച *adj* overgrown
കാട് *n* jungle
കാട്ടാളൻ *adj* savage
കാട്ടുതീ *n* wildfire
കാട്ടുപന്നി *n* boar, wild boar
കാട്ടുപോത്ത് *n* bison
കാഠിന്യം *n* stiffness; austerity; rigor
കാഠിന്യമുള്ള *adj* petrified
കാണാതായ *adj* missing
കാണിക്കുക *v* show; show up
കാണുക *v* see
കാണ്ടാമൃഗം *n* rhinoceros
കാതം *n* league
കാതൽ *n* core
കാത്തിരിക്കുക *v* await, wait, hang on
കാന്തം *n* magnet
കാന്തഗുണം *n* magnetism
കാന്തശക്തിയുള്ള *adj* magnetic
കാപട്യം *n* disguise; hypocrisy
കാപ്പി *n* coffee
കാപ്പി മേശ *n* coffee table
കാപ്സിക്കം *n* bell pepper
കാപ്സ്യൂൾ *n* capsule
കാബേജ് *n* cabbage
കാമം *n* lust
കാമുകൻ *n* lover
കാമുകി *n* lover, girlfriend
കായിക താരങ്ങളുടെ വസ്ത്രം *n* jersey
കായിക പരിശീലകൻ *n* coach
കായിക മത്സരം *n* match
കായികം *n* sport
കായികതാരം *n* sportsman
കായികമത്സര വേളകളിൽ ടീമിന് ഉത്തേജനവും ആവേശവും പകരുന്ന ടീം അംഗം *n* cheerleader
കായികശക്തി പ്രയോഗിക്കുക *v* manhandle
കായികാഭ്യാസം *n* gymnastics
കായികാഭ്യാസം സംബന്ധിച്ച *adj* athletic
കായികാഭ്യാസി *n* athlete, gymnast
കായ് *n* nut
കായ്കനിത്തോട്ടം *n* orchard
കാരണം *n* cause, reason
കാരണത്താൽ *prep* because of

കാരണമാകുക *v* cause
കാരമൽ *n* caramel
കാരറ്റ് *n* carrot
കാരാഗൃഹം *n* jail
കാരുണ്യം *n* clemency
കാർന്നുതിന്നുക *v* gnaw
കാര്യം *n* matter; thing
കാര്യക്ഷമത *n* competence; efficiency
കാര്യക്ഷമതയില്ലാത്ത *adj* inefficient
കാര്യക്ഷമമായ *adj* efficient
കാര്യപരിപാടി *n* agenda
കാര്യമാക്കുക *v* care about
കാര്യമായ *adj* significant
കാര്യസ്ഥൻ *n* manager
കാര്യാധികാരി *n* official
കാര്യാലയം *n* office
കാർ *n* car
കാർട്ട് *n* cart
കാർഷിക *adj* agricultural
കാറ്റാടിമില്ല് *n* windmill
കാറ്റുനിറയ്ക്കുക *v* inflate
കാറ്റുള്ള *adj* windy
കാറ്റ് *n* wind
കാൽ *n* leg
കാൽക്കുപ്പായം *n* pants
കാൽനടയാത്രക്കാരൻ *n* pedestrian
കാൽപ്പാട് *n* footprint
കാൽമുട്ട് *n* knee
കാൽവിരൽ *n* toe
കാൽവിരലിലെ നഖം *n* toenail
കാലം *n* time
കാലക്രമം അനുസരിച്ച് *adj* chronological
കാലക്രമപ്പെടുത്തുക *v* time
കാലയളവ് *n* period; tenor
കാലവിളംബം *n* hold-up
കാലഹരണപ്പെടൽ *n* expiration
കാലഹരണപ്പെടുക *v* expire
കാലഹരണപ്പെട്ട *adj* obsolete, outdated
കാലാതീതമായ *adj* timeless
കാലാവധി *n* duration, term
കാലാവസ്ഥ *n* climate; weather
കാലികമാക്കുക *v* update
കാലികമായ *adj* seasonal; topical; up-to-date
കാലുറ *n* sock
കാലേക്കൂട്ടി ആസൂത്രണം ചെയ്യുക *v* premeditate
കാൽനടയായി പോകുക *v* hike
കാൽവണ്ണ *n* calf
കാള *n* bull, ox
കാഴ്ച *n* sight, view, looks
കാഴ്ചക്കാരൻ *n* spectator
കാഴ്ചക്കുറവുള്ള *adj* myopic
കാഴ്ചപ്പാടുള്ള *n* perspective
കാഴ്ചപ്പാട് *n* perception, viewpoint
കാഴ്ചബംഗ്ലാവ് *n* museum
കാഴ്ചശക്തി *n* eyesight
കാവൽ *n* guard, patrol, watch
കാവൽക്കാരൻ *n* janitor
കാവൽ *n* custody
കാവൽ നിൽക്കുക *v* guard
കാവ്യം *n* poetry
കാഹളം *n* trumpet

കാഹളവാദ്യം *n* trombone
കിംവദന്തി *n* rumor
കിക്ക്ബാക്ക് *n* kickback
കിടക്ക *n* bed; couch; cushion
കിടക്കവിരി *n* bedspread
കിടക്കുക *v* lie
കിടങ്ങ് *n* ditch, trench
കിടപ്പറ *n* bedroom
കിടാവിന്റെ മാംസം *n* veal
കിന്നരം *n* harp
കിരണം *n* ray
കിരാതമായ *adj* barbaric
കിരാതവാഴ്ച *n* vandalism
കിരീടം *n* crown
കിരീടധാരണം *n* coronation
കിറുക്കുള്ള *adj* crazy; eccentric
കിലോഗ്രാം (കിലോ) *n* kilogram (kilo)
കിലോമീറ്റർ *n* kilometer
കിലോവാട്ട് *n* kilowatt
കിഴക്കുഭാഗത്തുള്ള *adj* eastern
കിഴക്കുള്ള *adj* east
കിഴക്കോട്ടു പോകുന്ന *adj* eastbound
കിഴക്ക് *n* east
കിഴക്ക് *adv* east
കിഴങ്ങ് *n* bulb
കിഴിവു കൊടുക്കുക *v* discount
കിഴിവ് *n* discount
കിഴുക്കാംതൂക്കായ മലഞ്ചെരിവ് *n* cliff
കീടം *n* insect, pest
കീടങ്ങളെ അകറ്റുന്ന വസ്തു *n* repellant
കീടനാശിനി *n* pesticide
കീബോർഡിലെ ചെറിയ അക്ഷരക്കൂട്ടം *n* lowercase
കീബോർഡ് *n* keyboard
കീർത്തിമുദ്ര *n* medal
കീറിപ്പറിഞ്ഞ *adj* ragged
കീറിമുറിക്കുക *v* shred
കീറിയ *adj* torn
കീറുക *v* rip, tear
കീൽ *n* tar
കീഴടക്കാനാവാത്ത *adj* invincible
കീഴടക്കി ഭരിക്കുന്ന *adj* bossy, domineering
കീഴടക്കിയ *adj* subdued
കീഴടക്കുക *v* conquer, master, overpower, subdue
കീഴടങ്ങുക *v* capitulate, succumb, surrender
കീഴിൽ *prep* under
കീഴോട്ടിറങ്ങുക *v* descend
കീഴോട്ടു നോക്കിക്കൊണ്ടുള്ള *adj* down
കീഴോട്ടുചരിഞ്ഞ *adj* downstairs
കീഴോട്ട് *prep* down
കീഴ്ക്കാലുറ *n* stocking
കീഴ്ഭാഗം *adj* bottom
കീഴ്ഭാഗമില്ലാത്ത *adj* bottomless
കീഴ്മേൽ മറിയുക *v* roll over
കീഴ്വഴക്കം *n* precedent
കീശ *n* pocket
കുഞ്ഞിനെ വളർത്തുന്ന ആയ *n* nanny
കുഞ്ഞുങ്ങൾ *n* litter
കുട *n* umbrella
കുടൽ *n* gut, intestine
കുടൽപ്പുണ്ണ് *n* ulcer

കുടൽ *n* bowel
കുടിക്കാവുന്ന *adj* drinkable
കുടിക്കുക *v* drink, guzzle
കുടിയേറുക *v* emigrate, migrate, immigrate
കുടിയേറ്റം *n* immigration
കുടിയേറ്റക്കാരൻ *n* immigrant, migrant, settler
കുടിയൊഴിപ്പിക്കുക *v* evict
കുടിൽ *n* hut, shack
കുടിലചിത്തനായ *adj* crooked
കുടിലമായ *adj* devious
കുടിൽ *n* cottage
കുടിശ്ശിക *n* dues
കുടിശ്ശിക *adj* overdue
കുടുംബം *n* family, household
കുടുംബപ്പേര് *n* surname
കുടുക്കിട്ട് പിടിക്കുക *v* lasso
കുടുക്ക് *n* button
കുടുങ്ങിപ്പോയ *adj* stuck
കുട്ടി *n* child, kid
കുട്ടികൾ *n* children
കുട്ടിക്കാലം *n* childhood
കുട്ടിച്ചാത്തൻ *n* elf
കുട്ടിത്തേവാങ്ക് *n* skunk
കുതന്ത്രം *n* ruse
കുതികാൽ *n* heel
കുതിക്കുക *v* bounce, leap, spring
കുതിച്ചുചാടുക *v* gallop
കുതിപ്പ് *n* jump
കുതിര *n* horse
കുതിരയെ പരിചരിക്കുക *v* groom
കുതിരസവാരിക്കാരന്റെ ബൂട്ട്സിലെ മുള്ള് *n* spur
കുതിരാലയം *n* stable
കുതിർക്കുക *v* soak
കുതിർന്ന *adj* soaked
കുത്തക *n* monopoly
കുത്തനെ നിൽക്കുന്ന *adj* erect
കുത്തനെ വീഴുക *v* plummet
കുത്തനെയുള്ള *n* bluff
കുത്തനെയുള്ള *adj* steep
കുത്തിക്കുറിക്കുക *v* scribble
കുത്തിയൊഴുക്ക് *n* torrent
കുത്തിവയ്ക്കുക *v* inject
കുത്തിവയ്പ് *n* injection; vaccine
കുത്തിവയ്പ് നടത്തുക *v* vaccinate
കുത്തുക *v* prick, stab, sting
കുത്തുവാക്ക് *n* insinuation
കുത്ത് *n* dot
കുനിഞ്ഞ *adj* hunched
കുനിവ് *n* bow
കുന്തം *n* spear
കുന്തമുന *v* spearhead
കുന്തമുന *n* spike
കുന്തിരിക്കം *n* incense
കുന്നിൻ പ്രദേശമായ *adj* hilly
കുന്നിൻമുകൾ *n* hilltop
കുന്ന് *n* mound
കുപിതനായ *adj* livid
കുപ്പായക്കൈ *n* sleeve
കുപ്പി *n* bottle
കുപ്പിക്കഴുത്ത് *n* bottleneck
കുപ്പിയിലാക്കുക *v* bottle
കുപ്രസിദ്ധമായ *adj* infamous, notorious
കുമിൾ *n* fungus
കുമിള *n* bubble
കുമ്പസാരം *n* confession

കര *n* bark
കരങ്ങൻ *n* ape
കരങ്ങ് *n* monkey
കരയ്ക്കുക *v* bark
കരിശ് *n* cross
കരു *n* nut, mast
കരുക്കഴിക്കുക *v* disentangle
കരുക്ക് *n* tangle
കരുമുളക് *n* pepper
കരുവി *n* sparrow
കുറച്ചു കൊണ്ടുവരിക *v* bring down
കുറച്ചുകാണുക *v* underestimate
കുറച്ച് *pron* few
കുറച്ച് *adv* little
കുറഞ്ഞ *adj* less, little, low
കുറഞ്ഞ കാലയളവ് *adj* short-term
കുറഞ്ഞത് *adj* minus
കുറഞ്ഞുവരിക *v* drop off
കുറയുന്ന *adv* downward
കുറയുന്നു *v* dwindle
കുറയ്ക്കാവുന്ന *adj* deductible
കുറയ്ക്കുക *v* lessen, decrease, deduct, deflate, downsize, reduce, subtract, decimate
കുറയ്ക്കേണ്ടത് *prep* minus
കുറവായി *adj* fewer
കുറവായി *pron* less
കുറവോടെ *adv* less
കുറിക്കുക *v* note
കുറിപ്പ് *n* note
കുറിപ്പ് താൾ *n* notepaper
കുറിപ്പ് പുസ്തകം *n* notebook
കുറിപ്പ് പുസ്തകത്താൾ *n* notebook paper
കുറുകുക *v* purr
കുറുകെ *adv* across
കുറുകെ വെട്ടുക *v* cross out
കുറുക്കൻ *n* fox
കുറുക്കുവഴി *n* bypass, shortcut
കുറേക്കൂടി നല്ല രീതിയിൽ *adv* better
കുറ്റം *n* felony
കുറ്റം ചുമത്തുക *v* incriminate
കുറ്റം തെളിയിക്കുന്നവൻ *n* detective
കുറ്റം സ്ഥാപിക്കുക *v* penalize
കുറ്റംചെയ്യുക *v* offend; perpetrate
കുറ്റകരമായ *adj* offensive
കുറ്റകൃത്യം *n* crime, offense
കുറ്റക്കാരനായ *adj* criminal
കുറ്റപ്പെടുത്തുക *v* condemn, implicate
കുറ്റപ്പെടുത്തുന്ന *adj* nagging
കുറ്റബോധം *n* guilt
കുറ്റമറ്റ *adj* perfect
കുറ്റമാരോപിക്കുക *v* accuse
കുറ്റവാളി *n* criminal, outlaw, felon
കുറ്റവിമുക്തനാക്കൽ *n* acquittal
കുറ്റവിമുക്തനാക്കുക *v* acquit
കുറ്റാന്വേഷണം *n* investigation
കുറ്റാന്വേഷണം നടത്തുക *v* investigate
കുറ്റാരോപണം ഉന്നയിക്കുക *v* prosecute
കുറ്റിക്കാട് *n* bush
കുറ്റിച്ചെടി *n* shrub
കുല *n* cluster, bunch

കുലീനത *n* nobility
കുലീനമായ *adj* classy
കുലീനയായ *adj* ladylike
കുലുക്കം *n* concussion; vibration; hitch
കുലുക്കുക *v* jerk, shake
കുലുങ്ങുക *v* quake
കുളം *n* pond; pool
കുളമ്പ് *n* hoof
കുളി *n* bath
കുളി കഴിഞ്ഞുപയോഗിക്കുന്ന വസ്ത്രം *n* bathrobe
കുളി വസ്ത്രം *n* bathing suit
കുളിക്കുക *v* bathe
കുളിത്തൊട്ടി *n* bathtub
കുളിമുറി *n* bathroom
കുള്ളൻ *n* dwarf
കുഴച്ച മാവ് *n* dough
കുഴപ്പം *n* trouble
കുഴപ്പം നിറഞ്ഞ *adj* chaotic
കുഴപ്പം പിടിച്ച *adj* complicated
കുഴപ്പത്തിലാക്കുക *v* complicate
കുഴപ്പമുള്ള *adj* troubled
കുഴമ്പ് *n* grease; paste
കുഴൽ *n* faucet, nozzle; pipe, tube
കുഴൽപ്പണി *n* plumbing
കുഴൽ *n* cylinder; hose
കുഴി *n* pit; socket
കുഴിക്കുക *v* dig
കുഴിച്ചിടുക *v* bury
കുഴിമാടം *n* grave
കുശാഗ്രബുദ്ധിയായ *adj* bright
കുശുകുശുക്കുക *v* whisper
കുഷ്ഠരോഗം *n* leprosy
കുഷ്ഠരോഗി *n* leper
കുസൃതി *n* prank
കൂജ *n* jug
കൂടാതെ *adv* also
കൂടാതെ *prep* without
കൂടാരം *n* tent
കൂടിക്കലരുക *v* mingle
കൂടിക്കുഴഞ്ഞ *adj* intricate
കൂടിച്ചേരൽ *n* association
കൂടിച്ചേരുക *v* articulate
കൂടിയ *adj* plus
കൂടിയാലോചന *n* conference, consultation
കൂടിയാലോചിക്കുക *v* consult
കൂടിയാലോചന *n* negotiation
കൂടിയാലോചിക്കുക *v* negotiate
കൂടുതൽ *adv* further
കൂടുതൽ *pron* more
കൂടുതൽ *prep* over
കൂടുതലായ *adv* more
കൂടുതലായി *adv* beyond
കൂടുതലായി *adj* much
കൂടുതലായി ഇഷ്ടപ്പെടുക *v* prefer
കൂടുതൽ അകലെ *adj* further
കൂടുതൽ ദൂരത്തേക്ക് *adv* farther
കൂടുതൽ മെച്ചപ്പെട്ടതായ *adj* better
കൂടുന്ന *prep* plus
കൂടെ *prep* along, alongside; with
കൂടെ ചേരുക *v* come in
കൂടെപ്പിറപ്പല്ലാത്ത ചേച്ചിയോ അനുജത്തിയോ *n* stepsister
കൂടെപ്പിറപ്പല്ലാത്ത ജ്യേഷ്ഠനോ അനുജനോ *n* stepbrother
കൂടെപ്പോവുക *v* accompany
കൂടെയുള്ള *adj* fellow

കൂട് *n* cage
കൂട്ടം *n* bunch, batch, cluster; herd
കൂട്ടം ചേരുക *v* herd
കൂട്ടംകൂടുക *v* huddle
കൂട്ടക്കൊല *n* massacre
കൂട്ടത്തിൽ *prep* among
കൂട്ടമായി ജീവിക്കുന്ന *adj* gregarious
കൂട്ടായ്മ *n* club
കൂട്ടാളി *n* accomplice; peer
കൂട്ടിക്കലർത്തുക *v* blend
കൂട്ടിക്കെട്ടുക *v* tape
കൂട്ടിചേർക്കപ്പെട്ട *adj* additional
കൂട്ടിച്ചേർക്കുക *v* consolidate, attach, compose; brew
കൂട്ടിച്ചേർത്തുണ്ടാക്കുക *v* concoct
കൂട്ടിച്ചേർക്കൽ *n* addition
കൂട്ടിച്ചേർക്കുക *v* muster
കൂട്ടിച്ചേർത്ത *adj* unattached
കൂട്ടിച്ചേർത്ത് ബലപ്പെടുത്തുക *v* sin
കൂട്ടിത്തുന്നൽ *n* seam
കൂട്ടിപ്പിരിക്കുക *v* intertwine
കൂട്ടിമുട്ടൽ *n* crash
കൂട്ടിമുട്ടുക *v* collide
കൂട്ടിമുട്ടുന്ന ശബ്ദം *n* clash
കൂട്ടിയിളക്കുക *v* stir up
കൂട്ടിയോജിപ്പിക്കുക *v* connect
കൂട്ടിവിളക്കുക *v* solder
കൂട്ടുകാരൻ *n* buddy
കൂട്ടുവളം *n* compost
കൂണ് *n* mushroom
കൂന *n* stack
കൂനൻ *n* hunchback
കൂന് *n* hunch
കൂന്തൽ *n* curl
കൂമ്പാരം *n* mound, heap, pile, hump; bulk
കൂമ്പാരമാക്കുക *v* heap, pile
കൂമ്പ് *n* cone
കൂരിരുട്ടായ *adj* pitch-black
കൂർത്തഗോപുരം *n* cone
കൂർക്കംവലിക്കുക *v* snore
കൂലി *n* fare
കൂളർ *n* cooler
കൃതജ്ഞതാപൂർവ്വം *adv* gratefully
കൃതാവ് *n* sideburns
കൃത്യത *n* accuracy, precision
കൃത്യതയില്ലാത്ത *adj* imprecise
കൃത്യമല്ലാത്ത *adj* inaccurate
കൃത്യമായ *adj* accurate, correct, exact
കൃത്യമായി *adv* accurately, correctly, exactly, right
കൃത്യവിലോപം വരുത്തുന്ന *adj* delinquent
കൃത്യസമയത്ത് *adj* punctual, timely
കൃത്രിമം *n* fraud
കൃത്രിമപ്പല്ല് *n* dentures
കൃത്രിമമായ *adj* artificial, synthetic; counterfeit
കൃത്രിമവേഷം കെട്ടുക *v* masquerade
കൃപ *n* grace
കൃഷി *n* agriculture, farming
കൃഷിപ്പണി *n* cultivation
കൃഷിഭൂമി *n* farm
കൃഷിയിടം *n* farmyard
കൃഷ്ണമൃഗം *n* antelope

കെഞ്ചുക *v* crave
കെടുത്തിക്കളയുക *v* extinguish
കെടുത്തിയ *adj* out
കെട്ടാനുള്ള തോൽവാർ *n* leash
കെട്ടിച്ചമയ്ക്കുക *v* fabricate, forge
കെട്ടിടം *n* building
കെട്ടിവലിക്കുന്ന വാഹനം *n* tow truck
കെട്ടുക *v* tie
കെട്ടുകഥ *n* concoction; fable, fiction
കെട്ടുപാട് *n* bond
കെട്ടുപിണഞ്ഞ *adj* twisted, tangled
കെട്ട് *n* knot
കെണി *n* pitfall, snare, trap
കെണിയിലാക്കുക *v* trap
കൊക്കുരുമ്മുക *v* bill
കൊക്കോ *n* cocoa
കൊക്ക് *n* beak
കൊടുക്കുക *v* bestow
കൊടുങ്കാറ്റ് *n* gust
കൊട്ട *n* basket
കൊണ്ടുവരിക *v* bring
കൊത്തിനുറുക്കുക *v* hack
കൊയ്യുക *v* reap
കൊലപ്പെടുത്തുക *v* assassinate
കൊലയാളി *n* assassin
കൊല്ലൻ *n* blacksmith
കൊളുത്ത് *n* buckle, clip
കൊഴുത്ത *adj* creamy
കൊഴുപ്പുള്ള *adj* fat
കേക്ക് *n* cake
കേക്ക് അലങ്കരിക്കൽ *n* frosting
കേടുപറ്റാത്ത *adj* intact
കേടുപാടുകൾ കൂടാതെ *adj* unharmed
കേടുപാട് തീർക്കൽ *n* maintenance
കേടുപാട് തീർക്കുക *v* mend
കേടുവന്ന *adj* damaging
കേടുവരാതെ സൂക്ഷിക്കൽ *n* conserve
കേട്ടറിവില്ലാത്ത *adj* unheard-of
കേട്ടുകേൾവി *n* hearsay
കേന്ദ്രം *n* hub
കേന്ദ്രത്തെ സംബന്ധിച്ച *adj* central
കേന്ദ്രസ്ഥാനം *n* center
കേന്ദ്രീകരിക്കുക *v* centralize, converge
കേബിൾ *n* cable
കേബിൾ ടെലിവിഷൻ *n* cable television
കേൾക്കുക *v* hear
കേൾവി *n* hearing
കേൾക്കാവുന്ന *adj* audible
കേവലം *adv* barely
കേവലമായ *adj* mere
കേശാലങ്കാര ശൈലി *n* hairstyle
കോടതി *n* court
കോടീശ്വരൻ *n* billionaire
കോട്ട *n* castle, fort
കോട്ടംവരുത്തുക *v* impair
കോൺ *n* angle
കോപം *n* bile
കോപിപ്പിക്കുക *v* enrage
കോമാളി *n* clown
കോർക്കൂരി *n* corkscrew

ക

കോർക്ക് *n* cork
കോലാഹലം *n* clutter
കോളനി *n* colony
കോളനിയാക്കുക *v* colonize
കോളനിവൽക്കരണം *n* colonization
കോളിഫ്ളവർ *n* cauliflower
കോളേജ് പരിസരം *n* campus
കോഴ *n* scandal
കോഴികുഞ്ഞ് *n* chick
കോശം *n* cell
കൈ *n* arm; hand
കൈ കടത്തുക *v* hand in
കൈ താഴ്ത്തുക *v* hand down
കൈ നിറയെ *n* handful
കൈകൾ *n* arms
കൈകൾകൊണ്ട് *adv* manually
കൈകാര്യം ചെയ്യുക *v* handle, manipulate; deal
കൈകൊണ്ട് നിർമ്മിച്ചത് *adj* handmade
കൈക്കിന്നരം *n* accordion
കൈക്കൂലി *n* bribe, kickback
കൈക്കൂലി കൊടുക്കുക *v* bribe
കൈക്കൂലി കൊടുക്കുക *v* palm
കൈക്കൂലിപ്പണം *n* bribery
കൈതച്ചക്ക *n* pineapple
കൈത്തണ്ട *n* forearm; wrist
കൈത്തോക്ക് *n* handgun
കൈനീട്ടം *n* handout
കൈപാത്രം *n* mug
കൈപ്പിടി *n* handle, knob
കൈപ്പുസ്തകം *n* handbook
കൈബോംബ് *n* grenade
കൈമണി *n* cymbal
കൈമാറുക *v* swap, transfer; hand over
കൈമാറ്റം *n* transfer
കൈമാറ്റം ചെയ്യുക *v* exchange, interchange
കൈമാറ്റക്കളി *v* pass around
കൈമുട്ട് *n* elbow
കൈയക്ഷരം *n* handwriting
കൈയടിക്കുക *v* clap
കൈയില്ലാത്ത കുപ്പായം *n* cape
കൈയേറുക *v* squat
കൈയ്യെഴുത്ത് പ്രതി *n* manuscript
കൈവരി *n* handrail
കൈവള *n* bracelet
കൈവശംവെക്കുക *v* possess
കൈവിടുക *v* disown
കൈവിലങ്ങുകൾ *n* handcuffs
കൈവിലങ്ങ് വെയ്ക്കുക *v* handcuff
കൈസഞ്ചി *n* handbag
കൊക്ക് *n* crane
കൊച്ചുകുട്ടി *n* toddler
കൊച്ചുമകൾ *n* granddaughter
കൊഞ്ചിച്ച് വഷളാക്കുക *v* spoil
കൊഞ്ച് *n* lobster
കൊടിമരം *n* flagpole
കൊടുക്കുക *v* give
കൊടുക്കേണ്ടതായ *adj* payable
കൊടുങ്കാറ്റുള്ള *adj* stormy
കൊടുങ്കാറ്റ് *n* storm, tempest
കൊടുത്തുതീർക്കുക *v* pay off
കൊടുമുടി *n* peak
കൊട്ടാരം *n* palace
കൊട്ടിഘോഷിക്കുക *v* flaunt

കൊട്ടിഘോഷിച്ച *adj* trumped-up
കൊണ്ടുനടക്കാവുന്ന *adj* portable
കൊണ്ടുവരിക *v* fetch
കൊതിക്കുന്നു *v* yearn
കൊതുക് *n* mosquito
കൊത്തിത്തിന്നുക *v* peck
കൊത്തിവെയ്ക്കുക *v* engrave
കൊത്തുപണി *n* engraving
കൊമ്പ് *n* horn, tusk
കൊറിക്കുക *v* nibble
കൊലചെയ്യുക *v* murder
കൊലപാതകം *n* murder
കൊലയാളി *n* killer, murderer
കൊല്ലൻ *n* locksmith
കൊല്ലുക *v* kill
കൊളളക്കാരൻ *n* bandit
കൊളാഷ് *n* collage
കൊളുത്തുക *v* buckle up
കൊളുത്ത് *n* hook
കൊള്ളക്കാരൻ *n* robber, thug
കൊള്ളമുതൽ *n* spoils
കൊള്ളയടിക്കൽ *n* extortion
കൊള്ളയടിക്കുക *v* loot, plunder, ransack
കൊഴുത്ത *adj* plump
കൊഴുപ്പുള്ള *adj* fatty
കൊഴുപ്പ് *n* fat
കോച്ചിപ്പിടുത്തം *n* seizure
കോടതിക്കെട്ടിടം *n* court house
കോടീശ്വരൻ *adj* millionaire
കോട്ട *n* fortress
കോട്ട് തൂക്കുന്നത് *n* coat hanger
കോൺഡോഗ് *n* corndog
കോണോടുകോണായ *adj* diagonal
കോപം *n* anger, wrath; tantrum, temper
കോപാകുലനായ *adj* angry, irate
കോപിപ്പിക്കുക *v* infuriate
കോഫിയുടെ ഒരു തരം *n* espresso
കോരിത്തരിപ്പിക്കുന്ന *adj* thrilling
കോരുക *v* shovel
കോൽമിഠായി *n* lollipop
കോലാഹലം *n* uproar
കോളം *n* column
കോളർ *n* collar
കോഴി *n* rooster
കോഴിയിറച്ചി *n* chicken
കോവർകഴുത *n* mule
ക്യാംപ്ഫയർ *n* campfire
ക്യാമറ *n* camera
ക്യൂ *n* queue
ക്രമം *n* order, sequence
ക്രമം തെറ്റിയ *adj* deranged
ക്രമക്കേട് *n* disorder
ക്രമപ്രകാരമുള്ള പട്ടിക ഉണ്ടാക്കുക *v* catalog
ക്രമരഹിതമായ *adj* disorganized; irregular; random
ക്രമരഹിതമായി *adv* randomly
ക്രമാനുഗതമായ *adj* consecutive
ക്രമീകരണം *n* arrangement, setting, orientation; moderation
ക്രമീകരിക്കൽ *n* adjustment
ക്രമീകരിക്കാവുന്ന *adj* adjustable
ക്രമീകരിക്കുക *v* adjust, arrange; offset; pitch

ക്രമീകരിച്ച *adj* oriented
ക്രാങ്ക് *n* crank
ക്രിക്കറ്റിൽ പന്തെറിയുന്ന സ്ഥലം *n* pitch
ക്രിക്കറ്റ് *n* cricket
ക്രിയ *n* verb
ക്രിയാവിശേഷണം *n* adverb
ക്രിസ്തുമതം *n* Christianity
ക്രിസ്തുമസ് *n* X-mas
ക്രിസ്ത്യാനി *adj* Christian
ക്രിസ്മസ് *n* Christmas
ക്രീം *n* cream
ക്രീം നിറം *adj* cream
ക്രുദ്ധമായ *adj* furious
ക്രൂരത *n* cruelty
ക്രൂരനായ *adj* bloody
ക്രൂരമായ *adj* inhuman; ferocious
ക്രെഡിറ്റ് കാർഡ് *n* credit card
ക്രെയിൻ *n* crane
ക്രൈസ്തവപുരോഹിതഗണം *n* clergy
ക്രോധം *n* fury, rage
ക്രോധത്തോടെ *adv* furiously
ക്ലച്ച് *n* clutch
ക്ലബ് *n* club
ക്ലാസ്സ്മുറി *n* classroom
ക്ലിക്ക് ചെയ്യുക *v* click
ക്ലേശം *n* suffering
ക്ലേശകരമായ *adj* burdensome, cumbersome
ക്ലേശിക്കുക *v* suffer
ക്ലേശിപ്പിക്കുക *v* persecute
ക്വാറി *n* quarry
ക്വാഷ് *v* quash
ക്വിസ് *n* quiz
ക്ഷണം *n* invitation
ക്ഷണപ്രഭ *n* glimpse
ക്ഷണപ്രഭയായ *adj* flashy
ക്ഷണിക്കുക *v* bid; invite
ക്ഷതം *n* damage
ക്ഷമ *n* forgiveness; patience
ക്ഷമത *n* fitness
ക്ഷമയാചിക്കുക *v* apologize
ക്ഷമയുള്ള *adj* patient
ക്ഷമാപണം *n* apology; excuse
ക്ഷമിക്കുക *v* excuse
ക്ഷയിക്കുക *v* decline, wane, degenerate
ക്ഷയിപ്പിക്കുക *v* diminish
ക്ഷാമം *n* famine, scarcity, shortage
ക്ഷാമകാലത്തേക്ക് സംഭരിക്കൽ *n* stockpile
ക്ഷീണം *n* exhaustion, fatigue
ക്ഷീണിക്കുക *v* exhaust, tire
ക്ഷീണിച്ച *adj* tired, weary, worn-out
ക്ഷീണിച്ചു *v* wear out
ക്ഷീണിപ്പിക്കുന്ന *adj* exhausting
ക്ഷീരശാല *n* dairy
ക്ഷുരകൻ *n* barber, hairdresser
ക്ഷേത്രം *n* temple
ക്ഷേമം *n* welfare
ക്ഷോഭിക്കുക *v* riot

ഖ

ഖണ്ഡിക *n* paragraph
ഖണ്ഢിക്കുക *v* disprove, rebut
ഖനനം ചെയ്യുക *v* excavate, mine

ഖനി *pron* mine
ഖനിത്തൊഴിലാളി *n* miner
ഖര *n* solid
ഖേദം *n* regret
ഖേദകരമായ *adj* regrettable
ഖേദിക്കുക *v* regret

ഗ

ഗൗരവാവഹമായ *adj* grave
ഗംഭീരം *adj* solemn
ഗംഭീരമായ *adj* magnificent, splendid, superb, elegant
ഗണം *n* set
ഗണനീയമായ *adj* considerable
ഗണിതശാസ്ത്രം *n* math, mathematics
ഗണ്യമായ *adj* sizable, substantial
ഗണ്യമായി *adv* considerably
ഗതാഗതം *n* traffic, transit; transportation
ഗതാഗതം നിർവ്വഹിക്കുക *v* transport
ഗതാഗതക്കുരുക്ക് *n* traffic jam
ഗതി *n* course
ഗദകൊണ്ട് മർദ്ദിക്കുക *v* bludgeon
ഗദ്യരചന *n* prose
ഗന്ധം *n* odor
ഗമ കാട്ടുക *v* condescend
ഗർഭധാരണം *n* conception
ഗർജ്ജനം *n* roar
ഗർജ്ജിക്കുക *v* roar
ഗർഭധാരണം *n* pregnancy

ഗർഭപാത്രം *n* womb
ഗർഭിണി *adj* pregnant
ഗവർണർ *n* governor
ഗവേഷകൻ *n* researcher
ഗവേഷണം *n* research
ഗവേഷണം നടത്തുക *v* research
ഗഹനമായ *adj* profound
ഗഹനമായി ചിന്തിക്കുക *v* ponder
ഗാംഭീര്യം *n* August; majesty
ഗാംഭീര്യമുള്ള *adj* gallant
ഗായകൻ *n* singer
ഗായകസംഘം *n* choir, chorus
ഗാരേജ് വാതിൽ *n* garage door
ഗാർഹികമായ *adj* domestic
ഗാലൺ *n* gallon
ഗാലറി *n* gallery
ഗിയർ *n* gear
ഗിറ്റാർ *n* guitar
ഗുണം *n* best
ഗുണം കുറഞ്ഞ *adj* inferior; poor
ഗുണനം *n* multiplication
ഗുണപാഠം *n* moral
ഗുണഭോക്താവ് *n* beneficiary
ഗുണമില്ലാത്ത ഭക്ഷ്യവസ്തുക്കൾ *n* junk food
ഗുണമേൻമയുടെ ഉത്തരവാദിത്തം *n* warranty
ഗുണമേന്മ *n* quality
ഗുണിക്കുക *v* multiply
ഗുമസ്തനെ സംബന്ധിച്ച *adj* clerical
ഗുമസ്ഥൻ *n* clerk
ഗുരുതരമായ *adj* serious, grave

ഗുരുത്വാകർഷണത്താൽ വീഴുക *v* gravitate
ഗുരുത്വാകർഷണം *n* gravity
ഗുളിക *n* pill
ഗുസ്തി *n* boxing; wrestling
ഗുസ്തിക്കാരൻ *n* boxer; wrestler
ഗുസ്തിപിടിക്കുക *v* wrestle
ഗുഹ *n* cave, den
ഗുഹാമുഖം *n* crater
ഗൂഢാലോചന *n* conspiracy
ഗൃഹപാഠം *n* homework
ഗൃഹാതുരത്വം *n* nostalgia
ഗൃഹാതുരമായ *adj* homesick
ഗൃഹോചിതമായ *adj* homely
ഗെയിം കൺസോൾ *n* game console
ഗോവണി *n* stepladder
ഗോശാല *n* dairy farm
ഗോതമ്പ് *n* wheat
ഗോത്രം *n* tribe
ഗോപുരം *n* tower
ഗോൾകീപ്പർ *n* goalkeeper
ഗോൾഫ് *n* golf
ഗോൾഫ് കളിക്കാരൻ *n* golfer
ഗോൾഫ് കോഴ്സ് *n* golf course
ഗോളം *n* sphere
ഗോളാകൃതി *adj* spherical
ഗോവണി *n* staircase
ഗ്രന്ഥശാല *n* library
ഗ്രന്ഥശാല അംഗത്വ കാർഡ് *n* library card
ഗ്രന്ഥശാല സൂക്ഷിപ്പുകാരൻ *n* librarian
ഗ്രന്ഥസൂചി *n* bibliography
ഗ്രഹം *n* planet

ഗ്രഹണം *n* eclipse
ഗ്രഹാം ക്രാക്കർ *n* cracker
ഗ്രഹിക്കത്തക്ക *adj* comprehensive
ഗ്രഹിക്കുക *v* grasp
ഗ്രാം *n* gram
ഗ്രാനൈറ്റ് *n* granite
ഗ്രാനോള *n* granola
ഗ്രാമം *n* village
ഗ്രാമപ്രദേശം *n* countryside
ഗ്രാമീണ *adj* rural
ഗ്രാമീണൻ *n* villager
ഗ്രാമ്യഭാഷ *n* dialect, slang
ഗ്രീക്ക് ഇതിഹാസകാവ്യം *n* odyssey
ഗ്വാക്കാമോൾ *n* guacamole

ഘ

ഘടകം *n* element, factor, parameter
ഘടകഭാഗം *n* component
ഘടകാംശം *n* quotient
ഘടന *n* structure; texture
ഘടികാരം *n* clock
ഘടികാരദിശയിൽ *adv* clockwise
ഘടിപ്പിക്കപ്പെട്ട *adj* attached
ഘടിപ്പിക്കുക *v* assemble, affix
ഘട്ടം *n* phase, step
ഘനവടിവുള്ള *adj* cubic
ഘർഷണം *n* friction
ഘോരമായ *adj* fierce

ച

ചക്ക് പോലുള്ള ഒരു യന്ത്രം *n* power drill
ചക്രം *n* cycle; wheel
ചക്രത്തിന് വെക്കുന്ന തോൽ വളയം *n* washer
ചക്രവർത്തിനി *n* empress
ചക്രവർത്തി *n* emperor
ചക്രവാളം *n* horizon
ചങ്ങല *n* chain
ചങ്ങാടം *n* raft
ചങ്ങാതി *n* mate, companion, pal
ചങ്ങാത്തം *n* companionship
ചഞ്ചലമായ *adj* fickle
ചടങ്ങ് *n* ceremony
ചട്ടുലമായ *adj* agile; vivacious
ചട്ടക്കൂട് *n* frame
ചട്ടപ്പടിയുള്ള *adj* methodical
ചട്ടി *n* pan
ചണത്തുണി *n* linen
ചതയ്ക്കുക *v* pound
ചതവ് *n* bruise
ചതിക്കുക *v* cheat, swindle
ചതിയൻ *n* cheater
ചതുപ്പുനിറഞ്ഞ *adj* swamped
ചതുപ്പ് *n* marsh, swamp
ചന്ത *n* market
ചന്തമുള്ള *adj* nice
ചന്ദനത്തിരി മുതലായവ *n* incense
ചപ്പുചവറായി പരിഗണിക്കുക *v* junk
ചപ്പുചവറുകൾ മണ്ണിട്ട് മൂടുന്ന സ്ഥലം *n* landfill
ചമയം *n* décor; make-up
ചരക്ക് *n* cargo, consignment, freight
ചരക്ക് അയക്കുക *v* ship
ചരക്ക് കയറ്റിയ *adj* laden, loaded
ചരക്ക് കയറ്റുക *v* load
ചരടില്ലാത്ത *adj* cordless
ചരട് *n* band, cord, lace; braces
ചരൽ *n* gravel
ചരൽക്കല്ല് *n* pebble
ചരിഞ്ഞത് *adj* slanted
ചരിത്രം *n* history
ചരിത്രകാരൻ *n* historian
ചരിത്രപരമായ *adj* historical
ചരിത്രാതീതകാലത്തെ *adj* prehistoric
ചരിയുക *v* tilt
ചരിവ് *v* incline
ചരിവ് *n* slope
ചർച്ച *n* debate, discussion
ചർച്ച ചെയ്യുക *v* discuss
ചർച്ചായോഗം *n* convention
ചലച്ചിത്രം *n* cinema, movie
ചലനം *n* movement, motion
ചലനശേഷി *n* animation
ചലനാത്മകമായ *adj* dynamic
ചലിക്കാത്ത *adj* motionless
ചലിപ്പിക്കുക *v* animate; motion
ചളുക്കുക *v* dent
ചളുക്ക് *n* dent
ചവണ *n* pliers, tongs, tweezers
ചവയ്ക്കുക *v* chew, munch
ചവർക്കൂമ്പാരം *n* dump

ചവർപ്പുള്ള *adj* bitter
ചവറ് *n* litter, junk
ചവറ് ശേഖരിക്കുന്നയാൾ *n* trash collector
ചവറ് *n* trash
ചവറ്റുകുട്ട *n* garbage can, recycle bin
ചവറ്റുകൊട്ട *n* trash can
ചവറ്റുതൊട്ടി *n* bin
ചവിട്ടുക *v* kick; trample, tread
ചവിട്ട് *n* kick
ചാക്ക് *n* sack
ചാക്രികമായി സംഭവിക്കുന്ന *adj* cyclical
ചാടുക *v* jump, leap
ചാട്ടം *n* jump, leap
ചാട്ടയടി *v* lash
ചാട്ടവാർ *n* lash
ചാട്ടവാറടി *n* whip
ചാട്ടവാറുകൊണ്ട് അടിക്കുക *v* whip
ചാട്ടുളി *n* harpoon
ചാൺ *n* span
ചാണകം *n* dung
ചാതുര്യമുള്ള *adj* deft
ചാനൽ *n* channel
ചാമ്പ്യൻ *n* champ
ചായ *n* tea
ചായം *n* dye
ചായക്കോപ്പ *n* teapot
ചായമിടുക *v* dye
ചായുക *v* lean on
ചായ്‌വുള്ള *adv* downhill
ചായ്‌വ് *n* bias
ചാരം *n* ash, cinder
ചാരൻ *n* spy
ചാരനിറം *n* gray
ചാരനിറമുള്ള *adj* gray
ചാരപ്പാത്രം *n* ashtray
ചാരവൃത്തി *n* espionage
ചാരവൃത്തി ചെയ്യുക *v* spy
ചാരിതാർത്ഥ്യജനകമായ *adj* gratifying
ചാരിയിരിക്കുക *v* recline
ചാരുക *v* lean back
ചാരുകസേര *n* armchair
ചാരുത *n* elegance
ചാർബ്രോയിൽ *v* charbroil
ചാറുള്ളത് *adj* succulent
ചാറ്റൽ മഴ *n* drizzle
ചാലകമായി പ്രവർത്തിക്കുക *v* propel
ചാലുകീറുക *n* groove
ചാള *n* sardine
ചികിത്സ *n* cure, treatment
ചികിത്സകൻ *n* therapist
ചികിത്സാലയം *n* clinic
ചികിത്സിക്കുക *v* cure
ചിക്കൻപോക്സ് *n* chicken pox
ചിതറിക്കുക *v* dissipate
ചിതറിയ ചിത്രശകലങ്ങൾ വീണ്ടും ചേർത്തുവെക്കൽ *n* jigsaw
ചിതറിവീഴുക *v* fall apart
ചിതാഭസ്മ കലശം *n* urn
ചിത്തഭ്രമം *n* frenzy
ചിത്തരോഗി *n* psychopath
ചിത്രം *n* drawing, picture, portrait, image
ചിത്രം വരയ്ക്കുക *v* picture
ചിത്രകമ്പളം *n* tapestry

ച

ചിത്രകാരൻ *n* artist
ചിത്രങ്ങൾ തുന്നിയുണ്ടാക്കുക *v* embroider
ചിത്രത്തയ്യൽപണി *n* embroidery
ചിത്രലേഖനത്തുണി *n* canvas
ചിത്രശലഭം *n* butterfly
ചിത്രശലഭപ്പുഴു *n* caterpillar
ചിത്രീകരണം *n* illustration
ചിത്രീകരിക്കുക *v* film; illustrate
ചിന്ത *n* thought
ചിന്താകുഴപ്പം വരുത്തുക *v* confuse
ചിന്താശേഷിയുള്ള *adj* thoughtful
ചിന്തിക്കുക *v* think
ചിന്നിച്ചിതറുക *v* scatter
ചിരട്ട *n* shell
ചിരി *n* laugh, laughter
ചിരിക്കുക *v* giggle, grin, laugh
ചിരിപ്പിക്കുന്ന *adj* laughable
ചിറക് *n* fin; wing
ചിലത് *adj* some
ചിലന്തി *n* spider
ചിലന്തിവല *n* cobweb, spider web
ചിലപ്പോൾ *adv* sometimes
ചിലർ *pron* some
ചിലവഴിക്കുക *v* consume
ചിലവായ പണം തിരികെ നൽകൽ *n* reimbursement
ചിലവായ പണം തിരികെ നൽകുക *v* reimburse
ചിലി *n* chili
ചില്ല *n* twig
ചില്ലറ നാണയം *n* change
ചില്ലറ വ്യാപാരി *n* retailer
ചിഹ്നം *n* emblem, symbol
ചീങ്കണ്ണി *n* alligator
ചീഞ്ഞളിഞ്ഞ *adj* rotten; shabby
ചീട്ട് *n* card
ചീത്ത *adj* nasty
ചീപ്പ് *n* comb
ചീയുക *v* rot
ചീര *n* lettuce; spinach
ചീറിപ്പായുന്ന *adj* squeaky
ചീറ്റുക *v* squirt
ചീവീട് *n* cricket
ചുംബനം *n* kiss
ചുംബിക്കുക *v* kiss
ചുക്കാൻ *n* rudder
ചുട്ടെടുക്കുക *v* toast
ചുണങ്ങ് *n* rash; scab
ചുണയില്ലാത്ത *adj* lifeless
ചുണ്ടിൽ പുരട്ടുന്ന മേക്കപ്പ് ലേപനം *n* lipstick
ചുണ്ട് *n* lip
ചുമ *n* cough
ചുമട് *n* bundle, load; carriage
ചുമട് ഇറക്കുക *v* unload
ചുമട്ടുതൊഴിലാളി *n* porter
ചുമതല *n* task
ചുമതലപ്പെടുത്തുക *v* entrust
ചുമത്തുക *v* impose, inflict
ചുമയ്ക്കുക *v* cough
ചുരം *n* pass
ചുരണ്ടുക *v* scrape; scrub
ചുരുക്കപ്പേരുകൾ *n* initials
ചുരുക്കപ്പേര് *n* initial
ചുരുക്കിപ്പറയൽ *n* briefing
ചുരുക്കുക *v* abbreviate, minimize, curtail; brief; dock

ച

ചുരുക്കുക *adj* precise
ചുരുക്കെഴുത്ത് *n* abbreviation, shorthand
ചുരുങ്ങുക *v* shrink
ചുരുട്ടുക *v* curl
ചുരുണ്ട *adj* curly; crisp
ചുരുൾ *n* roll
ചുരുളഴിക്കുക *v* unfold; unwind
ചുരുൾ *n* coil
ചുറുചുറുക്കുള്ള *adj* smart
ചുറ്റളവ് *n* perimeter
ചുറ്റിക *n* hammer
ചുറ്റിക *v* maul
ചുറ്റിക്കെട്ടുക *v* bandage
ചുറ്റിക്കെട്ട് *n* bandage
ചുറ്റിനടക്കുക *v* go around
ചുറ്റും നിൽക്കുക *v* stick around
ചുറ്റുപാടുകൾ *n* surroundings
ചുറ്റുപാട് *n* premises
ചുറ്റുവട്ടം *prep* around
ചുറ്റുവട്ടത്തിൽ *adv* around
ചുളിഞ്ഞ *adj* wrinkled
ചുളിവ് *n* wrinkle
ചുഴറ്റുക *v* whirl
ചുഴലിക്കാറ്റ് *n* cyclone, hurricane; tornado
ചുഴി *n* whirlpool
ചുവ *n* touch
ചുവടെ *prep* below
ചുവട് വെക്കുക *v* step
ചുവന്ന *adj* red
ചുവപ്പ് *n* red
ചുവരലമാര *n* cupboard
ചുവരെഴുത്ത് *n* graffiti
ചുവർ പരസ്യം *n* poster
ചൂടാക്കൽ *n* heating
ചൂടാക്കുക *v* heat
ചൂടാറാത്ത പാത്രം *n* casserole
ചൂടുള്ള *adj* hot; tepid
ചൂടേൽക്കുക *v* bask
ചൂട് *n* heat
ചൂട് പിടിപ്പിക്കുക *v* warm
ചൂണ്ടിക്കാണിക്കുക *v* point
ചൂതാടുക *v* gamble
ചൂതാട്ടസ്ഥലം *n* casino
ചൂൽ *n* broom
ചൂള *n* broiler; dryer; furnace
ചൂളം *n* whistle
ചൂളമടിക്കുക *v* whistle
ചൂഷണം ചെയ്യുക *v* exploit
ചെകിള *n* gill
ചെക്ക് *n* check
ചെക്ക് പാസാക്കൽ *n* clearance
ചെക്ക്ബുക്ക് *n* checkbook
ചെങ്കുത്തായ കയറ്റം *n* precipice
ചെടി *n* plant
ചെടി നടുക *v* plant
ചെത്തിമിനുക്കുക *v* trim
ചെന്നായ *n* wolf
ചെന്നിക്കുത്ത് *n* migraine
ചെപ്പടിവിദ്യ കാട്ടുക *v* juggle
ചെമ്പ് *n* copper
ചെമ്മീൻ *n* prawn, shrimp
ചെയ്യാൻ നിർദ്ദേശിക്കുക *v* boss around
ചെയ്യും *v* shall; will; would
ചെയ്യുക *v* do
ചെരിഞ്ഞ *adj* lean
ചെരിഞ്ഞ അക്ഷരം *adj* italics
ചെരിഞ്ഞ പ്രതലം *n* ramp

ചെരിപ്പ് *n* sandal
ചെരിയുക *v* lean
ചെരിവ് *n* inclination
ചെരുപ്പ് കട *n* shoe store
ചെറി *n* cherry
ചെറിയ *adj* little, small, tiny
ചെറിയ അച്ചടി *n* fine print
ചെറിയ അറ *n* cubicle
ചെറിയ കഷണങ്ങളായി പൊടിക്കുക *v* mince
ചെറിയ കുടിൽ *n* shed
ചെറിയ ചതുരമായി മുറിക്കുക *v* dice
ചെറിയ തോതിലുള്ള *adj* minimal
ചെറിയ പിശക് *n* glitch
ചെറിയ വീട്ടുജോലി *n* chore
ചെറിയതരം കുതിര *n* pony
ചെറു നിലവിളി *v* squeak
ചെറുതായി *adv* slightly
ചെറുതായി തിളപ്പിക്കുക *v* simmer
ചെറുത്തുനിൽക്കുക *v* resist
ചെറുദ്വീപ് *n* isle
ചെറുനാരങ്ങ *n* lemon, lime
ചെറുപള്ളി *n* chapel
ചെറുപ്പക്കാരൻ *n* youngster
ചെറുപ്പക്കാർ *adj* young
ചെറുപ്രാണി *n* bug
ചെറുമധുരനാരങ്ങ *n* grapefruit
ചെറുമുറി *n* cabinet
ചെറുമെത്ത *n* padding; quilt
ചെറുവള്ളം *n* canoe
ചെറുസഞ്ചി *n* pouch
ചെലവഴിക്കുക *v* spend
ചെലവുകുറഞ്ഞ *adj* inexpensive
ചെലവുചുരുക്കുന്ന *adj* economical
ചെലവുചെയ്യുക *v* defray
ചെലവേറിയ *adj* expensive
ചെലവ് *n* expense
ചെലവ് കൂടിയ *adj* pricey
ചെളി *n* mud; puddle
ചെള്ള് *n* flea, louse
ചെവി *n* ear
ചെവി മെഴുക് *n* earwax
ചെവി വേദന *n* earache
ചെസ്റ്റ്നട്ട് *n* chestnut
ചെസ്സ് *n* chess
ചേന *n* yam
ചേരി *n* slum
ചേരിപ്രദേശം *n* ghetto
ചേരുക *v* adjoin, join
ചേരുവ *n* ingredient
ചേർച്ചയില്ലാത്ത *adj* inconsistent
ചേർക്കുക *v* add
ചേറുമുറം *n* dustpan
ചേഷ്ട *n* mannerism
ചോക്ക് *n* chalk
ചോക്ക്ബോർഡ് *n* chalkboard
ചോലമരങ്ങളുള്ള നടപ്പാത *n* boulevard
ചോളം *n* corn
ചൈതന്യം *n* vitality
ചൊരിയാൻ *v* shed
ചൊരിയുക *v* pour
ചൊറിച്ചിലുള്ള *adj* itchy
ചൊറിയുക *v* itch
ചൊവ്വ ഗ്രഹം *n* Mars
ചൊവ്വാഴ്ച *n* Tuesday
ചോക്ലേറ്റ് *n* chocolate
ചോദ്യം *n* question

ചോദ്യംചെയ്യുക *v* interrogate, question
ചോദ്യാവലി *n* questionnaire
ചോപ്സ്റ്റിക് *n* chopsticks
ചോര ഒലിക്കുക *v* bleed
ചോരുക *v* leak
ചോർച്ച *n* leak; drain
ചോർച്ച പൈപ്പ് *n* drainpipe

ഛ

ഛർദ്ദിക്കുക *v* throw up, vomit
ഛായം *n* paint
ഛായം മുക്കുന്ന *adj* dying
ഛായമടിക്കുക *v* paint
ഛായമടിക്കുന്ന ബ്രഷ് *n* paintbrush
ഛായാഗ്രഹണം *n* photography
ഛിന്നഗ്രഹം *n* asteroid
ഛേദിക്കുക *v* amputate; intersect

ജ

ജൻമവാസന *n* instinct
ജനം *n* people
ജനകീയമായ *adj* popular
ജനക്കൂട്ടം *n* crowd, mob
ജനക്കൂട്ടം *pron* many
ജനങ്ങളെ താമസിപ്പിക്കുക *v* populate
ജനനം *n* birth
ജനപ്രീതിയില്ലാത്ത *adj* unpopular
ജനറേറ്റർ *n* generator
ജനസംഖ്യ *n* population
ജനസംഖ്യാകണക്ക് *n* census
ജനസാമാന്യം *n* mass
ജനാധിപത്യം *n* democracy
ജനാധിപത്യപരമായ *adj* democratic
ജനാധിപത്യഭരണം *n* republic
ജനിപ്പിക്കുക *v* breed
ജനുവരി മാസം *n* January
ജനുസ്സ് *n* species
ജന്തുക്കളുടെ നഖം *n* claw
ജന്തുക്കളുടെ ശവം *n* carcass
ജന്മദിനം *n* birthday
ജന്മനാട് *n* hometown
ജൻമനായുള്ള *adj* born
ജപ്തിചെയ്യുക *v* confiscate
ജയിക്കുക *v* win
ജയിൽ *n* prison
ജയിൽപുള്ളി *n* prisoner
ജയിൽപ്പുള്ളി *n* captive
ജയിൽമുറി *n* cell
ജറ്റ് വിമാനം *n* jet
ജല ഗതാഗതം *n* navigation
ജല താപനി *n* water heater
ജലക്കുഴൽ പണിക്കാരൻ *n* plumber
ജലജീവി *adj* aquatic
ജലദോഷം *n* cold
ജലധാര *n* fountain, water fountain
ജലമാർഗ്ഗം *n* channel
ജലസംഭരണി *n* aqueduct, reservoir
ജലസേചനം *n* irrigation
ജലസേചനം ചെയ്യുക *v* irrigate
ജലാംശം നീക്കുക *v* dehydrate
ജാഗരൂകനായ *adj* wary

ജാഗ്രത *n* alert, caution; vigil
ജാഗ്രത പുലർത്തുക *v* alert
ജാഗ്രതയുളള *adj* attentive
ജാഗ്രതയുള്ള *adj* cautious, watchful
ജാഗ്രതയോടെ *adv* gingerly
ജാമ്യം *n* mortgage; bail
ജാമ്യക്കാരൻ *n* guarantor
ജാലകം *n* window
ജാലവിദ്യ *n* magic
ജാലവിദ്യക്കാരൻ *n* juggler
ജിംനേഷ്യം (ജിം) *n* gymnasium (gym)
ജിജ്ഞാസ *n* curiosity
ജിറാഫ് *n* giraffe
ജില്ല *n* district
ജീൻ *n* gene
ജീൻസ് *n* jeans
ജീനി *n* saddle
ജീർണ്ണത *n* decay
ജീവചരിത്രം *n* biography
ജീവനക്കാരൻ *n* employee
ജീവനക്കാർ *n* staff
ജീവനില്ലാത്ത *adj* lifeless
ജീവനുള്ള *adj* live
ജീവനോടെ *adj* alive
ജീവസന്ധാരണം *n* sustenance
ജീവി *n* creature
ജീവിക്കുക *v* live
ജീവിക്കുന്ന *adj* living
ജീവിതം *n* life
ജീവിതകാലത്തെ *adj* lifetime
ജീവിതശൈലി *n* lifestyle
ജൂൺ മാസം *n* June
ജൂത പള്ളി *n* synagogue
ജൂതൻ *n* Jew
ജൂലൈ മാസം *n* July
ജെറ്റ് വിമാനം *n* jet
ജെൽ *n* gel
ജെല്ലി മത്സ്യം *n* jellyfish
ജേതാവ് *n* conqueror
ജോടി *n* couple
ജോടിയാക്കുക *v* match
ജോലിക്കാരൻ *n* crew
ജോലിത്തിരക്കുള്ള *adj* busy
ജോലിയിൽ വ്യാപൃതനാകുക *v* get down to
ജോടി *n* pair
ജോലി *n* job, work
ജോലി ചെയ്യുക *v* work
ജോലിക്കാരുടെ കൂട്ടം *n* personnel
ജോലിയിൽ നിന്ന് പിരിച്ചുവിടുക *v* lay off
ജ്ഞാനം *n* wisdom
ജ്ഞാനി *adj* wise
ജ്യാമിതി *n* geometry
ജ്യോതിശ്ശാസ്ത്രം *n* astronomy
ജ്യോതിശ്ശാസ്ത്രം സംബന്ധിച്ച *adj* astronomic
ജ്യോതിശ്ശാസ്ത്രജ്ഞൻ *n* astronomer
ജ്യോതിഷം *n* astrology
ജ്യോത്സ്യൻ *n* astrologer
ജ്വലനം *n* ignition
ജ്വലിക്കുന്ന *adj* ablaze, fiery; flammable
ജ്വലിപ്പിക്കുക *v* burn, ignite
ജ്വാല *n* flame; flare

ഞ

ഞങ്ങൾ *pron* we
ഞങ്ങളെ *pron* us
ഞണ്ട് *n* crab
ഞരങ്ങുക *v* moan, groan
ഞരമ്പുവലി *n* cramp
ഞാൻ *pron* me; I
ഞാൻതന്നെ *pron* myself
ഞായറാഴ്ച *n* Sunday
ഞാറപ്പക്ഷി *n* pelican
ഞെക്കുക *v* squeeze, squash
ഞെട്ടൽ *n* shock
ഞെട്ടിക്കുക *v* startle
ഞെട്ടിപ്പിക്കുന്നത് *adj* shocking
ഞെട്ടിയ *adj* startled
ഞെട്ടുക *v* shock
ഞെരിക്കുക *v* jam
ഞെരുക്കം *n* jam
ഞെരുക്കമുള്ള *adj* squeamish
ഞെരുക്കുക *v* stifle
ഞൊറിയുക *v* crease
ഞൊറിവ് *n* crease
ഞൊറി *n* pleat
ഞൊറികളുള്ള *adj* pleated
ഞൊറിയുക *v* tuck

ട

ടൗൺ ഹാൾ *n* town hall
ടൺ *n* ton
ടയർ *n* tire
ടർക്കി കോഴി *n* turkey
ടാക്സി *n* cab, taxi
ടാഗ് *n* tag
ടാങ്ക് *n* tank
ടാപ്പ് *n* tap
ടാബ് *n* tab
ടാബ്ലറ്റ് *n* tablet
ടാർ *n* tar
ടാറ്റൂ *n* tattoo
ടിക്കറ്റ് *n* ticket
ടിൻ *n* tin
ടിന്നിലടച്ചത് *adj* canned
ടി-ഷർട്ട് *n* T-shirt
ടിഷ്യൂ *n* tissue
ടീം *n* team
ടീസ്പൂൺ *n* teaspoon
ടൂത്ത് ബ്രഷ് *n* toothbrush
ടൂത്ത്പിക്ക് *n* toothpick
ടൂത്ത്പേസ്റ്റ് *n* toothpaste
ടൂർണമെന്റ് *n* tournament
ടൂൾബോക്സ് *n* toolbox
ടെക്നീഷ്യൻ *n* technician
ടെന്നീസ് *n* tennis
ടെറസ് *n* terrace
ടെലിഫോൺ *n* telephone
ടെലിവിഷൻ *n* television
ടെലിവിഷനിലൂടെ പ്രക്ഷേപണം ചെയ്യുക *v* televise
ടേപ് അളവ് *n* tape measure
ടേപ് റെക്കോർഡർ *n* tape recorder
ടോയിലറ്റ് പേപ്പർ *n* toilet paper
ടോൾ *n* toll
ടൈ *n* tie
ടൈപ് ചെയ്യുക *v* type
ടൈപ്പ് റൈറ്റർ *n* type writer
ടൈൽ *n* tile

ട

ടോക്കൺ *n* token
ടോയ്ലറ്റ് *n* toilet
ട്യൂണ *n* tuna
ട്യൂഷൻ *n* tuition
ട്രൗസറുകൾ *n* trousers
ട്രക്ക് *n* truck
ട്രക്ക് ഓടിക്കുന്നയാൾ *n* trucker
ട്രാം *n* tram
ട്രാക്ടർ *n* tractor
ട്രാഫിക് ലൈറ്റ് *n* traffic light
ട്രെയിലർ *n* trailer
ട്രേ *n* tray
ട്രോഫി *n* trophy
ട്രോളി *n* trolley

ഡ

ഡൗൺലോഡ് ചെയ്യുക *v* download
ഡയപ്പർ *n* diaper
ഡയറി *n* diary
ഡയൽ ടോൺ *n* dial tone
ഡയൽ *n* dial
ഡയൽ ചെയ്യുക *v* dial
ഡാറ്റബേസ് *n* database
ഡിജിറ്റൽ *adj* digital
ഡിസംബർ *n* December
ഡിസൈനർ *n* designer
ഡിസ്ക് *n* disk
ഡിസ്ക് ജോക്കി (ഡിജെ) *n* disc jockey (DJ)
ഡിസ്ക് ഡ്രൈവ് *n* disk drive
ഡീസൽ *n* diesel
ഡെബിറ്റ് കാർഡ് *n* debit card
ഡെയ്സിച്ചെടി *n* daisy
ഡോനട്ട് *n* donut
ഡൈനാമൈറ്റ് *n* dynamite
ഡൈസ് *v* dice
ഡൊമെയ്ൻ *n* domain
ഡോക്യുമെന്ററി *n* documentary
ഡോർബെൽ *n* doorbell
ഡോൾഫിൻ *n* dolphin
ഡോളർ *n* dollar
ഡ്രം സെറ്റ് *n* drum set
ഡ്രൈവർ *n* chauffeur
ഡ്രൈവർ *n* driver
ഡ്രൈവറുടെ ലൈസൻസ് *n* driver's license
ഡ്രൈവ് *n* drive

ത

തകരപ്പാത്രം *n* can
തകരാറാക്കുക *v* dislocate
തകരാറിലാവുക *v* go down
തകരാറുണ്ടാക്കുക *v* defect
തകരുക *v* shatter, wreck
തകർക്കുക *v* break, snap
തകർന്നടിയുക *v* fall through
തകർക്കുക *v* smash
തകർക്കുന്ന *adj* shattering
തകർന്ന കപ്പലിലെ സാധനങ്ങൾ സുരക്ഷിതമാക്കുക *v* salvage
തകർന്നു വീഴുക *v* cave in; crash
തകിടം മറിക്കുക *v* capsize, overturn
തകിട് *n* disc
തക്കാളി *n* tomato
തടഞ്ഞുനിർത്തുക *v* arrest

S

തടഞ്ഞുനിർത്തുക *v* intercept
തടഞ്ഞുനിറുത്തുക *v* hold up
തടഞ്ഞുവയ്ക്കുക *v* withhold
തടയുക *v* prevent
തടവറ *n* dungeon
തടവിലാക്കുക *v* imprison, incarcerate
തടവിലിടുക *v* jail
തടവിൽ വയ്ക്കൽ *n* detention
തടവുക *v* rub
തടസ്സം *n* block, barrier, hindrance, hurdle, check, impediment, obstacle, obstruction, disruption, interruption
തടസ്സപ്പെടുത്തുക *v* block, interrupt, obstruct, deter, hinder
തടസ്സപ്പെടുത്തുന്ന *adj* disruptive
തടസ്സമില്ലാത്ത *adj* seamless; free
തടാകം *n* lake
തടി *n* beam
തടിച്ചഭാഗം *n* chunk
തടിച്ചുകൊഴുക്കുക *v* fatten
തടുക്കാനാവാത്ത *adj* irresistible
തട്ടൽ *n* knock
തട്ടിക്കൊണ്ടുപോകൽ *n* abduction
തട്ടിക്കൊണ്ടുപോകുക *v* abduct, kidnap; hijack
തട്ടിക്കൊണ്ടുപോകുന്നയാൾ *n* kidnapper
തട്ടിടുക *v* board
തട്ടിൻപുറം *n* attic
തട്ടിപ്പുകാരൻ *n* con man; swindler
തട്ടിപ്പുകാരൻ *n* fraud
തട്ടിപ്പ് *n* gimmick; hoax
തട്ടിയെടുക്കുക *v* extort; snatch
തട്ടിവിളിക്കുക *v* knock
തട്ടുകിടക്ക *n* bunk bed
തട്ട് *n* platform
തണലുള്ള *adj* shady
തണല് *n* shade
തണുത്ത *adj* cold
തണുപ്പിക്കുക *v* chill, refrigerate, cool down
തണുപ്പുള്ള *adj* cool, chilly
തണുപ്പ് *n* cold, chill
തണുപ്പ് *v* cool
തണ്ടുവലിക്കുക *v* row
തണ്ട് *n* stalk, stem
തണ്ണിമത്തൻ *n* watermelon
തണ്ണീർമത്തൻ *n* melon
തത്ക്ഷണം *n* instant
തത്ത *n* parrot
തത്തുല്യമായ *adj* equivalent
തത്വജ്ഞാനി *n* philosopher
തത്വശാസ്ത്രം *n* philosophy
തത്സമയ *adj* live
തദനുസൃതമായി *prep* per
തൻമയത്വമുള്ള *adj* realistic
തനിപ്പകർപ്പെടുക്കുക *v* duplicate
തനിപ്പകർപ്പ് *n* duplication; photocopy
തനിയെ *pron* itself; oneself
തനിയെ *adv* lonely
തനിയെ *adj* single
തന്ത്രം *n* strategy, tactic; trick
തന്ത്രം പ്രയോഗിക്കുക *v* trick
തന്ത്രപരമായ *adj* strategic, tactical; tricky

തന്ത്രശാലിയായ *adj* sly, wily; tactful
തന്നിമിത്തം *adv* since
തപാൽ *n* mail, post
തപാൽ വഴി ഓർഡർ നൽകൽ *n* mail order
തപാൽ വാഹകൻ *n* mail carrier
തപാൽ ശിപായി *n* postman
തപാൽക്കൂലി *n* postage
തപാൽപെട്ടി *n* mailbox
തപാലാഫീസ് *n* post office
തപാലിലയക്കുക *v* mail
തപോനിദ്ര *n* trance
തമാശ പറയുക *v* joke
തമാശയുള്ള *adj* witty
തമാശരൂപത്തിൽ *adv* jokingly
തമ്മിൽ ഉരസുക *v* creak
തയ്ക്കുക *v* sew
തയ്യൽ *n* sewing
തയ്യൽക്കാരൻ *n* tailor
തയ്യൽക്കാരി *n* seamstress
തയ്യാറാക്കുക *v* prepare
തയ്യാറായ *adj* ready, willing
തയ്യാറെടുപ്പ് *n* preparation
തരം *n* sort, type
തരം താഴ്ത്തുക *v* let down
തരംഗം *n* wave
തരംതാഴ്ത്തൽ *n* degradation
തരംതാഴ്ത്തുക *v* debase, degrade; demote
തരംതാഴ്ത്തുന്ന *adj* degrading
തരംതിരിക്കുക *v* categorize, grade, sort
തരണം ചെയ്യൽ *n* crossing
തരണംചെയ്യുക *v* overcome
തരിച്ചുപോയ *adj* numb
തരിപ്പ് *n* numbness
തർക്കം *n* dispute
തർക്കിക്കത്തക്ക *adj* debatable
തർക്കിക്കുക *v* debate, dispute
തർക്കത്തിലുള്ള *adj* problematic
തർക്കമില്ലാത്ത *adj* undisputed
തറ *n* floor, base
തല *n* head
തലം *n* grade
തലകറക്കമുള്ള *adj* dizzy
തലകീഴായി *adv* upside-down
തലക്കെട്ട് *n* heading, title
തലച്ചോർ *n* brain
തലതിരിഞ്ഞ *adj* cranky
തലമുടിച്ചുരുൾ *n* curl
തലമുറ *n* generation
തലയണ *n* pillow
തലയണയുറ *n* pillowcase
തലയാട്ടുക *v* nod
തലയിടുക *v* head for
തലയോട്ടി *n* scalp; skull
തലയ്ക്കു മുകളിലുള്ള *adj* overhead
തലവേദന *n* headache
തലസ്ഥാനം *n* capital
തലേന്ന് *n* eve
തലേരാത്രിയിൽ *adv* overnight
തലോടൽ *n* pat
തൽക്ഷണമായ *adj* immediate
തളം *n* hall
തളരാത്ത *adj* tireless
തളരുക *v* languish
തളർച്ച *n* exhaust
തളർന്നു വീഴുക *v* faint

തളർന്നു വീഴുന്ന *adj* faint
തളിക *n* plate
തളിക്കുക *v* spray; sprinkle
തളിക്കുന്നയാൾ *n* sprinkler
തളിരണിഞ്ഞ *adj* green
തള്ളൽ *n* push
തള്ളിക്കയറ്റുക *v* cram, crowd
തള്ളുക *v* push, shove
തള്ളുന്ന *adj* pushy
തഴച്ചുവളരുക *v* flourish
തഴുത് *n* latch
തവണ *prep* times
തവണ വ്യവസ്ഥ *n* installment
തവള *n* frog, toad
തവി *n* ladle
തവിട്ടു നിറമുള്ള *adj* brown
തവിട്ടുനിറം *n* brown, tan
താക്കോൽ *n* key
താക്കോൾ വളയം *n* key ring
താങ്ങാനാവുന്ന *adj* affordable
താങ്ങ് *n* stay
താടി *n* beard; chin
താടിയുള്ള *adj* bearded
താടിയെല്ല് *n* jaw
താണ തരത്തിലുള്ള *adj* lower
താണതരത്തിലുള്ള *adj* coarse
താത്ക്കാലികമായി ജോലി ചെയ്യുക *v* officiate
താത്ക്കാലികമായി നിർത്തുക *v* suspend
താത്ക്കാലികമായി വിരാമമിടുക *v* pause
താത്ക്കാലികമായോ സ്ഥിരമായോ ഒന്നും കേൾക്കാതാകുക *v* deafen
താത്പര്യം *n* interest
താത്പര്യപ്പെടുക *v* interest
താത്പര്യമുള്ള *adj* interested
താത്വികമായ *n* philosophical
താപനില *n* temperature
താമസക്കാരൻ *n* resident
താമസമില്ലാത്ത *adj* prompt
താമസമുറപ്പിക്കുക *v* settle down
താമസിക്കാവുന്ന *adj* inhabitable
താമസിക്കുക *v* occupy, reside, stay
താമസിക്കുന്നവൻ *n* inhabitant, occupant
താമസിച്ച് *adv* lately
താമസിപ്പിക്കുക *v* accommodate
താരതമ്യം *n* comparison
താരതമ്യപ്പെടുത്താവുന്ന *adj* comparable
താരതമ്യപ്പെടുത്തുക *v* compare
താരൻ *n* dandruff
താരാഗണം *n* galaxy
താരാട്ട് *n* lullaby
താർമഷി *n* asphalt
താറാവ് *n* duck
താറാവ് കരയുന്ന ശബ്ദം *v* quack
താറാവ് പോലുള്ള വളർത്തുപക്ഷികൾ *n* poultry
താറുമാർ *n* mess
താറുമാറാക്കുക *v* mess up, perturb, upset
താൽക്കാലിക *adj* temporary
താൽക്കാലികമായ *adj* tentative
താൽക്കാലികമായി *adv* temporarily

ത

താലോലിക്കുക *v* pet
താൽപര്യം *n* behalf
താളം *n* beat, rhythm
താളുകൾ *n* leaves
താഴത്തെ നില *n* ground floor
താഴികക്കുടം *n* dome
താഴെ *prep* underneath
താഴെ വീഴുക *v* fall down
താഴെനിന്ന് എടുക്കുക *v* pick up
താഴെയായി *adv* low
താഴെയിറങ്ങുക *v* get off
താഴെവയ്ക്കുക *v* hang up
താഴേക്കിടയിലുള്ള *adj* grassroots
താഴേക്ക് വരിക *v* come down
താഴേക്ക് വളയ്ക്കുക *v* bend down
താഴേയ്ക്കുള്ള എണ്ണൽ *n* countdown
താഴോട്ടുള്ള *adv* downstairs
താഴോട്ട് *adv* down
താഴോട്ട് വീഴുന്ന *v* precipitate
താഴ് *n* padlock
താഴ്ത്തികെട്ടുക *v* belittle
താഴ്ന്ന *adj* low, inferior
താഴ്മയോടെ *adv* humbly
താഴ്വര *n* valley
തികച്ചും *adv* quite
തികയാത്ത *adj* insufficient
തിക്കുംതിരക്കും *n* stampede
തിങ്കളാഴ്ച *n* Monday
തിങ്ങിഞെരുങ്ങിയ *adj* congested
തിടുക്കം *n* haste
തിടുക്കത്തിൽ *adv* hastily, hurriedly
തിട്ടപ്പെടുത്തൽ *n* audition
തിന്മ *n* evil
തിമിംഗലം *n* whale
തിയേറ്റർ *n* theater
തിയേറ്ററിൽ ഇരിപ്പിടം കാണിച്ചുതരുന്നയാൾ *n* usher
തിരക്കഥ *n* script
തിരക്കിട്ട് *adv* busily
തിരക്കുകൂട്ടുക *v* hustle
തിരക്കുകൂട്ടുന്ന *adj* fussy
തിരക്കുക്കൂട്ടുക *v* bustle
തിരക്കുപിടിക്കുക *v* rush
തിരക്കുള്ള *adj* hectic
തിരക്കുള്ള റോഡുകൾ മുറിച്ചുകടക്കാൻ കുട്ടികളെയും ആവശ്യക്കാരെയും സഹായിക്കുന്നയാൾ *n* crossing guard
തിരച്ചിൽ *v* look out
തിരഞ്ഞെടുക്കപ്പെട്ട *adj* choosy
തിരഞ്ഞെടുക്കൽ *n* option
തിരഞ്ഞെടുക്കൽ *n* choice
തിരഞ്ഞെടുക്കാവുന്ന *adj* optional
തിരഞ്ഞെടുക്കുക *v* pick, choose, select
തിരഞ്ഞെടുപ്പ് *n* election, poll; selection
തിരണ്ടി മീൻ *n* skate
തിരമാല *n* surge
തിരമാലകളുടെ മേലേയുള്ള സവാരി *v* surf
തിരയുക *v* browse, search
തിരശ്ചീനമായ *adj* horizontal
തിരശ്ശീല *n* drapes
തിരസ്കരണം *n* rejection
തിരസ്ക്കരിക്കുക *v* rebuff

തിരസ്ക്കാരം *n* refuse
തിരികെ *adv* back
തിരികെ എടുക്കുക *v* take back
തിരികെ കൊടുക്കുക *v* give back
തിരികെ കൊണ്ടുവരിക *v* bring back
തിരികെ താഴേക്ക് *v* back down
തിരികെ നേടുക *v* win back
തിരികെ പുറത്തേക്ക് *v* back out
തിരിക്കുക *v* rotate
തിരിച്ചടയ്ക്കുക *v* repay
തിരിച്ചടവ് *n* repayment
തിരിച്ചടി *n* backlash, setback
തിരിച്ചടി *v* rebound
തിരിച്ചടിക്കുക *v* retaliate
തിരിച്ചറിയൽ *n* identification
തിരിച്ചറിയാനുള്ള അടയാളം *n* label
തിരിച്ചറിയുക *v* find out, identify, recognize, realize
തിരിച്ചുപിടിക്കുക *v* recoup
തിരിച്ചുപോകുക *v* turn back
തിരിച്ചുള്ള *adj* reversible
തിരിച്ചുവരവ് *n* comeback
തിരിച്ചുവരിക *v* get back
തിരിച്ചെടുക്കുക *v* revert
തിരിയുക *v* turn; turn in; turn over
തിരുകുക *v* insert
തിരുത്തൽ *n* correction
തിരുത്തുക *v* correct, edit
തിളക്കം *n* gloss
തിളക്കം *v* glow
തിളങ്ങുക *v* shine, sparkle
തിളങ്ങുന്ന *adj* glossy, shiny, glowing
തിളപ്പിക്കുക *v* boil
തിളയ്ക്കുക *adj* boiling
തീ *n* fire
തീ കെടുത്താനുള്ള വെള്ളം ലഭ്യമാകുന്നതിന് തെരുവുകളിൽ സ്ഥാപിച്ചിട്ടുള്ള സംവിധാനം *n* fire hydrant
തീ കൊളുത്തുക *v* kindle
തീം പാർക്ക് *n* theme park
തീക്കനൽ *n* embers
തീക്ഷ്ണതയുള്ള *adj* zealous
തീക്ഷ്ണമായ *adj* ardent, fervent
തീപിടിക്കാത്ത *adj* fireproof
തീപ്പൊരി *n* spark
തീപ്പൊള്ളൽ *n* blister
തീമറ *n* fender
തീയതി *n* date
തീയതിയിടുക *v* date
തീരം *n* shore
തീരത്ത് *adv* ashore
തീരപ്രദേശം *n* coast
തീരപ്രദേശത്തെ സംബന്ധിച്ച *adj* coastal
തീരരേഖ *n* coastline
തീരുമാനം *n* decision
തീരുമാനമില്ലായ്മ *n* indecision
തീരുമാനിക്കുക *v* decide, determine
തീരുമാനിച്ചിട്ടില്ല *adj* undecided
തീർച്ചയായും *adv* absolutely, certainly, definitely; alright
തീർപ്പ് *n* destiny
തീർച്ചയായും *adv* indeed, surely

തീർത്ഥയാത്ര *n* pilgrimage
തീർത്ഥാടകൻ *n* pilgrim
തീർപ്പാക്കുക *v* settle
തീർപ്പ് കൽപിക്കാത്ത *adj* pending
തീറ്റുക *v* feed
തീവണ്ടി *n* train
തീവണ്ടിപ്പാത *n* railroad
തീവയ്ക്കുക *v* fire
തീവയ്പ് *n* arson
തീവ്ര സംവേദനം *adj* allergic
തീവ്രത *n* intensity
തീവ്രതയോടെ *adv* intensively
തീവ്രമാക്കുന്ന *adj* winding
തീവ്രമായ *adj* intense; poignant
തീവ്രമായി *adv* intensely
തീവ്രമായി *adj* intensive
തീവ്രമായി സങ്കടപ്പെടുത്തുന്ന *adj* stinging
തീവ്രവാദം *n* terrorism
തീവ്രവാദി *n* terrorist
തീവ്രവാദിയായ *adj* extremist
തുക *n* amount, sum
തുകയാകുക *v* amount to
തുച്ഛമായ *adj* paltry
തുട *n* thigh
തുടക്കം *n* opening, beginning, inception
തുടക്കക്കാരൻ *n* beginner
തുടക്കത്തിലുള്ള *adj* initial
തുടക്കമിടുക *v* instigate
തുടങ്ങിവെക്കുക *v* initiate
തുടച്ച് വൃത്തിയാക്കുക *v* mop
തുടയ്ക്കുക *v* wipe
തുടരുക *v* carry on, continue, keep on, proceed, leave
തുടരുക *n* continuation
തുടരുന്ന *adj* ongoing
തുടർച്ചക്കുറി *n* hyphen
തുടർച്ചയായ *adj* continuous
തുടർന്നു പൊരുതുക *v* hold out
തുടർച്ച *n* sequel
തുടർന്നുള്ള *adj* subsequent
തുടുത്ത *adj* plump
തുണി *n* fabric
തുണിക്കഷണം *n* patch; rag
തുണിത്തരങ്ങൾ *n* clothing
തുണ്ട് *n* splint
തുന്നൽ *n* stitch
തുന്നുക *v* stitch
തുപ്പലൊലിക്കുക *v* drool
തുപ്പുക *v* spit
തുമ്പിക്കൈ *n* trunk
തുമ്മൽ *n* sneeze
തുമ്മുക *v* sneeze
തുരക്കൽ *n* drill
തുരങ്കം *n* tunnel
തുരുമ്പിച്ച *adj* rusty
തുരുമ്പെടുക്കാത്ത *adj* rust-proof
തുരുമ്പെടുക്കുക *v* rust
തുരുമ്പ് *n* rust
തുർക്കി *n* turkey
തുറക്കുക *v* open
തുറന്ന *adj* open
തുറന്നമനസ്ക്കൻ *adj* open-minded
തുറന്നു സംസാരിക്കുന്ന *adj* frank
തുറന്നുകാട്ടുക *v* expose
തുറന്നുകാട്ടുന്ന *adj* exposed

തുറന്നുപറയുക *adv* frankly
തുറന്നുപറയുന്ന *adj* outspoken
തുറമുഖം *n* harbor, port
തുറസ്സായ സ്ഥലത്ത് കൂട്ടുന്ന തീ *n* bonfire
തുറിച്ചു നോക്കുക *v* stare
തുറിച്ചുനോട്ടം *n* glare
തുല്യമാക്കുക *v* equate
തുല്യമായ *adj* even, equal, identical
തുല്യമായി *adv* evenly
തുള *v* jab
തുളയ്ക്കുക *v* drill, bore, perforate; pin
തുള്ളി *n* drop
തുള്ളിയായി വീഴുക *v* drip
തുളുമ്പൽ *n* spill
തുളുമ്പുക *v* spill
തുഴ *n* oar, paddle
തുഴയുക *v* paddle
തൂക്കങ്ങൾ *n* weights
തൂക്കിനിർത്തുക *v* suspend
തൂക്കിയിടൽ *n* hanger
തൂക്കിയിടുക *v* dangle, hang
തൂത്തുവാരുക *v* sweep
തൂലിക *n* brush
തൂവൽ *n* feather
തൂവാല *n* napkin, handkerchief, towel
തൃപ്തികരം *adj* okay
തൃപ്തികരമായ *adv* enough
തൃപ്തികരമായ *adj* good, satisfactory
തൃപ്തികരമായി *adv* okay
തൃപ്തിപ്പെടുത്തുക *v* satisfy; pamper
തൃപ്തിപ്പെടുത്തുന്ന *adj* satisfying
തൃപ്തിയാകാത്ത *adj* insatiable
തൃപ്തിയായി *adj* satisfied
തെക്കൻ *n* southerner
തെക്കുകിഴക്ക് *n* southeast
തെക്കുപടിഞ്ഞാറ് *n* southwest
തെക്കോട്ട് *adv* southbound
തെക്ക് *n* south
തെക്ക് ഭാഗത്തായി *adv* south
തെക്ക്ഭാഗത്തുള്ള *adj* south
തെന്നൽ *n* slip
തെന്നിനീക്കുക *v* slide
തെന്നിനീങ്ങുന്ന വണ്ടി *n* sled
തെന്നിപ്പോവുക *v* glide
തെന്നിവീഴുക *v* trip
തെന്നുക *v* slip
തെമ്മാടി *n* hoodlum, scoundrel
തെമ്മാടി *adj* rowdy
തെരഞ്ഞെടുക്കുക *v* elect
തെരിവുവിളക്ക *n* streetlight
തെരുവ് *n* lane, street
തെർമോമീറ്റർ *n* thermometer
തെറാപ്പി *n* therapy
തെറ്റായ *adj* erroneous, false, incorrect, wrong
തെറ്റായി കണക്കുകൂട്ടുക *v* miscalculate
തെറ്റായി കൈകാര്യം ചെയ്യുക *v* mismanage
തെറ്റായി വിധിക്കുക *v* misjudge
തെറ്റായി വ്യാഖ്യാനിക്കുക *v* misinterpret
തെറ്റിദ്ധരിക്കുക *v* misunderstand
തെറ്റിദ്ധരിച്ച *adj* mistaken
തെറ്റിദ്ധാരണ *n* fallacy

ത

തെറ്റില്ലാത്ത *adj* unmistakable
തെറ്റില്ലാത്തത് *adj* infallible
തെറ്റുള്ള *adj* faulty
തെറ്റ് *n* fault; foul
തെറ്റ് *adv* wrong
തെറ്റ് വരുത്തുക *v* goof
തെളിച്ചം *n* brightness
തെളിഞ്ഞ *adj* plain; lucid
തെളിഞ്ഞതായ *adj* sunny
തെളിയിക്കപ്പെട്ട *adj* proven
തെളിയിക്കുക *v* prove
തെളിയുക *v* brighten; flash
തെളിവ് *n* evidence, proof
തൊട്ടിൽ *n* crib
തൊണ്ട് *n* hull
തൊഴിലഭ്യസിക്കുന്നവൻ *n* apprentice
തൊഴിൽ *n* calling, career
തേങ്ങുക *v* sob, whine
തേച്ചത് *adj* smug
തേച്ചുമിനുക്കുക *v* scour
തേജസ്സ് *n* splendor
തേഞ്ഞുപോകുക *v* erode
തേടുക *v* seek
തേൻ *n* honey
തേനീച്ച *n* bee
തേനീച്ചക്കൂട് *n* beehive, hive
തേയ്ക്കുക *v* brush
തേറ്റ *n* fang
തേൾ *n* scorpion
തോക്ക് *n* gun
തോട്ടം *n* estate
തോണി *n* boat
തോൽ *n* bark
തോൾ *n* shoulder
തോഴൻ *n* best man
തൈര് *n* yogurt
തൊങ്ങൽ *n* fringe
തൊടാനും ചലിക്കാനുമായി ചില ജീവികൾക്കുള്ള അവയവങ്ങൾ *n* tentacle
തൊട്ടടുത്തുള്ള *adj* adjacent, adjoining
തൊട്ടറിയാവുന്ന *adj* palpable
തൊട്ടി *n* pail, bucket
തൊട്ടിൽ *n* cradle
തൊട്ടുകൂടാത്ത *adj* untouchable
തൊണ്ട *n* throat
തൊണ്ണൂറ് *n* ninety
തൊപ്പി *n* cap, hat
തൊലി *n* peel, skin
തൊലി ഉലിക്കുക *v* peel
തൊഴിൽ *n* employment, occupation, profession
തൊഴിൽ നിർവ്വഹിക്കുക *v* employ
തൊഴിൽപരമല്ലാത്ത *adj* unprofessional
തൊഴിൽപരമായ *adj* professional
തൊഴിൽപരമായി *adv* professionally
തൊഴിൽരഹിതൻ *adj* unemployed
തൊഴിൽരഹിതനായ *adj* jobless
തൊഴിലാളി *n* worker
തൊഴിലില്ലായ്മ *n* unemployment
തൊഴിലുടമ *n* employer
തൊഴിൽസംഘം *n* corporation

തോക്കിന്റെ കാഞ്ചി *n* trigger
തോക്കുധാരി *n* gunman
തോക്ക് *n* firearm, pistol, shotgun
തോട് *n* gorge
തോട്ടക്കാരൻ *n* gardener
തോണ്ടുക *v* poke, prod
തോത് *n* level
തോന്നൽ *n* feeling
തോന്നുക *v* feel; seem
തോരണം *n* banner
തോൽ *n* leather
തോൽവാറിട്ടുക *v* strap
തോലുരിക്കുക *v* skin
തോൾ നിഷേധാത്മകമായി കുലുക്കുക *v* shrug
ത്യജിക്കുക *v* renounce
ത്യാഗം *n* sacrifice
ത്രികോണം *n* triangle
ത്രിമാനമായ *adj* dimensional
ത്രൈമാസ *adj* quarterly
ത്വരകം *n* accelerator
ത്വരിതപ്പെടുത്തുക *v* accelerate, hasten

ദ

ദൗത്യം *n* mission
ദൗർഭാഗ്യകരമായ *adj* disastrous
ദൗർഭാഗ്യം *n* misfortune
ദംശനം *n* bite
ദക്ഷിണമേഖലയിലെ *adj* southern
ദണ്ഡ് *n* beam, pole; baton; lever
ദത്തെടുക്കുക *v* adopt

ദന്തവൈദ്യൻ *n* dentist
ദയ *n* kindness, mercy
ദയയുള്ള *adj* kind
ദയയോടെ *adv* kindly
ദയവായി *e* please
ദയാരഹിതൻ *adj* merciless
ദയാലു *adj* merciful
ദയാലുവായ *adj* genial, compassionate, indulgent
ദരിദ്രൻ *adj* poor
ദരിദ്രനായ *adj* impoverished
ദരിദ്രരായ *adj* needy
ദർശനം *n* vision
ദർശനാവസ്ഥ *n* trance
ദർശിക്കുക *v* perceive
ദളം *n* petal
ദശകം *n* decade
ദശാംശമായ *adj* decimal
ദഹനക്കേട് *n* indigestion
ദഹനക്രിയ *n* digestion
ദഹിപ്പിക്കുക *v* cremate
ദാതാവ് *n* donor
ദാനശീലമുള്ള *adj* charitable
ദാരിദ്ര്യം *n* deprivation
ദാരിദ്ര്യം *n* poverty
ദാരുണമായ *adj* atrocious; dire
ദാഹമുള്ള *adj* thirsty
ദാഹിക്കുക *v* thirst
ദിനചര്യ *n* routine
ദിനോസർ *n* dinosaur
ദിവസേന *adv* daily
ദിവാസ്വപ്നം *v* daydream
ദിവ്യത്വം *n* divinity
ദിവ്യമായ *adj* divine
ദിവ്യവെളിപാട് *n* revelation

ദിശ *n* direction
ദിശമാറ്റം *v* veer
ദീപസ്തംഭം *n* lighthouse
ദീർഘകാലത്തെ *adj* long-term
ദീർഘചതുരം *n* rectangle
ദീർഘചതുരമായ *adj* oblong
ദീർഘചതുരാകൃതിയിലുള്ള *adj* rectangular
ദീർഘവീക്ഷണം *n* foresight
ദീർഘിപ്പിക്കുക *v* lengthen
ദുഃഖം *n* grief, sadness, sorrow
ദുഃഖകരമായ *adj* deplorable; sad
ദുഃഖത്തോട്ടുകൂടി *adv* bitterly
ദുഃഖത്തോടെ *adv* sadly
ദുഃഖഭാവമുള്ള *adj* blue
ദുഃഖിക്കുക *v* grieve
ദുഃഖിച്ചു *v* sadden
ദുഃഖിതനായ *adj* dejected
ദുഖമാചരിക്കുക *v* mourn
ദുഖമുള്ള *adj* sorry
ദുഖാചരണം *n* mourning
ദുരന്തം *n* calamity, disaster, tragedy
ദുരന്തപൂർണമായ *adj* tragic
ദുരഭിമാനമുള്ള *adj* conceited
ദുരിതം *n* distress
ദുരിതപൂർണ്ണമായ *adj* miserable
ദുരുപയോഗം ചെയ്യുന്ന *adj* abusive
ദുരുപയോഗം *v* abuse
ദുരുപയോഗം *n* abuse, misuse
ദുർഗന്ധ നാശിനി *n* deodorant
ദുർഗന്ധം *n* stench, stink
ദുർഗന്ധം വമിക്കുക *v* stink
ദുർഗന്ധം വമിക്കുന്ന *adj* smelly, stinking
ദുർഘട വഴി *n* maze
ദുർന്നടപ്പുള്ള *adj* lewd
ദുർബലമാക്കുക *v* weaken
ദുർബലമായ *adj* feeble, flimsy, fragile, frail, weak
ദുർബലരായ *adj* vulnerable
ദുർബ്ബലൻ *n* invalid
ദുർവ്യാഖ്യാനം ചെയ്യുക *v* misconstrue
ദുഷിച്ച *adj* vicious
ദുഷ്ടൻ *adj* sinister, wicked
ദുഷ്പ്രാപ്യമായ *adj* inaccessible
ദുസ്വപ്നം *n* nightmare
ദുസ്സൂചന നൽകുക *v* insinuate
ദൂതൻ *n* messenger
ദൂരം *n* distance
ദൂരം മൈൽ അളവിൽ *n* mileage
ദൂരദർശിനി *n* telescope
ദൂരെ *prep* off
ദൂരെ *adv* out, away
ദൂരെ പോവുക *v* go away
ദൃക്സാക്ഷി *n* eyewitness
ദൃഢനിശ്ചയം *n* assertion
ദൃഢനിശ്ചയം *adj* resolute
ദൃഢമാക്കുക *v* nail; solidify
ദൃഢമായ *adj* robust; solid
ദൃഢശരീരമുള്ള *adj* burly
ദൃഢീകരിക്കുക *v* clench
ദൃശ്യ സംബന്ധമായ *adj* visual
ദൃശ്യപരത *n* visibility
ദൃശ്യമാകുന്ന *adj* visible
ദൃശ്യവൽക്കരിക്കുക *v* visualize

ദൃശ്യശ്രാവ്യ മാധ്യമം *adj* multimedia
ദൃഷ്ടികേന്ദ്രം *n* focus
ദേവത *n* goddess
ദേവാലയം *n* shrine
ദേശസ്നേഹമുള്ള *adj* patriotic
ദേശസ്നേഹി *n* patriot
ദേശീയ *adj* national
ദേഷ്യം തോന്നുന്ന *adj* bitter
ദേഷ്യം പ്രകടിപ്പിക്കുക *v* lash out
ദേഷ്യമുള്ള *adj* mad
ദോഷദർശി *n* cynic
ദൈവം *n* God
ദൈവഭക്തിയുള്ള *adj* devout
ദോലകം *n* pendulum
ദോഷം ചെയ്യുക *n* harm
ദോഷകരമായ *adj* pernicious
ദ്രവിക്കുക *v* decay, decompose
ദ്രവിപ്പിക്കുക *v* corrode
ദ്രാവക ഇന്ധനം *n* petroleum
ദ്രാവക രൂപത്തിലുള്ള *adj* liquid
ദ്രാവകം *n* fluid, liquid
ദ്രാവകത്തിന്റെ അളവ് *n* quart
ദ്രാവകത്തിൽനിന്ന് പാട എടുത്ത് കളയുക *v* skim
ദ്രുതഗതിയിലുള്ള *adj* hasty
ദ്രോഹിക്കുക *v* harm
ദ്വന്ദ്വയുദ്ധ പോരാളി *n* gladiator
ദ്വന്ദ്വയുദ്ധം *n* duel
ദ്വാരം *n* opening, hole, slot, cavity
ദ്വിതീയ *adj* secondary
ദ്വീപ് *n* island

ധ

ധനം *n* fund
ധനം കൊടുക്കുക *v* fund
ധനകാര്യം *n* finance
ധനസഹായം ചെയ്യുക *v* finance
ധമനി *n* artery
ധരിക്കപ്പെട്ട *adj* born
ധരിക്കുക *v* put on, wear
ധർമ്മം *n* charity
ധാതുപദാർത്ഥം *n* mineral
ധാന്യം *n* mill; grain
ധാര *n* stream
ധാരണ *n* notion
ധാരണ *adj* understanding
ധാരാളം *adv* pretty
ധാരാളം *pron* several
ധാരാളമായ *adj* many
ധാർഷ്ട്യം *n* arrogance
ധാർമ്മികമായ *adj* ethical, moral
ധാർമ്മികമായി *adv* morally
ധിക്കരിക്കുക *v* defy, disobey
ധിക്കാരം *n* defiance
ധിക്കാരമുള്ള *adj* overbearing
ധിക്കാരിയായ *adj* audacious, cheeky
ധീരത *n* nerve, bravery
ധൂമകേതു *n* comet
ധൂമ്ര നിറമുള്ള *adj* purple
ധൂമ്ര വർണ്ണം *n* purple
ധൂർത്തടിക്കുക *v* embezzle
ധൂർത്തടിക്കുന്ന *adj* lavish
ധൃതികാണിക്കുക *v* hurry

ധൈര്യം *n* boldness, courage, guts; dare
ധൈര്യപ്പെടുക *v* dare
ധൈര്യമില്ലാതെ *adv* cowardly
ധൈര്യമുള്ള *adj* dashing
ധ്യാനം *n* meditation
ധ്യാനിക്കുക *v* invoke; meditate
ധ്രുവം *n* pole
ധ്രുവങ്ങളെ സംബന്ധിച്ച *adj* polar
ധ്വംസനം *n* demolition
ധ്വനി *n* tune

ന

നക്കുക *v* lick
നക്ഷത്ര സമൂഹം *n* constellation
നക്ഷത്രം *n* star
നക്ഷത്രചിഹ്നം *n* asterisk
നഖം *n* nail
നഖങ്ങളിൽ ഛായംപൂശൽ *n* manicure
നഗര *adj* urban
നഗര ഹാൾ *n* city hall
നഗരം *n* city
നഗരകേന്ദ്രം *n* downtown
നഗരപരമായ *adj* civic
നഗരസഭ *n* corporation
നഗരാധിപൻ *n* mayor
നഗ്നപാദനായി *adj* barefoot
നഗ്നമാക്കുക *v* strip
നഗ്നമായ *adj* naked, nude
നങ്കൂരം *n* anchor
നടക്കുക *v* walk
നടത്തം *n* walk
നടത്തിപ്പ് *n* conduct
നടൻ *n* actor
നടപടിക്രമം *n* procedure
നടപടിയാക്കിയ *adj* processed
നടപടിയാക്കുക *v* process
നടപ്പാത *n* freeway; sidewalk
നടപ്പിലാക്കുക *v* enforce, implement
നടപ്പിൽ വരുത്തുക *v* carry out
നടവഴി *n* corridor
നടി *n* actress
നടിക്കുക *v* pretend
നടിക്കുന്ന *adj* pretentious
നടുമുറ്റം *n* patio
നടുവിൽ *adv* between
നട്ടുംബോൾട്ടും മുറുക്കുന്ന ഉപകരണം *n* wrench
നട്ടുച്ച *n* midday
നട്ടുവളർത്തുക *v* cultivate
നട്ടെല്ലില്ലാത്ത *adj* spineless
നട്ടെല്ല് *n* backbone, spine
നത്തക്ക *n* clam
നദി *n* river
നദീമുഖം *n* creek
നനഞ്ഞിരിക്കുന്ന *adj* soggy
നനയ്ക്കാതെ വൃത്തിയാക്കൽ *v* dry-clean
നനയ്ക്കുക *v* dampen; drench; soak up
നനവുള്ള *adj* damp
നന്ദി *n* gratitude, thanks, thank you
നന്ദി പ്രകടിപ്പിക്കുക *v* thank
നന്ദികെട്ടവൻ *adj* ungrateful
നന്ദിപറച്ചിൽ *n* Thanksgiving

നന്ദിയുള്ള *adj* grateful, thankful
നന്നാക്കുക *v* repair
നന്നായി *adv* well
നന്നായി വസ്ത്രം ധരിച്ച *adj* well-dressed
നന്മ *n* goodness
നമ്മുടെ *adj* our
നമ്മുടേത് *pron* ours
നമ്മെ *pron* ourselves
നയം *n* policy
നയതന്ത്രം *n* diplomacy
നയതന്ത്രകാര്യാലയം *n* embassy
നയതന്ത്രപരമായ *adj* diplomatic
നയിക്കുക *v* lead, steer
നരകം *n* hell
നരഭോജി *n* cannibal
നരഹത്യ *n* homicide
നർത്തകൻ *n* dancer
നർമ്മം *n* humor
നറുക്കിടുക *adv* lot
നറുക്ക് *n* coupon; jackpot
നൽകുക *v* issue, provide; enter
നൽകുക *v* afford; award
നല്ല നിലയിൽ *adj* well-to-do
നല്ല പെരുമാറ്റം *adj* well-behaved
നല്ലതായിരിക്കുക *v* get by
നല്ലത് *n* good, well
നവംബർ മാസം *n* November
നവജാത ശിശു *n* newborn
നവദമ്പതികൾ *n* newlywed
നവസൈനികൻ *n* recruit
നവാഗതൻ *n* newcomer
നവീകരണം *n* renovation
നവീകരിക്കുക *v* refurbish, renovate, upgrade; brush up
നശിക്കുക *v* ebb; perish
നശിക്കുന്ന *adj* dying
നശിച്ച *adj* broke; doomed
നശിച്ചുപോയ *adj* broken
നശിച്ചുപോകുന്ന *adj* mortal
നശിച്ചുപോകുന്നത് *adj* perishable
നശിപ്പിക്കുക *v* damage, demolish, destroy, devastate, ravage, ruin, vandalize
നശീകരണം *n* vandal
നശ്വരമായ *adj* mortal
നഷ്ടം *n* loss
നഷ്ടപരിഹാരം *n* compensation
നഷ്ടപ്പെടുക *v* lose
നഷ്ടപ്പെടുത്തൽ *n* lapse
നഷ്ടപ്പെട്ടത് *adj* lost
നാം *pron* ourselves
നാകം പൂശുക *v* galvanize
നാഗരികത *n* civilization
നാഗരികമായ *adj* stylish
നാട *n* tape
നാടകം *n* play, drama
നാടകത്തിലേയോ സിനിമയിലേയോ കലാകാരന്മാർ *n* caste
നാടകരൂപത്തിലാക്കുക *v* dramatize
നാടകാങ്കം *n* act
നാടകീയമായ *adj* dramatic
നാടകീയമായി *adv* dramatically
നാടൻ *adj* rustic
നാട്ടുകടത്തൽ *n* deportation, exile
നാട്ടുകടത്തുക *v* deport, exile
നാടോടി *n* gypsy

നാടോടി *adv* stroller
നാടോടി *n* vagrant
നാട് *n* land
നാട്ടുജനൽ *n* skylight
നാട്യം *n* pretense
നാഡി *n* nerve
നാണം *n* shyness
നാണംകെടുത്തുക *v* shame
നാണക്കേട് *n* embarrassment, shame
നാണയം *n* nickel; coin; currency
നാണയം മുകളിലേക്ക് ഞൊട്ടിഎറിയുക *v* toss
നാണിക്കുക *v* flush
നാത്തൂൻ *n* sister-in-law
നാഭി *n* navel
നാഭിപ്രദേശം *n* groin
നാമനിർദ്ദേശം ചെയ്യുക *v* nominate
നാമപദം *n* noun
നാമാവശേഷമായ *adj* extinct
നായ *n* dog
നായകൻ *n* hero
നായക്കൂട് *n* kennel
നാരങ്ങ *n* citrus
നാരങ്ങാവെള്ളം *n* lemonade
നാര് *n* thread, fiber, string
നാൽക്കവല *n* fork; junction
നാലാമത്തെ *adj* fourth
നാല് *n* four
നാൽക്കവല *n* crossroads
നാല്പത് *n* forty
നാളി *n* duct
നാളികേരം *n* coconut
നാളെ *adv* tomorrow
നാഴിക *n* mile
നാഴികക്കല്ല് *n* milestone
നാവികൻ *n* navy; sailor
നാവികഭടൻ *adj* marine
നാവികരുടെ ഉടുപ്പിന്റെ കടുംനീല നിറം *n* navy blue
നാവികസേനാപതി *n* admiral
നാവ് *n* tongue
നാശം *n* ruin
നാശകാരിയായ *adj* devastating
നാസാരന്ധ്രം *n* nostril
നികത്തുക *v* make up
നികുതി *n* tax
നികൃഷ്ടമായ *adj* wretched
നിക്ഷേപം *n* deposit, input; investment
നിക്ഷേപകൻ *n* investor
നിക്ഷേപിക്കുക *v* credit; deposit; invest
നിഗൂഢത *n* mystery
നിഗൂഢമാക്കുക *v* mystify
നിഗൂഢമായ *adj* mysterious
നിഘണ്ടു *n* dictionary
നിങ്ങൾ *pron* you
നിങ്ങൾതന്നെ *pron* yourself
നിങ്ങളുടെ *pron* your
നിങ്ങളുടെ *adj* your
നിങ്ങളുടേത് *pron* yours
നിത്യത *n* eternity
നിധി *n* treasure
നിന്ദ *v* reproach
നിന്ദയോടുകൂടിയ *adj* disrespectful
നിന്ദിക്കൽ *n* condemnation

നിന്ദിക്കുക *v* blame, censure, demean; despise
നിന്ന് *prep* from
നിപുണനായ *adj* handy; versed
നിബന്ധന *n* provision
നിബന്ധനകൾ *n* terms
നിബിഡത *n* congestion; density
നിബിഡമായ *adj* compact; dense
നിമഗ്നത *n* preoccupation
നിമജ്ജനം *n* immersion
നിമിഷം *n* moment
നിയന്ത്രകൻ *n* controller
നിയന്ത്രണം *n* brake; confinement, control, regulation, restriction
നിയന്ത്രിക്കാവുന്ന *adj* manageable
നിയന്ത്രിക്കുക *v* check, curb, restrain, brake, confine, control, regulate, restrict; conduct, direct; have
നിയമ നിർമ്മാണ *adj* legislative
നിയമ നിർമ്മാണം *n* legislation
നിയമ നിർമ്മാണസഭ *n* legislature
നിയമ വ്യവഹാരം *n* lawsuit
നിയമം *n* act, law; testament
നിയമം നിർമ്മിക്കുക *v* legislate
നിയമനം *n* appointment
നിയമനടപടി കൈക്കൊള്ളുക *v* sue
നിയമനിർമ്മാതാവ് *n* lawmaker
നിയമപരമായ *adj* legal

നിയമവിരുദ്ധമായ *adj* illegal, illicit, unlawful
നിയമവിരുദ്ധമായി *adv* illegally
നിയമസംഹിത *n* code
നിയമാനുസൃതമായി *adv* legally
നിയമിക്കുക *v* appoint, institute
നിയോഗം *n* errand
നിയോഗിക്കുക *v* delegate, designate; commit
നിയോഗിക്കുക *v* post
നിരക്ക് *n* quote, rate
നിരക്ഷരൻ *adj* illiterate
നിരങ്ങിപ്പോകൽ *n* slide
നിരത്തുക *v* lay
നിരന്തര പ്രയോഗത്തിലൂടെ തരണംചെയ്യുക *v* wear down
നിരന്തരം പ്രയത്നിക്കുക *v* persevere
നിരന്ന *adj* even
നിരപരാധി *adj* innocent
നിരപ്പാക്കുക *v* level
നിരവധി *adj* several
നിരസിക്കുക *v* decline, deny, refuse, reject, brush aside
നിരാകരിക്കൽ *n* denial
നിരാകരിക്കുക *v* discard, refute, repudiate, turn down
നിരാകരിക്കുന്നു *v* recant
നിരായുധൻ *adj* unarmed
നിരായുധനാക്കുക *v* disarm
നിരാശ *n* disappointment, frustration
നിരാശ ബാധിച്ച *adj* fed up
നിരാശനായ *adj* disappointing
നിരാശപ്പെടുക *v* disappoint

നിരാശപ്പെടുത്തുക v frustrate
നിരാശാജനകമായ adj desperate
നിരീക്ഷകൻ n onlooker
നിരീക്ഷണം n observation; surveillance
നിരീക്ഷണശാല n observatory
നിരീക്ഷിക്കുക v monitor, observe, watch; oversee
നിരീശ്വരമായ adj godless
നിരുത്സാഹകമായ adj discouraging
നിരുത്സാഹപ്പെടുക v demoralize
നിരുത്സാഹപ്പെടുത്തൽ adj daunting
നിരുത്സാഹപ്പെടുത്തൽ n discouragement
നിരുപദ്രവമായ adj harmless
നിരൂപിക്കുക v define
നിരോധം n curb
നിരോധം n prohibition
നിരോധിക്കുക v inhibit, prohibit
നിർഗ്ഗമനം n exit
നിർജ്ജലീകരിക്കപ്പെട്ട adj dehydrated
നിർജ്ജീവമായ adj dead
നിർണ്ണയം n conclusion, determination
നിർണ്ണയിക്കുക v compute, gauge
നിർണ്ണായകമായ adj conclusive, decisive, definitive, determined; critical, crucial
നിർത്തൽ n closure
നിർദ്ദയമായ adj callous

നിർദ്ദിഷ്ട ഭക്ഷണം കഴിക്കുക v diet
നിർദ്ദേശങ്ങൾ n directions
നിർദ്ദേശിക്കുക adv direct
നിർദ്ദോഷമായ adj blameless; flawless
നിർദ്ദോഷമായ adj impeccable
നിർബന്ധം n compulsion; constraint
നിർബന്ധസൈനികസേവനം n conscript
നിർബന്ധിക്കുക v compel
നിർബന്ധിക്കുന്ന adj compulsive
നിർബന്ധിതനായ adj bound
നിർബന്ധിതമായ adj compulsory
നിർബ്ബന്ധിക്കുക v constrain
നിർമ്മലമായ adj immaculate
നിർമ്മാണം n construction
നിർമ്മാണസംബന്ധിയായ adj constructive
നിർമ്മാതാവ് n builder
നിർമ്മിക്കുക v build, construct
നിർവ്വഹിക്കപ്പെട്ട adj done
നിർഗ്ഗമ മാർഗ്ഗം n vent
നിർത്തുക v stop, halt; stop by
നിർത്തുകയാണെന്ന് സൂചിപ്പിക്കുന്ന ലൈറ്റ് n stop light
നിർത്തുന്ന സ്ഥലം n stop
നിർദ്ദയമായ adj unkind
നിർദ്ദിഷ്ട adj specific
നിർദ്ദിഷ്ട വസ്ത്രരൂപം n uniform
നിർദ്ദേശം n instruction; suggestion

നിർദ്ദേശകൻ *n* instructor
നിർദ്ദേശിക്കുക *v* instruct, prescribe; suggest
നിർദ്ധനനായ *adj* penniless
നിർബന്ധ സൂചകം *v* ought to
നിർബന്ധം *n* mandate; persistence
നിർബന്ധമായ *adj* mandatory
നിർബന്ധമായ *v* must
നിർബന്ധിക്കുക *v* insist; persist
നിർബന്ധിതമായി *adv* forcibly
നിർഭാഗ്യകരമായ *adj* fateful
നിർഭാഗ്യവശാൽ *adv* unfortunately
നിർഭാഗ്യവാൻ *adj* unlucky
നിർമ്മാണം *n* invention; production
നിർമ്മാണശാല *n* factory
നിർമ്മാണാത്മകമായ *adj* productive
നിർമ്മാതാവ് *n* maker
നിർമ്മിക്കാനുദ്ദേശിക്കുന്ന രൂപം *adj* model
നിർമ്മിക്കുക *v* make
നിർമ്മിച്ചുണ്ടാക്കുക *v* invent
നിർമ്മിതി *n* make
നിർവ്വഹിക്കുക *v* execute, perform
നിർവ്വാഹകൻ *n* maneuver
നിർവ്വികാരമായ *adj* insensitive
നിറം *n* orange; color
നിറം നൽകുക *v* color
നിറം പോക്കുക *v* bleach
നിറഞ്ഞ *adj* full
നിറഞ്ഞിരിക്കുക *v* abound
നിറമില്ലാത്ത *adj* colorless
നിറയൊഴിക്കൽ *n* shot
നിറയ്ക്കുക *v* charge; replenish; stuff
നിറവേറ്റൽ *n* fulfillment
നിറവേറ്റുക *v* accomplish, fulfill
നിറുത്താതെയുള്ള *adv* nonstop
നിൽക്കുക *v* stand
നിൽക്കുക *n* stand
നിൽപ് *n* posture
നില *n* degree
നിലം *n* ground
നിലം ഉഴുക *v* till
നിലകൊള്ളുക *v* exist; stand for
നിലത്തിറക്കുക *v* land
നിലനിർത്തൽ *n* retention
നിലനിർത്തുക *v* retain, sustain; keep up
നിലപാട് *n* attitude
നിലവറ *n* cavern; cellar
നിലവാരം *n* standard
നിലവാരമില്ലാത്ത *adj* shoddy, substandard
നിലവിലുള്ള *v* be
നിലവിലുള്ള *adj* current
നിലവിലെ *adj* present
നിലവിളി *n* cry, outcry; shriek
നിലവിളിക്കുക *v* cry, lament; shriek
നിലാവ് *n* moon
നിഴൽ *n* shadow
നിഴൽരൂപം *n* silhouette
നിവാരണം *n* prevention
നിവേശിപ്പിക്കൽ *n* insertion
നിശബ്ദമാകുക *v* hush

നിശബ്ദമായ *adj* quiet, silent
നിശബ്ദമായി *adv* quietly
നിശാനിയമം *n* curfew
നിശാവസ്ത്രം *n* nightgown
നിശാശലഭം *n* moth
നിശിതമായ *adj* acute
നിശ്ചയദാർഢ്യമുള്ള *adj* assertive
നിശ്ചയദാർഢ്യം *n* tenacity
നിശ്ചയിക്കുക *v* assert; assign; range
നിശ്ചലത *n* static
നിശ്ചലനായി നിർദ്ദിഷ്ട മാതൃകകൾ പ്രദർശിപ്പിക്കുന്ന ഒരു സ്കേറ്റിംഗ് ഇനം *n* figure skating
നിശ്ചലമാകുക *v* stall
നിശ്ചലമാക്കുക *v* immobilize
നിശ്ചലമായ *adj* immobile, stationary, still, stagnant
നിശ്ചലമായി *adv* still
നിശ്ചലമാവുക *v* break down
നിശ്ചിതത്വം *n* certainty
നിശ്ചിതമായ *adj* fixed; deciding
നിശ്വസിക്കുക *n* exhale
നിശ്ശബ്ദത *n* silence
നിശ്ശബ്ദനാക്കുക *v* gag
നിശ്ശേഷമായ *adj* all
നിഷേധം *n* contradiction; negative
നിഷേധാത്മകമായ *adj* contradictory; negative
നിഷേധിക്കാനാവാത്ത *adj* undeniable
നിഷേധിക്കുക *v* contradict; veto
നിഷ്കരുണം *adj* ruthless
നിഷ്കളങ്കത *n* impertinence
നിഷ്ക്കളങ്കത *n* innocence
നിഷ്ക്കളങ്കൻ *adj* innocent
നിഷ്ക്കളങ്കനായ *adj* naive
നിഷ്ക്രിയ *adj* inactive
നിഷ്ക്രിയമായ *adj* passive
നിഷ്ക്രിയമായിരിക്കുക *v* hibernate
നിഷ്പക്ഷം *n* neutral
നിഷ്പക്ഷമായ *adj* impartial, neutral
നിഷ്പ്രഭമാക്കുക *v* outshine, overshadow
നിഷ്ഫലമായ *adj* futile
നിസാരമായ *adj* silly
നിസ്വാർത്ഥമായ *adj* disinterested
നിസ്സംഗത *n* apathy, indifference
നിസ്സംശയമായ *adj* explicit
നിസ്സഹായനായ *adj* helpless
നിസ്സാരമാക്കുക *v* trivialize
നിസ്സാരമായ *adj* frivolous, insignificant, petty, trivial
നിസ്സാരമായി *adv* least
നിസ്സാരവസ്തു *pron* little
നീക്കം *n* move
നീക്കം ചെയ്യുക *v* remove
നീക്കിവയ്ക്കുക *v* allocate
നീക്കിവയ്ക്കുക *adv* aside
നീക്കുക *v* budge
നീഗ്രോകളുടെ ഗ്രാമീണ സംഗീതം *n* jazz
നീങ്ങുക *v* move
നീചമായ *adj* lousy

നീട്ടിക്കൊണ്ടുപോകുക *v* procrastinate, prolong
നീട്ടിവയ്ക്കുക *v* defer, put off
നീട്ടിവെക്കുക *v* postpone
നീട്ടുക *v* extend, stretch
നീണ്ട *adj* long
നീണ്ടുനിൽക്കുക *v* last
നീണ്ടുനിൽക്കുന്ന *adj* lasting
നീണ്ടുനിൽക്കുന്നതായ *adv* lastly
നീതി *n* justice
നീതിമാനായ *adj* just
നീതിയുക്തമല്ലാത്ത *adj* biased
നീതിശാസ്ത്രം *n* ethics
നീന്തൽ *n* swimming
നീന്തൽകുളം *n* swimming pool
നീന്തൽക്കാരൻ *n* swimmer
നീന്തൽവസ്ത്രം *n* swimming trunks, swimsuit
നീന്തുക *v* swim
നീന്തുന്നവരെ അപകടത്തിൽ നിന്ന് രക്ഷിക്കുന്നയാൾ *n* lifeguard
നീരസം *n* resentment
നീരസപ്പെടുക *v* resent
നീരാളി *n* octopus
നീരാവി *n* steam, vapor
നീരുകെട്ട് *n* inflammation
നീരുള്ളത് *adj* succulent
നീരൊഴുക്ക് *n* drainage
നീര് *n* swelling
നീർത്തടം *n* cistern
നീർക്കുതിര *n* walrus
നീർത്തുള്ളി *n* spray
നീറ്റു ചൂള *n* incinerator
നീല *n* blue
നീലക്കല്ല് *n* sapphire
നീലനിറമുള്ള *adj* blue
നീളം *n* length
നീളം കുറഞ്ഞ *adj* short
നീളൻകോട്ട് *n* gown
നീളമുള്ള *adj* lengthy
നീളെ *adv* long
നുണ *n* fib
നുണ പറയുന്നവൻ *adj* liar
നുര *n* foam; lather
നുറുക്കുക *v* mangle
നുറുക്ക് *n* chip
നുറുങ്ങ് *n* tip; clipping
നുള്ളൽ *n* pinch
നുള്ളുക *v* pinch
നുഴഞ്ഞുകയറുക *v* infiltrate, intrude
നുഴഞ്ഞുകയറുന്നവൻ *n* intruder
നുഴഞ്ഞുകയറ്റം *n* intrusion
നൂതന പ്രവണതകൾക്കൊത്ത *adj* trendy
നൂറാമത് *adj* hundredth
നൂറിലൊരു ഭാഗം *n* cent
നൂറ് *n* hundred
നൂറ്റാണ്ട് *n* century
നൂൽ *n* yarn
നൂലാമാല *n* labyrinth
നൂല് കോർക്കുക *v* thread
നൃത്തം *n* ball; dance
നൃത്തം ചെയ്യുക *v* dance
നൃത്തംചെയ്യൽ *n* dancing
നൃത്തശാല *n* ballroom
നെഞ്ച് *n* chest
നെടുവീർപ്പിടുക *v* sigh
നെടുവീർപ്പ് *n* sigh

ന

നെപ്ട്യൂൺ ഗ്രഹം *n* Neptune
നെയ്തത് *adj* woven
നെയ്ത്തുയന്ത്രം *n* loom
നെയ്യുക *v* knit, weave
നെറികേട് *n* dishonesty
നെറ്റി *n* forehead
നെറ്റിചുളിക്കുക *v* frown
നേടിയെടുക്കുക *v* achieve
നേട്ടം *n* accomplishment, achievement; advantage, gain
നേതാവ് *n* master; leader
നേതൃത്വം *n* leadership
നേതൃത്വം കൊടുക്കൽ *n* direction
നേത്രരോഗ വിദഗ്ദൻ *n* optician
നേത്രസംബന്ധമായ *adj* optical
നേരംപോക്ക് *n* pastime
നേരത്തെ *adv* early
നേരത്തെയുള്ള *adj* early
നേരമ്പോക്ക് *n* gag
നേരിടുക *v* face; tackle; withstand
നേരിട്ട് *adv* directly
നേരിയ *adj* slight
നേരെ *prep* toward
നേരെമറിച്ച് *prep* opposite
നേരെയല്ലാത്ത *adj* unsteady
നേരെയാക്കുക *v* rectify; straighten
നേരേചൊവ്വേ *adj* straightforward
നേർത്ത തുണി *n* gauze
നേർപ്പിക്കുക *v* dilute
നേർത്ത *adj* thin; mild
നേർത്ത *adv* thinly
നോക്കിക്കാണുക *v* behold
നൈപുണ്യമുള്ള *adj* proficient, skillful
നൈമിഷികമായി *adv* momentarily
നൈരന്തര്യം *n* continuity
നൈരാശ്യം *n* despair
നൈലോൺ തുണിത്തരം *n* nylon
നോക്കുക *v* look, look at
നോട്ടം *n* look, glance
നോട്ടപ്പിഴ *n* oversight
നോവൽ സാഹിത്യം *n* novel
നോവലെഴുത്ത്കാരൻ *n* novelist
ന്നിയന്ത്രിക്കുക *v* manage
ന്യയാധിപൻ *n* judge
ന്യായം *n* fairness
ന്യായമായ *adj* fair, reasonable; lawful
ന്യായമായി *adv* fairly
ന്യായാധിപൻ *n* magistrate
ന്യായാനുസൃതമായ *adj* legitimate
ന്യായീകരണം *n* justification
ന്യായീകരണത്തോടെ *adv* justly
ന്യായീകരിക്കാത്തത് *adj* unjustified
ന്യായീകരിക്കുക *v* justify, vindicate
ന്യൂനചിഹ്നം *n* minus
ന്യൂനത *n* defect, deficiency, drawback
ന്യൂനതയുള്ള *adj* defective, deficient
ന്യൂനപക്ഷം *n* minority
ന്റെ *prep* of

ന

പ

പൗരത്വം *n* citizenship; nationality
പൗരനെ സംബന്ധിച്ച *adj* civil
പൗരൻ *n* citizen
പൗരുഷം *n* manliness
പൗരുഷത്തോടെ *adj* manly
പക *n* grudge, hatred, malice, rancor
പകപോക്കുക *v* avenge
പകരം വയ്ക്കൽ *n* replacement
പകരംവെക്കുക *v* substitute
പകരക്കാരൻ *n* substitute
പകരമായി *adv* alternatively, instead
പകർത്തുക *v* copy
പകർപ്പവകാശം *n* copyright
പകർപ്പെടുക്കുന്നത് *n* copier
പകർപ്പ് *n* copy
പകർത്തുക *v* transcribe
പകർപ്പെടുക്കൽ *n* cloning
പകർപ്പെടുക്കുക *v* clone, replicate
പകർപ്പ് *n* replica
പകൽപരിചരണം *n* daycare
പകൽ *n* day, daytime
പകിട *n* dice
പകുതി *n* half
പകുതിയാക്കുക *v* halve
പകുതിയിൽ *adv* half
പക്വത *n* maturity
പക്വതയില്ലായ്മ *n* immaturity
പക്വമായ *adj* mature, mellow

പക്ഷപാതരഹിതമായ *adj* unbiased
പക്ഷാഘാതം *n* paralysis; stroke
പക്ഷി *n* bird
പക്ഷിക്കുഞ്ഞ് *n* chick
പക്ഷിക്കൂട് *n* nest
പക്ഷിയുടെ ചുണ്ട് *n* beak
പങ്ക *n* fan
പങ്കാളി *n* partner
പങ്കാളിത്തം *n* participation; partnership
പങ്കിടുക *v* share
പങ്കുകൊള്ളുക *v* attend
പങ്കെടുക്കുക *v* participate
പങ്കെടുക്കുന്നയാൾ *n* participant
പങ്ക് *n* role
പച്ച *n* green
പച്ച പയർ *n* green bean
പച്ചക്കറി *n* celery; vegetable
പച്ചക്കറിയും വിനാഗിരിയും ചേർത്ത് തയ്യാറാക്കുക *v* ketchup
പഞ്ചഭുജം *n* pentagon
പഞ്ചർ *n* puncture
പഞ്ചസാര *n* sugar
പഞ്ഞി കടയുന്ന യന്ത്രം *n* willow
പടക്കം *n* firecracker; cracker
പടക്കങ്ങൾ *n* fireworks
പടക്കോപ്പുകൾ *n* ammunition
പടച്ചട്ട *n* armor
പടമെടുക്കൽ *n* photography
പടർന്നു പിടിക്കുന്ന *adj* contagious
പടി *n* stair
പടികൾ *n* stairs
പടിഞ്ഞാറൻ *adj* western

പടിഞ്ഞാറോട്ട് *adv* westbound
പടിഞ്ഞാറ് *n* west
പടിഞ്ഞാറ് ഭാഗത്തായി *adv* west
പടിഞ്ഞാറ് ഭാഗത്തുള്ള *adj* west
പടിപടിയായി *adv* step-by-step
പടിയിറങ്ങുക *v* step down
പട്ട *n* clamp
പട്ടം *n* kite
പട്ടണം *n* town
പട്ടാളക്കാരൻ *n* soldier
പട്ടാളത്താവളം *n* barracks
പട്ടിക *n* panel; chart; list; register; schedule
പട്ടിക രൂപത്തിലാക്കുക *v* list
പട്ടികപ്പെടുത്തുക *v* enlist
പട്ടികയാക്കുക *v* schedule
പട്ടിക്കുട്ടി *n* puppy
പട്ടിക്കൂട് *n* dog house
പട്ടിണി *n* starvation
പട്ടിണി കിടക്കുക *v* starve
പട്ടുനൂൽ *n* floss
പട്ട് *n* silk
പഠന വിഷയം *v* major in
പഠനം *n* learning, study
പഠനത്തിലെ ദ്വിതീയ മേഖല *n* minor
പഠനയാത്ര *n* field trip
പഠിക്കുക *v* study
പഠിതാവ് *n* learner
പഠിപ്പിക്കുക *v* educate, teach
പണം *n* cash, money
പണം ചെക്ക് രൂപത്തിൽ നൽകുന്നത് *n* paycheck
പണം തിരികെനൽകൽ *n* refund

പണം സൂക്ഷിക്കുന്നവൻ *n* cashier
പണംമുടക്കി സംരംഭം ഏറ്റെടുക്കുക *v* sponsor
പണമടയ്ക്കൽ *n* payment
പണമടയ്ക്കുക *v* pay
പണയം *n* lease
പണയം വെക്കുക *v* pawn
പണയത്തിന് നൽകുക *v* lease
പണസഞ്ചി *n* wallet
പണ്ടത്തെ *adj* former
പണ്ടത്തെ *prep* past
പണ്ഡിതൻ *n* scholar
പണ്ഡിതോചിതമായ *adj* academic
പതനം *n* downfall
പതറുക *v* falter; flutter
പതാക *n* flag
പതിക്കുക *v* stick
പതിനഞ്ചാമത് *adj* fifteenth
പതിനഞ്ച് *n* fifteen
പതിനാറ് *n* sixteen
പതിനാല് *n* fourteen
പതിനെട്ടാം *adj* eighteenth
പതിനെട്ട് *n* eighteen
പതിനേഴ *n* seventeen
പതിനൊന്നാമത്തേത് *adj* eleventh
പതിനൊന്ന് *n* eleven
പതിപ്പ് *n* version, edition
പതിമൂന്ന് *n* thirteen
പതിയിരിക്കുക *v* stalk
പതിയിരുന്നാക്രമിക്കുക *v* ambush
പതിവായ *adj* regular; routine

പതിവായി *v* frequent
പതിവായി *adv* regularly
പതിവായി ചെയ്യാറുള്ളത് *idiom* used to
പതിവില്ലാത്ത *adj* informal
പതിവുള്ള *adj* customary
പതുക്കെ *adj* slow
പതുക്കെ *adv* slowly
പതുക്കെ നടക്കുക *v* pad
പതുങ്ങിനടക്കുക *v* prowl
പതുങ്ങിനടക്കുന്നവൻ *n* prowler
പതുങ്ങിയിരിക്കുക *v* lurk
പതുങ്ങുക *v* crouch
പതുപതുപ്പുള്ള *adj* spongy
പത്താം *adj* tenth
പത്തായപ്പുര *n* barn
പത്തുലക്ഷം *n* million
പത്തൊൻപത് *n* nineteen
പത്ത് *n* ten
പത്രം *n* form
പത്രം വിൽക്കുന്ന കട *n* newsstand
പത്രപ്രവർത്തകൻ *n* journalist
പത്രപ്രവർത്തകർ *n* press
പത്രലേഖകൻ *n* correspondent
പത്രിക *n* memo
പദം *n* word
പദപ്രശ്നം *n* crossword puzzle
പദവി *n* grade, rank, status
പദവി ഉയർത്തുക *v* promote
പദശേഖരം *n* glossary
പദസമുച്ചയം *n* phrase
പദാനുസൃതമായ *adj* literal
പദാനുസൃതമായി *adv* literally
പദാർത്ഥം *n* matter, substance
പദാവലി *n* vocabulary, terminology
പദ്ധതി *n* plan, project, scheme
പദ്ധതി തയ്യാറാക്കുക *v* plot
പദ്ധതിയാക്കുക *v* scheme
പന വൃക്ഷം *n* palm tree
പനി *n* fever; flu
പന്തം *n* torch
പന്തയം *n* bet
പന്തയം വയ്ക്കുക *v* bet
പന്തൽ *n* booth
പന്തെറിയൽ *n* bowling
പന്ത് *n* ball
പന്ത്രണ്ടാമത്തേത് *adj* twelfth
പന്ത്രണ്ട് *n* twelve
പന്ത്രണ്ട് എണ്ണം *n* dozen
പന്നി *n* hog, pig
പന്നിക്കൊഴുപ്പ് *n* lard
പന്നിത്തുട *n* ham
പന്നിയിറച്ചി *n* pork
പന്നിയുടെ ആകൃതിയിലുള്ള പണപ്പെട്ടി *n* piggy bank
പപ്പാതി *adv* fifty-fifty
പമ്പരം *n* top
പമ്പ് *n* pump
പയർ *n* beans
പയർ *n* lentil; pea
പരക്കെ *adv* widely
പരത്തുക *v* flatten
പരദൂഷണം *n* gossip
പരന്ന *adj* flat
പരന്ന പാത്രം *n* basin
പരന്നുകിടക്കുക *v* sprawl
പരമാധികാരം *n* sovereignty
പരമാധികാരമുള്ള *adj* sovereign

പരമാധികാരി *n* chief
പരമാനന്ദം *n* bliss
പരമാവധി *adj* maximum
പരമോന്നത *adj* supreme
പരമ്പര *n* series
പരമ്പരാഗത *adj* traditional
പരമ്പരാഗതമായ *adj* hereditary
പരമ്പരാഗതമായി *adv* traditionally
പരവതാനി *n* rug
പരവശനാക്കുക *v* overwhelm
പരസ്പരം എതിരിടുക *v* clash
പരസ്പരം തുല്ല്യ അകലത്തിലുള്ള *v* space out
പരസ്പരംബന്ധം വരുത്തുക *v* correlate
പരസ്പരബന്ധമുള്ള രീതിയിൽ *adv* coherently
പരസ്പരമായ *adj* mutual
പരസ്പരമുള്ള *adj* reciprocal
പരസ്പരവിരുദ്ധമായ *adj* conflicting
പരസ്പരവിരുദ്ധമായി *adv* incoherently
പരസ്യം *n* advertisement
പരസ്യം ചെയ്യുക *v* advertise
പരസ്യമാക്കുക *v* air
പരാജയം *n* failure
പരാജയപ്പെടുക *v* lose, fail, go under
പരാജയപ്പെടുത്തുക *v* defeat, vanquish; foil
പരാജിതൻ *n* loser
പരാതി *n* complaint, grievance; petition
പരാതിപ്പെടുക *v* moan; complain
പരാമർശിക്കുക *v* remark
പരിക്കേറ്റ *adj* injured
പരിക്കേൽക്കുക *v* injure
പരിക്ക് *n* injury
പരിഗണന *n* consideration
പരിഗണനയില്ലാത്ത *adj* inconsiderate
പരിഗണിക്കാതെ *adv* regardless
പരിഗണിക്കുക *v* consider, regard, mind
പരിചയം *n* acquaintance
പരിചയപ്പെടുത്തുക *v* introduce
പരിചയമുള്ള *adj* expert
പരിചാരകൻ *n* waiter
പരിചാരിക *n* waitress
പരിചിതമായ *adj* familiar
പരിണതഫലം *n* outcome
പരിണമിക്കുക *v* evolve; result
പരിണമിപ്പിക്കുക *v* convert
പരിണാമം *n* evolution
പരിണാമപരമായ *adj* evolutionary
പരിതാപകരമായ *adj* pitiful
പരിത്യജിക്കുക *v* desert
പരിധി *n* compass; limit, range, extent
പരിധി വെക്കുക *v* limit
പരിധിയില്ലാത്ത *adj* unlimited
പരിപാടി *n* program
പരിപാടി തയ്യാറാക്കുക *v* program
പരിപാടി തയ്യാറാക്കുന്നയാൾ *n* programmer
പരിപാലിക്കുക *v* maintain

പരിപൂർണ്ണത *n* complement
പരിപോഷിപ്പിക്കുക *v* cherish
പരിപോഷിപ്പിക്കുക *v* nurture, rear
പരിഭ്രാന്തി *n* panic
പരിഭ്രാന്തിയുള്ള *adj* nervous
പരിമിതപ്പെടുത്തുക *v* bound
പരിമിതമായ *adj* finite
പരിമിതി *n* limitation
പരിരക്ഷകൻ *n* defender
പരിലാളിക്കുക *v* nurse
പരിവർത്തനം *n* alteration
പരിവർത്തിപ്പിക്കുക *v* commute
പരിവർത്തനം വരുത്തുക *v* revolutionize
പരിശീലകൻ *n* trainer
പരിശീലനം *n* practice, training
പരിശീലനം ആർജിക്കുന്നയാൾ *n* trainee
പരിശീലനം ലഭിച്ചിട്ടില്ലാത്ത നവാഗതൻ *n* novice
പരിശീലിക്കുക *v* rehearse
പരിശീലിപ്പിക്കുക *v* coach, train; practice
പരിശുദ്ധി *n* cleanliness; purity
പരിശോധന *n* checkup
പരിശോധിക്കുക *v* check, go through
പരിശോധകൻ *n* inspector
പരിശോധന *n* inspection
പരിശോധന അടയാളം *n* checkmark
പരിശോധിക്കുക *v* examine, inspect, look into, look over
പരിശ്രമം *n* effort
പരിശ്രമിക്കുക *v* strive
പരിഷ്കരിക്കുക *v* revise
പരിഷ്കൃതമായ *adj* fashionable
പരിഷ്ക്കരണം *n* modification
പരിഷ്ക്കരിക്കുക *v* modify, reform, update; civilize
പരിസ്ഥിതി *n* environment
പരിസ്ഥിതി ശാസ്ത്രം *n* ecology
പരിസ്ഥിതി സംബന്ധമായ *adj* environmental
പരിസ്ഥിതിവാദി *n* environmentalist
പരിഹരിക്കുക *v* fix, resolve, solve; settle for
പരിഹസിക്കുക *v* mock, ridicule, scoff
പരിഹാരം *n* solution
പരിഹാരം ചെയ്യുക *v* atone; compensate
പരിഹാസം *n* grimace; sarcasm
പരിഹാസച്ചിരി *n* grin
പരിഹാസപാത്രം *n* laughing stock
പരിഹാസ്യമായ *adj* ridiculous; scornful
പരിഹാസ്യമായ അഭിനയം *n* charade
പരീക്ഷ *n* exam, examination, test
പരീക്ഷണം *n* experiment
പരീക്ഷണശാല *n* lab, laboratory
പരീക്ഷിക്കുക *v* quiz, test
പരുക്കൻ *adj* rough, rugged
പരുക്കൻ മൂർച്ചയുള്ള അഗ്രം *adj* jagged
പരുക്കേൽപിക്കുക *v* bruise

പ

പരുങ്ങലിലാക്കുക *v* corner
പരുത്തി *n* cotton
പരുന്ത് *n* hawk
പരുപരുത്ത *adj* husky
പരുപരുപ്പുള്ള *adj* crusty
പരുഷത *n* rudeness
പരുഷമാകുക *v* tart
പരുഷമായ *adj* hoarse
പരുഷമായി *adv* harshly, rudely
പരോക്ഷമായ *adj* indirect
പരോക്ഷമായി *adj* implicit
പര്യടനം *n* tour
പര്യവേക്ഷകൻ *n* explorer
പര്യവേക്ഷണം *n* exploration
പര്യവേക്ഷണം ചെയ്യുക *v* explore
പര്യവേഷണം *n* expedition
പര്യാപ്തമായ *adj* enough
പര്യായപദം *n* synonym
പര്യാലോചിക്കുക *v* contemplate; devise
പർവ്വതം *n* mountain
പറക്കുക *v* fly
പറക്കുന്ന ജീവി *n* fly
പറഞ്ഞുമനസ്സിലാക്കുക *v* instill
പറമ്പ് *n* courtyard
പറയാനാവാത്ത *adj* unspeakable
പറയുക *v* say, tell
പറയുന്ന *adj* telling
പറിക്കുക *v* pluck
പറിച്ചുനടുക *v* transplant
പറ്റിപ്പിടിച്ച് കയറുക *v* scramble
പറ്റിപ്പിടിച്ച് കയറുന്ന *adj* scrambled
പൽനിരപ്പൂട്ട് *n* zipper
പലക *n* board
പലകക്കടലാസ് *n* cardboard
പലചരക്ക് കട *n* grocery store
പലചരക്ക് സാധനങ്ങൾ *n* groceries
പലതരം ആഭരണങ്ങൾ *n* jewelry
പലപ്പോഴും *adv* often
പലവക *adj* miscellaneous
പലഹാരം *n* pastry
പലായനം *n* fugitive
പലിശ *n* interest
പലിശ മുതൽ *n* principal
പല്ലി *n* wasp
പല്ലി പോലുള്ള ജീവികൾ *n* lizard
പല്ലുകൾ *n* teeth
പല്ലുവേദന *n* toothache
പല്ലുസംബന്ധിച്ച *adj* dental
പല്ല് *n* tooth
പൾപ്പ് *n* pulp
പളുങ്ക് *n* marble; crystal
പള്ളി *n* church
പഴംചൊല്ല് *n* saying
പഴകിയ *adj* antiquated; moldy; stale
പഴക്കമായ *adj* habitual
പഴച്ചാറ് *n* juice; puree
പഴഞ്ചൻ *adj* old-fashioned
പഴഞ്ചനായ *adj* decrepit
പഴത്തിന്റെ രുചി അല്ലെങ്കിൽ മണം *adj* fruity
പഴയ *adj* old
പഴയപടിയാക്കുക *v* undo
പഴരസം *n* jelly; marmalade

പഴരസക്കുഴമ്പ് *n* jam
പഴുതുകളില്ലാത്ത *adj* foolproof
പഴുത് *n* loophole
പവിത്രമായ *adj* sacred
പവിഴം *n* pearl
പവിഴപ്പുറ്റ് *n* coral
പശ *n* glue
പശിമയുള്ള *adj* sticky
പശു *n* cow
പശുപരിപാലകൻ *n* cowboy
പശ്ചാത്തപിക്കുക *v* repent
പശ്ചാത്തലം *n* background
പശ്ചാത്താപം *n* remorse
പശ്ചാത്താപമുള്ള *adj* remorseful
പാകംവരുത്തുക *v* mellow
പാകമാകുക *v* mature
പാകമായ *adj* ripe
പാകുക *v* pave
പാചകം *n* cooking
പാചകക്കാരൻ *n* chef, cook; butler
പാചകക്കുറിപ്പ് *n* recipe
പാചകപാത്രം *n* saucepan
പാചകപ്പുര *n* pantry
പാടവം *n* proficiency
പാടുക *v* sing
പാട്ട് *n* song
പാഠം *n* lesson
പാഠപുസ്തകം *n* textbook
പാഠ്യപദ്ധതി *n* curriculum
പാഡ് *n* pad
പാത *n* trail; trajectory
പാതി മനസ്സോടെ *adj* half-hearted
പാത്രം *n* bowl, dish, utensil; vessel, container, pail

പാത്രം കഴുകുന്ന യന്ത്രം *n* dishwasher
പാത്രിയാർക്കീസ് *n* patriarch
പാദം *n* foot; quarter
പാദമുദ്ര *n* footstep
പാദരക്ഷ *n* boot
പാദരക്ഷകൾ *n* footwear
പാദാഗ്രമൂന്നി നിൽക്കുക *v* tiptoe
പാൻ കേക്ക് *n* pancake
പാനീയം *n* beverage, drink; liquor
പാനീയങ്ങൾ സൂക്ഷിക്കുന്ന പെട്ടി *n* juice box
പാന്റ്സ് *n* pants
പാപം *n* sin
പാപ്പരായ *adj* bankrupt
പാമ്പ് *n* snake
പായ *n* mat
പായസം *n* stew
പായ് വഞ്ചി *n* sailboat
പാരച്ചൂട്ട് *n* chute
പാരമ്പര്യം *n* tradition
പാരമ്പര്യേതര *adj* unconventional
പാരായണം *n* recital
പാരായണം ചെയ്യുക *v* recite
പാർക്കുക *v* inhabit
പാർപ്പിടം *n* residence
പാർശ്വഫലങ്ങൾ *n* side effect
പാറ *n* rock
പാറ ഖനി *n* mine
പാറക്കെട്ട് *n* reef
പാറ്റ *n* cockroach
പാൽ *n* milk
പാൽ പോലെയുള്ള *adj* milky
പാലം *n* bridge

പാലിക്കുക *v* keep
പാൽക്കട്ടി *n* cheese
പാൽപ്പാട *n* cream
പാളം *n* rail
പാളം തെറ്റിക്കുക *v* derail
പാളയം *n* camp
പാളയമടിക്കുക *v* camp
പാളി *n* layer
പാഴാക്കുക *v* squander, waste
പാഴായ *adj* vain; waste
പാഴായത് *adj* wasteful
പാഴ്വസ്തു *n* lumber
പാവ *n* doll, puppet
പാവാട *n* skirt
പാശ്ചാത്യൻ *adj* westerner
പിടക്കോഴി *n* hen
പിടയ്ക്കുക *v* flicker
പിടി *n* grip, hold
പിടികിട്ടാത്ത *adj* elusive
പിടികൂടുക *v* catch
പിടിക്കുക *v* grab, grip, hold; catch on
പിടിച്ചടക്കുക *v* capture
പിടിച്ചു കയറുക *v* climb
പിടിച്ചു നിറുത്തുക *v* detain
പിടിച്ചുനിൽക്കുക *v* hold back
പിടിച്ചെടുക്കുക *v* impound, seize
പിടിച്ചെടുക്കുന്ന *adj* gripping
പിടിയിൽനിന്നും അകന്നു മാറുക *v* break away
പിടിയുള്ള പാത്രം *n* pitcher
പിണങ്ങുക *v* wring
പിണ്ഡം *n* clot
പിതാവ് *n* dad, father
പിതൃതുല്യമായ *adj* fatherly
പിതൃത്വം *n* fatherhood, paternity
പിത്തരസം *n* bile
പിത്താശയം *n* pancreas
പിൻഗാമി *n* successor
പിൻഭാഗം *n* rear
പിൻമാറുക *v* chicken out
പിൻവലിക്കാനാവാത്ത *adj* irreversible
പിൻവലിക്കുക *v* withdraw, move back, retract
പിൻവലിച്ച *adj* withdrawn
പിൻവാങ്ങൽ *adj* retroactive
പിൻവാങ്ങുക *v* retreat
പിൻതാങ്ങൽ *n* backing
പിന്താങ്ങുക *v* vouch for
പിന്തിരിപ്പിക്കുക *v* discourage, dissuade
പിന്തുടരുക *v* chase, pursue, follow, trace, track
പിന്തുടർന്ന് പോവുക *v* chase away
പിന്തുണ *n* support
പിന്തുണകൊടുക്കുക *v* back up
പിന്തുണക്കാരൻ *n* supporter
പിന്തുണയ്ക്കുക *v* support
പിന്തുണയ്ക്കുന്ന *adj* supportive
പിന്നത്തെ *conj* after
പിന്നൽ *n* braid
പിന്നാക്കമുള്ള *adj* backward
പിന്നിൽ വീഴുക *v* fall behind
പിന്നിലാവുക *v* get behind
പിന്നീടുള്ള *adj* later
പിന്നീട് *adv* afterward, later
പിന്നെ *adv* then
പിന്നോക്കം പോകുക *v* fall back

പിന്നോട്ട് നീങ്ങുക *v* reverse
പിൻഭാഗം *n* back
പിൻമാറുക *v* back away, recede, back
പിൻവാതിൽ *n* backdoor
പിയർപഴം *n* pear
പിയാനോ വായിക്കുന്നയാൾ *n* pianist
പിരമിഡ് *n* pyramid
പിരിച്ചു വിടുക *v* disband
പിരിച്ചുവിടുക *v* disperse, dissolve
പിരിഞ്ഞു *v* split up
പിരിഞ്ഞു പോകുക *v* break up
പിരിമുറുക്കം *n* tension
പിരിമുറുക്കമുള്ള *adj* stressful
പിറുപിറുക്കുക *v* grumble, murmur
പിളർപ്പ് *n* crack, rupture
പിളർക്കുക *v* pierce, slit; splinter
പിളർപ്പ് *n* slit; splinter
പിഴ *n* fine, penalty
പിഴവുള്ള *adj* flawed
പിഴവ് *n* flaw; mistake
പിഴവ് വരുത്തുക *v* mistake
പിഴുതെറിയുക *v* uproot
പിശക് *n* error
പിശുക്കൻ *adj* stingy
പീച്ച് പഴം *n* peach
പീടിക *n* stall
പീഠഭൂമി *n* plateau
പീഡനം *n* harassment
പീഡിപ്പിക്കുക *v* afflict; torture
പീഢനം *n* torture
പീഢിപ്പിക്കുക *v* torment
പീരങ്കി *n* cannon
പുക *n* smoke
പുകക്കുക *v* smoke
പുകക്കുഴൽ *n* chimney
പുകപടലങ്ങൾ *n* fumes
പുകയില *n* tobacco
പുകയ്ക്കുക *v* fumigate
പുച്ഛിക്കുക *v* look down; scorn
പുഞ്ചിരി *n* smile
പുഞ്ചിരിക്കുക *v* smile
പുഡ്ഡിംഗ് *n* pudding
പുണരുക *v* embrace
പുണ്യം *n* virtue
പുതപ്പ് *n* blanket
പുതിയ *adj* new
പുതിയത് *adj* brand new
പുതുക്കുക *v* refresh, renew
പുതുതാക്കുക *v* freshen
പുതുതായി *adv* anew, newly
പുതുമ *n* innovation; novelty
പുതുമുഖം *n* freshman
പുതുമുഖം *adj* rookie
പുത്തനായ *adj* fresh
പുനഃക്രമീകരിക്കുക *v* rearrange
പുനഃപ്രവേശനം *n* reentry
പുനഃസംഘടന *n* reform
പുനഃസംഘടിപ്പിക്കുക *v* reorganize
പുനഃസജ്ജമാക്കുക *v* reset
പുനഃസമാഗമം *n* reunion
പുനഃസൃഷ്ടിക്കുക *v* recreate
പുനഃസ്ഥാപിക്കുക *v* restore
പുനപ്രക്ഷേപണം ചെയ്യുക *v* relay
പുനരധിവസിപ്പിക്കുക *v* rehabilitate
പുനരവലോകനം *n* revision

പ

പുനരാഖ്യാനിക്കുക *v* recap
പുനരാരംഭിക്കുക *v* resume
പുനരാവർത്തനം ചെയ്തത് *adj* recycled
പുനരാവർത്തനം ചെയ്യുക *v* recycle
പുനരാവിഷ്ക്കരണം *n* reenactment
പുനരുജ്ജീവിപ്പിക്കുക *v* rejuvenate, revive
പുനരുപയോഗം ചെയ്യുക *v* reuse
പുനരുൽപാദനം *n* reproduction
പുനരുൽപ്പാദിപ്പിക്കുക *v* reproduce
പുനർനിർമ്മിക്കുക *v* rebuild, reconstruct, remodel
പുനർവിചിന്തനം *v* reconsider
പുനസ്ഥാപിക്കുക *v* relocate
പുരട്ടുക *v* lick; paste
പുരയിടം *n* compound
പുരസ്കാരം *n* award
പുരാതനമായ *adj* ancient, archaic
പുരാതനമായ *n* antique
പുരാവസ്തുശാസ്ത്രം *n* archaeology
പുരികം *n* brow, eyebrow
പുരുഷൻ *n* man, male
പുരുഷൻമാർ *n* men
പുരുഷൻമാർ നീന്തുമ്പോൾ ധരിക്കുന്ന ഷോർട്സ് *n* swim trunks
പുരുഷസംബന്ധമായ *adj* masculine
പുരുഷാരം *n* host
പുരോഗതി *n* advance
പുരോഗമിക്കുക *v* get on; go up
പുരോഹിതൻ *n* clergyman; confessor
പുരോഗതി *n* progress
പുരോഗമനാത്മകം *adj* progressive
പുരോഗമിക്കുക *v* improve, progress
പുരോഹിതൻ *n* pastor, priest
പുറം *n* back
പുറംതള്ളൽ *n* emission
പുറംതള്ളിയ *adj* outcast
പുറംപാളി *n* flap
പുറകിൽ *prep* behind
പുറകിലുള്ള *adj* back, rear
പുറകേ *adv* behind
പുറകോട്ട് *adv* backward
പുറത്താക്കുക *v* fire, expel, oust, banish; dislodge
പുറത്തു നിൽക്കുക *v* stick out
പുറത്തുപോകുക *v* get out
പുറത്തുള്ള *adj* out, exterior, outside
പുറത്തുള്ളവൻ *n* outsider
പുറത്തേക്കുള്ള *adj* outgoing
പുറത്തേക്കുള്ള വഴി *n* way out
പുറത്തേക്ക് ഉന്തിനിൽക്കുക *v* protrude
പുറത്തേക്ക് പോകൽ *n* outing
പുറത്ത് *adv* out, outdoors
പുറത്ത് *prep* outside
പുറത്ത് കടക്കുക *v* log off; step out
പുറത്ത് വിടുന്നത് *n* dispenser
പുറന്തള്ളുക *v* eject

പുറന്തോട് *n* shell
പുറപ്പാട് *n* departure
പുറപ്പെടുക *v* embark
പുറപ്പെടുവിക്കുക *v* emit
പുറപ്പെട്ടു *v* set out
പുറമെ *prep* besides
പുറമെ *adv* off
പുറമേയുള്ള *adj* external
പുൽത്തകിടി *n* lawn
പുൽമൈതാനം *n* meadow, prairie; turf
പുലമ്പുക *v* rave
പുല്ലരിയുക *v* mow
പുല്ലുവെട്ടി യന്ത്രം *n* lawn mower
പുല്ല് *n* grass
പുല്ല് വെട്ടാനുള്ള യന്ത്രം *n* lawnmower
പുളകംകൊള്ളിക്കുക *v* thrill
പുളിച്ച *adj* sour
പുള്ളി *n* speck
പുള്ളികൾ *n* freckle
പുള്ളികളുള്ള *adj* freckled
പുള്ളിപ്പുലി *n* leopard; panther
പുള്ളിയിടുക *v* spot
പുഴു *n* worm
പുഷ്പം *n* flower
പുഷ്പിക്കുക *v* bloom
പുസ്തകം *n* book
പുസ്തകത്താൾ *n* leaf
പുസ്തകപ്പെട്ടി *n* bookcase
പുസ്തകശാല *n* bookstore
പൂച്ച *n* cat
പൂച്ചക്കുട്ടി *n* kitten
പൂച്ചട്ടി *n* flowerpot
പൂജിക്കുക *v* idolize
പൂജ്യം *n* zero
പൂട്ടുക *v* bolt
പൂട്ട് *n* lock; bolt
പൂട്ട് തുറക്കുക *v* unlock
പൂത്തട്ടം *n* vase
പൂന്തോട്ടം *n* garden
പൂന്തോട്ടക്കാരൻ *n* florist
പൂപ്പൽ *n* moss
പൂമുഖം *n* porch
പൂമ്പൊടി *n* pollen
പൂരണം *n* stuffing
പൂരിതമാക്കുക *v* saturate
പൂരിപ്പിക്കൽ *n* filling
പൂരിപ്പിക്കുക *v* fill
പൂർണ്ണമായും വിശ്വസിക്കുക *v* confide
പൂർണ്ണവിരാമം *n* dot
പൂർത്തിയാക്കിയ *adj* complete
പൂർത്തിയാക്കുക *v* complete
പൂർത്തിയായ *adj* finished
പൂർണ്ണത *n* perfection
പൂർണ്ണമായ *adv* fully
പൂർണ്ണമായ *adj* stark
പൂർണ്ണമായും *adv* entirely, totally
പൂർണ്ണവളർച്ചയെത്തിയ *adj* mature
പൂർണ്ണഹൃദയത്തോടെ *adj* wholehearted
പൂർത്തിയാകാത്തത് *adj* unfinished
പൂർത്തിയാക്കുക *v* finish
പൂർത്തിയാവുക *v* run out
പൂർവ്വദർശനം *n* preview
പൂർവ്വികൻ *n* ancestor, predecessor

പൂഴ്ത്തിവെക്കുക *v* hoard
പെട്ടി *n* case, chest, box
പെട്ടിയിലാക്കി അടയ്ക്കുക *v* box
പെട്ടെന്നുള്ള *adj* sudden
പെട്ടെന്നുള്ള ചലനം *n* jerk
പെട്ടെന്നുള്ള തള്ളൽ *n* jolt
പെട്ടെന്നുള്ള വർദ്ധനവ് *n* leap
പെട്ടെന്ന് *adv* abruptly, suddenly
പെട്രോൾ ബങ്ക് *n* gas station
പെട്രോൾ *n* gasoline
പെൺകുട്ടി *n* girl
പെൺകുതിര *n* mare
പെൻഗ്വിൻ *n* penguin
പെൻഷൻ *n* pension
പെൻസിൽ *n* pencil
പെൻസിലിന്റെ മുന *n* lead
പെയിന്റ് ചെയ്യൽ *n* painting
പെയിന്റ് ചെയ്യുന്നയാൾ *n* painter
പെയ്യുക *v* come down
പെരുകുക *v* outnumber
പെരുക്കുക *v* multiply
പെരുപ്പം *n* multitude
പെരുമാറുക *v* treat
പെരുമാറ്റം *n* behavior
പെരുമ്പറ *n* drum
പെരുമ്പാമ്പ് *n* python
പെരുവിരൽ *n* thumb
പൊക്കിൾ *n* belly button
പൊങ്ങച്ചം പറയുക *v* boast
പൊങ്ങ് *n* buoy
പൊടിനിറഞ്ഞ *adj* dusty
പൊടിയാക്കുക *v* crumble
പൊട്ടി ചെറുകഷണങ്ങളാവുക *v* come apart
പൊട്ടിക്കുക *v* crack
പൊട്ടിത്തെറിക്കുക *v* detonate
പൊട്ടിത്തെറിക്കുന്ന വസ്തു *n* detonator
പൊട്ടിപ്പുറപ്പെടൽ *n* eruption
പൊതു ശയനമുറി *n* dormitory
പൊതുജനങ്ങൾ *n* estate
പൊതുധാരണ *n* concept
പൊതുവായ *adj* common
പൊതുസമ്മതം *n* consensus
പൊത്ത് *n* burrow
പൊന്തിനില്ക്കുന്ന *v* emboss
പൊരിക്കുക *v* bake
പൊരുത്തം *n* compatibility; consistency
പൊരുത്തത്തോടെ *adv* consistently
പൊരുത്തമില്ലാത്ത *adj* incompatible
പൊരുത്തമുള്ള *adj* compatible, congenial
പൊളിച്ചു മാറ്റുക *v* dismantle
പൊള്ളയായ *adj* hollow
പേ വിഷബാധ *n* rabies
പേടകം *n* bin; ark; casket
പേടിക്കുക *v* dread
പേടിച്ച *adj* scared
പേടിപ്പിക്കുന്ന *adj* hideous
പേൻ *n* lice
പേന *n* pen
പേപ്പർ *n* mill
പേരക്കുട്ടി *n* grandchild, grandson
പേരിടുക *v* name
പേരിന്റെ ആദ്യഭാഗം *n* first name

പേരിലെ അവസാന ഭാഗം *n* last name
പേരുവിവരപ്പട്ടിക *n* directory
പേര് *n* name
പേഴ്സ് *n* purse
പേശി *n* muscle
പോരാടുക *v* combat
പോലീസ് ഓഫീസർ *n* cop
പൈജാമ *n* pajamas
പൈതൃകം *n* heritage, legacy
പൈൻ വൃക്ഷം *n* pine
പൈലറ്റ് ഇരിക്കുന്ന മുറി *n* cockpit
പൈശാചികകൃത്യം *n* atrocity
പൈസ *n* dime
പൊങ്ങച്ച പ്രകടനാത്മകം *adj* ostentatious
പൊങ്ങച്ചം *n* snob; vanity
പൊങ്ങിക്കിടക്കുക *v* float
പൊങ്ങിക്കിടക്കുന്ന *adv* afloat
പൊടി *n* dust, powder
പൊടി തുടയ്ക്കുന്ന തുണി *n* duster
പൊടിക്കുക *v* pound, grind, pulverize
പൊട്ടൻ *n* idiot
പൊട്ടാത്ത *adj* unbroken
പൊട്ടിക്കുക *v* rupture, blow up
പൊട്ടിത്തെറിക്കുക *v* burst, explode, erupt
പൊട്ടിപ്പുറപ്പെടുക *v* break out, outbreak
പൊട്ടുന്ന *adj* jagged, crisp
പൊതി *n* pack, packet; wrapper
പൊതി അഴിക്കുക *v* unpack
പൊതിക്കെട്ട് *n* package
പൊതിഞ്ഞ *adj* packed
പൊതിഞ്ഞത് *adj* padded
പൊതിയഴിക്കുക *v* unwrap
പൊതിയുക *v* insulate, wrap, pack; muffle
പൊതിയുന്ന വസ്തുക്കൾ *n* wrapping
പൊതുജനം *n* public
പൊതുവായ *adj* general, public
പൊതുവായി *adv* publicly
പൊന്തുന്ന *adj* bouncy
പൊയ്ക *n* lagoon
പൊരിച്ചറൊട്ടി *n* toast
പൊരുത്തക്കേട് *n* incompatibility
പൊരുത്തപ്പെടാത്തത് *n* misfit
പൊരുത്തപ്പെടാൻ കഴിയുന്ന *adj* adaptable
പൊരുത്തപ്പെടുത്തൽ *n* adaptation
പൊരുത്തപ്പെടുത്തുക *v* adapt
പൊരുത്തമില്ലാത്ത *adj* incoherent
പൊറുക്കാനാവാത്ത *adj* inexcusable
പൊറുക്കാവുന്ന *adj* forgivable
പൊറുക്കുക *v* forgive
പൊളിഞ്ഞുവീഴുക *v* collapse
പൊള്ളയായ *adj* gory
പൊള്ളിക്കുക *v* scald
പൊള്ളുക *v* scorch
പോംവഴി കാണുക *v* unravel
പോക്കറ്റടിക്കാരൻ *n* pickpocket
പോണി *n* pony
പോപ്‌കോൺ *n* popcorn

പോരാട്ടുക *v* struggle
പോരായ്മ *n* shortcoming
പോരായ്മ പരിഹരിക്കുക *n* makeup
പോരാളി *n* fighter
പോറൽ *n* scratch
പോറ്റമ്മ *n* nurse
പോലീസ് *n* police
പോലീസ് അധികാരി *n* sheriff
പോലീസ് ഉദ്യോഗസ്ഥൻ *n* police officer
പോലും *adv* even
പോലെ *adv* as
പോലെയുള്ള *adj* like
പോവുക *v* go
പോഷകക്കുറവ് *n* malnutrition
പോഷകസംബന്ധമായ *adj* nutritious
പോഷണം *n* nourishment, nutrition
പോഷിപ്പിക്കുക *v* nourish
പോസ്റ്റ് കാർഡ് *n* postcard
പ്രകടനം *n* demo; expression
പ്രകടമായത് *adj* evident
പ്രകടിപ്പിക്കുക *v* demonstrate; express
പ്രകാരം *prep* by
പ്രകാശം *n* light
പ്രകാശനം *n* lighting; release
പ്രകാശമില്ലാത്ത *adj* dim
പ്രകാശമുള്ള *adj* light
പ്രകാശിക്കുക *v* glitter
പ്രകാശിക്കുന്ന *adj* luminous
പ്രകാശിപ്പിക്കുക *v* light, lighten, illuminate
പ്രകൃതം *n* nature
പ്രകൃതി *n* nature
പ്രകൃതിദത്തമായ *adj* natural
പ്രകൃതിദത്തമായി *adv* naturally
പ്രകൃതിദൃശ്യം *n* landscape
പ്രകൃതിദൃശ്യം *n* sightseeing
പ്രകൃതിദൃശ്യങ്ങൾ *n* scenery
പ്രകൃതിരമണീയമായ *adj* scenic
പ്രകോപിപ്പിക്കുക *v* provoke, exasperate
പ്രക്രിയ *n* process
പ്രക്ഷുബ്ധത *n* turbulence
പ്രക്ഷുബ്ധമായ *adj* tumultuous
പ്രക്ഷേപണം *n* broadcast
പ്രക്ഷേപണം ചെയ്യുക *v* broadcast
പ്രക്ഷേപണം ചെയ്യുന്ന ആൾ *n* broadcaster
പ്രക്ഷോഭം *n* upheaval, uprising
പ്രക്ഷോഭമുണ്ടാക്കുക *v* revolt
പ്രഖ്യാപനം *n* announcement, declaration, proclamation
പ്രഖ്യാപിക്കുക *v* announce, declare
പ്രചരിപ്പിക്കുക *v* circulate, disseminate, diffuse
പ്രചാരം *n* circulation; publicity
പ്രചാരണം *n* propaganda
പ്രചാരണപ്രവർത്തനം നടത്തുക *v* campaign
പ്രചാരത്തിലുള്ള *adj* prevalent
പ്രചോദനം *n* motive
പ്രച്ഛന്നവേഷം *n* camouflage
പ്രണയം *n* romance
പ്രണയാർദ്രമായ *adj* romantic

പ്രണയിനി *n* sweetheart
പ്രതാപകാലം *n* heyday
പ്രതികരണം *n* feedback, reaction, response
പ്രതികരിക്കുക *v* react, respond
പ്രതികരിക്കുന്ന *adj* responsive
പ്രതികാരം *n* reprisal, revenge, vengeance
പ്രതികാരപരമായ *adj* vindictive
പ്രതികൂലമായ *adj* adverse; cross
പ്രതികൂലാവസ്ഥ *n* adversity
പ്രതികൂലിക്കുക *v* disapprove
പ്രതിജ്ഞ *n* oath, pledge
പ്രതിജ്ഞയെടുക്കുക *v* pledge
പ്രതിധ്വനി *n* echo
പ്രതിനായകൻ *n* villain
പ്രതിനിധി *n* delegate, representative
പ്രതിനിധിത്വം *n* agency
പ്രതിനിധിസംഘം *n* delegation
പ്രതിനിധീകരിക്കുന്നു *v* represent
പ്രതിപക്ഷം *n* opposition
പ്രതിഫലം *n* prize, reward, return; gratuity
പ്രതിഫലദായകമായ *adj* rewarding
പ്രതിഫലനം *n* reflection
പ്രതിഫലിപ്പിക്കുക *v* reflect
പ്രതിബദ്ധത *n* commitment
പ്രതിബന്ധം *n* difficulty
പ്രതിഭ *n* genius; talent
പ്രതിഭാസം *n* phenomenon
പ്രതിമ *n* statue
പ്രതിരൂപം *n* counterpart
പ്രതിരോധം *n* defense
പ്രതിരോധനിര *n* barricade
പ്രതിരോധശക്തിയുള്ള *adj* immune
പ്രതിരോധിക്കുക *v* defend
പ്രതിരോധ കുത്തിവയ്പ്പ് *v* immunize
പ്രതിരോധം *n* resistance
പ്രതിരോധശേഷി *n* immunity
പ്രതിരോധശേഷിയുള്ള *adj* resilient
പ്രതിരോധാത്മക *adj* preventive
പ്രതിരോധിക്കുക *v* fend, shield
പ്രതിവാദം *n* plea
പ്രതിവാരം *adv* weekly
പ്രതിവിധി *n* remedy
പ്രതിശതം *n* percent
പ്രതിശ്രുത വരൻ *n* fiancé
പ്രതിഷ്ഠിക്കൽ *n* installation
പ്രതിഷ്ഠിക്കുക *v* install; pose
പ്രതിസന്ധി മാറ്റുക *v* defuse
പ്രതീകപ്പെടുത്തുക *v* symbolize
പ്രതീകാത്മകമായ *adv* expressly
പ്രതീകാത്മകമായ *adj* symbolic
പ്രതീക്ഷ *n* anticipation, expectation
പ്രതീക്ഷയോടെ *adv* hopefully
പ്രതീക്ഷിക്കുക *v* anticipate, expect; look for
പ്രതീക്ഷിതം *n* expectancy
പ്രത്യക്ഷത്തിൽ *adv* evidently
പ്രത്യക്ഷപ്പെടുക *v* appear, turn up; peer; pop
പ്രത്യക്ഷമായ *adj* apparent; direct
പ്രത്യക്ഷമായി *adv* apparently

പ്രത്യയശാസ്ത്രം n ideology
പ്രത്യാശ n hope, prospect
പ്രത്യാശയുള്ള adj hopeful
പ്രത്യാശിക്കുക v hope
പ്രത്യേക ആനുകൂല്യമുള്ള adj privileged
പ്രത്യേകം adv separately
പ്രത്യേകം adj special
പ്രത്യേകം എടുത്തുകാട്ടുക v feature
പ്രത്യേകം പ്രത്യേകം pron each
പ്രത്യേകത n specialty
പ്രത്യേകമായ adj distinct, particular
പ്രത്യേകമായ adv especially
പ്രത്യേകമായി adv particularly, specially, specifically; alone
പ്രത്യേകാധികാരം n prerogative
പ്രത്യേകാനുകൂല്യം n privilege
പ്രത്യേകിച്ചും adv chiefly
പ്രഥമപ്രദർശനം n debut
പ്രദക്ഷിണം n procession
പ്രദർശനം n demonstration
പ്രദർശിപ്പിക്കുക v display
പ്രദർശന സ്ക്രീൻ n projector screen
പ്രദർശനം n display, exhibition, show
പ്രദർശിപ്പിക്കുക v exhibit, screen
പ്രദേശം n area, region, territory
പ്രധാന അദ്ധ്യാപകൻ n principal
പ്രധാന ഉപദേശകൻ n dean
പ്രധാന കാര്യാലയം n main office

പ്രധാനപള്ളി n cathedral
പ്രധാനപ്പെട്ട adj primary
പ്രധാനമായ adj main, major, premier, prominent
പ്രധാനമായി adv mainly, primarily
പ്രധാനമായും adv mostly
പ്രധാനി adj principal
പ്രധാനോൽപന്നം n staple
പ്രപഞ്ചം n universe
പ്രപഞ്ചസംബന്ധിയായ adj cosmic
പ്രബന്ധം n thesis
പ്രബലമായ adj dominant; potent; paramount
പ്രബുദ്ധമാക്കുക v enlighten
പ്രബുദ്ധമായ adj cultural
പ്രഭാതം n dawn, morning
പ്രഭാതഭക്ഷണം n breakfast
പ്രഭാഷകൻ n lecturer
പ്രഭാഷണം n lecture
പ്രഭു n knight
പ്രമാണം n document
പ്രമാണപത്രം n charter
പ്രമാണീകരണം n documentation
പ്രമുഖം adv first
പ്രമുഖം n highlight
പ്രമുഖമാക്കിക്കാട്ടുക v highlight
പ്രമേയം n resolution; theme
പ്രമേഹ രോഗമുള്ള adj diabetic
പ്രമേഹം n diabetes
പ്രയാസകരമായ adj strenuous
പ്രയാസപ്പെട്ട് adv hardly
പ്രയാസമുള്ള adj difficult

പ്രയോജനകരമായ *adj* beneficial
പ്രയോജനമുള്ള *adj* effective
പ്രയോഗം *v* wield
പ്രലോഭനം *n* enticement, temptation
പ്രലോഭിപ്പിക്കുക *v* tempt
പ്രലോഭിപ്പിക്കുന്ന *adj* tempting
പ്രവചനം *n* prediction
പ്രവചനാതീതമായ *adj* unpredictable
പ്രവചനീയം *adj* predictable
പ്രവചിക്കുക *v* forecast, foretell, predict
പ്രവണത *n* trend, leaning, propensity, tendency; practice
പ്രവണതയുണ്ടാകുക *v* tend
പ്രവണതയുള്ള *adj* inclined
പ്രവർത്തനം *n* action
പ്രവർത്തനം നിലയ്ക്കൽ *n* breakdown
പ്രവർത്തിക്കുക *v* act
പ്രവർത്തനം *n* activity, function
പ്രവർത്തനക്ഷമമായ *adj* workable
പ്രവർത്തനക്ഷയം *n* malfunction
പ്രവർത്തിക്കുക *v* function; work out
പ്രവർത്തിപ്പിക്കുക *v* operate
പ്രവഹിപ്പിക്കുക *v* conduct
പ്രവാസി *n* emigrant
പ്രവിശ്യ *n* province
പ്രവൃത്തി *n* act
പ്രവൃത്തിദിനം *n* weekday
പ്രവേഗം *n* velocity
പ്രവേശന കവാടം *n* doorway
പ്രവേശനം *n* entry, access, admission, admittance, entrance
പ്രവേശനകവാടം *n* gate
പ്രവേശിക്കുക *v* log in
പ്രവേശിക്കുന്നതിനുള്ള സാങ്കേതിക പദം *n* password
പ്രവേശിപ്പിക്കുക *v* let in
പ്രശംസ *n* praise, adulation
പ്രശംസനീയമായ *adj* praiseworthy
പ്രശംസികുക *v* acclaim
പ്രശംസിക്കുക *v* praise
പ്രശസ്തമായ *adj* famous, renowned
പ്രശസ്‌തമായി *adv* best
പ്രശസ്തി *n* fame
പ്രശാന്തമായ *adj* peaceful, placid
പ്രശ്നം *n* issue, problem
പ്രസംഗം *n* address, sermon, speech
പ്രസംഗിക്കുക *v* lecture, preach
പ്രസക്തമായ *adj* pertinent, relevant
പ്രസക്തി *n* relevance
പ്രസന്നതയില്ലാത്ത *adj* somber
പ്രസന്നമായ *adj* fair; bright; pleasant
പ്രസവം *n* maternity
പ്രസാധകൻ *n* publisher
പ്രസിദ്ധൻ *n* celebrity
പ്രസിദ്ധമായ *adj* illustrious
പ്രസിദ്ധീകരണം *n* journal, publication
പ്രസിദ്ധീകരിക്കൽ *n* issue

പ്രസിദ്ധീകരിക്കുക *v* issue, publish
പ്രസ്താവന *n* proposition; statement
പ്രസ്താവിക്കുക *v* state
പ്രസ്തുത *a* the
പ്രസ്തുത വ്യക്തി *pron* who
പ്രസ്ഥാനം *n* movement
പ്രഹരം *n* beating
പ്രഹരിക്കുക *v* hit, ram
പ്രഹസനം *n* farce
പ്രഹേളിക *n* puzzle
പ്രാണവായു *n* oxygen
പ്രാണിക്കൂട്ടം *n* swarm
പ്രാണേതാക്കളുടെ ദിനം *n* Valentine’s Day
പ്രാതലിനും ഊണിനും ഇടയ്ക്കുള്ള ഭക്ഷണം *n* brunch
പ്രാതിനിധ്യം *n* representation
പ്രാഥമിക വിദ്യാലയം *n* elementary school
പ്രാഥമികമായ *adj* elementary; preliminary
പ്രാദേശിക *adj* regional
പ്രാദേശികമായ *adj* local
പ്രാധാന്യം *n* importance, significance
പ്രാധാന്യമുള്ളതാകുക *v* matter
പ്രാന്തപ്രദേശം *n* suburb
പ്രാപ്തമാക്കുക *v* enable
പ്രാപ്തി *n* capacity; reach
പ്രാപ്തിയുള്ള *adj* capable, competent
പ്രാപ്യമായ *adj* accessible, attainable
പ്രാബല്യമില്ലാത്ത *adj* invalid
പ്രാമാണീകരിക്കുക *v* authenticate
പ്രാമാണ്യം *n* authenticity
പ്രായം *n* age
പ്രായപൂർത്തി *n* adulthood
പ്രായപൂർത്തിയാകാത്ത *n* minor
പ്രായപൂർത്തിയാകാത്ത *adj* underage
പ്രായമായ *adj* elderly
പ്രായശ്ചിത്തം *n* fine, penalty; atonement
പ്രായശ്ചിത്തം നൽകുക *v* recompense
പ്രായാതീത ബുദ്ധിയുള്ള *adj* precocious
പ്രായോഗിക പരിശീലനം ചെയ്യുക *v* intern
പ്രായോഗികജ്ഞാനം *n* know-how
പ്രായോഗികമായ *adj* practical
പ്രായോജകർ *n* sponsor
പ്രാരംഭമായി *adv* originally
പ്രാർത്ഥന *n* prayer
പ്രാർത്ഥിക്കുക *v* pray
പ്രാവീണ്യനാകുക *v* specialize
പ്രാവ് *n* dove; pigeon
പ്രാസം *n* rhyme
പ്രിയമുള്ള *adj* beloved
പ്രീതിപാത്രം *n* favorite
പ്രേതം *n* ghost
പ്രേമസംഗീതം *n* serenade
പ്രേരകമാകുന്ന *adj* persuasive
പ്രേരകമായ *adj* instrumental

പ

പ്രേരണ *n* incitement, inspiration, motivation, persuasion; impulse; leverage
പ്രേരിപ്പിക്കുക *v* incite, induce, inspire, motivate, persuade, trigger, urge
പ്രോത്സാഹിപ്പിക്കുക *v* encourage
പ്രോത്സാഹനം *n* incentive
പ്രോത്സാഹിപ്പിക്കുക *v* promote
പ്രോത്സാഹിപ്പിക്കുന്ന *adj* encouraging
പ്ലം പഴം *n* plum
പ്ലഗ്ഗ് ഊരുക *v* unplug
പ്ലാസ്റ്റിക് *n* plastic

ഫ

ഫണ്ടുകൾ *n* funds
ഫയൽ *n* file
ഫയൽ *n* folder
ഫലം *n* fruit; effect, result
ഫലം കുറയ്ക്കുക *v* slacken
ഫലകം *n* panel; plate
ഫലത്തിൽ അങ്ങനെയായ *adj* virtual
ഫലപുഷ്ടി *n* fertility
ഫലപ്രദമല്ലാത്ത *adj* ineffective
ഫലപ്രദമായ *adj* fruitful; lucrative
ഫലപ്രാപ്തി *n* effectiveness
ഫലഭൂയിഷ്ഠമായ *adj* fertile
ഫലിതം *n* joke
ഫാഷൻ *n* fashion
ഫാസ്റ്റ് ഫുഡ് *n* fast food
ഫീസ് *n* fee

ഫുട്ബാൾ കളിയുടെ ആരംഭം *n* kickoff
ഫുട്ബോൾ *n* football; soccer
ഫൂൽക്കാരം *n* puff
ഫെഡറൽ *adj* federal
ഫെബ്രുവരി *n* February
ഫോക്കസ് ചെയ്യുക *v* focus
ഫോട്ടോ *n* photo
ഫോട്ടോ എടുക്കുക *v* photograph
ഫോട്ടോ എടുക്കുന്നയാൾ *n* photographer
ഫോട്ടോകോപ്പി എടുക്കുന്നയാൾ *n* photocopier
ഫോൺ *n* phone
ഫോൺ ചെയ്യുക *v* phone
ഫോണുമായി ബന്ധപ്പെട്ട *adj* phony
ഫോർക്ക് *n* cutlery
ഫോർമാറ്റ് *n* format
ഫ്ലാഷ് ഡ്രൈവ് *n* flash drive
ഫ്ലാഷ് ലൈറ്റ് *n* flashlight

ബ

ബൗൺസ് *v* bounce
ബജറ്റ് *n* budget
ബട്ടൺ അഴിക്കുക *v* unbutton
ബട്ടൺ *n* button
ബട്ടനിടാനുള്ള ദ്വാരം *n* buttonhole
ബൺ *n* bun
ബദൽ *n* alternative
ബദാം *n* almond
ബദ്ധപ്പെട്ട് *adv* swiftly
ബധിരനായ *adj* deaf
ബന്ദി *n* hostage

ബന്ധം *n* relation, affiliation, rapport, regard; attachment, link
ബന്ധനം *n* tie
ബന്ധപ്പെടുക *v* contact
ബന്ധപ്പെടുത്തുക *v* relate
ബന്ധപ്പെട്ട *adj* related
ബന്ധമില്ലാത്ത *adj* unrelated
ബന്ധമുള്ള *adj* relative
ബന്ധിക്കുക *v* bind; chain
ബന്ധിക്കുന്ന *adj* binding
ബന്ധിപ്പിക്കുക *v* link
ബന്ധു *n* relative
ബന്ധുത്വം *n* relationship
ബബിൾ ഗം *n* bubble gum
ബമ്പർ *n* bumper
ബർഗർ *n* burger
ബലം പ്രയോഗിക്കുക *v* force
ബലം പ്രയോഗിച്ച് തുറക്കുക *v* break open
ബലപ്പെടുത്തലുകൾ *n* reinforcements
ബലപ്പെടുത്തുക *v* fortify, intensify
ബലപ്രയോഗം *n* coercion
ബലഹീനത *n* frailty, weakness
ബലഹീനമായ *adj* breakable
ബലിയാടാക്കുക *v* victimize
ബലിയാട് *n* scapegoat
ബലൂൺ *n* balloon
ബൾബ് *n* bulb, light bulb
ബസ് *n* bus
ബസ് കാത്തിരിപ്പ് കേന്ദ്രം *n* bus station
ബസ് നിർത്തുന്ന സ്ഥലം *n* bus stop
ബസ്സർ *n* buzzer
ബഹളം *n* fuss; tumult
ബഹളം കൂട്ടുന്ന *adj* fussy
ബഹളം വെക്കുക *v* fuss
ബഹളമുണ്ടാക്കുന്ന *adj* boisterous
ബഹിരാകാശ കപ്പൽ *n* spaceship
ബഹിർമ്മുഖനായ *adj* extroverted
ബഹിർഭാഗം *n* outside
ബഹിഷ്കരണം *n* dismissal, expulsion
ബഹിഷ്കരിക്കുക *v* dismiss; boycott
ബഹുദൂരം *adv* far
ബഹുമാനം *n* respect, reverence, honor
ബഹുമാനിക്കുക *v* esteem, respect
ബഹുമുഖമായ *adj* versatile
ബഹുവചനം *n* plural
ബഹുശാഖദീപം *n* chandelier
ബാക്കി *n* remainder
ബാക്സ് ഓഫീസ് *n* box office
ബാങ്കിൽ പണം കൊടുക്കുകയും സ്വീകരിക്കുകയും ചെയ്യുന്നയാൾ *n* teller
ബാങ്ക് *n* bank
ബാങ്ക് അക്കൗണ്ട് *n* bank account
ബാങ്ക് നോട്ട് *n* bill
ബാദ്ധ്യത *n* liability
ബാദ്ധ്യതയായി *adj* due
ബാദ്ധ്യതയുള്ള *adj* obligated

ബാദ്ധ്യസ്ഥനായ *adj* obliged
ബാദ്ധ്യസ്ഥമാകുക *v* obligate
ബാദ്ധ്യസ്ഥമായ *adj* liable
ബാധകമായ *adj* applicable
ബാധിക്കുക *v* affect
ബാർലി *n* barley
ബാർ കോഡ് *n* barcode
ബാർബിക്യൂ *n* barbecue
ബാർബിക്യൂ സോസ് *n* barbecue sauce
ബാറ്ററി *n* battery
ബാറ്റ് *n* bat
ബാൽക്കണി *n* balcony
ബാലിക *n* maiden
ബാലിശമായ *adj* childish
ബാലെ നർത്തകി *n* ballerina
ബാലെ നൃത്തം *n* ballet
ബാല്യം *n* boyhood
ബാഷ്പീകരിക്കുക *v* evaporate
ബാസ് *adj* bass
ബാസ്ക്കറ്റ് ബോൾ *n* basketball
ബാഹ്യഭാഗം *n* crust
ബാഹ്യമായിട്ടുള്ള *adv* outside
ബാഹ്യരൂപം *n* framework
ബാഹ്യരേഖ *n* trace; contour
ബാഹ്യാകാശയാത്രികൻ *n* astronaut
ബിംബം *n* icon
ബിന്ദു *n* point
ബിയർ *n* beer
ബിരുദം *n* graduation; degree
ബിരുദധാരി *v* graduate
ബിരുദപത്രം *n* diploma
ബിൽബോർഡ് *n* billboard
ബിൽ *n* bill
ബില്യാർഡ്സ് *n* billiards
ബിസ്കറ്റ് *n* biscuit
ബീജം *n* sperm
ബീജ് *n* beige
ബീഭത്സമായ *adj* grisly
ബീറ്റ്റൂട്ട് *n* beetroot
ബീവർ *n* beaver
ബുക്ക് ചെയ്യുക *v* book
ബുക്ക് റിപ്പോർട്ട് *n* book report
ബുദ്ധമതം *n* Buddhism
ബുദ്ധമതവിശ്വാസി *n* Buddhist
ബുദ്ധി *n* wit
ബുദ്ധിഭ്രമം *n* lunacy
ബുദ്ധിമുട്ടുക *v* strain
ബുദ്ധിമുട്ട് *n* hardship, strain
ബുദ്ധിയുള്ള *adj* clever
ബുദ്ധിസാമർത്ഥ്യം *n* intelligence
ബുദ്ധിസാമർത്ഥ്യത്തോടെ *adv* intelligently
ബുദ്ധിസാമർത്ഥ്യമുള്ള *adj* intelligent
ബുധനാഴ്ച *n* Wednesday
ബുഫേ *n* buffet
ബുൾഡോസർ *n* bulldozer
ബൃഹത്തായ *adj* big; grand
ബെഞ്ച് *n* bench
ബെറി *n* berry
ബേക്കറി *n* bakery
ബേസ്ബോൾ *n* baseball
ബേസ്ബോൾ ക്യാപ്പ് *n* baseball cap
ബോംബാക്രമണത്തിൽ നിന്ന് രക്ഷപ്പെടാനുള്ള നിലവറ *n* bunker
ബോംബിടുക *v* bomb

ബ

ബോംബ് *n* bomb
ബോദ്ധ്യപ്പെടുത്തുന്ന *adj* convincing; demonstrative
ബോദ്ധ്യപ്പെട്ട *adj* convinced
ബോധം *n* consciousness
ബോധക്ഷയം *n* coma
ബോധമുള്ള *adj* aware, conscious
ബോധിപ്പിക്കുക *v* file
ബൈബിൾ സംബന്ധിയായ *adj* biblical
ബൈറ്റ് *n* byte
ബോംബ് *n* mine
ബോദ്ധ്യപ്പെടുത്തുക *v* convince
ബോധം കെട്ടുക *v* pass out
ബോധോദയം *n* intuition
ബോധ്യപ്പെടാത്തത് *adj* unconvinced
ബോധ്യമില്ലാത്ത *adj* unaware
ബോർഡ് *n* board
ബോർഡ് ഗെയിം *n* board game
ബ്രൗസർ *n* browser
ബ്രാഞ്ച് ഓഫീസ് *n* branch office
ബ്രാൻഡ് *n* brand
ബ്രായ്ക്കറ്റ് *n* bracket
ബ്രാറ്റ് *n* brat
ബ്രിട്ടനിലെ നാണയം *n* pound
ബ്രിട്ടീഷ് നാണയം *n* penny
ബ്രീഫ്കേസ് *n* briefcase
ബ്രേക്ക് *n* brake
ബ്രൊക്കോളി *n* broccoli
ബ്ലൂ ബെറി *n* blueberry
ബ്ലോഗർ *n* blogger
ബ്ലോഗ് *n* blog

ബ

ഭ

ഭൗതികവാദം *n* materialism
ഭൗതികശാസ്ത്രം *n* physics
ഭൗമ *adj* terrestrial
ഭംഗിയായി *adv* nicely
ഭംഗിയുള്ള *adj* lovely, pretty
ഭക്തി *n* devotion
ഭക്ഷണ പദാർത്ഥം *v* dunk
ഭക്ഷണ പാത്രം *n* lunch box
ഭക്ഷണ വസ്തുക്കളുടെമേൽ കൂട്ട് പുരട്ടുക *v* marinate
ഭക്ഷണ ശകലങ്ങൾ *adv* piecemeal
ഭക്ഷണം *n* food
ഭക്ഷണം കഴിക്കുന്നയാൾ *n* diner
ഭക്ഷണമുറി *n* dining room
ഭക്ഷണശാല *n* cafeteria, canteen, restaurant, tavern
ഭക്ഷ്യധാന്യം *n* cereal
ഭക്ഷ്യയോഗ്യമായ *adj* edible
ഭക്ഷ്യയോഗ്യമായ ഒരുതരം ഇല *n* parsley
ഭഞ്ജിക്കുക *v* disrupt
ഭദ്രം *n* safe
ഭയം *n* fear, fright, horror, dismay
ഭയങ്കരം *adj* terrible
ഭയങ്കരമായ *adj* horrendous, awful; ferocious
ഭയപ്പെടുക *v* fear
ഭയപ്പെടുത്തി ഉപദ്രവിക്കുക *v* bulldoze

ഭയപ്പെടുത്തുക *v* frighten, scare, terrify, terrorize, horrify, scare away
ഭയപ്പെടുത്തുന്ന *adj* alarming, frightening, terrifying
ഭയമില്ലാത്ത *adj* fearless, intrepid
ഭയമുള്ള *adj* afraid
ഭയലേശമില്ലാത്ത *adj* courageous
ഭയാനകമായ *adj* appalling, dreadful, fearful, horrible, horrific, eerie, ghastly, gruesome
ഭയാവഹം *adj* awesome
ഭയാവഹമായ *adj* formidable
ഭരണ വകുപ്പ് *n* department
ഭരണം *n* administration, regime; reign, rule
ഭരണം നടത്തുക *v* administer
ഭരണഘടന *n* constitution
ഭരണപരമായി *adj* administrative
ഭരണാധികാരി *n* ruler
ഭരണി *n* jar
ഭരിക്കുക *v* govern, reign, rule
ഭർതൃമാതാവ് *n* mother-in-law
ഭർത്താവിന്റെ അല്ലെങ്കിൽ ഭാര്യയുടെ മുൻജീവിതപങ്കാളിയുടെ പുത്രൻ *n* stepson
ഭർത്താവിന്റെ അല്ലെങ്കിൽ ഭാര്യയുടെ മുൻജീവിതപങ്കാളിയുടെ പുത്രി *n* stepdaughter
ഭർത്താവ് *n* husband
ഭവനഭേദനം *n* burglary
ഭവനരഹിതർ *adj* homeless
ഭാഗം *n* part, portion
ഭാഗധേയം *n* lot
ഭാഗികമായ *adj* partial
ഭാഗികമായി *adv* partially, partly
ഭാഗ്യം *n* fortune, luck
ഭാഗ്യക്കുറി *n* lottery
ഭാഗ്യമുള്ള *adj* lucky, fortunate
ഭാഗ്യവസ്തു *n* mascot
ഭാണ്ഡം *n* parcel
ഭാരം *n* burden, weight, heaviness
ഭാരം കുറഞ്ഞ *adj* light
ഭാരം കുറയ്ക്കുക *v* lighten
ഭാരം ചുമത്തുക *v* charge
ഭാരം തൂക്കുക *v* weigh
ഭാരക്കുറവ് *n* lightweight
ഭാരക്കുറവ് *adj* underweight
ഭാരമുള്ള *adj* heavy
ഭാരവാഹി *n* executive
ഭാര്യ *n* wife
ഭാര്യാപിതാവ് *n* father-in-law
ഭാര്യാമാതാവ് *n* mother-in-law
ഭാര്യാസഹോദരൻ *n* brother-in-law
ഭാവം *n* pose, look
ഭാവന *n* imagination
ഭാവരഹിതമായ *adj* frigid
ഭാവി *n* future; tomorrow
ഭാവിക്കുക *v* feign, pretend, pose
ഭാവിയുള്ള *n* scope
ഭാവിസംഭവ സൂചന നൽകുക *v* foreshadow
ഭാഷ *n* language
ഭാഷാപ്രയോഗം *n* idiom
ഭിക്ഷക്കാരൻ *n* beggar
ഭിന്നത *n* division

ഭീകരത *n* terror
ഭീകരസംഘാംഗം *n* gangster
ഭീതിജനകമായ *adj* terrific
ഭീതിദമാണ് *adj* scary
ഭീമൻ *n* giant
ഭീമാകാരമായ *adj* colossal, gigantic, giant
ഭീമാകാരമായ കടൽത്തിരമാല *n* tidal wave
ഭീരു *n* coward, wimp
ഭീരു *adj* timid
ഭീരുത്വമുള്ള *adj* frightened
ഭീഷണി *n* blackmail; threat
ഭീഷണിപ്പെടുത്തുക *v* coerce, threaten; appall
ഭൂകമ്പം *n* earthquake
ഭൂഖണ്ഡം *n* continent
ഭൂഖണ്ഡപരമായ *adj* continental
ഭൂഗർഭശാസ്ത്രം *n* geology
ഭൂഗർഭ *adj* underground
ഭൂഗോളം *n* globe
ഭൂതം *n* phantom
ഭൂതകാലം *n* past
ഭൂതത്തെപോലെ ഭയമുണ്ടാക്കുന്നത് *adj* spooky
ഭൂപടം *n* map
ഭൂപ്രദേശം *n* terrain
ഭൂമധ്യരേഖ *n* equator
ഭൂമി *n* Earth
ഭൂമി അളക്കുക *v* survey
ഭൂമി അളന്ന് തിട്ടപ്പെടുത്തൽ *n* survey
ഭൂമിക്കടിയിൽ *adv* underground
ഭൂമിശാസ്ത്രം *n* geography

ഭൂരിപക്ഷം *n* majority
ഭൂരിഭാഗവും *adv* most
ഭൂവുടമസ്ഥ *n* landlady
ഭൂവുടമസ്ഥൻ *n* landlord
ഭേദഗതി *n* amendment
ഭേദഗതി ചെയ്യുക *v* amend
ഭേദഗതി വരുത്തുക *v* customize
ഭോഷൻ *v* dupe
ഭോഷ്ക് *n* bluff
ഭ്രമം *n* illusion
ഭ്രമണം *n* rotation
ഭ്രമണപഥം *n* orbit
ഭ്രമിപ്പിക്കുക *v* hallucinate
ഭ്രാന്തൻ *n* madman
ഭ്രാന്തമായി *adv* madly
ഭ്രാന്തുള്ള *adj* mad, insane; lunatic
ഭ്രാന്ത് *n* insanity, madness

മ

മൗലികമായ *adj* basic
മകൻ *n* son
മകൾ *n* daughter
മകുടം *n* crest
മങ്ങിക്കുക *v* blur, dim, dull
മങ്ങിയ വെളിച്ചം *n* glimmer
മങ്ങുക *v* fade
മഞ്ഞ *n* yellow
മഞ്ഞ നിറമുള്ള *adj* yellow
മഞ്ഞുകട്ട *n* ice cube
മഞ്ഞുകട്ടി *n* ice
മഞ്ഞുതുള്ളികൾ *n* snowflake
മഞ്ഞുപാളി *n* icicle
മഞ്ഞുമല *n* iceberg
മഞ്ഞുമൂടിയ *adj* icy; misty

മഞ്ഞുവീഴ്ച *n* frostbite; snowfall
മഞ്ഞ് *n* dew, mist; frost; snow
മഞ്ഞ് പെയ്യുക *v* snow
മടക്കുക *v* fold
മടക്കുന്ന ആൾ *n* folder
മടക്ക് നിവർത്തുക *v* unfold
മടങ്ങിപ്പോവുക *v* go back
മടങ്ങുക *v* come back, return
മടിത്തട്ട് *n* lap
മടുപ്പിക്കുന്ന *adj* boring, tedious, tiresome
മൺവെട്ടി *n* shovel
മണം *n* smell
മണം പിടിക്കുക *v* sniff
മണക്കുക *v* smell
മണമില്ലാത്ത *adj* odorless
മണൽ *n* sand
മണൽക്കുഴി *n* quicksand
മണവാട്ടിയുടെ തോഴി *n* bridesmaid
മണി *n* bell
മണിക്കൂർ *n* hour
മണിക്കൂർ തോറും *adv* hourly
മണ്ടത്തരം *n* stupidity
മണ്ടൻ *adj* stupid
മണ്ഡലം *n* domain; circuit; county
മണ്ണൊലിപ്പ് *n* erosion
മണ്ണ് *n* soil
മൺപാത്രം *n* ceramic
മതം *n* religion
മതപരമായ *adj* religious
മതപ്രചാരകൻ *n* missionary
മതഭ്രാന്തുള്ള *adj* fanatic
മതി *pron* enough

മതിപ്പുളവാക്കുക *v* impress
മതിപ്പ് *n* impression, reputation; estimate
മതിഭ്രമമുള്ള *adj* paranoid
മതിയായ *adj* adequate, sufficient
മതിയാവോളമുള്ള *adj* ample
മതിൽ *n* wall
മത്തങ്ങ *n* pumpkin
മത്തി *n* sardine
മത്സരം *n* competition, rivalry
മത്സരസ്വഭാവമുള്ള *adj* competitive
മത്സരിക്കുക *v* compete
മത്സരിക്കുന്നയാൾ *n* competitor, contender
മത്സരിക്കുന്നവൻ *n* contestant
മത്സ്യം *n* fish
മത്സ്യകന്യക *n* mermaid
മത്സ്യക്കുഞ്ഞുങ്ങളെയോ സസ്യങ്ങളെയോ വളർത്തുന്ന സ്ഥലം *n* nursery
മദ്ധ്യം *n* middle
മദ്ധ്യകാലഘട്ടത്തെ സംബന്ധിച്ച *adj* medieval
മദ്ധ്യഭാഗത്തുള്ള *adj* middle
മദ്ധ്യമം *adj* medium
മദ്ധ്യവർത്തി *n* middleman
മദ്ധ്യസ്ഥത വഹിക്കുക *v* mediate
മദ്ധ്യസ്ഥൻ *n* mediator
മദ്ധ്യാഹ്നം *n* midday
മദ്യം *n* liquor, alcohol
മദ്യം വിളമ്പുന്നയാൾ *n* bartender
മദ്യത്തിന്റെ ഒരളവ് *n* pint
മദ്യനിർമ്മാണശാല *n* brewery
മദ്യപാനി *adj* alcoholic

മദ്യവർജ്ജനം *n* abstinence
മദ്യാലയം *n* bar
മധുര ബിസ്ക്കറ്റ് *n* cookie, wafer
മധുരഗാനം *n* melody
മധുരനാരങ്ങ *n* tangerine
മധുരപദാർത്ഥങ്ങൾ *n* dessert
മധുരപലഹാരങ്ങൾ *n* sweets
മധുരമാക്കുക *v* sweeten
മധുരമുള്ള *adj* sweet
മധുരമുള്ള ഒരിനം മത്തങ്ങ *n* cantaloupe
മധുവിധു *n* honeymoon
മധ്യബിന്ദു *n* center
മധ്യമത്വം *n* mediocrity
മനംപിരട്ടൽ *n* nausea
മനഃപാഠമാക്കുക *v* con
മനഃപൂർവ്വമായ *adj* deliberate
മനക്കരുത്ത് *n* fortitude
മനക്ലേശം *n* worry
മനശ്ശാസ്ത്ര സംബന്ധമായ *adj* psychological
മനശ്ശാസ്ത്രം *n* psychology, psychiatry
മനശ്ശാസ്ത്രജ്ഞൻ *n* psychologist
മനസ്സാക്ഷി *n* conscience
മനസ്സാക്ഷിക്കുത്തുള്ള *adj* scrupulous
മനസ്സിനിണങ്ങിയ *adj* fancy
മനസ്സിലാക്കാവുന്ന *adj* understandable
മനസ്സിലാക്കുക *v* comprehend, understand; apprehend
മനസ്സില്ലാമനസ്സോടെ *adv* reluctantly, unwillingly
മനസ്സിളക്കുക *v* move
മനസ്സോടെ *adv* willingly
മനസ്സ് *n* mind
മനുഷ്യ നിർമ്മിതമായ *adj* man-made
മനുഷ്യത്വമല്ലാത്ത *adj* inhuman
മനുഷ്യത്വമുള്ള *adj* humane
മനുഷ്യൻ *n* man, human
മനുഷ്യരാശി *n* mankind
മനുഷ്യവർഗ്ഗം *n* humankind
മനുഷ്യശക്തി *n* manpower
മനുഷ്യാകൃതിയുള്ള രൂപം *n* dummy
മനോഹരമായ *adj* beautiful; cute; dear
മനോഭാവം *n* mentality; mood
മനോരോഗ വിദഗ്ദൻ *n* psychiatrist
മനോഹരമായ *adj* picturesque
മന്ത്രം *n* chant
മന്ത്രവാദം *n* sorcery, witchcraft
മന്ത്രവാദി *n* sorcerer
മന്ത്രവാദിനി *n* witch
മന്ത്രാലയം *n* ministry
മന്ത്രി *n* minister
മന്ദഗതിയിലുള്ള ചലനം *n* slow motion
മന്ദത *adj* slack
മന്ദബുദ്ധി *adj* sloppy
മന്ദബുദ്ധികൾ *n* slacks
മന്ദമാരുതൻ *n* breeze
മയക്കം ഉണ്ടാക്കുക *v* sedate
മയക്കുക *v* entice
മയക്കുമരുന്ന് *n* drug
മയക്കുമരുന്ന് അടിമ *n* drug addict
മയങ്ങുക *v* doze

മയപ്പെടുത്തുക *v* soften
മയിൽ *n* peacock
മരം *n* mill; wood
മരംകൊണ്ടുള്ള *adj* wooden
മരക്കുറ്റി *n* log
മരച്ചീള് *n* wedge
മരണ നിരക്ക് *n* mortality
മരണം *n* death, demise
മരണക്കിടക്ക *n* deathbed
മരതകം *n* emerald
മരത്തടി *n* timber
മരപ്പട്ടി *n* raccoon
മരവിക്കുക *v* paralyze
മരവിച്ച *adj* frozen
മരവിപ്പിക്കുക *v* freeze
മരവിപ്പിക്കുന്ന *adj* freezing
മരിക്കുക *v* pass away
മരിച്ച *adj* dead
മരിച്ചു പോയ *adj* deceased
മരുന്നുകട *n* drugstore
മരുന്ന് *n* medicine
മരുന്ന് കട *n* pharmacy
മരുന്ന് വ്യാപാരി *n* pharmacist
മരുന്ന്കുറിപ്പ് *n* prescription
മരുപ്പച്ച *n* oasis
മരുഭൂമി *n* desert
മരുമകൻ *n* son-in-law
മരുമകൾ *n* daughter-in-law
മരോ ചെടി *n* zucchini
മർദ്ദിക്കപ്പെട്ട *adj* beaten
മര്യാദ *n* politeness, manners, decency
മര്യാദകൾ *n* etiquette
മര്യാദകേട് *n* indecency
മര്യാദയില്ലാത്ത *adj* crude, impolite, insolent, outrageous, rash
മര്യാദയുള്ള *adj* courteous
മർദ്ദം ചെലുത്തുക *v* pressure
മർമ്മരം *n* murmur
മറ നീക്കുക *v* unveil
മറക്കുക *v* forget
മറച്ചുവയ്ക്കുക *v* disguise
മറഞ്ഞിരിക്കുന്ന *adj* hidden
മറയ്ക്കുക *v* blind; hide
മറവിയുള്ള *adj* forgetful; oblivious
മറികടക്കുക *v* surpass; transcend
മറിച്ച് *adv* rather
മറുക് *n* mole
മറുപടി *n* reply
മറുപടി നൽകുക *v* reply
മറുമരുന്ന് *n* antidote
മറ്റും മറ്റും *adv* etcetera
മറ്റുള്ള *adj* other
മറ്റെവിടെയെങ്കിലും *adv* elsewhere
മറ്റൊന്നിനെ അപേക്ഷിച്ച് *prep* than
മറ്റൊന്ന് *pron* another
മറ്റൊരു വിഷയത്തിലേക്ക് മാറുക *v* switch
മല *n* hill
മലം *n* stool
മലഞ്ചെരിവ് *n* hillside
മലബന്ധമുള്ള *adj* constipated
മലമ്പനി *n* malaria
മലയിടുക്ക് *n* bay; canyon
മലിനജലം *n* sewage

മലിനമാക്കുക *v* contaminate, corrupt, pollute
മലിനമായ *adj* corrupt; dirty, soiled
മലിനീകരണം *n* contamination, pollution
മലേറിയ *n* malaria
മല്ലിടൽ *n* combat
മഴ *n* rain, rainfall
മഴ ചാറുക *v* drizzle
മഴക്കാടുകൾ *n* rainforest
മഴത്തുള്ളി *n* raindrop
മഴപെയ്യുക *v* rain
മഴയുള്ള *adj* rainy
മഴവില്ല് *n* rainbow
മഴു *n* ax, hatchet
മഷി *n* ink
മസാലകൾ *adj* spicy
മസ്തിക പ്രക്ഷാളനം *v* brainwash
മഹത്ത്വമേകുക *v* dignify
മഹത്വം *n* glory; greatness
മഹത്വപ്പെടുത്തുക *v* glorify
മഹത്വവൽക്കരിക്കുക *n* dignity
മഹനീയമായ *adj* great
മഹാപ്രളയം *n* deluge
മഹാമനസ്കത *n* generosity
മഹാമനസ്കതയുള്ള *adj* broadminded; generous
മഹാമാരി *n* plague
മഹാവിപത്ത് *n* catastrophe
മഹാശക്തി *n* superpower
മഹിതമായ *adj* dignified
മാംസം *n* meat; flesh
മാംസക്കഷണം *n* steak
മാംസപുഷ്ടിയുള്ള *adj* chubby
മാംസളമായ *adj* bulky
മാംസവർണ്ണം *n* carnation
മാംസ്യം *n* protein
മാങ്ങ *n* mango
മാടിവിളിക്കുക *v* beckon
മാട്ടിറച്ചി *n* beef
മാണിക്യം *n* ruby
മാതാപിതാക്കളുടെ അഭാവത്തിൽ കുട്ടിയെ നോക്കുക *v* babysit
മാതാവ് *n* mother
മാതൃക *n* trace; original; pattern; specimen
മാതൃകയാക്കുക *v* model
മാതൃകാപരമായ *adj* exemplary; noble
മാതൃകാരൂപം *n* template, model
മാതൃത്വം *n* maternity, motherhood
മാതൃഭൂമി *n* homeland
മാത്രം *adv* only, solely
മാത്രമായി *adv* merely
മാധ്യമം *n* media
മാനക്കേടായ *adj* disgraceful
മാനക്കേട് *n* disgrace
മാനദണ്ഡം *n* criteria; norm
മാനദണ്ഡമാക്കുക *v* standardize
മാനവികം *adj* human
മാനസികമായ *adj* mental; psychic
മാനസികമായി *adv* mentally
മാനുഷികമായ *adj* manual
മാനുഷികമായി *adj* manly
മാൻ *n* deer
മാന്തിയെടുക്കുക *v* unearth

മാന്തുക *v* scratch
മാന്ത്രികം *adj* magic
മാന്ത്രികൻ *n* magician, wizard
മാന്ത്രികമായ *adj* magical
മാന്ദ്യം *n* recession
മാന്യൻ *n* gentleman
മാന്യമായ *adj* affable
മാന്യസ്ത്രീ *n* madam
മാപ്പുകൊടുക്കുക *v* condone
മാപ്പ് *n* pardon
മാപ്പ് നൽകുക *v* pardon
മായ്ക്കുക *v* erase
മായ്ക്കുന്നത് *n* eraser
മാരകമായ *adj* deadly, fatal, lethal; cancerous
മാരകമായി പ്രഹരിക്കുക *v* batter
മാർഗദർശന ഗ്രന്ഥം *n* guidebook
മാർഗദർശനം *n* guidance
മാർഗ്ഗദർശിയായ ഉപദേശി *n* guidance counselor
മാർഗ്ഗനിർദ്ദേശങ്ങൾ *n* guidelines
മാർച്ച് മാസം *n* march
മാറാപ്പ് *n* baggage
മാറിടം *n* breast
മാറുക *v* shift
മാറ്റം *n* change
മാറ്റക്കച്ചവടം *v* barter
മാറ്റമില്ലാതെ *adv* invariably
മാറ്റമില്ലാത്ത *adj* consistent, constant
മാറ്റിനിർത്തിയത് *n* backlog
മാറ്റിമറിക്കുക *v* change
മാറ്റിവയ്ക്കുക *n* hang-up
മാറ്റിവെക്കുക *v* put aside
മാറ്റിസ്ഥാപിക്കുക *v* replace
മാറ്റുക *v* alter
മാലാഖ *n* angel
മാലാഖയെപ്പോലുള്ള *adj* angelic
മാലിന്യ ട്രക്ക് *n* garbage truck
മാലിന്യം *n* filth, garbage, waste
മാളിക *n* mansion
മാവ് *n* flour
മാവ് കുഴയ്ക്കുക *v* knead
മാസം *n* month
മാസംതോറും *adv* monthly
മാസിക *n* magazine
മികച്ച *adj* outstanding
മികച്ച പ്രകടനം നടത്തുക *v* outperform
മികച്ചത് *adj* excellent, super
മികവ് *n* excellence
മിക്ക *pron* most
മിക്കവാറും *adv* probably
മിച്ചം *n* balance; surplus
മിച്ചം *adj* spare
മിച്ചം *n* rest
മിടിപ്പ് *n* pulse
മിഠായി *n* candy
മിണ്ടാതിരിക്കുക *v* shut up
മിതമായ *adj* moderate
മിതമായി *adv* sparingly
മിതവ്യയം ചെയ്യുക *v* economize
മിതവ്യയമായ *adj* frugal
മിതവ്യയമുള്ള *adj* thrifty
മിഥ്യാഭ്രമം *n* delusion
മിനുക്കിയൊതുക്കുക *v* resurface
മിനുക്ക് *n* polish

മ

മിനുസം വരുത്തുക *v* polish
മിനുസമാക്കുക *v* smooth
മിനുസമാർന്ന *adj* smooth
മിന്നൽ *n* lightning; glare
മിന്നൽപരിശോധന *n* raid
മിന്നൽ *n* flash
മിന്നിത്തിളങ്ങുക *v* twinkle
മിശ്രണം ചെയ്യുക *v* mash; mix
മിശ്രണം ചെയ്യുന്ന യന്ത്രം *n* mixer
മിശ്രമായ *pron* neither
മിശ്രിതം *n* mixture
മിസൈൽ *n* missile
മീൻ പിടിക്കുക *v* fish
മീറ്റർ *n* meter
മീറ്റർ അളവിനെ സംബന്ധിച്ച *adj* metric
മീശ *n* mustache; whiskers
മുകൾവസ്ത്രം *n* top
മുകളിൽ *adv* above
മുകളിൽ *prep* over
മുകളിൽ *adj* top
മുകളിലത്തെ നിലയിൽ *adv* upstairs
മുകളിലത്തെ നിലയിലെ *adj* upstairs
മുകളിലെ *prep* up
മുകളിലേക്ക് *adv* up, upwards
മുകളിലേക്ക് വലിക്കുക *v* pull up
മുക്കിലാക്കുക *v* corner
മുക്കുക *v* plunge, dip; overwhelm
മുക്കുവൻ *n* fisherman
മുക്തി *n* salvation
മുക്തി നേടുക *v* get over
മുഖം *n* face; facet
മുഖം ചുവക്കുക *v* blush
മുഖംമൂടി *n* mask
മുഖംമൂടി അഴിക്കുക *v* unmask
മുഖക്കുരു *n* pimple
മുഖത്തുള്ള *adj* facial
മുഖപ്രസംഗം *n* editorial
മുഖഭാവം *n* expression
മുഖവുര *n* foreword
മുഖസ്തുതി *n* flattery
മുഖസ്തുതി പറയുക *v* flatter
മുഖസ്തുതികൊണ്ട് പ്രലോഭിപ്പിക്കുക *v* coax
മുഖ്യധാര *n* mainstream
മുഖ്യഭാഗം *n* mass
മുഖ്യമായ *adj* chief
മുഖ്യമായി *adv* principally
മുഖ്യാഹാരം *n* meal
മുങ്ങൽ വിദഗ്ധൻ *n* diver
മുങ്ങൽ *n* dip
മുങ്ങി മരിക്കുക *v* drown
മുങ്ങിപ്പോയ *adj* sunken
മുങ്ങുക *v* plunge, dive, submerge, sink
മുടന്തനാക്കുക *v* cripple
മുടന്തുക *adj* cripple
മുടന്തുക *v* limp
മുടന്തുള്ള *adj* lame
മുടന്ത് *n* limp
മുടി *n* hair
മുടി ഒതുക്കുന്നതിനുള്ള ബ്രഷ് *n* hairbrush
മുടി ചീകുക *v* comb
മുടിവെട്ടുന്ന സ്ഥലം *n* salon
മുടിവെട്ട് *n* haircut
മുട്ട *n* egg

മുട്ട പൊരിച്ചത് *n* omelet
മുട്ടനാട് *n* ram
മുട്ടയിലെ മഞ്ഞക്കരു *n* yolk
മുട്ടയുടെ ആകൃതി *adj* oval
മുട്ടയുടെ വെള്ള *n* egg white
മുട്ടിലിഴയുക *v* kneel
മുട്ടുക *v* bump
മുട്ട്ചിരട്ട *n* kneecap
മുണ്ടിനീര് *n* mumps
മുതല *n* crocodile
മുതലാളി *n* tycoon
മുതിർന്ന *adj* old, senior
മുതിർന്ന പൗരൻ *n* senior citizen
മുതിർന്നവർ *n* adult
മുതുകിൽ തൂക്കുന്ന ബാഗ് *n* backpack
മുത്തച്ഛൻ *n* grandfather
മുത്തച്ഛനും മുത്തശ്ശിയും *n* grandparents
മുത്തശ്ശി *n* grandmother
മുത്തുച്ചിപ്പി *n* oyster
മുദ്ര *n* badge; seal
മുദ്രകുത്തുക *v* brand
മുദ്രവെക്കുക *v* seal; stamp
മുദ്രാവാക്യം *n* slogan
മുൻകരുതൽ *n* precaution
മുൻകൂട്ടി അറിയിക്കുക *v* forewarn
മുൻകൂട്ടി കാണാനാകാത്ത *adj* unforeseen
മുൻകൂട്ടി കാണുക *v* foresee
മുൻകൂട്ടി നിശ്ചയിക്കുക *v* presuppose
മുൻകൂട്ടിയുള്ള തോന്നൽ *n* premonition
മുൻകൂറായി നടപടി കൈക്കൊള്ളുക *v* preempt
മുൻഗണന *n* priority
മുൻഗണന നൽകുക *v* prioritize
മുൻതൂക്കമുള്ള *v* outweigh
മുൻപന്തിയിലുള്ള *adj* leading
മുൻവിധി *n* prejudice
മുന *n* point
മുനമ്പ് *n* cape
മുനയില്ലാത്ത *adj* blunt; pointless
മുനയുള്ള *adj* spiky
മുൻകരുതലുള്ള *adj* careful
മുൻകാലങ്ങളിൽ *adv* formerly
മുൻകൂട്ടി *adv* before
മുൻകൂർ *v* advance
മുൻകോപമുള്ള *adj* edgy
മുന്തിനിൽക്കുക *v* outdo; stand out
മുന്തിരി *n* grape
മുന്തിരിത്തോട്ടം *n* vineyard
മുന്തിരിവള്ളി *n* grapevine; vine
മുന്നണി *n* front
മുന്നറിയിപ്പ് *n* warning
മുന്നറിയിപ്പ് നൽകുക *v* warn; watch out
മുന്നിൽ *adj* front
മുന്നേറുക *v* advance
മുന്നേറ്റം *n* breakthrough
മുന്നേറ്റം *v* stride
മുന്നോട്ടുപോകുക *v* go ahead
മുന്നോട്ടുള്ള *adv* onward
മുന്നോട്ട് *adv* ahead; forward
മുന്നോട്ട് നീങ്ങുക *v* move forward
മുന്നോട്ട് വലിക്കുക *v* pull ahead

മ

മുൻവശം *n* foreground
മുപ്പത് *n* thirty
മുമ്പത്തെ *v* precede
മുമ്പത്തെ *adj* previous
മുമ്പെ *adj* prior
മുമ്പെത്തന്നെ *adv* beforehand
മുമ്പേ *conj* before
മുമ്പോട്ടുവരിക *v* come forward
മുമ്പ് *adv* ago
മുയൽ *n* rabbit, hare
മുരട് *n* stub
മുരളുക *v* growl, grunt; buzz
മുറി *n* chamber, room; cabin
മുറി ഒഴിയുക *v* check out
മുറിക്കുക *v* chop, clip, cut
മുറിച്ചു കടക്കുക *v* cross
മുറിച്ചുരുട്ടിയ മാംസക്കഷണം *n* meatball
മുറിവാൽ *n* dock
മുറിവിലെ കെട്ട് *n* dressing
മുറിവേറ്റ *adj* wounded
മുറിവ് *n* cut; wound
മുറിവ് വച്ചുകെട്ടൽ *n* dressing
മുറുകെ പിടിക്കുക *v* adhere
മുറുകെപ്പിടിക്കുക *v* cling, clutch
മുറുക്കമില്ലാതെ *adv* loosely
മുറുക്കമുള്ള *adj* uptight
മുറുക്കുക *v* tighten
മുറുമുറുക്കുക *v* grouch
മുറ്റം *n* yard
മുലക്കണ്ണ് *n* nipple
മുല്ല *n* jasmine
മുള *n* bamboo; cane
മുളയ്ക്കുക *v* sprout
മുള്ളൻപന്നി *n* porcupine
മുള്ളാണി *n* tack, thumbtack
മുള്ളുകരണ്ടി *n* fork
മുള്ളുകളുള്ള *adj* thorny
മുള്ള് *n* pick; thorn
മുഴ *n* hump, bulge, bump; tumor
മുഴക്കം *n* boom
മുഴങ്ങുക *v* boom; honk; rumble
മുഴങ്ങുന്ന *adj* resounding
മുഴുകിയ *adj* occupied
മുഴുകുക *v* immerse
മുഴുവൻ *n* whole
മുഴുവൻ *adj* whole; sole
മുഴുവനായി *adv* completely
മുഴുവനായി *adj* entire
മുഷിച്ചിലുണ്ടാക്കുക *v* displease
മുഷിച്ചിലുണ്ടാക്കുന്ന *adj* displeasing
മുഷിഞ്ഞ *adj* dull
മുഷിപ്പിക്കപ്പെടുന്ന *adj* bored
മുഷ്ടി *n* fist
മുസ്ലിംപള്ളി *n* mosque
മൂകാഭിനയം *n* mime
മൂക്ക് *n* nose
മൂങ്ങ *n* owl
മൂടൽമഞ്ഞുള്ള *adj* foggy
മൂടൽമഞ്ഞ് *n* fog, haze
മൂടി *n* lid
മൂടി തുറക്കുന്ന സാധനം *n* can opener
മൂടിവെക്കുക *n* cover-up
മൂടുപടം *n* veil
മൂത്ത *n* elder
മൂത്രം *n* urine
മൂത്രമൊഴിക്കുക *v* urinate
മൂത്രാശയം *n* bladder
മൂന്നാമത്തേത് *adj* third

മൂന്നിരട്ടി *adj* triple
മൂന്ന് *n* three
മൂന്ന് കാലുള്ള പീഠം *n* tripod
മൂർച്ചയില്ലാത്ത *adj* blunt
മൂർത്തമായ *adj* concrete
മൂർദ്ധാന്യം *n* climax
മൂർദ്ധാന്യത്തിലെത്തുക *v* culminate
മൂർച്ച കൂട്ടുക *v* sharpen
മൂർച്ച കൂട്ടുന്നവൻ *n* sharpener
മൂർച്ചയുള്ള *adj* pointed, sharp
മൂല *n* corner
മൂലധനം *n* capital
മൂല്യം *n* value
മൂല്യനിർണ്ണയം *n* assessment
മൂല്യനിർണ്ണയം *n* evaluation
മൂല്യമുള്ള *adj* worth
മൂല്യമുള്ളത് *adj* worthwhile
മൂളൽ *n* buzz
മൂളുക *v* hum
മൃഗം *n* animal, beast
മൃഗക്കുട്ടി *n* cub
മൃഗക്കൂട്ടം *n* flock
മൃഗങ്ങൾ കെട്ടിവലിക്കുന്ന ഒരു പ്രാകൃത വാഹനം *n* traction
മൃഗങ്ങളുടെ കൈപ്പത്തി *n* paw
മൃഗഡോക്ടർ *n* veterinarian
മൃഗതുല്യമാക്കുക *v* brutalize
മൃഗത്തിന്റെ മൂക്കും വായും ചേർന്നഭാഗം *n* muzzle
മൃഗശാല *n* zoo
മൃഗീയത *n* brutality
മൃഗീയമായ *adj* brutal
മൃതശരീരം സൂക്ഷിക്കുന്ന സ്ഥലം *n* mortuary
മൃദു പ്രഹരം *n* pat
മൃദുലമായ *adj* mild, tender
മൃദുവായ *adj* fluffy, soft, supple
മൃദുവായി *adv* softly
മെച്ചപ്പെടുത്തൽ *n* improvement
മെച്ചപ്പെടുത്തുക *v* improvise
മെത്ത *n* mattress
മെത്തയിടുക *v* cushion
മെത്തയുടെ അരികിലുള്ള മേശ *n* nightstand
മെനു *n* menu
മെരുക്കുക *v* tame
മെരുങ്ങുന്ന *adj* tame
മെലിഞ്ഞ *adj* skinny, slender, slim
മെല്ലെ തട്ടുക *v* tap
മെഴുകുതിരി *n* candle
മെഴുകുതിരിക്കാൽ *n* candlestick
മെഴുക് *n* wax
മെഷീൻ ഗൺ *n* machine gun
മൊട്ട് *n* bud
മൊത്തമായ *adj* gross
മേഖല *n* sector, zone
മേഘം *n* cloud
മേഘാവൃതമായ *adj* cloudy
മേച്ചിൽസ്ഥലം *n* pasture
മേട് *n* platform
മേയുക *v* graze
മേയ് മാസം *n* May
മേൽ *prep* on, upon
മേൽക്കൂര *n* roof
മേൽക്കോയ്മ *n* supremacy
മേൽനോട്ടം *n* supervision
മേൽനോട്ട സമിതി *n* management
മേൽനോട്ടം വഹിക്കുക *v* overlook; supervise

മ

മേൽവസ്ത്രം *n* apron; jacket
മേൽവിലാസം *n* address
മേലങ്കി *n* coat, overcoat
മേലെ *adv* on
മേൽക്കുപ്പായം *n* cloak
മേൽത്തട്ട് *n* deck
മേൽനോട്ടക്കാരൻ *n* conductor, curator
മേൽനോട്ടക്കാരൻ *n* foreman
മേൽപറഞ്ഞ *prep* above
മേള *n* fair
മേശ *n* desk, table
മേശപ്പുറത്ത് പാത്രത്തിനടിയിൽ വെക്കുന്ന പായ *n* placemat
മേശവലിപ്പ് *n* drawer
മേശവിരി *n* tablecloth
മോചിപ്പിക്കുക *v* deliver
മോട്ടോർ കാർ *n* motor
മോശമായ *adj* bad
മോഹനിദ്ര *n* hypnosis
മോഹനിദ്ര ചെയ്യുക *v* hypnotize
മോഹവിമുക്തി *n* disillusion
മോഹാലസ്യം *n* hysteria
മോഹിപ്പിക്കുന്ന *adj* glamorous
മൈനപ്പക്ഷി *n* canary
മൊത്തം *n* subtotal
മൊത്തത്തിൽ *adv* altogether
മൊബൈൽ ഫോൺ *n* mobile phone
മൊരിഞ്ഞ *adj* crispy
മൊസൈക് *n* mosaic
മോചനം *n* discharge
മോചനദ്രവ്യം *n* ransom
മോചിപ്പിക്കുക *v* liberate, release; emancipate; absolve
മോടിപിടിപ്പിക്കുക *v* adorn
മോടിയുള്ള *adj* posh
മോട്ടാർസൈക്കിൾ *n* bike
മോണ *n* gum
മോതിരം *n* ring
മോശമായ *adv* badly
മോശമായ *adj* worse; nasty, awful
മോശമായി *adv* worse
മോശമായി ജോലി ചെയ്യുക *v* botch
മോശമായി പെരുമാറുക *v* misbehave, mistreat
മോഷണം *n* larceny, theft
മോഷ്ടിക്കുക *v* steal
മോഹിപ്പിക്കുക *v* enchant
മോഹിപ്പിക്കുന്ന *adj* enchanting
മ്ലാനമായ *adj* gloomy; moody

യ

യക്ഷി *n* fairy
യക്ഷിക്കഥ *n* fairy tale
യജമാനൻ *n* master
യജമാനൻ *n* boss
യഥാക്രമം *adj* respective
യഥാർത്ഥത്തിൽ *adv* actually
യഥാർത്ഥമായ *adj* actual, genuine, real
യഥാവിധി *adv* duly
യന്ത്രം *n* motor, engine, machine
യന്ത്രഘടന *n* mechanism
യന്ത്രവിദഗ്ദൻ *n* mechanic
യവനിക *n* curtain
യഹൂദപണ്ഡിതൻ *n* rabbi

മ

യഹൂദമതം *n* Judaism
യഹൂദമതവുമായി ബന്ധപ്പെട്ടത് *adj* Jewish
യാചിക്കുക *v* beg
യാതന *n* agony
യാതന അനുഭവിക്കുക *v* agonize
യാത്ര *n* journey, trip; travel
യാത്ര ചെയ്യുക *v* travel
യാത്രക്കാരൻ *n* passenger
യാത്രതിരിക്കുക *v* set off
യാത്രയാവുക *v* get away
യാത്രാ കുറിപ്പ് *n* itinerary
യാത്രാ സാമാനങ്ങൾ *n* luggage
യാഥാർത്ഥ്യം *n* reality
യാഥാസ്ഥികൻ *adj* conformist
യാഥാസ്ഥിതികത്വം *n* conformity
യാഥാസ്ഥിതിക *adj* orthodox
യാഥാസ്ഥിതികമായ *adj* conservative
യാദൃച്ഛികത്വം *n* coincidence
യാന്ത്രികമായ *adj* automated
യീസ്റ്റ് *n* yeast
യു.കെ.യിലെ സ്കൂൾ സംവിധാനം *n* middle school
യുക്തമായ *adj* logical
യുക്തമായ തോതിൽ നൽകുക *v* ration
യുക്തമായി *adv* just; logically
യുക്തി *n* logic, rationale
യുക്തിയില്ലാതെ *adv* irrationally
യുക്തിയില്ലാത്ത *adj* perverse, irrational
യുക്തിരഹിതമായ *adj* illogical, unreasonable
യുക്തിസഹമാക്കുക *v* rationalize
യുക്തിസഹമായ *adj* rational
യുഗം *n* era
യുഗ്മഗാനം *n* duet
യുദ്ധം *n* battle, fight; war, warfare
യുദ്ധം ചെയ്യുക *v* battle, fight
യുദ്ധക്കപ്പൽ *n* battleship
യുദ്ധത്തിലേർപ്പെട്ടിരിക്കുന്ന *adj* belligerent
യുദ്ധായുധങ്ങൾ *n* artillery
യുറാനസ് *n* Uranus
യുവജനം *n* juvenile
യുവജനങ്ങൾക്കായുള്ള *adj* juvenile
യുവതി *n* lady
യുവത്വം *n* youth
യുവത്വമുള്ള *adj* youthful
യുവാവ് *n* colt
യൂണിറ്റ് *n* unit
യൂണിവേഴ്സിറ്റി *n* university
യൂറോപ്പിനെ സംബന്ധിച്ച *adj* European
യൂറോ *n* euro
യൂറോപ്പ് *n* Europe
യോഗം *n* assembly
യോഗം വിളിച്ചുകൂട്ടുക *v* convene
യോഗ്യതയില്ലാത്ത *adj* incompetent
യോജിക്കാത്ത *adj* dissident
യോജിക്കുക *v* conform
യോജിച്ച *adj* conducive; corresponding
യോജിപ്പ് *n* consent
യോഗ *n* yoga
യോഗം *n* meeting
യോഗിനി *n* nun

യ

യോഗ്യത *n* merit, qualification
യോഗ്യത നേടി *adj* qualified
യോഗ്യത നേടുക *v* qualify
യോഗ്യതയില്ലാത്ത *adj* unqualified
യോഗ്യൻ *adj* worthy
യോഗ്യനായ *adj* eligible
യോദ്ധാവ് *n* warrior

ര

രംഗം *n* scene
രക്തം *n* blood
രക്തദാഹിയായ *adj* bloodthirsty
രക്തരക്ഷസ്സ് *n* vampire
രക്ഷകൻ *n* savior
രക്ഷപെടുക *v* escape
രക്ഷാകേന്ദ്രം *n* asylum
രക്ഷാധികാരി *n* patron
രക്ഷാപ്രവർത്തനം നടത്തുക *v* rescue
രക്ഷിക്കുക *v* save
രക്ഷിതാവ് *n* parent
രചയിതാവ് *n* author
രചിക്കപ്പെട്ട *adj* composed
രജത *adj* silver
രജിസ്റ്റർ ചെയ്യുക *v* register
രണ്ടാനച്ഛൻ *n* stepfather
രണ്ടാനമ്മ *n* stepmother
രണ്ടാമതായി *adv* second
രണ്ടാമത്തേത് *adj* second
രണ്ടാമൻ *adj* latter
രണ്ടായി പിരിയുക *v* split
രണ്ടിലൊന്ന് *adj* either
രണ്ടിലൊന്ന് *pron* either
രണ്ടു ഭാഷകളിലുള്ള *adj* bilingual
രണ്ടും *pron* both
രണ്ടുതവണ *adv* twice
രണ്ടുതവണ ഞെക്കുക *v* double-click
രണ്ടുതവണ പരിശോധിക്കുക *v* double-check
രണ്ടുമല്ല *conj* nor
രണ്ടുമല്ലാതെ *adv* neither
രണ്ടുമല്ലാത്ത *adj* neither
രണ്ട് *n* two
രത്നം *n* gem
രസകരം *n* fun
രസകരമായ *adj* amusing, fun, funny, humorous; enjoyable; graceful; interesting
രസതന്ത്ര ശാസ്ത്രജ്ഞൻ *n* chemist
രസതന്ത്രം *n* chemistry
രസതന്ത്രശാസ്ത്രപരമായ *adj* chemical
രസാശയം *n* cyst
രസിപ്പിക്കുക *v* amuse, entertain
രസിപ്പിക്കുന്നവൻ *n* entertainer
രസീത് *n* receipt
രഹസ്യ പദ്ധതി *n* plot
രഹസ്യം *n* secret
രഹസ്യം സൂക്ഷിക്കുന്ന *adj* secretive
രഹസ്യപദ്ധതി *n* intrigue
രഹസ്യമായ *adj* clandestine, covert, undercover
രഹസ്യമായി *adv* secretly
രഹസ്യരൂപം *n* code
രഹസ്യാവസ്ഥ *n* secrecy

രഹസ്യസ്വഭാവമുള്ള *adj* secret, stealthy; mystic
രാഗം മൂളുക *v* tune
രാജകീയ *adj* regal
രാജകീയമായ *adj* majestic; royal
രാജകുമാരൻ *n* prince
രാജകുമാരി *n* princess
രാജത്വം *n* royalty
രാജഭരണ പ്രദേശം *n* kingdom
രാജവംശം *n* dynasty
രാജാവ് *n* king
രാജി *n* resignation
രാജിവെക്കുക *v* resign
രാജ്ഞി *n* queen
രാജ്യം *n* country, nation
രാജ്യദ്രോഹം *n* treason
രാജ്യദ്രോഹി *n* traitor
രാജ്യസംബന്ധമായ *adj* national
രാജ്യാന്തരമായ *adj* international
രാജ്യാഭിഷേകം ചെയ്യുക *v* crown
രാത്രി *n* night
രാത്രികാലം *n* nighttime
രാത്രിമുഴുവൻ പ്രകാശിപ്പിക്കുന്ന വിളക്ക് *n* night-light
രാത്രിയിൽ സംഭവിക്കുന്ന *adj* nocturnal
രാത്രിയിലെ *adj* nightly
രാഷ്ട്രപതി *n* president
രാഷ്ട്രീയം *n* politics
രാഷ്ട്രീയക്കാരൻ *n* politician
രാഷ്ട്രീയസംബന്ധമായ *adj* political
രാസത്വരകം *n* accelerator
രാസപദാർത്ഥം *n* chemical
രാസവസ്തുക്കൾ ചേർക്കാതെ നൈസർഗ്ഗികമായ *adj* organic
രീതി *n* manner, method, mode; cast
രീതിശാസ്ത്രം *n* methodology
രുചി *n* taste, flavor
രുചികരമായ *adj* tasty
രുചിക്കുക *v* taste
രുചിയില്ലാത്ത *adj* tasteless
രുചിയുള്ള *adj* tasteful
രൂക്ഷമായ *adj* bumpy
രൂപം *n* form, appearance
രൂപം കൊത്തുക *v* carve
രൂപകല്പന *n* design
രൂപപ്പെടുത്തുക *v* cut out; form, cast
രൂപരേഖ *n* blueprint, diagram, layout, outline
രൂപരേഖവരയ്ക്കുക *v* design
രൂപാന്തരം *n* transformation
രൂപാന്തരപ്പെടുത്താവുന്ന *n* convertible
രൂപാന്തരപ്പെടുത്തുക *v* transform
രൂപീകരണം *n* formation
രേഖ *n* line; record
രേഖ സമർപ്പിക്കുക *v* file
രേഖകൾ സാക്ഷ്യപ്പെടുത്തുന്ന ഉദ്യോഗസ്ഥൻ *n* notary
രേഖകൾ സൂക്ഷിക്കുന്ന സ്ഥലം *n* archive
രേഖപ്പെടുത്തൽ *n* registration
രേഖപ്പെടുത്തൽ *n* entry
രേഖപ്പെടുത്തുക *v* record
രേഖാചിത്രം വരയ്ക്കുക *v* sketch
രേഖാമൂലമുള്ള *adj* written

രേഖാരൂപം *n* graph
രോഗം *n* disease
രോഗനിർണ്ണയം *n* diagnosis
രോഗിയായ *adj* ill
രോഗം നിർണ്ണയിക്കുക *v* diagnose
രോഗമുണ്ടാക്കുന്ന *adj* sickening
രോഗാവസ്ഥ *n* spasm
രോഗി *n* patient
രോഗിയായ *adj* ailing
രോഗിയായ *v* sicken
രോമം *n* fur
രോമമുള്ള *adj* furry, hairy

ല

ലൗകികമായ *adj* worldly
ലംഘനം *n* breach
ലംഘിക്കുക *v* violate
ലംബമായ *adj* vertical
ലക്കം *n* version
ര **ലക്കോട്ട്** *n* cover; envelope
ലക്ഷം കോടി *n* billion
ലക്ഷണം *n* symptom
ലക്ഷ്യം *n* aim, goal, target, destination; motto
ലക്ഷ്യമില്ലാത്ത *adj* aimless
ലഘു ഭക്ഷണശാല *n* café
ലഘുഗ്രന്ഥം *n* manual
ലഘുഭക്ഷണം *n* snack
ലഘുരൂപം *n* miniature
ലഘുലേഖ *n* booklet, brochure, leaflet, pamphlet
ലഘുവായി *adv* lightly
ലഘൂകരിക്കുക *v* alleviate, mitigate; minor
ലജ്ജയില്ലാത്ത *adj* shameless
ലജ്ജയുള്ള *adj* bashful
ലജ്ജാകരമായ *adj* embarrassing; shameful
ലജ്ജാശീലമുള്ള *adj* shy
ലജ്ജിച്ച *adj* embarrassed; ashamed
ലജ്ജിതനാക്കുക *v* embarrass
ലഭിക്കുക *v* get, obtain
ലഭ്യത *n* availability
ലഭ്യമായ *adj* available
ലയനം *n* merger
ലയിപ്പിക്കുക *v* merge
ലളിതമാക്കുക *v* simplify
ലളിതമായ *adj* plain, simple
ലളിതമായി *adv* simply
ലഹരിപിടിച്ച *adj* drunk
ലാപ്ടോപ് *n* laptop
ലാഭം *n* profit
ലാഭകരമായ *adj* economic; profitable
ലാഭവിഹിതം *n* bonus
ലാളിത്യം *n* simplicity; delicacy
ലിംഗഭേദം *n* gender
ലിനൻ കൊട്ട *n* hamper
ലിപ്സ്റ്റിക് *n* lipstick
ലിറ്റർ *n* liter
ലെൻസ് *n* lens
ലെഫ്റ്റനന്റ് *n* lieutenant
ലേക്ക് *prep* to
ലേഖകൻ *n* reporter
ലേഖകൻ *n* author
ലേഖനം *n* article

ലേപനൗഷധം *n* balm
ലേപനം *n* lotion, ointment
ലേബലൊട്ടിക്കുക *v* label
ലേലം *n* auction; bid
ലേലം ചെയ്യുക *v* auction
ലേലം വിളിക്കുക *v* bid
ലേലം വിളിക്കുന്നവൻ *n* auctioneer
ലേസർ *n* laser
ലോകം *n* world
ലോലമായ *adj* delicate
ലൈംഗികത *n* sex
ലൈസൻസ് *n* license
ലോക കായികമേള *n* Olympics
ലോകമെമ്പാടും *adj* worldwide
ലോകസഭ *n* parliament
ലോട്ടറി *n* raffle
ലോലിപോപ് *n* lollipop
ലോഹം *n* metal
ലോഹക്കഷണം *n* wedge
ലോഹനിർമ്മിതമായ *adj* metallic
ലോഹവല *n* mesh

വ

വൗച്ചർ *n* voucher
വംശം *n* race
വംശനാശം വരിക *v* die out
വംശനാശഭീഷണി നേരിടുന്ന *adj* endangered
വംശീയത *n* racism
വംശീയമായ *adj* ethnic
വംശീയവാദി *adj* racist
വകതിരിവ് *n* discretion; discrimination
വകുപ്പ് തലവൻ *n* professor
വക്ക് *n* verge
വക്രത *n* curve; crook
വക്രതയുള്ള *adj* bent
വക്രമായ *adj* curved; warped
വജ്രം *n* diamond
വഞ്ചകി *n* crook
വഞ്ചന *n* betrayal, deceit, deception, treachery
വഞ്ചന നടത്തുക *v* double-cross
വഞ്ചനാത്മകമായ *adj* treacherous
വഞ്ചനാപരമായ *adj* fraudulent
വഞ്ചിക്കുക *v* betray, deceive, defraud
വഞ്ചിക്കുന്ന *adj* deceptive, disloyal
വടക്കൻ *n* northerner
വടക്കുകിഴക്ക് *n* northeast
വടക്കുഭാഗത്തുള്ള *adj* north
വടക്കുഭാഗമായി *adv* north
വടക്ക് ദിശ *n* north
വടി *n* rod, stick
വടു *n* scar
വട്ടമിട്ട് പറക്കുക *v* hover
വണ്ടി *n* wagon
വണ്ടിയോടിക്കുക *v* drive
വണ്ട് *n* beetle
വധം *n* killing
വധു *n* bride
വൻകര *n* mainland
വൻതോതിൽ *adv* largely
വനം *n* forest

വൻകുടൽ *n* colon
വന്ദിക്കുക *v* nod
വന്നുചേരുക *v* arrive; check in
വന്യജീവി *n* wildlife
വന്യത *n* wilderness
വന്യമായ *adj* rampant; wild
വമ്പുപറച്ചിൽ *v* brag
വയർ *n* wire
വയർലെസ്സ് *adj* wireless
വയറിളക്കാനുള്ള മരുന്ന് *adj* laxative
വയറുവേദന *n* stomachache
വയറ് *n* tummy
വയറ്റാട്ടി *n* midwife
വയൽ *n* field
വയലറ്റ് *n* violet
വയലറ്റ് നിറമുള്ള *adj* violet
വയലിൻ *n* violin
വയലിൻ വിദഗ്ദൻ *n* violinist
വയസ്സായ *adj* aged
വയ്ക്കുക *v* lay
വര *n* stripe
വരട്ടുക *v* grill
വരണ്ട *adj* dry, dried
വരൻ *n* groom
വരൻ *n* bridegroom
വരമ്പ് *n* ledge; ridge
വരയുള്ള *adj* striped
വരയ്ക്കുക *v* draw
വരൾച്ച *n* drought
വരാനിരിക്കുന്ന *adj* upcoming
വരാൻപോകുന്ന *adj* future
വരി *n* row
വരി ഉണ്ടാക്കുക *v* line up
വരിക്കാരാകുക *v* subscribe
വരിസംഖ്യ കൊട്ടുക്കൽ *n* subscription
വരുക *v* come
വരുമാനം *n* earnings, income, proceeds, revenue
വരുവോളം *conj* until
വരെ *prep* to
വർഗീകരിക്കുക *v* classify
വർഗ്ഗം *n* breed, class
വർഗ്ഗവിവേചനം ഇല്ലാതാക്കുക *v* desegregate
വർണാശബളമായ *adj* colorful
വർണ്ണച്ചോക്ക് *n* crayon
വർണ്ണപ്പകിട്ടുള്ള *adj* flamboyant
വർണ്ണിക്കുക *v* depict
വർദ്ധിപ്പിക്കുക *v* augment, boost
വർക്ക്ബുക്ക് *n* workbook
വർണ്ണിക്കുക *v* portray
വർത്തമാനപത്രം *n* newspaper
വർദ്ധിച്ചുവരുന്ന *adj* increasing
വർദ്ധിപ്പിക്കൽ *n* increase
വർദ്ധിപ്പിക്കുക *v* amplify, enhance; escalate
വർധിപ്പിക്കുക *v* increase
വർഷം *n* year
വർഷം തോറും *adv* annually, yearly
വറചട്ടി *n* frying pan
വറുക്കുക *v* broil; fry; parch
വറുത്ത *adj* fried
വറുത്ത ഉരുളക്കിഴങ്ങ് *n* fries
വറുത്തെടുക്കുക *v* roast
വല *n* net
വലത് ഭാഗത്തെ *adj* right
വലയം *n* enclosure

വലയം ചെയ്യുക *v* encircle
വലയംചെയ്യുക *v* surround
വലിക്കുക *v* pull, draw
വലിച്ചിടുക *v* drag
വലിച്ചിഴയ്ക്കുക *v* haul
വലിപ്പം *n* size
വലിയ *adj* large, enormous
വലിയ പട്ടണത്തിന്റെ ഒരു ഭാഗം *n* borough
വലിയക്ഷരം *n* capital letter, uppercase
വലിയശബ്ദമുണ്ടാക്കുക *v* bang
വലിവ് രോഗം *n* asthma
വലിവ് രോഗമുള്ള *adj* asthmatic
വലുതാക്കിപ്പറയുക *v* exaggerate
വലുതാക്കുക *v* enlarge
വലുതായ *adj* grown
വലുതായി വെട്ടിമുറിക്കൽ *n* slash
വല്ലാതെ *adv* very
വല്ലാത്ത *adj* sore
വളം *n* fertilizer, manure
വളച്ചൊടിക്കൽ *n* distortion
വളച്ചൊടിക്കുക *v* distort
വളച്ചൊടിക്കുക *v* twist
വളഞ്ഞ *adj* crooked
വളമിടുക *v* fertilize
വളയം *n* hoop
വളയുക *v* circle, ring; turn
വളയ്ക്കുക *v* bend, flex, bow
വളരുക *v* grow; grow up
വളരെ *adv* highly
വളരെ *adj* very
വളരെ അടുത്ത *adj* next door
വളരെ അടുത്ത് *adv* closely
വളരെ തണുത്ത *adj* ice-cold
വളരെ ദൂരെയുള്ള *adj* long-distance
വളരെ രഹസ്യമായ *adj* confidential
വളരെ വലിയ *adj* jumbo
വളരെ വലുതായ *adj* huge
വളരെയധികം *adv* exceedingly
വളരെയധികമായി *adv* enormously
വളരെയേറെ *adj* most
വളർത്തുക *v* bring up
വളർച്ച *n* grown-up
വളർത്തൽ *n* upbringing
വളർത്തുക *v* foster
വള്ളം *n* yacht
വള്ളി *n* strip
വള്ളിക്കൊട്ട *n* crate
വള്ളിച്ചെടി *n* ivy
വഴക്കം *n* flexibility
വഴക്കടിക്കുന്നവൻ *n* combatant
വഴക്കമുള്ള *adj* elastic
വഴക്കാളി *n* bully
വഴക്കിടുക *v* quarrel
വഴക്ക് *n* altercation, quarrel, hassle; contest
വഴക്ക് പറയുക *v* chastise
വഴങ്ങുക *v* give in
വഴങ്ങുന്ന *adj* pliable
വഴങ്ങുന്നത് *adj* flexible; susceptible
വഴി *n* path, way
വഴി *prep* through, via
വഴികാട്ടി *n* guide
വഴികാട്ടുക *v* guide
വഴിതിരിച്ചുവിടൽ *n* diversion

വഴിതിരിച്ചുവിടുക *v* divert
വഴിതെറ്റിക്കുക *v* mislead
വഴിതെറ്റിക്കുന്നത് *adj* misleading
വഴിതെറ്റിപ്പോകുക *v* deviate
വഴിതെറ്റിയ *adv* astray
വഴിതെറ്റിയ *adj* misguided; stray
വഴിത്തിരിവ് *n* twist
വഴിമാറിപ്പോകൽ *n* detour
വഴിമുടക്കി *n* blockage
വഴിയടയാളം *n* street sign
വഴിയൊരുക്കിയവൻ *n* pioneer
വഴുവഴുപ്പുള്ള *adj* greasy, slippery
വഴുവഴുപ്പുള്ളതാക്കുക *v* grease
വശം *n* side
വശത്താക്കുക *v* gain
വശത്തേക്ക് *adv* sideways
വശപ്പെടുത്തിയ *adj* predisposed
വശീകരണം *n* charm; bait
വശീകരിക്കൽ *n* allure
വശീകരിക്കുക *v* captivate, charm, fascinate; lure, seduce
വശീകരിക്കുന്ന *adj* enticing
വശ്യശക്തി *n* charm
വഷളത്തം *n* depravity
വഷളാക്കുക *v* aggravate, worsen; deprave
വസിക്കുക *v* dwell
വസ്തു *n* material; object
വസ്തുചിത്രപരമായ *adj* graphic
വസ്തുത *n* fact
വസ്തുതകൾ *n* data
വസ്തുതാപരമായ *adj* factual
വസ്തുനിഷ്ഠമായി *adv* objectively
വസ്തുവകകൾ *n* belongings
വസ്തുവിവര പട്ടിക *n* inventory
വസ്ത്രം *n* apparel, dress, outfit, garment; cloth
വസ്ത്രം അഴിക്കുക *v* undress
വസ്ത്രം ധരിക്കുക *v* dress up
വസ്ത്രം ധരിപ്പിക്കുക *v* clothe
വസ്ത്രം പാകമാണോ എന്ന് നോക്കാനുള്ള മുറി *n* fitting room
വസ്ത്രങ്ങൾ *n* clothes
വസ്ത്രത്തിലെ പുള്ളികൾ *n* polka dot
വസ്ത്രധാരണരീതി *n* costume
വസ്ത്രമലക്കൽ *n* laundry
വഹിക്കുക *v* convey
വാക് രൂപത്തിലുള്ള *adj* oral
വാക്കാൽ *adv* verbally
വാക്കാലുള്ള *adj* verbal
വാക്ചാതുര്യം *n* eloquence
വാക്ധോരണി *n* outpouring
വാക്യം *n* verse
വാഗ്ദാനം *n* offer; promise
വാഗ്ദാനം ചെയ്യുക *v* promise
വാഗ്ദാനം നൽകുക *v* offer
വാങ്ങൽ *n* purchase
വാങ്ങുക *v* buy, purchase
വാങ്ങുന്നയാൾ *n* buyer
വാചക സന്ദേശം *n* text message
വാചകം *n* sentence; text
വാചകത്തിനിടയിൽ ഉപയോഗിക്കുന്ന ബ്രാക്കറ്റ് പോലുള്ളവ *n* parenthesis
വാചകസന്ദേശം അയക്കുക *v* text
വാചാലനായ *adj* talkative
വാചികമായ *adj* vocal

വ

വാചികമായി *adv* orally
വാടക *n* rent
വാടകക്കാരൻ *n* tenant
വാടകമുറി *n* condo
വാടകയ്ക്കെടുക്കൽ *v* charter
വാടകയ്ക്ക് എടുക്കുക *v* hire
വാടകയ്ക്ക് നൽകുക *v* rent
വാടിപ്പോകുക *v* wither
വാട്ടർ പാർക്ക് *n* water park
വാണിജ്യ പരത *n* commercial
വാണിജ്യം *n* business, commerce; merchandise
വാണിജ്യപരമായ *adj* commercial
വാണിഭകേന്ദ്രം *n* mall
വാതക മാപകയന്ത്രം *n* gas gauge
വാതകം *n* gas
വാതിൽ *n* door
വാതിൽപ്പടി *n* threshold; doorstep
വാതിൽവിരിപ്പ് *n* doormat
വാതിൽ *n* entree
വാതിൽപ്പിടി *n* doorknob
വാത്ത് *n* goose
വാത്സല്യം *n* affection
വാത്സല്യമുള്ള *adj* affectionate
വാദം *n* argument
വാദിക്കുക *v* argue, plead, contend
വാദ്യമേളം *n* band, orchestra
വാദ്യോപകരണ സംബന്ധമായ *adj* instrumental
വാൻ *n* van
വാനില *n* vanilla
വാനിലച്ചെടി *n* vanilla
വായ *n* mouth
വായ സംബന്ധമായ *adj* oral
വായന *n* reading
വായനക്കാരൻ *n* reader
വായിക്കുക *v* read
വായിലൂടെ *adv* orally
വായു *n* air
വായു കടക്കാത്ത *adj* airtight
വായുസഞ്ചാരം *n* ventilation
വായുസഞ്ചാരമില്ലാത്ത *adj* stuffy
വായുസഞ്ചാരമുണ്ടാക്കുക *v* ventilate
വായ്പ *n* loan
വായ്പ നൽകുക *v* loan
വായ്പ വാങ്ങുക *v* borrow
വാരാന്ത്യം *n* weekend
വാരിയെല്ല് *n* rib
വാരിവിഴുങ്ങുക *v* devour
വാർത്ത *n* news
വാർദ്ധക്യം *n* old age
വാർഷികം *n* anniversary
വാർഷികമായ *adj* annual
വാറ്റുക *v* distill
വാൽ *n* tail
വാൽനട്ട് *n* walnut
വാൽവ് *n* valve
വാൾ *n* sword
വാഴപ്പഴം *n* banana
വാഴ്ത്തൽ *n* compliment
വാശിയുള്ള *adj* obstinate
വാസനതൈലം *n* cologne
വാസനയുള്ള *adj* aromatic
വാസയോഗ്യമായ *adj* residential
വാസയോഗ്യമായ *adj* habitable
വാസസ്ഥലം *n* dwelling
വാസ്തുവിദ്യ *n* architecture

വ

വാസ്തുശില്പി *n* architect
വാഹന കട *n* auto shop
വാഹനം *n* vehicle, automobile, van, pickup
വാഹനം കെട്ടിവലിക്കുക *v* tow
വാഹനം സഞ്ചരിച്ച ദൂരം കാണിക്കുന്ന മീറ്റർ *n* odometer
വാഹനങ്ങൾ നിർത്തിയിടാനുള്ള താവളം *n* parking
വാഹനങ്ങൾ നിർത്തിയിടുക *v* park
വാഹനങ്ങൾ പാർക്ക് ചെയ്യാനുള്ള സ്ഥലം *n* parking lot
വാഹനങ്ങളിടുന്ന സ്ഥലം *n* garage
വാഹനത്തിന്റെ ചില്ല് *n* windshield
വാഹനത്തിൽ കയറുക *adv* aboard
വാഹനത്തിലിരുന്ന് ഭക്ഷിക്കാവുന്ന റെസ്റ്റോറന്റുകൾ *n* drive-through
വാഹനപ്പന്തയ വീഥി *n* racetrack
വാഹനമോടിക്കുക *n* drive
വികർഷിക്കുക *v* repel, repulse
വികലത *n* disability
വികലാംഗരായ *adj* handicapped
വികസിച്ച *adj* bloated
വികസിതമായ *adj* advanced
വികസിപ്പിക്കുക *v* develop, expand
വികാരം *n* emotion, sentiment
വികാരങ്ങൾ *n* feelings
വികാരപരമായ *adj* emotional
വികാരഭരിതമായ *adj* sentimental
വികാസം *n* development; expansion
വികിരണം *n* radiation
വികൃതമാക്കുക *v* deface, deform, disfigure, distort
വികൃതമായ *adj* awkward
വികൃതി *n* mischief
വികൃതിയുള്ള *adj* mischievous, naughty
വിക്കിവിക്കി പറയുക *v* stutter
വിഗ് *n* wig
വിഗ്രഹം *n* idol
വിഘടിപ്പിക്കുക *v* disintegrate
വിചാരണ *n* trial
വിചിത്രകൽപന *n* fantasy
വിചിത്രഭ്രമം *n* fad
വിചിത്രമായ *adj* strange, weird, creepy, bizarre, exotic, quaint
വിച്ഛേദിക്കുക *v* cut off, detach, disconnect, sever
വിജയം *n* success, triumph, victory, conquest
വിജയകരമല്ലാത്ത *adj* unsuccessful
വിജയകരമായ *adj* successful, triumphant, victorious
വിജയകരമായി *adv* successfully
വിജയി *n* champion, victor, winner
വിജയിക്കുക *v* pass; succeed
വിജാഗിരി *n* hinge
വിജ്ഞാനകോശം *n* encyclopedia; thesaurus

വ

വിജ്ഞാപനം *n* notification
വിട *e* goodbye
വിടരുക *v* blossom
വിടവാങ്ങൽ *n* farewell
വിടവ് *n* gap
വിടുക *v* leave
വിട്ടയക്കൽ *n* discharge
വിട്ടുനിൽക്കുക *v* abstain, refrain
വിട്ടുപോയവൻ *n* deserter
വിട്ടുപോകുക *v* leave out
വിട്ടുപോവുക *v* bow out
വിട്ടുമാറാത്ത *adj* chronic
വിട്ടുവീഴ്ച ചെയ്യുക *v* make up for
വിട്ടുവീഴ്ചയില്ലാത്ത *adj* relentless
വിഡ്ഢി *n* fool
വിഡ്ഢി *adj* idiotic
വിഡ്ഢിയാക്കുക *v* kid
വിഡ്ഢിയായ *adj* foolish
വിതയ്ക്കുക *v* sow
വിതരണം *n* distribution, delivery, supply
വിതരണം ചെയ്ത സാധനങ്ങൾ *n* supplies
വിതരണം ചെയ്യുക *v* disburse, hand out, dispense, distribute, give out, supply
വിതരണക്കാരൻ *n* supplier
വിത്തില്ലാത്ത *adj* seedless
വിത്തുള്ള *adj* seedy
വിത്ത് *n* seed
വിദഗ്ദൻ *n* specialist
വിദഗ്ദ്ധോപദേശം നൽകുന്നവൻ *n* consultant
വിദഗ്ധൻ *n* expert
വിദൂരമായ *adj* remote
വിദൂരസ്ഥമായ *adj* faraway
വിദൂഷകൻ *n* joker
വിദേശത്തേക്ക് *adv* overseas
വിദേശത്ത് *adv* abroad
വിദേശി *n* foreigner
വിദ്യാപീഠം *n* academy
വിദ്യാഭ്യാസം *n* education
വിദ്യാഭ്യാസപരമായ *adj* educational
വിദ്യാഭ്യാസമില്ലാത്ത *adj* uneducated
വിദ്യാർത്ഥി *n* student, learner, pupil
വിദ്യുച്ഛക്തി സംബന്ധമായ *adj* electric
വിദ്യുച്ഛക്തിവാഹകം *n* conductor
വിദ്വേഷം *prep* despite
വിദ്വേഷം *n* disgust
വിദ്വേഷത്തോടെ *adv* bitterly
വിധവ *n* widow
വിധി *n* fate; doom; judgment, verdict
വിധികർത്താവ് *n* jury
വിധിക്കുക *v* judge
വിധേയത്വം *n* allegiance
വിധേയത്വമുള്ള *adj* submissive
വിധേയമാക്കുക *v* subject
വിധേയമായി *adv* under
വിധേയമാവുക *v* undergo
വിനയം *n* politeness, humility, modesty
വിനയത്തോടെ *adv* politely
വിനയമുള്ള *adj* polite
വിനയശീലനായ *adj* humble
വിനാഗിരി *n* vinegar

വിനാശം *n* destruction
വിനാശകരമായ *adj* evil
വിനിയോഗം *n* expenditure; usage
വിനീതനായ *adj* modest, down-to-earth
വിനോദം *n* recreation
വിനോദിപ്പിക്കുന്ന *adj* entertaining
വിനോദ പാർക്ക് *n* amusement park
വിനോദം *n* amusement, entertainment
വിനോദത്തീവണ്ടി *n* roller coaster
വിനോദപര്യടനം *n* promenade
വിനോദവൃത്തി *n* hobby
വിനോദസഞ്ചാര കേന്ദ്രത്തിലെ ചെറിയ മേശകൾ *n* picnic table
വിനോദസഞ്ചാരം *n* tourism
വിനോദസഞ്ചാരി *n* tourist
വിന്യസിക്കുക *v* align; deploy
വിന്യാസം *n* alignment; deployment
വിപണനം ചെയ്യുക *v* market
വിപണി *n* market
വിപത്ത് *n* bale
വിപരീതം *n* opposite, reverse, reversal, converse
വിപരീതഫലം ഉളവാക്കുക *v* backfire
വിപരീതമായ *adj* perverse
വിപരീതമായി *adv* conversely
വിപരീതാർത്ഥം *n* irony
വിപരീതാർത്ഥമുള്ള *adj* ironic
വിപുലമായ *adj* extensive; massive
വിപുലീകരണം *n* extension
വിപുലീകരിക്കുക *v* branch out; magnify
വിപുലീകരിച്ച കുടുംബം *n* extended family
വിപ്ലവം *n* revolution
വിപ്ലവാത്മകമായ *adj* revolutionary
വിഭജനം *n* partition
വിഭവം *n* resource
വിഭാഗം *n* category, section, segment
വിഭാര്യൻ *n* widower
വിഭാവനം ചെയ്യുക *v* frame
വിമതൻ *n* rebel
വിമർശകൻ *n* critic
വിമർശനം *n* criticism
വിമർശിക്കുക *v* deplore
വിമർശിക്കുക *v* criticize
വിമാന പരിചാരകൻ *n* flight attendant
വിമാനം *n* aircraft, airplane; flight
വിമാനം പറന്നുയരുക *v* take off
വിമാനം ലംബരൂപത്തിൽ ഉയരുന്നത് *n* lift-off
വിമാനക്കൂലി *n* airfare
വിമാനത്താവളം *n* airport
വിമാനത്തിനെയോ കപ്പലിനെയോ മുന്നോട്ട് നീക്കാനുള്ള സജ്ജീകരണം *n* propeller
വിമാനയാത്രികൻ *n* flier
വിമുക്തഭടൻ *n* veteran

വ

വിമുഖതയുള്ള *adj* reluctant
വിമോചിക്കുക *v* discharge
വിയർക്കൽ *n* perspiration
വിയർക്കുക *v* perspire, sweat
വിയർത്ത *adj* sweaty
വിയർപ്പ് *n* sweat
വിയോജിക്കുക *v* differ
വിയോജിക്കുക *v* dissent
വിരട്ടുക *v* daunt, intimidate
വിരമിക്കൽ *n* retirement
വിരമിക്കുക *v* retire
വിരൽ *n* finger
വിരൽ നഖം *n* fingernail
വിരൽത്തുമ്പ് *n* fingertip
വിരലടയാളം *n* fingerprint
വിരല്സന്ധി *adj* knuckle
വിരളമായ *adj* meager, scarce, sparse
വിരളമായി *adv* scarcely
വിരസത *n* boredom
വിരസമായ *adj* flat; bleak
വിരിപ്പന്തൽ *n* awning
വിരിപ്പ് *n* carpet
വിരിയിക്കുക *v* hatch
വിരുന്നു നൽകുക *v* dine
വിരോധം *n* detriment; spite
വിരോധാഭാസം *n* paradox
വിറക് *n* firewood
വിറയൽ *v* quiver, shiver, shudder
വിറയൽ *n* tremor
വിറയ്ക്കുക *v* tremble
വിറ്റാമിൻ *n* vitamin
വിറ്റുതീർത്ത *adj* sold-out
വിൽക്കുക *v* sell
വിൽപത്രം *n* will
വിൽപന *n* sellout
വിൽപനകേന്ദ്രം *n* outlet
വിൽപ്പന *n* sale
വിൽപ്പനക്കാരൻ *n* salesman, seller
വിൽപ്പനക്കാരി *n* saleswoman
വില *n* charge, cost, price
വില കുറയ്ക്കുക *v* depreciate; mark down
വില നിശ്ചയിക്കുക *v* cost
വിലകുറഞ്ഞ *adj* cheap
വിലകുറയ്ക്കുക *n* devaluation
വിലകൂടിയ ഒരു ലോഹം *n* platinum
വിലക്കയറ്റം *n* inflation
വിലക്കുക *v* ban, forbid
വിലക്ക് *n* ban
വിലക്ഷണമായ *adj* clumsy; crass
വിലങ്ങിടുക *v* chain
വിലപിക്കുക *v* wail
വിലപിടിപ്പുള്ള *adj* precious
വിലപേശൽ *n* bargain
വിലപേശുക *v* bargain
വിലപ്പെട്ട *adj* valuable
വിലമതിക്കാനാവാത്ത *adj* priceless
വിലമതിക്കുക *v* value
വിലയിടിയുക *v* slump
വിലയിടിവ് *n* depreciation
വിലയിടുക *v* rate
വിലയിരുത്തൽ *n* appraisal, rating
വിലയിരുത്തുക *v* appraise, evaluate
വിലയില്ലാത്ത *adj* worthless; trashy

വ

വിലയേറിയ *adj* golden; costly; deluxe; invaluable
വില്ല് *n* bow
വില്ല് കുലയ്ക്കുക *v* span
വിളക്കുകാൽ *n* lamppost
വിളക്കുമൂടി *n* lampshade
വിളക്ക് *n* light, lamp
വിളക്ക് കൊളുത്തുന്നവൻ *n* lighter
വിളമ്പുക *v* cater
വിളയിക്കുക *v* ripen
വിളറിയ *adj* lurid, pale
വിളവെട്ടുക്കുക *v* crop, harvest
വിളവെട്ടുപ്പ് *n* harvest
വിളവ് *n* crop, produce
വിളി *n* call
വിളിക്കപ്പെടുന്ന *adj* so-called
വിളിക്കുക *v* call, summon
വിളിച്ചു പറയുന്നയാൾ *n* announcer
വിള്ളൽ *n* leak, leakage; rift, split
വിള്ളൽ *n* break; crevice
വിഴുങ്ങൽ *n* gulp
വിഴുങ്ങുക *v* gobble, gulp, swallow
വിഴുപ്പ്കൊട്ട *n* laundry basket
വിവരം *n* information
വിവരം അന്വേഷിക്കുക *v* inquire
വിവരം അറിയിക്കുക *v* report
വിവരം നൽകുന്നവൻ *n* informant
വിവരം ശേഖരിക്കുക *v* debrief
വിവരങ്ങൾ കാണിക്കുന്ന ലിസ്റ്റ് *n* catalog
വിവരണം *n* account, commentary, description; definition
വിവരാന്വേഷണം *n* inquiry
വിവരിക്കുക *v* describe
വിവരിക്കുന്ന *adj* descriptive
വിവരിച്ചു പറയുക *v* decipher
വിവർണ്ണമാകുക *v* fade
വിവർത്തകൻ *n* translator
വിവർത്തനം ചെയ്യുക *v* translate
വിവാദം *n* controversy
വിവാദാസ്പദമായ *adj* controversial
വിവാഹ സംബന്ധമായ *adj* maternal
വിവാഹം *n* marriage
വിവാഹം കഴിക്കുക *v* marry, wed
വിവാഹം കഴിഞ്ഞ *adj* married
വിവാഹത്തിലൂടെ ഉണ്ടാകുന്ന ബന്ധുക്കൾ *n* in-laws
വിവാഹനിശ്ചയം *n* engagement
വിവാഹമോചനം നടത്തുക *v* divorce
വിവാഹമോചനം *n* divorce
വിവാഹാഭ്യർത്ഥന *n* courtship
വിവാഹാഭ്യർത്ഥന *n* proposal
വിവാഹാഭ്യർത്ഥന ചെയ്യുക *v* propose to
വിവാഹാർത്ഥന നടത്തുക *v* propose
വിവിധ *adj* various
വിവിധമായ *adj* assorted
വിവേകം *n* sanity
വിവേകബുദ്ധിയുള്ള *adj* apprehensive
വിവേകമുള്ള *adj* prudent, sensible; discreet

വിവേകശൂന്യമായ *adj* blind; senseless
വിവേചിക്കുക *v* discern; discriminate
വിശകലന വിദഗ്ദൻ *n* analyst
വിശകലനം *n* analysis; reference
വിശകലനം ചെയ്യുക *v* analyze
വിശദമാക്കുക *v* disclose
വിശദമായ *adj* bold
വിശദാംശം *n* detail
വിശദാംശങ്ങൾ *n* whereabouts
വിശദീകരണം *n* clarification, explanation, interpretation
വിശദീകരിക്കാനാകാത്ത *adj* inexplicable
വിശദീകരിക്കുക *v* account for, explain, detail; interpret
വിശദീകരിക്കുന്നയാൾ *n* interpreter
വിശപ്പുണ്ടാക്കുന്ന വസ്തു *n* appetizer
വിശപ്പുള്ള *adj* hungry
വിശപ്പ് *n* appetite, hunger
വിശാലദൃശ്യം *n* panorama
വിശാലമാക്കുക *v* widen
വിശാലമായ *adj* broad, spacious, vast, wide
വിശാലവീഥി *n* avenue
വിശിഷ്ടമായ *adj* classic; distinguished
വിശിഷ്ടസാഹിത്യം *n* classic
വിശുദ്ധൻ *n* saint
വിശുദ്ധമായ *adj* holy
വിശുദ്ധി *n* sanctity
വിശേഷണം *n* adjective

വിശ്രമം *n* relaxation
വിശ്രമമില്ലാത്ത *adj* restless
വിശ്രമമുറി *n* restroom
വിശ്രമവേള *n* leisure
വിശ്രമിക്കുക *v* relax, rest
വിശ്രമിക്കുന്ന *adj* restful
വിശ്വസനീയമല്ലാത്ത *adj* unreliable
വിശ്വസനീയമായ *adj* believable; reliable
വിശ്വസിക്കാവുന്ന *adj* dependable
വിശ്വസിക്കുക *v* credit; believe; deem; trust
വിശ്വസ്തത *n* fidelity, loyalty
വിശ്വസ്തനായ *adj* faithful, loyal
വിശ്വസ്തൻ *n* confidant
വിശ്വാസം *n* belief, faith
വിശ്വാസയോഗ്യമായ *adj* credible, trustworthy
വിശ്വാസ്യത *n* credibility
വിഷം *n* poison, venom
വിഷച്ചിലന്തി *n* tarantula
വിഷണ്ണനായ *adj* despondent
വിഷപ്പല്ല് *n* fang
വിഷമ പ്രശ്നം *n* puzzle
വിഷമം തോന്നുക *v* mortify
വിഷമഘട്ടം *n* crisis
വിഷമയമാക്കുക *v* poison
വിഷമയമായ *adj* toxic
വിഷമാവസ്ഥ *n* predicament
വിഷമിക്കുക *v* worry
വിഷമിച്ച *adj* worried
വിഷമിപ്പിക്കുന്ന *adj* distressing
വിഷയം *n* issue, subject, topic

വിഷയത്തിൽനിന്ന് വ്യതിചലിക്കുക *v* digress
വിഷലിപ്തമായ *adj* poisonous
വിഷവസ്തു *n* toxin
വിഷാദം *n* depression
വിസമ്മതം *n* disapproval, refusal
വിസമ്മതിക്കുക *adv* differently
വിസമ്മതിക്കുക *v* disagree
വിസ്താരം *n* latitude; stretch
വിസ്തൃതമാക്കുക *v* broaden
വിസ്തൃതമായി *adv* broadly
വിസ്തൃതി *n* breadth
വിസ്മയം *n* amazement, awe; daze
വിസ്മയിപ്പിക്കുക *v* amaze, astonish; mesmerize
വിഹിതം *n* allocation; quota
വീക്കം *n* swelling
വീക്ഷണം *n* aspect, outlook
വീക്ഷിക്കുക *v* view
വീഞ്ഞുണ്ടാക്കുന്ന സ്ഥലം *n* winery
വീടിനു വെളിയിൽ *adv* abroad
വീടിനുള്ളിൽ *adv* indoors
വീടിന് തീയിടുന്നയാൾ *n* arsonist
വീടിന്റെ പുറകുവശം *n* backyard
വീടുമാറുക *v* move
വീട് *n* apartment, home, house
വീട് *adv* home
വീട്ടമ്മ *n* housewife
വീട്ടിൽ നിർമ്മിച്ചത് *adj* homemade
വീട്ടിൽ വളർത്തുന്ന കോഴി *n* poultry
വീട്ടിൽ വളർത്തുന്ന *adj* domesticated
വീട്ടുജോലി *n* housework
വീട്ടുജോലിക്കാരൻ *n* housekeeper
വീട്ടുജോലിക്കാരി *n* maid
വീട്ടുപകരണങ്ങൾ *n* furniture
വീട്ടുപരിസരം *n* premise
വീഡിയോ ഗെയിം *n* video game
വീഡിയോ *n* video
വീണ്ടും *adv* again
വീണ്ടും അച്ചടിക്കുക *n* reprint
വീണ്ടും എണ്ണുക *n* recount
വീണ്ടും ഒന്നിക്കുക *v* reunite
വീണ്ടും ചെയ്യുക *v* redo
വീണ്ടും നിറയ്ക്കുക *v* refill
വീണ്ടും പ്രത്യക്ഷപ്പെടുക *v* reappear
വീണ്ടും പ്ലേ ചെയ്യുക *n* replay
വീണ്ടും ഷെഡ്യൂൾ ചെയ്യുക *v* reschedule
വീണ്ടുംകാണാം *e* bye
വീണ്ടെടുക്കുക *v* recover, redeem, retrieve
വീണ്ടെടുപ്പ് *n* redemption
വീതി *n* width
വീതിക്കുക *v* divide
വീഥി *n* track
വീപ്പ *n* barrel; tub
വീമ്പുപറയുന്ന *adj* boastful
വീരത്വം *n* heroism
വീരൻ *adj* valiant
വീരനായ *adj* heroic
വീർപ്പിക്കുക *v* bloat
വീർത്ത *adj* puffy, swollen
വീർപ്പുമുട്ടുക *v* swell

വ

വീൽചെയർ *n* wheelchair
വീഴുക *v* fall, tumble
വീഴ്ച *n* fall
വീഴ്ത്തുക *v* topple
വീശുക *v* blow; wave
വൃക്ക *n* kidney
വൃക്ഷം *n* tree
വൃത്തം *n* circle
വൃത്താകാരമായ *adj* circular
വൃത്താകൃതിയിലുള്ള *adj* round
വൃത്തികെട്ട *adj* filthy, squalid; sleazy, ugly
വൃത്തിയാക്കുക *v* clean, clear
വൃത്തിയാക്കുന്ന ആൾ *n* cleaner
വൃത്തിയായി *adv* neatly
വൃത്തിയില്ലാത്തയാൾ *n* slob
വൃത്തിയുള്ള *adj* clean, neat, tidy
വൃഷ്ടി *n* shower
വെങ്കലം *n* bronze
വെടിത്തിര *n* cartridge
വെടിത്തിരി *n* match
വെടിപ്പാക്കുക *v* dust
വെടിമരുന്ന് *n* gunpowder
വെടിയുണ്ട *n* bullet
വെടിയുണ്ട സൂക്ഷിക്കുന്ന പെട്ടി *n* canister
വെടിയൊച്ച *n* gunfire
വെടിവയ്ക്കൽ *n* gunshot
വെടിവയ്ക്കുക *v* fire, shoot
വെട്ടയുണ്ട കടക്കാത്ത *adj* bulletproof
വെട്ടിച്ചുരുക്കൽ *v* cut back
വെട്ടിമുറിക്കുക *v* slash
വെട്ടുക *v* lunge
വെട്ടുകിളി *n* grasshopper
വെട്ട് *n* gash
വെണ്ണ *n* butter
വെണ്ണക്കല്ല് *n* marble
വെണ്ണപ്പഴം *n* avocado
വെബ്സൈറ്റുകളിലൂടെയുള്ള അന്വേഷണം *n* surfing
വെബ്സൈറ്റ് *n* website
വെയിലിൽനിന്ന് ചർമ്മത്തെ സംരക്ഷിക്കാനുള്ള ക്രീം *n* sun block
വെയിലേറ്റുള്ള കറുപ്പ് *n* suntan
വെറി പിടിപ്പിക്കുക *v* madden
വെറുക്കത്തക്ക *adj* detestable
വെറുക്കുക *v* abhor, hate, loathe
വെറുതെ *adv* vainly
വെറുതെ ചുറ്റിത്തിരിയുക *v* hang around
വെറുപ്പിക്കുന്ന *adj* odious
വെറുപ്പുബാധിച്ച *adj* disgusted
വെറുപ്പുളവാക്കുന്ന *adj* despicable, repugnant, repulsive; spiteful, hateful
വെറുപ്പുളവാക്കുന്ന *v* prune
വെറുപ്പുള്ള *adj* grumpy
വെറുപ്പ് *n* hate
വെൽഡർ *n* welder
വെൽഡ് ചെയ്യുക *v* weld
വെൽവെറ്റ് *n* velvet
വെല്ലുവിളി *n* challenge
വെല്ലുവിളി ഉയർത്തുന്ന *adj* challenging
വെല്ലുവിളിക്കുക *v* challenge
വെല്ലുവിളിക്കുന്നവൻ *n* challenger
വെളിച്ചത്താക്കുക *v* debunk
വെളിച്ചമില്ലാത്ത *adj* dark

വ

വെളിപാട് *n* oracle
വെളിപ്പെടുത്തൽ *adv* inside out
വെളിപ്പെടുത്തൽ *n* exposure
വെളിപ്പെടുത്തുക *v* divulge, let out, reveal; manifest
വെളിപ്പെടുത്തുന്ന *adj* revealing
വെളിയിൽ *adv* outdoor
വെളിയിലുള്ള *adj* outer
വെളിയിലേക്കുള്ള *adj* outward
വെളിവാകുക *v* come out
വെളുത്ത ശരീരവും നീലക്കണ്ണുകളും ഉള്ള മനുഷ്യൻ *adj* blond
വെളുത്തുള്ളി *n* garlic
വെളുപ്പിക്കുക *v* whiten
വെളുപ്പ് *n* white
വെള്ള *adj* white
വെള്ളം *n* water
വെള്ളം അടിച്ചുകയറ്റുക *v* pump
വെള്ളം കയറാത്ത *adj* watertight
വെള്ളം തിളപ്പിക്കാൻ ഉപയോഗിക്കുന്ന ലോഹപ്പാത്രം *n* kettle
വെള്ളം തിളപ്പിക്കാനുള്ള പാത്രം *n* boiler
വെള്ളം തെറിപ്പിക്കുക *v* splash
വെള്ളം നനയ്ക്കുക *v* water
വെള്ളംകടക്കാത്ത *adj* waterproof
വെള്ളച്ചാട്ടം *n* cataract, waterfall
വെള്ളത്തിനടിയിൽ *adv* underwater
വെള്ളത്തിനടിയിലെ *adj* underwater
വെള്ളത്തിൽ പൊങ്ങിക്കിടക്കാവുന്ന വസ്ത്രം *n* life jacket
വെള്ളത്തിൽ ഒഴുകുക *v* flush
വെള്ളപ്പരുന്ത് *n* buzzard
വെള്ളപ്പൊക്കം *n* flood
വെള്ളമുള്ള *adj* watery
വെള്ളരി *n* cucumber
വെള്ളി *n* silver
വെള്ളിനിറമുള്ള *adj* silver
വെള്ളിപ്പാത്രങ്ങൾ *n* silverware
വെള്ളിയാഴ്ച *n* Friday
വേഗം *n* hurry
വേഗം *adj* quick
വേഗം നീങ്ങുക *v* dash
വേഗത *n* pace, speed
വേഗത കുറയ്ക്കൽ *v* slow down
വേഗത കൂട്ടുക *v* speed
വേഗതയുള്ള *adj* speedy, swift; fleeting
വേഗത്തിൽ *adv* fast, quickly
വേഗത്തിൽ മുന്നോട്ട് *v* fast forward
വേഗപരിധി *n* speed limit
വേഗമുള്ള *adj* fast
വേട്ടക്കാരൻ *n* hunter
വേട്ടയാടൽ *n* hunting
വേട്ടയാടുക *v* haunt; hunt
വേണം *v* should
വേണ്ടത്ര *adv* adequately
വേണ്ടി *prep* for
വേണ്ടെന്നുവെക്കുക *v* call off
വേതനം *n* wage
വേദന *n* ache, anguish, pain
വേദനസംഹാരി *n* painkiller

വേദനാജനകമായ *adj* hurt
വേദനാരഹിതമായ *adj* painless
വേദനിപ്പിക്കുന്ന *adj* agonizing, harrowing, painful, hurtful
വേദപുസ്തകം *n* bible
വേദി *n* auditorium
വേനൽക്കാലം *n* summer
വേര് *n* root
വേർതിരിക്കുക *v* differentiate
വേർപിരിയുക *v* depart
വേർപെടുത്താവുന്ന *adj* detachable
വേർപെട്ടത് *adv* asunder
വേർതിരിക്കൽ *n* segregation
വേർതിരിക്കുക *v* segregate
വേർതിരിച്ചറിയുക *v* distinguish
വേർപിരിയൽ *n* separation, severance
വേർപിരിയുക *v* part
വേർപെടുത്തുക *v* take apart
വേർപ്പെടുത്താനാവാത്ത *adj* inseparable
വേറിടുക *v* separate
വേറിട്ട് *adv* apart
വേറിട്ട് *adj* separate
വേറെ *adv* else
വേലി *n* fence
വേലി കെട്ടൽ *n* fencing
വേലിയേറ്റം *n* tide
വേവലാതിപ്പെടുക *v* concern
വേവിക്കപ്പെട്ട *adj* cooked
വേവിക്കുക *v* cook, grill
വേഷപ്രച്ഛന്നനാകുക *v* disguise
വേസ്റ്റ് ബാസ്കറ്റ് *n* wastebasket
വോൾട്ടേജ് *n* voltage
വൈകൽ *n* delay
വൈകല്യം *n* handicap
വൈകാരികമായ *adj* cuddly; sensitive
വൈകി *adv* late
വൈകിക്കുക *v* delay
വൈകിക്കുന്ന *adj* lingering
വൈകിപ്പിക്കുക *v* procrastinate
വൈകിയ *adj* belated, late, tardy
വൈകുന്നേരം *n* evening
വൈക്കോൽ *n* hay
വൈക്കോൽ *n* straw
വൈക്കോൽ കൂന *n* haystack
വൈദഗ്ദ്യം *n* expertise
വൈദഗ്ധ്യം *n* skill
വൈദഗ്ധ്യമുള്ള *adj* skilled
വൈദേശികമായ *adj* foreign
വൈദ്യൻ *n* physician
വൈദ്യൻ *n* doctor
വൈദ്യശാസ്ത്ര സംബന്ധമായ *adj* medical
വൈദ്യുത പ്ലഗ്ഗ് *n* plug
വൈദ്യുതസംബന്ധമായ *adj* electrical
വൈദ്യുതാഘാതം *v* electrocute
വൈദ്യുതി *n* charge, current, electricity
വൈദ്യുതീകരിക്കുക *v* electrify
വൈൻ *n* wine
വൈഭവം *n* grandstand
വൈമാനികൻ *n* pilot
വൈമാനികൻ *n* aviator
വൈരാഗ്യം *n* feud

വ

വൈരാഗ്യമുള്ള *adj* virile
വൈരൂപ്യം *n* deformity
വൈറസ് *n* virus
വൈറ്റ്ബോർഡ് *n* whiteboard
വൈവാഹികം *n* matrimony
വൈവിധ്യം *n* diversity, variety
വൈവിധ്യമാർന്ന *adj* diverse, varied
വൈവിധ്യവൽക്കരിക്കുക *v* diversify
വൈഷമ്യം *n* dilemma
വൈഷമ്യത്തോടെ *adv* hard
വൈസ് *n* vice
വോൾട്ടേജ് വർദ്ധിപ്പിക്കുക *v* step up
വോളിബോൾ *n* volleyball
വ്യക്തത *n* clarity
വ്യക്തതയോടെ *adv* obviously
വ്യക്തമാക്കുക *v* clarify, specify
വ്യക്തമായ *adj* clear, obvious; irrefutable; legible; vivid
വ്യക്തമായി *adv* distinctly; plainly
വ്യക്തി *n* person, individual
വ്യക്തിഗതമായി *adv* individually
വ്യക്തിത്വം *n* personality
വ്യക്തിപരമായ *adj* personal
വ്യക്തിപ്രഭാവം *n* charisma
വ്യഗ്രത *n* urge
വ്യഗ്രതയോടെ *adv* earnestly
വ്യഞ്ജനാക്ഷരം *n* consonant
വ്യതിചലനം *n* aberration, deviation
വ്യതിയാനം *n* variation
വ്യതിരിക്തമായ *adj* individual
വ്യതിരിക്തമായി *adj* distinctive
വ്യത്യസ്തമായ *adj* another; different, unlike
വ്യത്യസ്ഥമായ *adj* disoriented
വ്യത്യാസം *n* contrast, difference, distinction, discrepancy
വ്യത്യാസം കാണിക്കുക *v* contrast
വ്യത്യാസപ്പെടുന്നു *v* vary
വ്യർത്ഥമാക്കുക *v* confound
വ്യർത്ഥമായ *adj* barren
വ്യവകലനം *n* subtraction
വ്യവസായം *n* industry
വ്യവസ്ഥ *n* system
വ്യവസ്ഥ ചെയ്യുന്നു *v* stipulate
വ്യവസ്ഥാനുരൂപമായ *adj* constitutional
വ്യവസ്ഥാപിതമായ *adj* systematic
വ്യാകരണം *n* grammar
വ്യാഖ്യാതാവ് *n* commentator
വ്യാഖ്യാനം *n* annotation
വ്യാഖ്യാനിക്കുക *v* annotate; paraphrase
വ്യാജം *n* fake, forgery, sham
വ്യാജനാമം *n* pseudonym
വ്യാജമായ *adj* fake
വ്യാപകമായത് *adj* widespread
വ്യാപരിപ്പിക്കുന്ന *n* demeanor
വ്യാപാരം *n* trade
വ്യാപാരം നടത്തുക *v* trade
വ്യാപാരി *n* businessman, trader
വ്യാപിക്കുക *v* overrun; permeate; spread
വ്യാപൃതനാകുക *v* occupy
വ്യാപ്തം *n* volume

വ

വ്യാപ്തി *n* magnitude
വ്യാമോഹമുക്തനായ *adj* disenchanted
വ്യായാമ ഓട്ടം *v* jog
വ്യായാമം *n* exercise
വ്യായാമം ചെയ്യിക്കുക *v* drill
വ്യായാമം ചെയ്യുക *v* exercise
വ്യായാമം ചെയ്യുമ്പോൾ ധരിക്കുന്ന അയഞ്ഞ പാന്റ്സ് *n* sweatpants
വ്യാളി *n* dragon
വ്യാഴ ഗ്രഹം *n* Jupiter
വ്യാഴാഴ്ച *n* Thursday
വ്യാസം *n* caliber, diameter
വ്യൂഹം *n* system
വ്യോമപരിധി *n* airfield
വ്യോമ *n* navigation
വ്യോമയാനം *n* aviation
വ്രണം *n* sore
വ്രണമാകുക *v* fester

ശ

ശൗചാലയം *n* lavatory
ശംബളം *n* pay
ശകലം *n* bit, fragment; lump
ശകാരിക്കുക *v* nag; scold
ശകുനം *n* omen
ശക്തമായ *adj* strong
ശക്തമായി *adv* strongly
ശക്തി *n* power, force, strength, might
ശക്തിപ്പെടുത്തുക *v* reinforce, strengthen
ശക്തിയായി വലിക്കുക *v* tug

ശക്തിയുള്ള *adj* potent, mighty, powerful
ശക്തിയേറിയ പ്രവാഹം *n* jet
ശക്തിരഹിതമായ *adj* powerless
ശങ്കിക്കുന്നതായ *adj* hesitant
ശതമാനം *n* percentage
ശതാവരി *n* asparagus
ശത്രു *n* enemy
ശത്രുത *n* animosity, hostility; fallout
ശത്രുതയുള്ള *adj* hostile
ശനി ഗ്രഹം *n* Saturn
ശനിയാഴ്ച *n* Saturday
ശപഥം ചെയ്യുക *v* vow
ശപിക്കൽ *n* curse
ശപിക്കുക *v* curse, cuss
ശബ്ദം *adj* audio
ശബ്ദം *n* noise, sound; voice
ശബ്ദം കടക്കാത്ത *adj* soundproof
ശബ്ദത്തോടെ *adv* noisily
ശബ്ദമുണ്ടാക്കുക *v* sound
ശബ്ദമുള്ള *adj* noisy
ശബ്ദസന്ദേശം *n* voice mail
ശമിപ്പിക്കാവുന്ന *adj* curable
ശമിപ്പിക്കുക *v* quench
ശമ്പളം *n* salary
ശമ്പളവർദ്ധന *n* increment
ശരത്കാലം *n* autumn
ശരാശരി *n* average
ശരാശരിയായ *adj* mean
ശരി *adv* alright
ശരിക്കും *adv* really, truly
ശരിപ്പകർപ്പ് *n* backup
ശരിയായ *adj* true, proper, right

ശരിയെന്ന് തോന്നുന്ന *adj* plausible
ശരീര സന്ധി *n* joint
ശരീരം *n* body
ശരീരകോശം *n* tissue
ശരീരഘടന *n* anatomy
ശരീരവർണ്ണം *n* complexion
ശല്യപ്പെടുത്തൽ *v* bother
ശല്യപ്പെടുത്തുക *v* annoy; disturb, pester
ശല്യപ്പെടുത്തുന്ന *adj* annoying; disturbing
ശല്ല്യം *n* nuisance
ശല്ല്യപ്പെടുത്തുക *v* trouble
ശല്ല്യമുള്ള *adj* infested
ശവം *n* corpse
ശവകുടീരം *n* tomb
ശവപ്പെട്ടി *n* coffin
ശവസംസ്കാരം *n* burial, funeral
ശസ്ത്രക്രിയ *n* operation, surgery
ശസ്ത്രക്രിയ ചെയ്യുക *v* operate
ശസ്ത്രക്രിയാ വിദഗ്ദൻ *n* surgeon
ശസ്ത്രക്രിയാ സംബന്ധമായ *adj* surgical
ശാഖ *n* branch
ശാഠ്യക്കാരൻ *adj* stubborn
ശാഠ്യമുള്ള *adj* persistent
ശാന്തത *n* tranquility
ശാന്തമായ *adj* cool, composed, calm, serene; sober; meek
ശാന്തമാവുക *v* calm down, chill out
ശാരീരികം *n* physical
ശാരീരികമായ *adj* bodily; physical
ശാരീരികമായി *adv* physically
ശാശ്വതമായ *adj* durable; everlasting
ശാസന *n* chastisement
ശാസിക്കുക *v* rebuke
ശാസ്ത്രം *n* science
ശാസ്ത്രജ്ഞൻ *n* scientist
ശാസ്ത്രീയമായ *adj* scientific
ശിക്ഷ *n* punishment
ശിക്ഷ വിധിക്കുക *v* sentence
ശിക്ഷണം *n* discipline
ശിക്ഷണം കൊടുക്കുക *adj* educated
ശിക്ഷാവിധി *n* conviction
ശിക്ഷിക്കുക *v* convict; punish
ശിഥലീകരണം *n* disintegration
ശിരോവസ്ത്രം *n* hood
ശിൽപം *n* sculpture
ശിലാമയമായ *adj* rocky
ശിലാലിഖിതം *n* inscription
ശിൽപവൈദഗ്ദ്ധ്യം *n* craftsman
ശില്പശാല *n* workshop
ശില്പി *n* sculptor
ശിശു *n* baby, infant
ശിശു പരിപാലന സ്ഥലം *n* nursery
ശിശുസംരക്ഷണം *n* childcare
ശിഷ്യൻ *n* disciple
ശീതകാലം *n* winter
ശീതക്കാറ്റ് *n* snowstorm
ശീതളമായ *adj* frosty
ശീതീകരണി *n* freezer
ശീലം *n* habit
ശീലമാക്കുക *v* accustom
ശുചിത്വം *n* hygiene

ശുദ്ധജലത്തിലുള്ള *adj* freshwater
ശുദ്ധൻ *adj* upright
ശുദ്ധമാക്കുന്ന വസ്തു *n* cleanser
ശുദ്ധമായ *adj* pure
ശുദ്ധീകരണ ശാല *n* refinery
ശുദ്ധീകരിക്കുക *v* purify, refine
ശുദ്ധീകരിച്ച *adj* refined
ശുപാർശ ചെയ്യുക *v* commend
ശുപാർശ *n* recommendation
ശുപാർശ ചെയ്യുക *v* recommend
ശുഭ രാത്രി *e* good night
ശുഭപ്രതീക്ഷ *n* optimism
ശുഭപ്രതീക്ഷയുള്ള *adj* optimistic
ശുഭാപ്തിവിശ്വാസമില്ലാത്ത *adj* pessimistic
ശുശ്രൂഷക *n* nurse
ശുഷ്കാന്തി *n* zeal
ശൂന്യം *n* nothing
ശൂന്യത *n* emptiness; vacuum
ശൂന്യമാക്കപ്പെട്ട *adj* devoid
ശൂന്യമാക്കൽ *n* devastation
ശൂന്യമാക്കുക *v* empty; vacuum
ശൂന്യമായ *adj* empty, void, blank
ശൃംഖല *n* chain; network
ശൃംഗരിക്കുക *v* flirt
ശേഖരം *n* collection
ശേഖരണം *n* accumulation
ശേഖരിക്കുക *v* accumulate, amass, collect, pile up
ശേഖരിക്കുന്നവൻ *n* collector
ശേഖരിച്ചുവെക്കുക *v* reserve
ശേഷം *prep* after
ശേഷി *n* capability
ശേഷിക്കുന്ന *adj* remaining
ശേഷിപ്പുകൾ *n* fossil
ശോഭിക്കുക *v* blaze
ശോഷിക്കൽ *v* atrophy
ശൈലി *n* style
ശൈശവാവസ്ഥ *n* infancy
ശോകം *n* melancholy
ശോചനീയമായ *adj* pathetic
ശ്മശാനം *n* cemetery
ശ്മശാനഭൂമി *n* graveyard
ശ്രദ്ധ *n* attention; care
ശ്രദ്ധ കേന്ദ്രീകരിക്കുക *v* focus
ശ്രദ്ധ തിരിക്കുക *v* distract
ശ്രദ്ധ പിടിച്ചു പറ്റുന്ന *adj* compelling
ശ്രദ്ധ പിടിച്ചുപറ്റുന്ന *adj* riveting
ശ്രദ്ധപതറിപ്പോകൽ *n* distraction
ശ്രദ്ധയിൽ *prep* before
ശ്രദ്ധയില്ലാത്ത *adj* absent; careless
ശ്രദ്ധയില്ലായ്മ *n* carelessness
ശ്രദ്ധയുള്ള *adj* alert, observant
ശ്രദ്ധയോട്ടുകൂടി *adv* carefully
ശ്രദ്ധാർഹമായ *adj* noteworthy; noticeable
ശ്രദ്ധാലുവായ *adj* caring; curious
ശ്രദ്ധിക്കപ്പെടാതെ *adj* unnoticed
ശ്രദ്ധിക്കുക *v* heed, listen; care
ശ്രദ്ധേയമായ *adj* notable, remarkable, striking
ശ്രദ്ധേയമായി *adv* notably
ശ്രമം പരാജയപ്പെടുക *v* miss
ശ്രമിക്കുക *v* attempt, try
ശ്രവണസംബന്ധമായ *adj* acoustic
ശ്രീമാൻ *n* Mister

ശ്രുതിമധുരമായ *adj* melodic
ശ്രേണി *n* line
ശ്രേഷ്ഠമാകുക *v* excel
ശ്രേഷ്ഠമായ *adj* fine
ശ്രേഷ്ഠമായ *adj* superior
ശ്രോതാവ് *n* listener
ശ്ലോകം *n* hymn
ശ്വസനം *n* respiration
ശ്വസിക്കുക *v* breathe
ശ്വാസം മുട്ടിക്കുക *v* smother, suffocate
ശ്വാസം മുട്ടിക്കുന്ന *adj* stifling
ശ്വാസം മുട്ടുക *v* gasp; wheeze
ശ്വാസംമുട്ടിക്കുക *v* choke
ശ്വാസകോശം *n* lung
ശ്വാസമെടുക്കുക *v* inhale

ഷ

ഷട്ടിൽ *v* shuttle
ഷർട്ട് *n* shirt
ഷാംപൂ *n* shampoo
ഷിഫ്റ്റ് *n* shift
ഷീറ്റ് *n* sheet
ഷൂ *n* shoe
ഷൂ പോളിഷ് *n* shoe polish
ഷൂലേസ് *n* shoelace
ഷെൽഫ് *n* shelf
ഷേവ് ചെയ്യുക *v* shave
ഷോപ്പിംഗ് കാർട്ട് *n* shopping cart
ഷോപ്പിംഗ് *n* shopping
ഷോപ്പിംഗ് ബാസ്ക്കറ്റ് *n* shopping basket
ഷോപ്പിംഗ് മാൾ *n* shopping mall
ഷോർട്ട്സ് *n* shorts

സ

സൗകര്യം *n* convenience; facility
സൗകര്യം കെട്ടിടം *n* facility
സൗകര്യങ്ങൾ *n* amenities, facilities
സൗകര്യപ്രദമായ *adj* convenient
സൗജന്യ സവാരി *n* hitchhike
സൗജന്യം *n* concession
സൗന്ദര്യം *n* beauty
സൗന്ദര്യമുള്ള *adj* good-looking
സൗന്ദര്യവർദ്ധക വസ്തു *n* cosmetic
സൗന്ദര്യാത്മകം *adj* aesthetic
സൗമനസ്യം *n* goodwill
സൗമ്യമായ *adj* benign, gentle; bland
സൗമ്യമായി *adv* gently
സൗര *adj* solar
സൗഹാർദ്ദപരമായ *adj* friendly
സൗഹാർദ്ദപരമായ *adj* amicable
സൗഹൃദം *n* friendship; company
സൗഹൃദപരമല്ലാത്ത *adj* unfriendly
സൗഹൃദമുള്ള *adj* sociable
സംക്രമണം *n* transition
സംക്ഷിപ്തത *n* brevity
സംക്ഷിപ്തമായ *adj* brief, concise
സംക്ഷിപ്തമായി *adv* briefly; precisely
സംക്ഷിപ്തരൂപം *n* profile
സംക്ഷുബ്ധമായ *adj* distraught
സംക്ഷേപം *n* condensation
സംക്ഷോഭം *n* convulsion

സംഖ്യ *n* number
സംഗീതം *n* music
സംഗീതജ്ഞൻ *n* musician
സംഗീതമേള *n* concert
സംഗീതാത്മകമായ *adj* musical
സംഗീതോപകരണം *n* organ; fiddle
സംഗ്രഹം *n* summary
സംഗ്രഹിക്കുക *v* abridge, summarize; digest
സംഘം *n* group, gang, party
സംഘടന *n* union; organization
സംഘടിത പ്രവർത്തനം *n* campaign
സംഘടിതമായ *adj* corporate; organized
സംഘടിപ്പിക്കുക *v* organize
സംഘട്ടനം *n* collision; confrontation
സംതൃപ്തനായ *adj* cheerful, content
സംതൃപ്തി *n* satisfaction
സംപ്രേക്ഷണം ചെയ്യുക *v* transmit
സംബന്ധികാവിഭക്തി പ്രത്യയം *n* apostrophe
സംബന്ധിക്കുക *v* concern
സംബന്ധിച്ച *adj* concerned
സംബന്ധിച്ച് *prep* concerning, regarding
സംഭരണം *n* storage
സംഭരണശാല *n* depot, warehouse
സംഭരിക്കുക *v* stock, store
സംഭവം *n* affair, event, happening, incident, occurrence
സംഭവം നടന്നശേഷം ഉദിക്കുന്ന ബുദ്ധി *n* hindsight
സംഭവിക്കാനിടയുള്ള *adj* contingent
സംഭവിക്കുക *v* come about, happen, occur
സംഭവ്യത *n* contingency
സംഭവ്യത *adj* probable
സംഭവ്യമായ *adv* presumably
സംഭാവന *n* contribution, donation
സംഭാവന ചെയ്യുക *v* contribute
സംഭാവനചെയ്യുക *v* donate
സംഭാവനചെയ്യുന്നയാൾ *n* contributor
സംഭാഷണം *n* conversation, dialog
സംഭ്രമിപ്പിക്കുക *v* astound, baffle, bewilder, dismay
സംയമനം *n* restraint
സംയുക്തം *n* joint; combination
സംയുക്തംമായി *adv* jointly
സംയുക്തഭരണം *n* federation
സംയോജനം *n* concentration; composition; conjunction
സംയോജനം *n* fusion; integration
സംയോജിപ്പിക്കുക *v* affiliate; integrate
സംരംഭം *n* enterprise, initiative, venture
സംരംഭകൻ *n* entrepreneur

സംരംഭത്തിന് മുതിരുക *v* venture
സംരക്ഷകൻ *n* guardian
സംരക്ഷകൻ *n* caretaker, custodian
സംരക്ഷണം *n* conservation, protection, safeguard
സംരക്ഷിക്കുക *v* conserve, protect; look after, patronize
സംരക്ഷിത *adj* reserved
സംവരണം *n* reservation
സംവിധായകൻ *n* director
സംവേദനം *n* sensation
സംശയം *n* doubt, hesitation; suspicion
സംശയകരമായ *adj* fishy
സംശയമില്ല *adv* undoubtedly
സംശയാസ്പദമായ *adj* doubtful, dubious, questionable, skeptical, suspicious
സംശയിക്കപ്പെടുന്നവൻ *n* suspect
സംശയിക്കാത്ത *adj* unsuspecting
സംശയിക്കുക *v* doubt
സംശയിക്കുന്നു *v* suspect
സംസാരവിഷയം *n* talk
സംസാരവും മറ്റും പെട്ടെന്നു നിർത്തുക *v* break off
സംസാരശേഷിയില്ലാത്ത *adj* speechless
സംസാരിക്കുക *v* converse, speak, talk
സംസ്കാരം *n* culture
സംസ്ഥാനം *n* state
സംഹാരം *n* havoc

സഖ്യം *n* alliance
സഖ്യം ചെയ്യുക *v* ally
സഖ്യകക്ഷി *n* ally
സങ്കൽപം *n* myth
സങ്കൽപിക്കുക *v* presume
സങ്കൽപ്പിക്കുക *v* imagine
സങ്കലന ചിഹ്നം *n* plus
സങ്കീർണ്ണത *n* complexity, complication
സങ്കീർണ്ണമായ *adj* complex
സങ്കീർണ്ണമായ *adj* intriguing
സങ്കേതം *n* haven, sanctuary
സങ്കോചം *n* contraction
സങ്കോചിക്കുക *v* warp
സജീവമാക്കുക *v* activate
സജീവമായ *adj* active, lively
സജ്ജമാക്കുക *v* set up
സജ്ജീകരണം *n* setup
സജ്ജീകരിക്കുക *v* equip, furnish
സഞ്ചയിക്കുക *v* gather
സഞ്ചരിക്കുന്ന *adj* mobile
സഞ്ചാരപാത *n* route
സഞ്ചാരി *n* traveler
സഞ്ചാരികളുടെ കൂട്ടം *n* caravan
സഞ്ചി *n* bag
സഞ്ചിപോലെ അയഞ്ഞ *adj* baggy
സൺഗ്ലാസുകൾ *n* sunglasses
സത്ക്കാരം *n* treat
സത്തെടുക്കുക *v* extract
സത്ത് *n* extract
സത്ത് നിറഞ്ഞ *adj* juicy
സത്യം *n* truth
സത്യസന്ധത *n* honesty

സ

സത്യസന്ധതയില്ലാത്ത ആൾ *n* crook
സത്യസന്ധൻ *adj* truthful
സത്യസന്ധമായ *adj* authentic, honest
സത്യസന്ധമായി *adv* honestly
സത്രം *n* inn
സത്വം *n* monster
സദസ്യർ *n* audience
സദൃശ്യമുള്ള *n* correspondent
സദ്ഗുണമുള്ള *adj* virtuous
സദ്ധാന്നസേവകൻ *n* volunteer
സദ്ധാന്നസേവനം ചെയ്യുക *v* volunteer
സന്തതി പരമ്പര *n* posterity
സന്താനം *n* offspring
സന്തുലനം *n* poise
സന്തുലിതാവസ്ഥ *n* equilibrium
സന്തുഷ്ടമായ *adj* pleased
സന്തോഷം നിറഞ്ഞ *adj* elated
സന്തോഷകരമായ *adj* glad
സന്തോഷിപ്പിക്കുക *v* delight
സന്തോഷം *n* happiness, joy
സന്തോഷത്തോടെ *adv* joyfully
സന്തോഷമുള്ള *adj* jolly, merry
സന്തോഷിക്കുക *v* rejoice
സന്തോഷിപ്പിക്കുക *v* please
സന്തോഷിപ്പിക്കുന്ന *adj* pleasing
സന്ദർഭം *n* context
സന്ദർഭവശാൽ *adv* incidentally
സന്ദർഭാനുസരണമായ *adj* circumstantial
സന്ദർശനംനടത്തുക *v* call on
സന്ദർശിക്കുക *v* drop in
സന്ദർഭം *n* instance
സന്ദർശക മുറി *n* lobby
സന്ദർശകൻ *n* visitor
സന്ദർശനം *n* visit
സന്ദർശിക്കുക *v* visit
സന്ദിഗ്ദാവസ്ഥ *n* suspense
സന്ദേശം *n* message
സന്ദേശവാഹകൻ *n* courier
സന്ദേഹവാദി *n* skeptic
സന്ധി *n* truce
സന്ധിബന്ധം *n* ligament
സന്ധിവാതം *n* arthritis
സന്ധിവേദന *adj* cramped
സന്ധ്യ *n* dusk, twilight
സന്നദ്ധത *n* willingness
സന്നി *n* convulsion
സന്നിഹിതനായ *adj* present
സന്യാസി *n* hermit; monk
സന്യാസിമഠം *n* monastery
സബ് വേ *n* subway
സമകാലികം *n* contemporary
സമകാലികമായ *adj* contemporary
സമഗ്രമായി *adj* thorough
സമചതുരം *n* square
സമചതുരഷഡ്ഭുജം *n* cube
സമചിത്തൻ *adj* stoic
സമതുലിതമാക്കുക *v* balance
സമതുലിതാവസ്ഥ *n* balance
സമത്വം *n* equality, parity
സമനില *n* draw; coordination
സമന്വയിപ്പിക്കുക *v* harmonize, synchronize
സമമയായിരിക്കുക *v* match
സമമായ *conj* like
സമയ പരിധി *n* time limit

സമയ സൂചകം *adv* o'clock
സമയ സൂചകം *n* timer
സമയം *n* time
സമയം പാഴാക്കുക *v* linger
സമയത്തിന്റെ ഒരു ഘടകം *n* minute; second
സമയത്ത് *n* while
സമയപരിധി *n* deadline
സമരം *n* strike; struggle
സമർപ്പിക്കുക *v* dedicate, devote
സമർപ്പിച്ച *adj* dedicated
സമർപ്പിക്കുക *v* submit
സമവാക്യം *n* equation
സമസ്ഥാനം *n* coordinate
സമാധാനം *n* peace
സമാധാനപാലന കേന്ദ്രം *n* police station
സമാനത *n* likeness
സമാനമായ *adj* akin, close, similar
സമാനമായ *prep* like
സമാനമായ *pron* same
സമാന്തരമായ *adj* parallel
സമിതി *n* committee, council; trust
സമിപത്തുള്ള *adj* nearby
സമീകൃതമായ *adj* balanced
സമീപകാലത്തെ *adj* recent
സമീപത്തായി *adv* nearly
സമീപത്തുള്ള *v* close
സമീപത്ത് *prep* about
സമീപനം *n* approach
സമീപസ്ഥമായ *adj* next to
സമീപിക്കൽ *v* access
സമീപിക്കുക *v* approach; touch on
സമുദ്രം *n* ocean
സമുദ്രയാത്ര *n* voyage
സമുദ്രസഞ്ചാരി *n* voyager
സമൂലമായ *adj* radical
സമൂഹം *n* community, society
സമൃദ്ധം *v* inundate
സമൃദ്ധമായ *adj* abundant, plentiful, lush, sumptuous
സമൃദ്ധി *n* abundance, plenty
സമ്പത്ത് *n* wealth
സമ്പദ്ഘടന *n* economy
സമ്പന്നമാക്കുക *v* enrich
സമ്പന്നമായ *adj* affluent, rich, wealthy
സമ്പർക്കം *n* connection, contact
സമ്പാദിക്കുക *v* earn
സമ്പാദ്യം *n* asset, savings
സമ്പൂർണ്ണമായ *adj* complete, absolute
സമ്പൂർണ്ണത *n* integrity
സമ്പൂർണ്ണമായ *adj* outright
സമ്മതിക്കാവുന്ന *adj* agreeable
സമ്മതിക്കുക *v* admit; consent
സമ്മതിക്കുന്നു *v* agree
സമ്മതിദാനം *n* vote
സമ്മതിദാനം നിർവ്വഹിക്കുക *v* vote
സമ്മതിദാനപത്രം *n* ballot
സമ്മനം നൽകുക *v* present
സമ്മർദ്ദം *n* pressure, stress
സമ്മർദ്ദം അനുഭവപ്പെടുക *v* stress out
സമ്മർദ്ദം ചെലുത്തുക *v* stress
സമ്മാനം *n* gift, present
സമ്മാനമായി നൽകുക *v* reward

സ

സമ്മാനിക്കുക *v* bestow
സമ്മിശ്രണം *n* assortment
സമ്മിശ്രണം ചെയ്യുന്ന യന്ത്രം *n* blender
സമ്മേളനം *n* congress
സമ്മേളിക്കുക *v* assemble
സർക്കസ് *n* circus
സർഗ്ഗവൈഭവം *n* creativity
സർവ്വപ്രധാനമായ *adj* foremost
സർവ്വശക്തിയുമുള്ള *adj* almighty
സർക്കാർ *n* government
സർപ്പം *n* serpent
സർപ്പിളമായ *adj* spiral
സർഫ്ബോർഡ് *n* surfboard
സർവകലാശാല *n* varsity
സർവ്വനാമം *n* pronoun
സർവ്വോപരി *adv* moreover
സല്ലപിക്കുക *v* chat
സവാരി *n* ride
സവാരി ചെയ്യുക *v* ride
സവിശേഷത *n* feature
സവിശേഷമായ *adj* characteristic; peculiar
സവിസ്തരമായ *adj* detailed
സശ്രദ്ധം പരിശോധിക്കുക *v* go over
സശ്ലേഷണം *n* synthesis
സസ്തനി *n* mammal
സസ്പെൻഷൻ *n* suspension
സസ്യജാലങ്ങൾ *n* vegetation
സസ്യശാസ്ത്രം *n* botany
സസ്യാഹാരി *n* vegetarian
സഹകരണം *n* collaboration, cooperation
സഹകരിക്കുക *v* collaborate, cooperate
സഹകരിക്കുന്ന *adj* cooperative
സഹകാരി *n* collaborator
സഹതപിക്കുക *v* sympathize
സഹതാപം *n* sympathy
സഹതാപമുള്ള *adj* sympathetic
സഹതാരം *n* teammate
സഹനീയമായ *adj* tolerant
സഹപാഠി *n* classmate
സഹപ്രവർത്തകൻ *n* colleague
സഹമുറിയൻ *n* roommate
സഹയാത്രികൻ *n* fellow
സഹവസിക്കുക *v* associate
സഹസ്രാബ്ദം *n* millennium
സഹാനുഭൂതി *n* empathy
സഹായം *n* backup, aid, assistance, help
സഹായകമാകുക *v* minister
സഹായകമായ *adj* helpful
സഹായത്തിനായി വിളിക്കുക *v* call out
സഹായധനം *n* grant; fellowship
സഹായി *n* aide, assistant, attendant, helper
സഹായിക്കുക *v* aid, assist, help; befriend
സഹിക്കത്തക്ക *adj* bearable
സഹിക്കാൻ സാധിക്കാത്തത് *adj* intolerable
സഹിക്കാവുന്നത് *adj* tolerable
സഹിക്കുക *v* endure, tolerate
സഹിക്കുക *v* bear
സഹിച്ചു *v* put up with
സഹിഷ്ണുത *n* tolerance

സഹോദരനിർവിശേഷമായ *adj* brotherly
സഹോദരൻ *n* brother
സഹോദരൻ *n* sibling
സഹോദരന്റെയോ സഹോദരിയുടെയോ പുത്രൻ *n* nephew
സഹോദരന്റെയോ സഹോദരിയുടെയോ പുത്രി *n* niece
സഹോദരി *n* sister
സാംക്രമികമായ *adj* infectious
സാംക്രമികരോഗം *n* epidemic
സാക്ഷി *n* bystander, witness
സാക്ഷ്യം *n* testimony
സാക്ഷ്യപത്രം *n* certificate
സാക്ഷ്യപ്പെടുത്തുക *v* attest, certify; testify
സാങ്കൽപ്പികമായ *adj* fictitious
സാങ്കൽപികമായ *adj* imaginary
സാങ്കേതികത *n* technique
സാങ്കേതികമായ *adj* technical
സാങ്കേതികമായി *adv* technically
സാങ്കേതികവിദ്യ *n* technology
സാദൃശ്യം *n* parable; liking; resemblance
സാദൃശ്യപ്പെടുത്തുക *v* resemble
സാദ്ധ്യത *n* likelihood, possibility, probability
സാദ്ധ്യത *v* may
സാദ്ധ്യതയുള്ള *v* might
സാദ്ധ്യതയുള്ള *adj* potential; prone
സാദ്ധ്യതയോടെ *adv* potentially, possibly

സാദ്ധ്യമായ *adj* possible
സാധനങ്ങൾ *n* goods, stuff
സാധനങ്ങൾ വാങ്ങുക *v* shop
സാധാരണ *adj* typical, usual
സാധാരണമായ *adj* normal, ordinary; everyday, frequent
സാധാരണമായി *adv* generally, normally, ordinarily
സാധാരണയായി *adv* usually
സാധിക്കയില്ല *v* cannot
സാധുത *n* validity
സാധുവായ *adj* valid
സാധൂകരിക്കുക *v* reason; validate
സാധ്യതയില്ലാത്ത *adj* unlikely
സാധ്യമല്ലാത്ത *adj* unable
സാധ്യമായ *adj* feasible
സാൻഡ്പേപ്പർ *n* sandpaper
സാന്ഡ്വിച്ച് *n* sandwich
സാന്ത്വനം *n* consolation; lull
സാന്ത്വനിപ്പിക്കുക *v* pacify
സാന്ത്വനിപ്പിക്കുന്ന *adj* soothing
സാന്ത്വനിപ്പിക്കുന്നവൻ *n* pacifier
സാന്ദ്രീകരണം *n* compression
സാന്നിദ്ധ്യം *n* presence
സാമർത്ഥ്യം *n* faculty
സാമർത്ഥ്യം *n* proficiency, ingenuity
സാമർത്ഥ്യമുള്ള *adj* ingenious
സാമാന്യ ബുദ്ധി *n* common sense
സാമാന്യഗതമായ *adj* generic
സാമാന്യമായി *adv* currently
സാമാന്യവൽക്കരിക്കുക *v* generalize

സാമീപ്യം *n* proximity, vicinity
സാമൂഹിക *adj* social
സാമൂഹ്യവൽക്കരിക്കുക *v* socialize
സാമ്പത്തിക ശാസ്ത്രജ്ഞൻ *n* economist
സാമ്പത്തികമായ *adj* financial
സാമ്പത്തികമായ ചതി *n* rip-off
സാമ്പത്തികമായി *adv* economically, financially
സാമ്പത്തികശാസ്ത്രം *n* economics
സാമ്പിൾ *n* sample
സാമ്പ്രദായികമായ *adj* conventional
സാമ്പ്രാണി *n* incense
സാമ്യം *n* analogy, similarity
സാമ്രാജ്യം *n* empire
സാരാംശം *n* essence
സാരൂപ്യം *n* identity
സാർവ്വലൗകികമായ *adj* global
സാർവ്വലൗകികമായി *adv* globally
സാർ *n* sir
സാർവത്രികമായ *adj* universal
സാൽമൺ മത്സ്യം *n* salmon
സാലഡിൽ ചേർക്കുന്ന ദ്രാവകമിശ്രിതം *n* salad dressing
സാലഡ് *n* salad
സാവധാനം ചലിക്കുക *v* trail
സാഹചര്യം *n* circumstance, situation, scenario, occasion
സാഹസകൃത്യം *n* feat
സാഹസികത *n* adventure
സാഹസികനായ *adv* bravely; hardy; impetuous
സാഹസികമായ *adj* daring; risky
സാഹിത്യം *n* literature
സാഹോദര്യം *n* fraternity
സിംഫണി *n* symphony
സിംഹം *n* lion
സിംഹാസനം *n* throne
സിഗരറ്റ് *n* cigarette
സിഗററ്റ് ലൈറ്റർ *n* lighter
സിഗാർ *n* cigar
സിദ്ധാന്തം *n* theory
സിനിമ *n* film
സിനിമാശാല *n* movie theater
സിപ്പ് *v* sip
സിപ്പ് കോഡ് *n* zip code
സിപ്പ് തുറക്കുക *v* unzip
സിബ് *n* zipper
സിമന്റ് *n* cement
സിര *n* vein
സിറപ്പ് *n* syrup
സിറിഞ്ച് *n* syringe
സീനിയോറിറ്റി *n* seniority
സീബ്ര *n* zebra
സീറ്റ് ബെൽറ്റ് *n* seat belt
സീലിംഗ് *n* ceiling
സീൽക്കാരം *v* hiss
സുഖം *n* comfort
സുഖം പ്രാപിക്കുക *v* recuperate
സുഖദായകൻ *n* comforter
സുഖപ്പെടുത്താനാവാത്ത *adj* incurable
സുഖപ്പെടുത്തുക *v* heal
സുഖപ്രദമായ *adj* comfortable
സുഖപ്രിയനായ *adj* easygoing
സുഗന്ധം *n* fragrance, scent
സുഗന്ധദ്രവ്യം *n* perfume

സുഗന്ധദ്രവ്യമിട്ട് സൂക്ഷിച്ച ശവം *n* mummy
സുഗന്ധമുള്ള *adj* fragrant, scented
സുഗന്ധവ്യഞ്ജനങ്ങൾ *n* spice
സുഗമമാക്കുക *v* facilitate
സുഗമമായി *adv* smoothly
സുതാര്യത *n* openness
സുതാര്യമായ *adj* clear, see-through, transparent
സുനിശ്ചിതമായ *adj* certain, definite
സുന്ദരൻ *adj* handsome
സുന്ദരമായി *adv* gracefully
സുപ്രധാനമായ *adj* important, vital
സുബോധമുള്ള *adj* sane
സുരക്ഷ *n* safety, security
സുരക്ഷാ ഗാർഡ് *n* security guard
സുരക്ഷാ ബെൽറ്റ് *adv* safety belt
സുരക്ഷിത *adj* secure
സുരക്ഷിതം *adj* safe
സുരക്ഷിതമല്ലാത്ത *adj* defenseless, unprotected, unsafe; insecure
സുരക്ഷിതമാക്കുക *v* secure
സുരക്ഷിതമായി *adv* safely, securely
സുവ്യക്തമായ *adj* conspicuous
സുഷിരം *n* perforation; pore
സുഷിരമുള്ള *adj* porous
സുസ്ഥിരമായ *adj* sustainable
സുഹൃത്ത് *n* friend
സൂം *v* zoom

സൂക്ഷിക്കുക *v* beware
സൂക്ഷിച്ച് വെയ്ക്കുക *v* hold on to
സൂക്ഷിപ്പ് അറ *n* locker
സൂക്ഷിപ്പ് മുറി *n* locker room
സൂക്ഷ്മതയുള്ള *adj* mindful
സൂക്ഷ്മതരംഗം *n* microwave
സൂക്ഷ്മദർശിനി *n* microscope
സൂക്ഷ്മപരിശോധന *n* scrutiny
സൂക്ഷ്മബുദ്ധിയുള്ള *adj* astute
സൂക്ഷ്മമായ *adj* subtle
സൂചകം *n* indicator
സൂചന *n* clue, hint, implication, indication; mention
സൂചി *n* needle, pin
സൂചിക *n* index
സൂചിപ്പിക്കുക *v* denote, indicate, signify, hint, imply; mention
സൂചിമുന *v* pinpoint
സൂത്രവാക്യം *n* formula
സൂപ്പർമാർക്കറ്റ് *n* supermarket
സൂപ്പർവൈസർ *n* supervisor
സൂപ്പ് *n* broth; soup
സൂര്യതാപം *n* sunburn
സൂര്യൻ *n* sun
സൂര്യനുമായി ബന്ധപ്പെട്ട *adj* solar
സൂര്യപ്രകാശം *n* daylight, sunlight, sunshine
സൂര്യാസ്തമയം *n* sundown, sunset
സൂര്യോദയം *n* sunrise
സൃഷ്ടി *n* creation
സൃഷ്ടിക്കുക *v* create, generate
സൃഷ്ടിപരമായ *adj* creative
സെക്രട്ടറി *n* secretary
സെനറ്റർ *n* senator

സെനറ്റ് *n* senate
സെന്റിമീറ്റർ *n* centimeter
സെൻസർഷിപ്പ് *n* censorship
സെപ്റ്റംബർ *n* September
സെമസ്റ്റർ *n* semester
സെൽഫോൺ *n* cell phone
സെഷൻ *n* session
സേനാധിപതി *n* colonel
സേനാവിഭാഗം *n* battalion
സേവകൻ *n* servant
സേവനം *n* service
സേവിക്കുക *v* serve
സോപാധികമായ *adj* conditional
സോപ്പ് പൊടി *n* detergent
സോസേജ് *n* sausage
സൈക്കിളിന്റെ പെഡൽ *n* pedal
സൈക്കിളോടിക്കുക *v* cycle
സൈക്കിളോടിക്കുന്നവൻ *n* cyclist
സൈക്കിൾ *n* bicycle
സൈക്കിൾസവാരി *n* cycling
സൈനിക പ്രദർശനം *n* parade
സൈനികോദ്യോഗസ്ഥൻ *n* sergeant
സൈന്യം *n* army, military, troops
സൈന്യനീക്കം നടത്തുക *v* mobilize
സൈന്യയാത്ര *n* March
സൈന്യാധിപൻ *n* commander
സൈബർ ചാരവൃത്തി ചെയ്യുക *v* hacker
സൈറൺ *n* siren
സൈറ്റ് *n* site
സോഡ *n* soda
സോപാധികമായ *adj* provisional

സോപ്പ് *n* soap
സോഫ *n* sofa
സോഫ്റ്റ്ബോൾ *n* softball
സോഫ്റ്റ്‌വെയർ *n* software
സോഷ്യൽ നെറ്റ്‌വർക്ക് *n* social network
സോസർ *n* saucer
സോസ് *n* sauce
സ്കൗട്ട് *n* scout
സ്കാൻ ചെയ്യുക *v* scan
സ്കാനർ *n* scanner
സ്കാർഫോൾഡിംഗ് *n* scaffolding
സ്കാർഫ് *n* scarf
സ്കീയിൻ മേൽ തെന്നിപ്പായുക *v* ski
സ്കൂട്ടർ *n* scooter
സ്കൂൾ *n* school
സ്കൂൾ ബസ് *n* school bus
സ്കെച്ച് *n* sketch
സ്കെയിൽ *n* scale
സ്കേറ്റിംഗ് *n* skating
സ്കേറ്റ്ബോർഡ് *n* skateboard
സ്കോർ *n* score
സ്കോർബോർഡ് *n* scoreboard
സ്കോളർഷിപ്പ് *n* scholarship
സ്ക്രീൻ *n* screen
സ്ക്രൂ *n* screw
സ്ക്രൂഡ്രൈവർ *n* screwdriver
സ്ക്രോൾ ചെയ്യുക *v* scroll
സ്ട്രാപ്പ് *n* strap
സ്ട്രീറ്റ്കാർ *n* streetcar
സ്ട്രെച്ചർ *n* stretcher
സ്ട്രോബെറി *n* strawberry
സ്തംഭം *n* post, pillar

സ്തംഭനാവസ്ഥ *n* stalemate, standstill
സ്തംഭിക്കുക *v* stammer
സ്തംഭിച്ച *adj* dazed
സ്തംഭിപ്പിക്കുക *v* jam, clog
സ്തനകഞ്ചുകം *n* bra
സ്തുതി *n* praise, commendation
സ്തുത്യർഹമായി *adj* admirable
സ്തൂപം *n* column
സ്ത്രീ *n* female, woman
സ്ത്രീകൾ *n* women
സ്ത്രീകളുടെ പുറംകുപ്പായം *n* blouse
സ്ത്രീകളുടെ വസ്ത്രം *n* miniskirt
സ്ത്രീകളെ സംബന്ധിച്ച *adj* female
സ്ത്രീയെക്കുറിച്ചുള്ള *adj* feminine
സ്ത്രൈണമായ *adj* ladylike
സ്ഥലം *n* plot, location, place, spot, space
സ്ഥലം നിർണ്ണയിക്കുക *v* locate
സ്ഥലം നിർണ്ണയിച്ച *adj* located
സ്ഥലംമാറ്റം *n* transfer; displacement
സ്ഥാനം *prep* at
സ്ഥാനം *n* location, place, position
സ്ഥാനം ഉറപ്പിക്കുന്ന *adj* entrenched
സ്ഥാനം നീക്കുക *v* move out
സ്ഥാനം ലഭിക്കുക *v* rank
സ്ഥാനക്കയറ്റം *n* promotion
സ്ഥാനത്തുനിന്ന് മാറ്റുക *v* displace

സ്ഥാനപതി *n* ambassador, diplomat
സ്ഥാനഭ്രഷ്ടനാക്കുക *v* depose, overthrow
സ്ഥാനാർത്ഥി *n* candidate
സ്ഥാപകൻ *n* founder
സ്ഥാപനം *n* establishment, institution, firm
സ്ഥാപിക്കുക *v* post; establish; implant
സ്ഥിതി *n* posture
സ്ഥിതി ചെയ്യുന്നത് *adj* situated
സ്ഥിതി മെച്ചപ്പെടുത്തുക *v* move up
സ്ഥിതിപരിണാമം *n* conversion
സ്ഥിതിവിവര നിപുണൻ *n* statistician
സ്ഥിതിവിവര സംബന്ധമായ *adj* statistical
സ്ഥിതിവിവരക്കണക്ക് *n* statistic
സ്ഥിതിസമത്വവാദം *n* communism
സ്ഥിതിസമത്വവാദി *adj* communist
സ്ഥിരത *n* stability
സ്ഥിരതയുള്ള *adj* stable
സ്ഥിരപ്പെടുത്തുക *v* stabilize
സ്ഥിരമായ *adj* firm, steady; permanent
സ്ഥിരരൂപം *n* stereotype
സ്ഥിരീകരണം *n* confirmation, verification
സ്ഥിരീകരിക്കുക *v* confirm, corroborate, verify

സ്ഥിരീകരിക്കുന്ന *adj* affirmative
സ്നാന വസ്ത്രം *n* bikini
സ്നാപ്ഷോട്ട് *n* snapshot
സ്നിഗ്ദ്ധത *n* smoothness
സ്നേഹം *n* love
സ്നേഹമുള്ള *adj* loving
സ്നേഹാദരം *n* regards
സ്നേഹിക്കുക *v* love
സ്നോബോർഡിംഗ് *n* snowboarding
സ്പന്ദിക്കുക *v* pulsate, throb
സ്പർശനീയമായ *adj* tangible
സ്പർശരേഖ *n* tangent
സ്പർശിക്കുക *v* touch
സ്പഷ്ടമായ *adj* distinct, clear-cut, candid; bare; express
സ്പഷ്ടമായി *adv* clearly; explicitly
സ്പഷ്ടമായി *adj* forthright
സ്പാ *n* spa
സ്പീക്കർ *n* speaker
സ്പൂൺ *n* tablespoon
സ്പൂൺ പോലുള്ളവ *n* cutlery
സ്പെയർ പാർട്ട് *n* spare part
സ്പോഞ്ച് *n* sponge
സ്പോട്ട്ലൈറ്റ് *n* spotlight
സ്പ്രിംഗ് *n* spring
സ്പ്രെഡ്ഷീറ്റ് *n* spreadsheet
സ്ഫുരണം *n* gleam
സ്ഫോടകശബ്ദം *n* crack
സ്ഫോടനം *n* explosion, blast
സ്ഫോടനാത്മകമായ *adj* explosive
സ്മരണ നിലനിർത്തുക *v* commemorate
സ്മരണാർത്ഥമുള്ള *adj* monumental
സ്മരണിക *n* souvenir
സ്മാരകം *n* monument
സ്മാരകചിഹ്നം *n* memento
സ്മാരകശില *n* gravestone, tombstone
സ്യൂട്ട്കേസ് *n* suitcase
സ്രവം *n* sap
സ്രഷ്ടാവ് *n* creator
സ്രാവ് *n* shark
സ്റ്റാപ്ലർ *n* stapler
സ്റ്റാമ്പ് *n* stamp
സ്റ്റിക്കർ *n* sticker
സ്റ്റിയറിംഗ് വീൽ *n* steering wheel
സ്റ്റീരിയോ *n* stereo
സ്റ്റുഡിയോ *n* studio
സ്റ്റെൻസിൽ *n* stencil
സ്റ്റേജ് *n* stage
സ്റ്റേഡിയം *n* stadium
സ്റ്റേഷൻ *n* station
സ്റ്റേഷനറി *n* stationery
സ്റ്റോർ *n* store
സ്ലാബ് *n* slab
സ്ലിപ്പർ *n* slipper
സ്വകാര്യ *adj* private
സ്വകാര്യത *n* privacy
സ്വതന്ത്രനാക്കുക *v* let go
സ്വതന്ത്രമായ *adj* independent; liberal
സ്വതന്ത്രമായി *adv* freely
സ്വതസിദ്ധമായ *adj* spontaneous
സ്വത്ത് *n* property
സ്വദേശം സംബന്ധിച്ച *adj* home
സ്വദേശി *adj* native

സ

സ്വദേശിവത്കരിക്കുക v domesticate
സ്വദേശീയമായ adj domestic
സ്വന്തമാക്കുക v own
സ്വന്തമായ pron own
സ്വന്തമായിരിക്കുക v belong
സ്വപ്നം n dream
സ്വപ്നം കാണുക v dream
സ്വഭാവം n character; trait
സ്വഭാവഗുണം n caliber
സ്വമേധയാ adj voluntary
സ്വയം n self
സ്വയം pron themselves
സ്വയം n auto
സ്വയം അർപ്പിക്കുക v go in
സ്വയം ആദരവ് n self-respect
സ്വയം തൊഴിൽ ചെയ്യുന്നയാൾ n self-employed
സ്വയം പ്രതിരോധ n self-defense
സ്വയം പ്രവർത്തിക്കുന്ന adj automatic
സ്വയമേവ adv automatically
സ്വരഭേദം.ശബ്ദം n tone
സ്വരാക്ഷരങ്ങൾ n vowel
സ്വരാരോഹണം n pitch
സ്വരൈക്യം n symphony
സ്വർഗ്ഗീയമായ adj celestial
സ്വർണ്ണത്തലമുടിയും നീലക്കണ്ണുകളുമുള്ള സ്ത്രീ n blonde
സ്വർണ്ണനിർമ്മിതമായ adj golden
സ്വർണ്ണനിറമുള്ള adj gold
സ്വർഗ്ഗം n heaven, paradise
സ്വർഗ്ഗീയമായ adj heavenly
സ്വർണ്ണം n gold
സ്വസ്ഥതയുള്ള adj relaxing
സ്വസ്ഥമായ adj relaxed
സ്വാഗതം n welcome
സ്വാഗതം ചെയ്യുക v welcome
സ്വാതന്ത്ര്യദിനം n Independence Day
സ്വാതന്ത്ര്യം n freedom, independence, liberty
സ്വാദ് n palate
സ്വാധീനം n touch; impact
സ്വാധീനമുള്ള adj influential
സ്വാധീനശക്തി adj charismatic
സ്വാധീനിക്കുക v impact; lobby
സ്വാധീനിക്കുക n influence
സ്വാഭാവികമായ adj natural
സ്വാഭാവികമായി adv naturally
സ്വാഭിപ്രായമുള്ള adj opinionated
സ്വായത്തമാക്കിയ adj occupied
സ്വാർത്ഥത n selfishness
സ്വാർത്ഥമായ adj selfish
സ്വിച്ച് n light switch, switch
സ്വിച്ച് ഓൺ v switch on
സ്വിച്ച് ഓഫ് v switch off
സ്വീകരണ മുറി n living room; lounge
സ്വീകരണം n reception
സ്വീകരിക്കുക v adopt; accept, receive
സ്വീകർത്താവ് n receptionist
സ്വീകാര്യത n acceptance
സ്വീകാര്യമായ adj acceptable, all right; receptive
സ്വെറ്റർ n sweater
സ്വേച്ഛാധിപതി adj authoritarian

സ്വേച്ഛാധിപതി *n* despot, tyrant
സ്വേച്ഛാധിപത്യം *n* tyranny
സ്വേച്ഛാധിപത്യപരമായ *adj* dictatorial
സ്വേദനം *n* perspiration
സ്വൈരക്കേട് *n* disturbance

ഹ

ഹംബർഗർ *n* hamburger
ഹംസം *n* swan
ഹരണം *n* division
ഹരിക്കാവുന്ന *adj* divisible
ഹരിക്കുക *v* divide
ഹരിതഗൃഹം *n* greenhouse
ഹസ്കി *adj* husky
ഹസ്തദാനം *n* handshake
ഹാജർ *n* attendance
ഹാനി *n* injury
ഹാനികരമായ *adj* dangerous, destructive, detrimental, harmful, noxious
ഹായ് *e* hi
ഹാർഡ്വെയർ *n* hardware
ഹാഷ് ബ്രൗൺ *n* hash browns
ഹാസ്യം *n* comedy
ഹാസ്യചിത്രം *n* caricature, cartoon
ഹാസ്യജനകമായ *adj* comical
ഹാസ്യനടൻ *n* comedian
ഹാസ്യനാടകം *n* revue
ഹാസ്യാത്മകമായി അനുകരിക്കുക *v* mimic
ഹിമത്തിൽ വഴുതിയോട്ടുക *v* skate
ഹിമപാതം *n* avalanche
ഹിമവാതം *n* blizzard
ഹിമവാഹനം *n* sleigh
ഹിമാനി *n* glacier
ഹീനമായ *adj* degenerate; heinous
ഹീനാഭിലാഷങ്ങൾക്ക് വളംവെക്കുക *v* pander
ഹീറ്റർ *n* heater
ഹൃദയം *n* heart
ഹൃദയം തകർന്ന *adj* heartbroken
ഹൃദയംഗമമായ *adj* cordial; hearty
ഹൃദയമിടിപ്പ് *n* heartbeat
ഹൃദയമില്ലാത്ത *adj* heartless
ഹൃദയസ്പർശകമായ *adj* heartfelt
ഹൃദയസ്പർശിയായ *adj* touching
ഹൃദയാഘാതം *n* heartbreak
ഹെഡ്ഫോണുകൾ *n* headphones
ഹെഡ്ലൈറ്റ് *n* headlight
ഹെഡ്സെറ്റ് *n* headset
ഹെയ്സൽക്കുരു *n* hazelnut
ഹെൽമറ്റ് *n* helmet
ഹെലികോപ്റ്റർ *n* helicopter
ഹോട്ട് ഡോഗ് *n* hotdog
ഹൈവേ *n* highway
ഹൈസ്കൂൾ *n* high school
ഹോക്കി *n* hockey
ഹോട്ടൽ *n* hotel, motel
ഹോട്ടൽ മുറി *n* suit
ഹോട്ടലിലെ പരിചാരകൻ *n* bearer

ഹോസ്റ്റലിലെ
 മേൽനോട്ടക്കാരൻ *n* warden
ഹ്രസ്വദൃഷ്ടി *adj* shortsighted
ഹ്രസ്വദൃഷ്ടിയുള്ള *adj* nearsighted

റ

റൗണ്ട് ട്രിപ്പ് *adj* round-trip
റഡാർ *n* radar
റൺവേ *n* runway
റദ്ദാക്കൽ *n* cancellation
റദ്ദാക്കുക *v* abrogate, repeal, revoke, cancel
റദ്ദ് ചെയ്യുക *v* invalidate
റഫർ ചെയ്യുക *v* refer
റഫറി *n* referee
റഫ്രിജറേറ്റർ *n* refrigerator
റബ്ബർ *n* rubber
റബ്ബർ ബാൻഡ് *n* rubber band
റാക്കറ്റ് *n* racket
റാഡിഷ് *n* radish
റാന്തൽ *n* lantern
റാലി *n* rally
റാസ്ബെറി *n* raspberry
റിംഗ്ടോൺ *n* ringtone
റിക്രൂട്ട് ചെയ്യുക *v* recruit
റിപ്പോർട്ട് *n* report
റിപ്പോർട്ട് കാർഡ് *n* report card
റിബൺ *n* ribbon
റിമോട്ട് കൺട്രോൾ *n* remote control
റിസോർട്ട് *v* resort
റിഹേഴ്സൽ *n* rehearsal
റീചാർജ് ചെയ്യുക *v* recharge
റീട്ടെയിൽ *n* retail

റീത്ത് *n* wreath
റീബൂട്ട് ചെയ്യുക *v* reboot
റീൽ *n* reel
റെക്കോർഡ് പ്ലേയർ *n* record player
റെക്കോർഡർ *n* recorder
റെക്കോർഡിംഗ് *n* recording
റെജിമെന്റ് *n* regiment
റെയിൻകോട്ട് *n* raincoat
റെയിൽവേ *n* railway
റേഡിയേറ്റർ *n* radiator
റേഡിയോ *n* radio
റേഷൻ *n* ration
റേസർ *n* razor
റോഡു മുറിച്ചുകടക്കുന്നതിനുള്ള സീബ്രാക്രോസിംഗ് *n* crosswalk
റൈഫിൾ *n* rifle
റൊട്ടി ഉണ്ടാക്കുന്നയാൾ *n* baker
റൊട്ടി മൊരിയിക്കുന്ന ഉപകരണം *n* toaster
റൊട്ടിക്കഷണം *n* loaf
റോക്കറ്റ് *n* rocket
റോഡ് *n* road
റോബോട്ട് *n* robot

Order & Contact Information

Word to Word® Dictionaries

Item	Language	ISBN13
Word to Word®		
500X	Albanian	9780933146495
820X	Amharic	9780933146594
650X	Arabic	9780933146419
700X	Bengali	9780933146303
705X	Burmese	9780933146501
710X	Cambodian	9780933146402
715X	Chinese	9780933146228
520X	Czech	9780933146624
857X	Dari	9781946986603
660X	Farsi	9780933146334
530X	French	9780933146365
535X	German	9780933146938
664X	Georgian	9781946986627
540X	Greek	9780933146600
720X	Gujarati	9780933146983
545X	Haitian Creole	9780933146235
665X	Hebrew	9780933146587
725X	Hindi	9780933146310
728X	Hmong	9780933146532
551X	Hungarian	9780933146679
555X	Italian	9780933146518

Item	Language	ISBN13
730X	Japanese	9780933146426
735X	Korean	9780933146976
740X	Laotian	9780933146549
753X	Malayalam	9781946986610
755X	Nepali	9780933146617
760X	Pashto	9780933146341
575X	Polish	9780933146648
580X	Portuguese	9780933146945
765X	Punjabi	9780933146327
585X	Romanian	9780933146914
590X	Russian	9780933146921
830X	Somali	9780933146525
600X	Spanish	9780933146990
835X	Swahili	9780933146556
770X	Tagalog	9780933146372
780X	Thai	9780933146358
615X	Turkish	9780933146952
620X	Ukrainian	9780933146259
790X	Urdu	9780933146396
848X	Uzbek	9781946986696
795X	Vietnamese	9780933146969
5-895X	Word to Word® Class Set	

WORD to WORD
State Approved • Testing Dictionaries

All editions are two-way: English>Language / Language>English.
More languages in planning and production.

Word to Word® Dictionaries

Item	Language	ISBN13
\multicolumn{3}{c}{Word to Word® with Subject Vocab}
653X	Arabic	9780933146563
703X	Bengali	9781946986061
718X	Chinese	9780933146570
533X	French	9780933146693
548X	Haitian Creole	9780933146709
583X	Portuguese	9781946986092
593X	Russian	9781946986078
603X	Spanish	9780933146723
793X	Urdu	9781946986085
798X	Vietnamese	9780933146686
5-105X	Word to Word® Subject Class Set	

Subject Vocabulary dictionaries include additional math, science and social studies vocabulary. Approximately 2400 math terms, 4400 science terms, and 1700 social studies terms.

Subject vocabulary terms are translated one-way, English>Language.

WordtoWord.com - Discounts + eBooks

Special Online Pricing: Special tiered discount pricing based on quantity for online orders. Simple and fast.

eBooks: eBook versions of the Word to Word® series are available via web app or mobile app on Android and IOS. eBooks can be downloaded for offline use within the App.

Bulk eBook orders for school districts are available. Simple, private student access to eBooks, no student information necessary. Email us to learn more and request sample ebook.

support@wordtoword.com

wordtoword.com

(951) 296-2445

*For **eBook** versions add "e" to Item number:*
*(Print Spanish) 600X → **600Xe** (eBook Spanish)*

Order & Contact Us

Bilingual Dictionaries, Inc. is committed to providing quality bilingual materials and great service. Contact us by phone or email for a quote today:

Phone: 951-296-2445

Fax: 951-296-9911

Mail: PO Box 1154, Murrieta, CA 92562

Email: support@bilingualdictionaries.com

Visit our website to download our current catalog-order form, view our products and shop online.

BilingualDictionaries.com

WordtoWord.com

Amazon.com/WordtoWord

Special Dedication & Thanks

Bilingual Dictionaries, Inc. would like to thank all the teachers from various districts across the country for their useful input and great suggestions in creating a Word to Word® standard. We encourage all students and teachers using our bilingual learning materials to give us feedback. Please send your questions or comments via email.
support@bilingualdictionaries.com